ಛಂದ ಪುಸ್ತಕ

ಓದಿ ಓದಿ ಮರುಳಾಗಿ!

ಒಂದು ಬಾಗಿಲು ಮತ್ತು ಮೂರೂ ಚಿಲ್ಲರೆ ವರ್ಷಗಳು

ಕಥಾಸಂಕಲನ

ಶಾಂತಿ ಕೆ. ಅಪ್ಪಣ್ಣ

ಶಾಂತಿ ಕೆ. ಅಪ್ಪಣ್ಣ

ಮೂಲತಃ ಕೊಡಗಿನವರು. ತಂದೆ ಅಪ್ಪಣ್ಣ ಕೆ ಎಂ ಹಾಗೂ ತಾಯಿ ದೇವಮ್ಮ. ಓದಿದ್ದು ನವೋದಯ ಶಾಲೆಗಳಲ್ಲಿ. ನಂತರ ನರ್ಸಿಂಗ್ ತರಬೇತಿ ಮುಗಿಸಿ ಇದೀಗ ನೌಕರಿ ನಿಮಿತ್ತ ಚೆನ್ನೈನಲ್ಲಿ ವಾಸ. ಓದಿನ ಸಲುವಾಗಿ ಊರೂರು ಅಲೆದು, ಬದುಕಿನ ಏಕತಾನತೆಯನ್ನು ಮೀರಲೆಂದು ಪಕ್ಷಭೇದವಿಲ್ಲದೇ ಪುಸ್ತಕಗಳನ್ನು ಓದಿಕೊಂಡಿದ್ದಾರೆ. ಬದುಕಿನ ಅನಿರೀಕ್ಷಿತ ಏಟುಗಳು ಮತ್ತದನ್ನು ದಾಟಿ ಬಂದ ಹಾದಿ ಕಟ್ಟಿಕೊಟ್ಟ ಅನುಭವಗಳು ಅಪಾರ. ಇವರ ಕತೆಗಳಿಗೆ ಪ್ರಜಾವಾಣಿ ಮತ್ತು ವರ್ತಮಾನ ಡಾಟ್ ಕಾಮ್‌ನವರು ನಡೆಸುವ ಸ್ಪರ್ಧೆಗಳಲ್ಲಿ ಪ್ರಥಮ ಬಹುಮಾನ ಬಂದಿವೆ. ಇವರ 'ಮನಸು ಅಭಿಸಾರಿಕೆ' ಕೃತಿಗೆ ಛಂದ ಪುಸ್ತಕ ಬಹುಮಾನ, ಡಾ. ಎಚ್ ಶಾಂತಾರಾಮ್ ಪ್ರಶಸ್ತಿ ಮತ್ತು ಕೇಂದ್ರ ಸಾಹಿತ್ಯ ಅಕಾಡೆಮಿಯ ಯುವ ಪುರಸ್ಕಾರ ಲಭಿಸಿವೆ.

shanthiwk@gmail.com | 95001 15109

Ondu Bagilu Mattu Mooru Chillare Varshagalu

– Collection of short stories in Kannada
by Shanti K. Appanna

ISBN: 978-81-975991-4-9

Published by:
Chanda Pustaka
I-004, Mantri Paradise
Bannerghatta Road
Bangalore - 560076
M. 98444 22782

ಮೊದಲ ಮುದ್ರಣ: 2020
ಎರಡನೆಯ ಮುದ್ರಣ: 2025

ಮುಖಪುಟ: ಶ್ವೇತಾ ಆಡುಕಳ
ಕರಡು ತಿದ್ದುವಿಕೆ: ಪುನರ್ವಸು
ಪುಟ ವಿನ್ಯಾಸ: ಅರುಣ್ ಅಂಚೆ
ಪುಟಗಳು: 158 ಬೆಲೆ: ₹ 190
ಕಾಗದ: ಸ್ತೋರಾ 70 ಜಿಎಸ್‌ಎಂ, 1/8 ಡೆಮಿ

ಪ್ರತಿಗಳಿಗಾಗಿ ಸಂಪರ್ಕಿಸಿ:
ಛಂದ ಪುಸ್ತಕ
ಐ–004, ಮಂತ್ರಿ ಪ್ಯಾರಡೈಸ್
ಬನ್ನೇರುಘಟ್ಟ ರಸ್ತೆ
ಬೆಂಗಳೂರು–560 076
ಸೆಲ್: 98444 22782
me@vasudhendra.com

ಮುದ್ರಣ:

ಟ್ರಿನಿಟಿ ಅಕಾಡೆಮಿ, ಕುಡ್ಲು ಗೇಟ್, ಹೊಸೂರು ರಸ್ತೆ, ಬೆಂಗಳೂರು

ಅಕ್ಕರೆಯ ಬಾಲಚಂದ್ರ

ಮತ್ತು

ಆತ್ಮಸಖ ನಿವಾಸನ್‌ಗೆ

ಅರಿಕೆ

ಕವಿತೆಯಷ್ಟೇ ಕಥೆಗಳೂ ಚಂಚಲವಾದವು. ಎಲ್ಲೋ ಯಾವುದೋ ಹೊತ್ತಿನಲ್ಲಿ ಮನದೊಳಗೆ ಮಿಂಚಿನಂತೆ ಏಳುವ ಯಾವುದೋ ಒಂದು ಅನಾಮಿಕ ಎಳೆಯನ್ನು ಹಿಡಿದುಕೊಂಡು ಅದು ಕೊಂಡೊಯ್ಯುವ ಹಾದಿಯಲ್ಲಿ ನಡೆಯುವುದೇ ಒಂದು ಸುಖ. ಅಂಥಾ ಮಧುರ ಸುಖವನ್ನು ನನಗೆ ಕರುಣಿಸಿದ ಈ ಕಥೆಗಳಿಗೆ ಕೃತಜ್ಞತೆ ಹೇಳುತ್ತಾ, ಇಲ್ಲಿಯವರೆಗೂ ನನ್ನ ಕಥೆಗಳನ್ನು ಮೊದಲನೆಯ ಕಥಾ ಸಂಕಲನದಲ್ಲಿ ಮತ್ತು ಪತ್ರಿಕೆಗಳಲ್ಲಿ ಓದಿ, ತಪ್ಪು ಒಪ್ಪುಗಳನ್ನು ಹೇಳಿ, ವಿಮರ್ಶೆ ಮಾಡಿದ, ಸಲಹೆ ಸೂಚನೆಗಳನ್ನು ಕೊಟ್ಟು, ಜೊತೆಗೆ ನಿಂತು ಬೆಳೆಸಿದ ಪ್ರಿಯ ಓದುಗರಿಗೆ, ಮಿತ್ರವೃಂದಕ್ಕೆ ಮತ್ತು ಇದೀಗ ಹೊಸತಾಗಿ ಓದಲಿರುವ ನಿಮಗೆ ಹೃದಯಪೂರ್ವಕ ಧನ್ಯವಾದಗಳನ್ನು ಹೇಳುತ್ತಾ ಈ ಕಥಾಗುಚ್ಛವನ್ನು ನಮ್ರತೆಯಿಂದ ನಿಮ್ಮ ಕೈಗಿಡುತ್ತಿದ್ದೇನೆ, ಪ್ರೀತಿಯಿಂದ ಒಪ್ಪಿಸಿಕೊಳ್ಳಿ.

ಪ್ರೀತಿಯಿಂದ,

• ಶಾಂತಿ ಕೆ. ಅಪ್ಪಣ್ಣ

ಪರಿವಿಡಿ

ಈ ಕಥೆಗೆ ಹೆಸರಿಲ್ಲ

"ಸರ್ ನಮಸ್ಕಾರ, ನನ್ನ ಹೆಸರು ಅಣ್ಣಯ್ಯ ನೀವೂ... ನೀವು ಕಥೆಗಾರ ಸುಭಾಶ್ಚಂದ್ರ ತಾನೇ?" ಬೆಳಗಿನಿಂದ ಅನ್ಯಮನಸ್ಕನಾಗಿ ಕುಳಿತಿದ್ದ ನಾನು ಈ ದನಿ ಕೇಳಿ ಬೆಚ್ಚಿದೆ. ಸಂಪೂರ್ಣ ಅಪರಿಚಿತ ಮುಖ. ನಸು ಬೆಳ್ಳಗೆ, ಆರೋಗ್ಯದಿಂದ ಹೊಳೆವ ಚರ್ಮ, ಒತ್ತಾಗಿ ಬಾಚಿ, ಬಹುಕಾಲದಿಂದಲೂ ಶಿಸ್ತಿನಿಂದ ರೂಪಿಸಿರುವ ಪೊದೆಮೀಸೆ, ಬಹುಪಾಲು ಬಿಳಿಯಾಗಿದ್ದರೂ ಕಳೆಕಳೆಯಾಗಿದ್ದ ತಲೆಗೂದಲು. ಒಳ್ಳೆ ಆಜಾನುಬಾಹು ದೇಹದ, ಸ್ನೇಹಮಯಿ ಕಂಗಳ, ನೋಡಿದೊಡನೇ ಇಷ್ಟವಾಗಬಲ್ಲ ನಿಲುವುಳ್ಳ ವ್ಯಕ್ತಿಯೊಬ್ಬ ಹೀಗೆ ದೇಹವನ್ನು ಕುಗ್ಗಿಸಿಕೊಂಡು, ದನಿ ತಗ್ಗಿಸಿಕೊಂಡು, ನನ್ನೆದುರು ಸ್ನೇಹದಿಂದ ಕೈಕುಲುಕಲೆಂಬಂತೆ ನಿಂತಿರುವಾಗ ನಾನು ಅಯಾಚಿತವಾಗಿ ಕೈಚಾಚಿ ಕುಲುಕಿ "ಮ್ಮ್, ಹೌದು ನಾನೇ" ಎಂದು ತೊದಲಿದ್ದೆ.

"ನಾನು, ಆಲ್ಮೋಸ್ಟ್ ನಿಮ್ಮ ಎಲ್ಲ ಪುಸ್ತಕಗಳನ್ನ ಓದಿದೀನಿ ಸರ್, ನಂಗೆ ಬಹಳ ಇಷ್ಟವಾದ ರೈಟರ್ ನೀವು. ನಿಮ್ಮನ್ನ ನೋಡಬೇಕು, ಮಾತಾಡಬೇಕು ಅಂತ ಬಹಳ ಸಲ ಅನಿಸ್ತಿತ್ತು ಸರ್. ಆದರೆ ನಿಜವಾಗ್ಲೂ ಅದು ಸಾಧ್ಯವಾಗುತ್ತೆ ಅಂತ ಖಂಡಿತಾ ಅಂದುಕೊಂಡಿರಲಿಲ್ಲ ಸರ್" ಅವನು ಉದ್ವೇಗದಿಂದ ಮಾತಾಡಿದ.

ನಿಜ ಹೇಳಬೇಕೆಂದರೆ, ಅವತ್ತು ನಾನು ತುಂಬ ಬೇಸರದಲ್ಲಿದ್ದೆ. ಬೆಳಬೆಳಗ್ಗೇ ನೀಲಿ ನನ್ನೊಂದಿಗೆ ಜಗಳವಾಡಿದ್ದಳು. ಬೆಳಗ್ಗೆ ಅವಳು ಅಚಾನಕ್ಕಾಗಿ ನನ್ನ ಫೋನೆತ್ತಿಕೊಂಡು ಸೀದಾ ಗ್ಯಾಲರಿಗೆ ಹೋಗಿ ಅಲ್ಲಿದ್ದ ನ್ಯೂಡ್ ಫೋಟೋಗಳನ್ನ ನೋಡಿ ಸಿಕ್ಕಾಪಟ್ಟೆ ಸಿಟ್ಟಾಗಿ "ಇದೆಲ್ಲ ಯಾವಾಗಿನಿಂದ ನಡೀತಿದೆ?" ಎಂದು ಅಬ್ಬರಿಸಿದ್ದಳು.

"ಅಯ್ಯೋ ಮಾರಾಯ್ತಿ. ಅವೆಲ್ಲ ನಮ್ಮ ಫ್ರೆಂಡ್ಸ್ ಗ್ರೂಪ್‌ನಲ್ಲಿ ಬಂದವು ಕಣೇ, ಅದರಲ್ಲಿ ಅಂಥದ್ದೇನಿದೆ? ಅದರಲ್ಲಿ ಎಷ್ಟೋ ಫೋಟೋ ವಿಡಿಯೋಗಳನ್ನ ನಾ ನೋಡಿ ಕೂಡ ಇಲ್ಲ" ಅಂದಿದ್ದೆ. ಅದು ನಿಜವಾಗಿತ್ತು ಕೂಡ.

"ಹಾಗಿದ್ದರೆ ಆ ಗ್ರೂಪಿಂದ ಹೊರಗೆ ಬರೋಕೇನು ಕಷ್ಟ?" ಅವಳು ಮುಂದಿನ ಪಾಯಿಂಟ್ ರೆಡಿ ಇಟ್ಟಿದ್ದಳು.

"ಹಾಗಲ್ಲವೇ, ಅದರಲ್ಲಿ ಇದಷ್ಟೇ ಅಲ್ಲವೇ, ಒಳ್ಳೊಳ್ಳೆ ಇನ್ಫಾರ್ಮೇಟಿವ್ ಮೆಸೇಜಸ್ ಕೂಡ ಬರ್ತವೆ, ಇನ್ಫ್ಯಾಕ್ಟ್ ಬಹಳಷ್ಟು ವಿಷಯಗಳು ತೀರ ನ್ಯೂಸ್‌ನಲ್ಲಿ ಬರೋಕೂ ಮುಂಚೆ ಗ್ರೂಪ್‌ನಲ್ಲಿ ಡಿಸ್ಕಸ್ ಆಗಿರ್ತವೆ. ಬಹಳ ಒಳ್ಳೇ ಗ್ರೂಪಿದು ಮಾರಾಯ್ತಿ, ಆಗೀಗ ಯಾರಾದ್ರೂ ಹೀಗೇನಾದ್ರೂ ಕಳಿಸ್ತಿರ್ತಾರೆ ಅಷ್ಟೇ, ಬೇಕೂಂದ್ರೆ ನೋಡೋದು, ಇಲ್ಲಾಂದ್ರೆ ಡಿಲೀಟ್ ಮಾಡೋದು ಅಷ್ಟೇಪ್ಪ" ಅಂದು ತೇಲಿಸಲು ನೋಡಿದೆ. ಆದರೆ ಅವಳು ಅದಕ್ಕೂ ಪಾಯಿಂಟ್ ಇಟ್ಟಿದ್ದಳು. "ಆದ್ರೆ ನೀನು ಎಲ್ಲಾನೂ ಸೇವ್ ಮಾಡಿಟ್ಟಿದ್ದೀಯಲ್ಲ? ಎಲ್ಲಿ ಡಿಲೀಟ್ ಮಾಡಿದ್ದಿ? ಓ, ರಾಯರಿನ್ನೂ ನೋಡಿಲ್ಲವೋ??"

"ಏಯ್ ಬೊಂಬೆಮರಿ, ಅದೆಲ್ಲ ಯಾವಾಗ್ಲಾದ್ರೂ ನೋಡಿ ಒಂಚೂರು ಏನಾದ್ರೂ ವೆರೈಟಿ ಸಿಗುತ್ತಾ ನೋಡೂದಪ್ಪ, ಆಮೇಲೆ ನಮ್ಮ ಹುಡುಗಿನ ರೊಮ್ಯಾನ್ಸ್ ಮಾಡ್ಲಿಕ್ಕೆ ಯೂಸ್ ಮಾಡೂದಪ್ಪ?" ನಾನೀಗ ಸಿಟ್ಟಾಗುವುದರ ಬದಲು, ಆದಷ್ಟೂ ನಯವಾಗಿ ಅವಳನ್ನ ರಮಿಸಿ ಇದರಿಂದ ಹೊರಬರುವ ಪ್ರಾಮಾಣಿಕ ಪ್ರಯತ್ನ ಮಾಡತೊಡಗಿದ್ದೆ. ಅವಳ ಕೈಲಿ ನನ್ನ ಫೋನ್ ಇದ್ದಷ್ಟೂ ನನಗೆ ಒದಗಬಹುದಾದ ಸಮಸ್ಯೆಗಳ ಮಾತ್ರೆ ಖಂಡಿತಾ ದೊಡ್ಡದೆಂದು ನನಗೆ ಗೊತ್ತಿತ್ತು. ಆದರೆ ಅವಳು ಬಡಪೆಟ್ಟಿಗೆ ನನ್ನನ್ನು ಬಿಡುವ ಅಂದಾಜಿನಲ್ಲಿರಲಿಲ್ಲ. ಅಲ್ಲಿಂದ ಅವಳು ಸೀದ ವಾಟ್ಸ್‌ಆಪ್‌ಗೆ ಹೋಗಿ ಅದರ ಕಿಟಕಿ ತೆರೆದಳು. ಬಹುಶಃ ಮೊದಲ ಸಾಲಿನಲ್ಲೇ ಇದ್ದಿರಬೇಕು "ಯಾರಿದು ಈಶಾನ್ಯ?" ಅವಳ ದನಿ ಕಟ್ಟಿತ್ತು. ಅವಳ ಕೆನ್ನೆಗಳು ಕೆಂಪಾಗಿ ಕೋಪ ಮೂಗಿನ ತುದಿವರೆಗೂ ವ್ಯಾಪಿಸಿತ್ತು. ಬೆಳಗಿನ ಸೂರ್ಯ, ಕಿಟಕಿಯಿಂದ ಕಿರಣಗಳನ್ನು ತೂರುತ್ತಿರುವ ಸಮಯದಲಿ ಅವಳ ಕೋಪ ಫಳಫಳಿಸಿ ಹೊಳೆಯುತ್ತಿತ್ತು. ನನಗೆ ನಿಜಕ್ಕೂ ಬಾಯಿಕಟ್ಟಿತು. ಫೋನಿಗೆ ನಂಬರ್ ಲಾಕ್ ಇಟ್ಟು ಪ್ರೊಟೆಕ್ಟ್ ಮಾಡಿದ್ದೆ. ಯಾವ ಕಾರಣಕ್ಕೂ ಅದವಳಿಗೆ ತಿಳಿಯುವಂಥದ್ದಾಗಿರಲಿಲ್ಲ. ಇದನ್ನ ಕಂಡು ಹಿಡಿದು ಅವಳವರೆಗೆ ತಲುಪಿಸಿದವರ್ಯಾರು? ನಿನ್ನೆ ಮಗ ಸೂರ್ಯನ ಮುಂದೆಯೇ ಫೋನ್ ಅನ್‌ಲಾಕ್ ಮಾಡಿದ್ದೆ. ಹಾಗೆ ಇದಕೆ ಮುಂಚೆಯೂ ಮಾಡಿದ್ದೆ. ಅವನು ಇನ್ನೂ ಸಣ್ಣವನು, ಇದನ್ನೆಲ್ಲ ಗಮನಿಸಲಿಕ್ಕಿಲ್ಲವೆಂದು ನಿರ್ಲಕ್ಷಿಸಿದ್ದೇ ತಪ್ಪಾಯಿತೇನೋ. ಸುಮ್ಮನೆ ಆ ಮೆಸೇಜುಗಳನ್ನ ಡಿಲೀಟಾದರೂ ಮಾಡಿದ್ದರಾಗಿರೋದು, ಎಲ್ಲ ನಿರ್ಲಕ್ಷ್ಯತೆಯ ಪರಮಾವಧಿ! ಈಗಲಾದರೂ ಎಚ್ಚರಿಕೆಯಿಂದ ಕಾಯಿ ನಡೆಸಬೇಕೆಂದು ತಯಾರಾದವನೇ... ಒಂದು ಹಾರಿಕೆಯ ನಗುವಿನಲಿ "ಏ ಅದಾ, ಅದೊಂದು ಸಣ್ಣಹುಡುಗಿ ಮಾರಾಯ್ತಿ. ಇತ್ತೀಚೆಗೆಲ್ಲೋ ಕಾನ್ಫರೆನ್ಸ್‌ಗೆ ಹೋಗಿದ್ದಾಗ ಸಿಕ್ಕಿದ್ದು, ಅವಳಿಗೊಂಥರ ಇನ್ಫ್ಯಾಚುವೇಶನ್ ಅಂದ್ಕೋ, ಸಣ್ಣ ಹುಡುಗಿಯಲ್ವಾ? ನಾನೂ ಆಗೋಷ್ಟು ಹೇಳಿ ನೋಡಿದೆ, ಆದ್ರೂ ಸುಮ್ನೆ ಕಾಡ್ತಾಳೆ, ಸರೀ ಹುಡುಗಿ ಬೇಜಾರಾಗೋದ್ಬೇಡಾಂತ ನಾನೂ ಏನಾದ್ರು ಸಿಂಪಲ್ ಆಗಿ ರಿಪ್ಲೈ ಮಾಡ್ತೀನಿ ಅಷ್ಟೇ! ಆಮೇಲೆ ತಾನೇ ತಾನಾಗಿ ಸರಿ ಹೋಗ್ತಾಳೆ ಬಿಡು, ದೊಡ್ಡೋಳಾಗ್ತಾ ಆಗ್ತಾ" ಇಷ್ಟಿಷ್ಟು ಉದ್ದದ ವಿವರಣೆ ಕೊಡಬಾರದಂತ ನಂಗೆ ಗೊತ್ತು. ಆದರೆ ಎಲ್ಲಿ ನಿಲ್ಲಿಸಬೇಕೆಂಬ ಗೊಂದಲದಲ್ಲಿ ನಾ ಮಾತಾಡುತ್ತಲೇ ಹೋಗುತ್ತಿದ್ದೆ. ಆ ಗ್ಯಾಪಿನಲ್ಲಿ ಇವಳು ಸರಸರನೆ ಸ್ಕ್ರಾಲ್ ಮಾಡುತ್ತ

ಚಾಟೆಲ್ಲವನ್ನೂ ಓದಿಕೊಳ್ಳತೊಡಗಿದ್ದಳು. ನನಗೆ ಬೇರೆ ದಾರಿಯೇ ಉಳಿದಿರಲಿಲ್ಲ. ಅವಳ ಕೈಯಿಂದ ಮೊಬೈಲನು ಸೆಳೆದು ಕಿತ್ತುಕೊಳ್ಳುವುದು ತೀರ ಅನಾಗರಿಕ ವರ್ತನೆಯಾಗಿತ್ತು. ಯಾವತ್ತೂ ಹಾಗೆ ಅವಳ ಮೇಲೆ ನಾ ಹಾಯ್ದು ಹೋದದ್ದಿಲ್ಲ. ಆದರೀಗ ಅಳಿವು ಉಳಿವಿನ ಪ್ರಶ್ನೆ, ನಾ ಹೆಚ್ಚು ಕಡಿಮೆ ಅವಳ ಕೈಯಿಂದ ಮೊಬೈಲ್ ಕಿತ್ತೇಬಿಟ್ಟೆ. ಆದರೆ ಅದರಿಂದ ಉಪಯೋಗವಾಗುವ ಬದಲು ಸಮಸ್ಯೆ ಉಲ್ಬಣಿಸುವುದೇ ಆಗಿತ್ತು.

"ಏನದು ಅಷ್ಟೊಂದು ಇಂಟೆನ್ಸ್ ಮೆಸೇಜಸ್? ಸಾಲದ್ದಕ್ಕೆ, ಅವಳು ಹಾಫ್ ನ್ಯೂಡ್ ಫೋಟೋ ಬೇರೆ ಕಳಿಸಿದಾಳೆ. ಇದಕೇನರ್ಥ?" ಅವಳು ಚೀರಿದಳು. ಅಲ್ಲಿಗೆ ಇನ್ನೇನೂ ಹೇಳುವುದಿರಲಿಲ್ಲ. "ಏ ಬಿಡು ಮಾರಾಯ್ತಿ. ಸುಮ್ನೆ ದೊಡ್ಡದು ಮಾಡ್ಬೇಡ, ನಾ ಅವಳಿಗೆ ಬುದ್ಧಿ ಹೇಳಿದೀನಿ."

"ಹೇಳಿರ್ತೀರಿ ಹೇಳಿರ್ತೀರಿ, ಯಾಕಿಲ್ಲ? ಅದರ ಬದ್ಲು ಸಿಂಪಲ್ ಆಗಿ ಅವಳ ನಂಬರ್ ಬ್ಲಾಕ್ ಮಾಡಿ ಸುಮ್ಮನಾಗ್ಬಹುದಿತ್ತಲ್ಲ? ಮ್ಮ್?" ನಾನು ಈಗ ಏನು ಹೇಳುವುದು ಎಂದು ತೋಚದೆ ಚೇರಿನಲ್ಲಿ ಕುಸಿದಿದ್ದೆ. ಅವಳಿಗೆ ನನ್ನ ಮೌನ ಬಲ ಕೊಟ್ಟಂತಿತ್ತು. ಅವಳು ದಾಳಿ ಮುಂದುವರೆಸಿದಳು. "ಇದೇ ಕೆಲಸ ನಾ ಮಾಡಿದ್ರೆ ಸುಮ್ನಿರ್ತಿದ್ರಾ? ಏನೂ ಬೇಡ, ಮೊನ್ನೆ ಗಿರೀಶನ ಜೊತೆ ನಾನೂ ಪಾಪೂನೂ ಬೀಚಿಗೆ ಹೋಗಿದ್ವಿಂತ ಎಷ್ಟು ರಂಪ ಮಾಡಿಲ್ಲ ನೀನು? ಅಯ್ಯೋ ಹಾಗೆಲ್ಲ ಏನಿಲ್ಲಪ್ಪಾ ಅಂದ್ರೆ ಏನಂದೆ? ನಂಗೆ ಗಂಡಸರ ಬುದ್ಧಿ ಗೊತ್ತು, ಅದಕೇ ಹೇಳ್ತಿರೋದು ಅಂದೆ ಅಲ್ವಾ? ಎಲ್ಲ ಗಂಡಸರೂ ನಿಮ್ ತರಾನೇ ಇರ್ತಾರೆ ಅನ್ನೋ ಯೋಚ್ನೆ? ಮ್ಮ್?"

"ಈಗ ನಿನ್ ಸಮಸ್ಯೆ ಏನ್ ನೀಲಿ? ನೀನು ಗಿರೀಶನ ಜೊತೆ ಹೆಚ್ಚು ಓಡಾಡ್ಬೇಡ ಅಂದಿದ್ದಾ ಅಥವಾ ನಾನು ಆ ಸಣ್ಣ ಹುಡುಗಿ, ಅದೇನೋ ಬುದ್ಧಿ ತಿಳೀದೆ ಮೆಸೇಜ್ ಮಾಡಿದೆ ಅಂತ ಉದಾಸೀನ ಮಾಡಿ ಸುಮ್ಮನಾಗಿದ್ದಾ?" ನಾನೂ ರೇಗಿದ್ದೆ.

"ಎರಡೂ! ಎರಡೂ ಸಮಸ್ಯೆನೇ!" ಅವಳೂ ರೇಗಿದ್ದಳು.

ಇದೇ ನಾ ಬರೆವ ಕಥೆಯಲ್ಲಾಗಿದ್ದರೆ ನಾ ಇರುವ ಬುದ್ಧಿಯೆಲ್ಲ ಖರ್ಚು ಮಾಡಿ, ನನಗೆ ಬೇಕಾದ ಹಾಗೆ ಪ್ಲಾಟ್ ಮಾಡಿಕೋತಾ ಇದ್ದೆ. ಆದರೆ ನಿಜದಲ್ಲಿ ಇದೆಲ್ಲ ಎಷ್ಟೊಂದು ಕಷ್ಟ! ಇನ್ನು ಅಲ್ಲೇ ಕೂತರೆ ಅವಳು ನನ್ನ ಇನ್ನೂ ಇನ್ನೂ ಬೆಳಗಿ, ತೊಳೆದು, ಗಲಬರಿಸಿ ಚೆಲ್ಲುವುದರಲ್ಲಿ ಸಂದೇಹವಿರಲಿಲ್ಲ. ಹಾಗಾಗಿ ನಾ ಮುಂದೇನೂ ಮಾತಾಡದೆ ಅಲ್ಲಿಂದೆದ್ದು ಮನೆಯ ಬಳಿ ಇದ್ದ ಪಾರ್ಕಿಗೆ ಬಂದು ಕುಳಿತಿದ್ದೆ.

ದಾರಿಯಲ್ಲೇ ಸಂದೀಪನ ಫೋನ್ ಬಂದಿತ್ತು. ಈಗ ಎತ್ತುವುದು ಬೇಡವೆಂದುಕೊಂಡು ಸುಮ್ಮನೆ ಪಾರ್ಕಿಗೆ ಬಂದು ಕೂತರೆ ಅವನು ವಾಟ್ಸ್ಯಾಪಿನಲಿ ರಿಮೈಂಡರ್ ಕಳಿಸಿದ್ದ. "ಇನ್ನೂ ಕತೆ ಬಂದಿಲ್ಲ, ಕಳಿಸೋ ಮಾರಾಯ" ಅಂದಿದ್ದ. ಅವನ ಮೆಸೇಜ್ ಇದ್ದಿದ್ದೂ ತಲೆ ಕೆಡಿಸಿತು. ಹಾಗೆ ನೋಡಿದರೆ ಸಂದೀಪ ಒಳ್ಳೆಯ ಗೆಳೆಯ. ನನ್ನಿಂದ ಬಹಳಷ್ಟು ಬರೆಸಿಕೊಂಡವನು. ಅವನು ಸುಮ್ಮನೆ ಹೇಳುವುದೇ ಒಂದು ಅಪ್ಪಣೆಯಂತೆ ಇರುತ್ತಿತ್ತು. ಆ ಅಕ್ಕರೆಯ ಗೆಳೆಯನ

ಮಾತು ನಡೆಸಿಕೊಡುವುದರಲ್ಲಿ ಒಂದು ಖುಷಿಯಿತ್ತು. ಹಾಗೆ ನೋಡಿದರೆ, ಅವನು ನನಗಿಂತ ಚೆಂದಗೆ ಬರೆಯುವ ಕಥೆಗಾರ. ಆದರೆ ಪತ್ರಿಕೆಯೊಂದರ ಉತಾವಳಿ ಹಚ್ಚಿಕೊಂಡವನು, ಕಥೆ ಕವಿತೆಗೆಲ್ಲ ಸಮಯ ಕೊಡಲಾಗದೆ ಪತ್ರಿಕೆ ಕಟ್ಟುವುದರಲ್ಲಿ ಬ್ಯುಸಿಯಾಗಿದ್ದ. ಅವನು ಬರೆಯುವುದನ್ನ ನಿಲ್ಲಿಸಿದ್ದಾನೆಂದು ನನ್ನಂತೆಯೇ ಅವನ ಅನೇಕ ಗೆಳೆಯರು ಆಕ್ಷೇಪ ಎತ್ತಿದ್ದರೂ, ಅವನು ಅದಕ್ಕೆಲ್ಲ ತಲೆಕೆಡಿಸಿಕೊಳ್ಳುವ ಗೋಜಿಗೆ ಹೋಗದೆ ತನ್ನಷ್ಟಕ್ಕೆ ಇರುತ್ತಾ ತೀರ ಮನಸ್ಸಾದರೆ ಆಗೀಗೊಂದು ಕಥೆಯನ್ನೋ ಕವಿತೆಯನ್ನೋ ಬರೆಯುತ್ತಿದ್ದ. ಈ ಅಣ್ಣಯ್ಯನೆಂಬ ವ್ಯಕ್ತಿ, ನನ್ನನ್ನು ಯೋಚನೆಯ ಸೆರೆಯಿಂದ ಬಿಡಿಸಿದಾಗ ನಾನು ಸಂದೀಪನ ಬಗ್ಗೆಯೇ ಯೋಚಿಸುತ್ತಿದ್ದೆ. ಇದೇ ಮೊದಲಬಾರಿ ಅವನು ಕೊಟ್ಟ ಗಡುವು ದಾಟಿ ಇನ್ನೂ ಏನನ್ನೂ ಬರೆಯದೆ ಕುಳಿತಿದ್ದೆ. ಮುಖ್ಯವಾಗಿ, ಕಳೆದ ಕೆಲದಿನಗಳಿಂದ ಈಶಾನ್ಯೆಯೊಂದಿಗೆ ತುಸು ಜೋರಾಗೇ ಆನ್ಲೈನ್ ರೊಮ್ಯಾನ್ಸ್ ನಡೆಸಿದ್ದೆ.

ನೀಲಿಮಾಳ ಎದುರು, ಅವಳು ಸಣ್ಣವಳು ಸಣ್ಣವಳು ಅಂತ ಬಾರಿಬಾರಿಗೂ ಅಂದಿದ್ದೆನಾದರೂ ಅವಳೇನೂ ನಿಜದಲ್ಲಿ ಸಣ್ಣವಳಾಗಿರಲಿಲ್ಲ, ಅದೇ ಸಮಯ ಅವಳಿಗೆ ನನ್ನ ಮೇಲಿರುವುದು ಇನ್ಫ್ಯಾಚುವೇಷನ್ ಮಾತ್ರವೇ ಅಂತ ನಂಗೂ ಅನಿಸ್ತಾ ಇರಲಿಲ್ಲ. ಅದನ್ನೂ ದಾಟಿ ನಂಗೂ ಅವಳ ಮೇಲೆ ಫೀಲಿಂಗ್ಸ್ ಏನೂ ಇಲ್ಲವೆಂದರೆ ಅದೂ ಸುಳ್ಳಾದೀತು. ಇಂಥದ್ದೇ, ಹೀಗೇ, ಇಷ್ಟೇ ಅಂತ ಷರಾ ಬರೆದು ಮುದ್ರೆಯೊತ್ತುವಷ್ಟು ಸ್ಪಷ್ಟತೆ ನನ್ನ ಭಾವನೆಗಳಿಗೆ ಇರಲಿಲ್ಲವಾದರೂ ಅದಕ್ಕೆ ಪ್ರೇಮಕ್ಕಿರುವ ಕಾವಿತ್ತು. ಅವಳೆಡೆಗೆ ಒಂದು ಸೆಳೆತ ತುಡಿತ ಎರಡೂ ಇತ್ತು. ಅವಳ ಮೆಸೇಜ್ ಬಂದಾಗ ಒಂದು ಉಲ್ಲಾಸ ತೂರಿ ಬಂದು ಮನಸು ದೇಹ ಹಗುರೆನಿಸುತ್ತಿತ್ತು. ಅವಳು ಅದಿನ್ನೂ ಬೆಳೆಯುವ ಹುನ್ನಾರದಲ್ಲಿದ್ದವಳು, ಅಲ್ಲಿಲ್ಲಿ ಅವಳ ಕವಿತೆಗಳು ಬೆಳಕು ಕಂಡಿದ್ದವು. ಅವನ್ನು ಅವಳು ನನ್ನೊಡನೆ ಹಂಚಿಕೊಳ್ಳುವಳು. ಮೊದಲಿಗೆ ಈಶಾನ್ಯೆ ಎಂಬ ಹೆಸರು ಇಷ್ಟವಾಗಿತ್ತು, ಆಮೇಲೆ ಅವಳ ಕವಿತೆ. ಇದೇ ಜಾಡು ಹಿಡಿದು ಫೇಸ್ಬುಕ್ಕಿನಲ್ಲಿ ಜಾಲಿಸಿ ನೋಡಿದಾಗ ಈಶಾನ್ಯೆವಿಜಿ ಅಂತ ಹೆಸರಿತ್ತು. ಈ ವಿಜಿ ಯಾರಪ್ಪಾ ಗಂಡನೋ ಅಂತ ಡೀಟೇಲ್ಸ್ ಜಾಲಿಸುವಿಕೆಗೆ ಇಳಿದಾಗ ಅನ್ಮ್ಯಾರೀಡ್ ಅಂತ ಇದ್ದದ್ದು ನೋಡಿ ಉಲ್ಲಸಿತನಾಗಿ ಸಣ್ಣಗೆ ವಿಷಲ್ ಹೊಡೆಯುತ್ತ ಅವಳಿಗೊಂದು "ಹಾಯ್" ರವಾನಿಸಿದ್ದೆ. ಅವತ್ತಿಗೆ ಅಪ್ಪನಿರುವ ಹೆಣ್ಣಿಗಿಂತ ಗಂಡನಿರುವ ಹೆಣ್ಣಿನ ಸಹವಾಸ ಅಪಾಯಕಾರಿ ಅನಿಸಿತ್ತು. ಆದರೆ ಇವತ್ತು ಲೆಕ್ಕಾಚಾರ ತಪ್ಪಾದಂತಿದೆ. ಗಂಡನಿರುವ ಹೆಣ್ಣು ಅಷ್ಟು ಸುಲಭಕೆ ತನ್ನ ಸೇಫ್ ಜೋನ್ ದಾಟಿ ಬರಲಾರಳು. ಆದರೆ ಈಶಾನ್ಯೆ ಪ್ರೇಮದ ಮಾತಾಡುತ್ತಿದ್ದಳು, ಅವಳು ಹೀಗೆ ಭಾವುಕಳಾಗಿ "ನನಗೆ ನೀವೇ ಎಲ್ಲಾ" ಎಂದು ಬರೆದು ಕಳಿಸುವುದು ಭಯ ಬೀಳಿಸುತ್ತಿತ್ತು. ಇವತ್ತಿಗೂ ಅವಳೆಂದರೆ ಇಷ್ಟವೇ, ಆದರೆ "ಮದುವೆಯಾಗುವ ನಾವು" ಅಂದು ಬೆಚ್ಚಿಬೀಳಿಸುತ್ತಾಳೆ.

"ಪ್ರೇಮಕ್ಕೆ ಸೀಮೆ ಇಲ್ಲ. ಎಲ್ಲವನ್ನೂ ದಾಟಿ ಬನ್ನಿ" ಅನ್ನುತ್ತಾಳೆ... ಹುಚ್ಚಿ!

"ಸರ್ ಯಾಕೆ ಬೇಸರದಲ್ಲಿ ಕೂತಿದೀರಿ? ಏನಾಯ್ತು? ಹೀಗೆ ಕೇಳೋದು ಅಸಭ್ಯ ಅಂತ ನಂಗೆ ಗೊತ್ತು. ಆದರೆ ನೀವು ನನ್ನ ಪ್ರೀತಿಯ ಕಥೆಗಾರರು, ನೀವು ಹೀಗೆ ಕೂತಿರೋದು

ನಂಗೆ ನಿಜ ಬೇಜಾರಾಗ್ತಿದೆ, ಏನು ಹೊಸ ಕಥೆ ಬರೆಯೋದರ ಬಗ್ಗೆ ಏನಾದರೂ ಯೋಚಿಸ್ತಿದೀರಾ? ಹಾಗಿದ್ರೆ ನಾ ನಿಮಗೊಂದು ಕತೆ ಹೇಳತೀನಿ ಕೇಳಿ. ಇದನ್ನ ನೀವು ಬರೆಯಬೇಕೆಂದು ನನ್ನಾಸೆ" ಅವನು ಸಿಕ್ಕಿದ ಅವಕಾಶ ಕಳಕೋಬಾರದೆಂಬಂತೆ ಮೊದಲು ತೋರಿಸಿದ್ದ ವಿನಯವನ್ನು ಬದಿಗೊತ್ತಿ ಧಾವಂತದಿಂದ ಮಾತಾಡಿದ. ನನಗೆ ಸಿಟ್ಟು ಬಂತು. ಮೊದಲೇ ನಾನು ತಲೆಕೆಡಿಸಿಕೊಂಡು ಕೂತಿದ್ದೆ. ಸಾಲದಕ್ಕೆ ಇವನ ಬೋನಸ್ ಆಫರ್ಸ್ ಯಾರಿಗೆ ಬೇಕು?

"ರೀ ಸ್ವಾಮಿ, ಮೊದ್ಲು ನೀವ್ಯಾರಂತ ನಂಗೆ ಗೊತ್ತಿಲ್ಲ, ಅದ್ರ ಮೇಲೆ ನಾನೇ ಏನೋ ತಲೆಬಿಸಿಯೊಳಗಿದೀನಿ, ಇದೆಲ್ಲದರ ಮೇಲೆ ನೀವು ಬಂದು ಕಥೆ ಬೇರೆ ಹೇಳ್ತೀನಿ ಅಂದರೆ ನನ್ನ ಕೈಲಿ ತಡಕೊಳ್ಳಕ್ಕಾಗಲ್ಲ ಕಣ್ರೀ, ದಯವಿಟ್ಟು ಬೇಡಿ. ಸಾಮಾನ್ಯವಾಗಿ ನಾ ಯಾರ ಕತೆನೂ ಕೇಳೋಕೆ ಹೋಗಲ್ಲ, ಏನೋ ತೋಚಿದ್ದು ಬರೀತೀನಿ. ಕೆಲವು ಕೆಲವರಿಗೆ ಇಷ್ಟವಾಗುತ್ತೆ ಇನ್ನು ಕೆಲವರಿಗೆ ಇಲ್ಲ ಅಷ್ಟೇ" ಎಂದು ಕೈಮುಗಿದಿದ್ದೆ. ಉಹೂಂ ಆಸಾಮಿ ಜಗ್ಗುವಂತೆ ಕಾಣಲಿಲ್ಲ.

"ಸರ್ ಪ್ಲೀಸ್ ಹಾಗನ್ನಬೇಡಿ, ನಾನು ಈ ಊರಿನವನಲ್ಲ, ಇವತ್ತು ಇಲ್ಲಿದೀನಿ. ನಾಳೆ ಇನ್ನೆಲ್ಲಿರ್ತೀನೋ ಅದೂ ಗೊತ್ತಿಲ್ಲ. ಇನ್ಯಾವಾಗ ಈ ಕಡೆ ಬರ್ತೀನೋ ಗೊತ್ತಿಲ್ಲ, ಬಂದರೂ ನೀವು ಸಿಕ್ತೀರಾ? ಅದಂತೂ ನಿಜಾ ಗೊತ್ತಿಲ್ಲ. ಇನ್ನು ಈ ಕಥೆ ಬಹಳ ದಿನಗಳಿಂದ ನನ್ನೊಳಗೆ ಕೊರಿತಾ ಇದೆ ಸರ್. ಇದನ್ನ ಬರೆಯೋಕೆ ಬರೋದಾಗಿದ್ರೆ ನಾನೇ ಬರೆದುಬಿಡುವೆ. ಆದ್ರೆ ಸರ್, ತರಕಾರಿ ಇದೆ, ಪಾತ್ರೆ ಇದೆ, ಒಲೆಯಿದೆ, ಮಸಾಲೆಯಿದೆ... ಎಲ್ಲ ಇದ್ದರೂ ಅಡುಗೆ ಮಾಡ್ಲಿಕ್ಕೆ ಬಂದ್ರೆ ತಾನೇ ಸರ್?" ಅನ್ನುತ್ತ ತನ್ನ ಮಾತು ತುಸು ಜಾಣತನದಿಂದ ಕೂಡಿತ್ತೆಂಬಂತೆ ತನ್ನೊಳಗೆ ತಾನೇ ಮೆಚ್ಚುಗೆಯ ನಗು ನಗುತ್ತ ನನ್ನ ಅಪ್ರೂವಲ್‌ಗಾಗಿ ಕಣ್ಣರಳಿಸಿ ಕೂತ. ಅವನ ಮಾತಿಗೆ ನನಗೂ ಸಣ್ಣಗೆ ನಗು ಬಂತು. ಇವನ ಕಥೆಯಲ್ಲಿ ಹೆಚ್ಚಿನ ನಿರೀಕ್ಷೆಯೇನಿರದಿದ್ದರೂ ಸುಮ್ಮನೆ ಒಂದು ಹೊಸಕಥೆಗೆ ಹೊಳವೇನಾದರೂ ಸಿಗಬಹುದೋ ಅನಿಸಿ ಸುಮ್ಮನೆ ಅವನತ್ತ ನೋಡಿದೆ. ಅವನು ಕಣ್ಣರಳಿಸಿ ನಕ್ಕ, ಅವನ ಆಜಾನುಬಾಹು ದೇಹಕ್ಕೆ ಆ ಎಕ್ಸೈಟ್‌ಮೆಂಟಿನ ನಗು ಅಷ್ಟು ಮ್ಯಾಚ್ ಆಗಲಿಲ್ಲ ಅನಿಸಿ ಅವನ ಬಗೆ ಸ್ವಲ್ಪ ಪಾಪವೆನಿಸಿತು. ಬೆಳಗಿನಿಂದ ನನ್ನ ಯೋಚನೆಗಳು ಒಂದೇ ವೃತ್ತದೊಳಗೆ ಸುತ್ತುತ್ತ ಹೊರಹೋಗಲಾರದೆ ಚಡಪಡಿಸುತ್ತಿರುವ ಹೊತ್ತಿನಲಿ ಇದ್ಯಾರೋ ಬಂಧು ನನ್ನನ್ನೊಂದಿಷ್ಟು ಲೇಸಾಗಿಸಲು ಬಂದನೇನೋ ಅನಿಸಿ ನಾನು ಅವನತ್ತ ಚೆನ್ನಾಗಿ ತಿರುಗಿ ಕುಳಿತೆ. ಅವನು ಹೇಳತೊಡಗಿದ...

ಸರ್ ನಮ್ಮೂರು ಚಿಕ್ಕದು. ಮಲೆನಾಡಿನವನು ನಾನು. ನಮ್ಮ ಕಡೆ ಆಲ್ಮೋಸ್ಟ್ ಎಲ್ಲರಿಗೂ ಒಂದಲ್ಲ ಒಂದು ಚೂರು ಗದ್ದೆ, ಮನೆ, ತೋಟ, ಬಾವಿ, ದನ, ಕರು ಎಲ್ಲ ಇರೋದೇ. ತೀರ ಹೊರಗೆ ಹೋಗಿ ದುಡಿದರೇನೇ ಬದುಕು ಅನ್ನುವಂಥವರು ನಮ್ಮೂರಲ್ಲಿ ಇರಲಿಲ್ಲ. ಆದರೆ ಅಂಥದ್ದರಲ್ಲಿ ಅವನೊಬ್ಬ ನಮ್ಮೂರಿನಿಂದ ಸುಮಾರು 50ಕಿಮೀ ದೂರದ ಪಟ್ಟಣದಲ್ಲಿ ಕೆಲಸಕ್ಕೆಂದು ಹೊರಟು ನಿಂತ, ಅದೂ ಎಲೆಕ್ಟ್ರಿಕ್ ಬೋರ್ಡಿನಲಿ. ಅವನು ಕೆಲಸಕ್ಕೆ ಹೊರಟ ಆ ಸಮಯದಲ್ಲಿ ನಮ್ಮೂರಿಗಿನ್ನೂ ಕರೆಂಟ್ ಸಪ್ಲೈ ಕೂಡ ಇರಲಿಲ್ಲ, ಅಂಥದ್ದರಲ್ಲಿ ಅವನೊಬ್ಬ

ಕರೆಂಟಾಫೀಸಿನಲ್ಲಿ ಕೆಲಸ ಮಾಡುತ್ತಾನೆಂದರೆ ಎಲ್ಲರಿಗೂ ವಿಚಿತ್ರ ಕುತೂಹಲ ಕಾಡುತ್ತಿತ್ತು. ಅದರಲ್ಲೂ ಅವನಿಗೆ, ಊರಿನವರೆಲ್ಲರಿಗಿಂತ ತುಸು ಹೆಚ್ಚೇ ಅನಿಸುವಷ್ಟು ಕಾಫಿತೋಟ, ಏಲಕ್ಕಿ ತೋಟ, ಗದ್ದೆ, ಬಯಲು ಎಲ್ಲ ಇದ್ದವು. ಅದನ್ನೇ ನ್ಯಾಯವಾಗಿ ಉತ್ತುಬಿತ್ತು ಕೊಯ್ಲು ಮಾಡಿದ್ದರೆ ಅವನಿಗೆ ತಿಂದು ಮಿಗುವಷ್ಟಿದ್ದರೂ ಅವನು ಹಾಗೆ ಕೆಲಸಕ್ಕೆ ಹೋಗುವುದು ಒಂದು ರೀತಿ ತಮಾಷೆ ಅನಿಸುತ್ತಿತ್ತು. ಬೆಳಗಿನ ಆರು ಘಂಟೆಗೆಲ್ಲ ಗಂಡಸೊಬ್ಬ ಊಟದ ಕ್ಯಾರಿಯರ್ ಎತ್ತಿಕೊಂಡು, ಆಫೀಸ್ ಬ್ಯಾಗ್ ಜೋತಾಡಿಸಿಕೊಂಡು ಕೆಲಸಕ್ಕೆ ಹೋಗುವುದನ್ನು ಊರೇ ತುಸು ಗೇಲಿಯಿಂದ ನೋಡುತ್ತಿತ್ತು. ಅದಷ್ಟೇ ಆಗಿದ್ದರೆ ಬಹುಶಃ ನಾನಿವತ್ತು ಈ ಕಥೆ ಹೇಳುವುದೇನೂ ಬೇಕಿರಲಿಲ್ಲ. ಆದರೆ ಆಮೇಲೆ ಕೆಲದಿನಗಳ ಬಳಿಕ ನಮ್ಮೂರಿನ ಒಬ್ಬ ಹೆಂಗಸೂ ಕೆಲಸಕ್ಕೆ ಹೋಗಲು ಶುರು ಮಾಡಿದಳು ನೋಡಿ! ಕತೆಗೆ ಬಣ್ಣ ಬಂದಿದ್ದೇ ಆವಾಗ!

ಅವಳು ಯಾವಾಗ ಕೆಲಸಕ್ಕೆ ಅರ್ಜಿ ಹಾಕಿದಳು, ಯಾವಾಗ ಸೇರಿಕೊಂಡಳೆಂಬುದು ಸ್ವತಃ ಅವಳ ಗಂಡನಿಗೇ ಗೊತ್ತಾಗಿರಲಿಲ್ಲ. ಹೆರಿಗೆಗೆಂದು ತವರಿಗೆ ಹೋಗಿದ್ದವಳು ಮರಳಿ ಬರುವಾಗ ಕೆಲಸದೊಡನೆ ಬಂದಿದ್ದಳು. ಇದರಲ್ಲಿ ಮಜವೆಂದರೆ ಅವಳಿಗೂ ಎಲೆಕ್ಟ್ರಿಕ್ ಬೋರ್ಡಿನಲ್ಲೇ ಕೆಲಸ! ಅವಳು ಬೆಳಬೆಳಗ್ಗೇ ಎದ್ದು ಮನೆಯ ಅಷ್ಟೂ ಕೆಲಸ ಮುಗಿಸಿ, ಅಡುಗೆ ಮಾಡಿಟ್ಟು, ಕಾಫಿ ಮಾಡಿ ಫ್ಲಾಸ್ಕಿನಲ್ಲಿ ತುಂಬಿಟ್ಟು, ಬೆಳಗಿನ ಮೊದಲ ಬಸ್ಸಿಗೆ ರೆಡಿಯಾಗಿ ಹೊರಟರೆ ಇನ್ನು ಕೆಲಸ ಮುಗಿಸಿ ತಿರುಗಿ ಬರುವುದು ಊರಿಗೆ ಕೊನೆಯದಾಗಿ ಹಿಂತಿರುಗುತ್ತಿದ್ದ ಬಸ್ಸಿಗೇ. ಭಾನುವಾರ ಬಿಟ್ಟರೆ, ಹಬ್ಬ ಹರಿದಿನಕ್ಕೆಲ್ಲ ರಜೆ. ಉಳಿದಂತೆ ಅವಳು ಯಾವತ್ತೂ ರಜೆ ತೆಗೆದುಕೊಳ್ಳುತ್ತಿರಲಿಲ್ಲ. ಮೊದಮೊದಲು ಹೇಗಿತ್ತು ಅಂತ ನಂಗೆ ಅಂದಾಜಾಗುವುದಿಲ್ಲ ಸರ್. ಆದರೆ ಆಮೇಲಾಮೇಲೆ ಅದೂ ತುಂಬ ಬೇಗಲೇ ಅವನು ಮತ್ತು ಅವಳು ಹತ್ತಿರವಾಗಿ ಬಿಟ್ಟರು. ಅವರು ದಿನವೂ ಹೋಗಿಬರುತ್ತಿದ್ದ ಭಾಗ್ಯಲಕ್ಷ್ಮಿ ಬಸ್ಸಿನ ಮುಂದಿನ ಸೀಟು ಇವರಿಗೇ ಎಂಬಂತೆ ಮೀಸಲಾಯ್ತು. ಒಮ್ಮೆ ಹತ್ತಿ ಕೂತರೆ ಮುಗಿಯಿತು, ಮಾತು ಮಾತು ಮಾತು. ಅಷ್ಟೊಂದು ಮಾತಾಡಲು ಏನಿರುತ್ತಿತ್ತೋ ಎಂದು ಕಂಡವರು ಸಂದೇಹ ಪಡುವಷ್ಟು ಮಾತು. ಅದೂ ಸಾಲದೆಂಬಂತೆ, ಅವಳು ಅವನಿಗೂ ಸೇರಿ ಬೆಳಗಿನ ಟಿಫನ್, ಮಧ್ಯಾಹ್ನದ ಊಟ ಕಟ್ಟಿಕೊಳ್ಳುತ್ತಿದ್ದಳು. ಆಮೇಲಿನಿಂದ ಅವನು ಊಟದ ಕ್ಯಾರಿಯರ್ ಒಯ್ಯುವುದನ್ನ ನಿಲ್ಲಿಸಿದ. ತುಸು ಬಡವಳಾದ ಆಕೆಗೆ ಅವನು ತನ್ನ ತಿಂಗಳ ಸಂಬಳವನ್ನೆಲ್ಲ ಕೊಟ್ಟುಬಿಡುತ್ತಾನೆಂಬ ಮಾತೂ ಚಾಲ್ತಿಯಲ್ಲಿತ್ತು. ಇನ್ನು ಅವನ ಹೆಂಡತಿ! ಅವಳಂತೂ ಅತಿ ಸಾಮಾನ್ಯ ಹೆಣ್ಣು, ಗಂಡನ ಕುರಿತ ಯಾವ ಸುದ್ದಿ ತಲುಪಿದರೂ ಗಂಡನನ್ನು ಬಿಟ್ಟು ಹೋಗುವ ದಾರ್ಷ್ಟ್ಯ ಅವಳಲ್ಲಿದ್ದಂತಿರಲಿಲ್ಲ. ಹಾಗಾಗಿಯೋ ಏನೋ ಅವಳು ಊರಿನ ಮಾತುಗಳಿಗೆ ಕಿವುಡಾಗಿ ಸುಮ್ಮನೆ ಮನೆ, ತೋಟ, ಮಕ್ಕಳು ಅಂತ ಉಳಿದಳು. ಇನ್ನು ಈ ಇವಳು ಕೆಲಸಕ್ಕೆ ಸೇರಿ ಒಂದೆರಡು ವರ್ಷಗಳ ಬಳಿಕ ಮತ್ತೊಂದು ಮಗು ಹಡೆದಳು. ಅದಂತೂ ನಿಶ್ಚಯ, ಅವನಿಗೆ ಹುಟ್ಟಿದ್ದೇ ಹೊರತು ಗಂಡನಿಗಲ್ಲ ಎಂದಿತು ಊರು. ಆದರೆ ಅದಕ್ಕೆ ಸಂಬಂಧಪಟ್ಟ ಯಾರೂ ಯಾವ ವಿವರಣೆಯನ್ನೂ ಕೊಡಹೋಗದೆ ಅದೆಲ್ಲವನ್ನೂ ನಿರ್ಲಕ್ಷಿಸಿಬಿಟ್ಟರು. ಎಲ್ಲರಿಗೂ ಅವಳ ಗಂಡನ ಅಲಕ್ಷ್ಯದ ಕುರಿತು ಅಚ್ಚರಿಯಿತ್ತು. ಅವನು ಹೇಗೆ ತನ್ನ ಹೆಂಡತಿಯನ್ನು ಹಾಗೆ ಯಾವ ತಕರಾರಿಲ್ಲದೆ ಹಂಚಿಕೊಳ್ಳುತ್ತಾನೆಂಬ ಸಹಜ ಕುತೂಹಲ!

"ನೀವು ಅದು ಹೇಗೆ ಹೇಳ್ತೀರಿ ಅವನಿಗೆ ತಕರಾರಿರಲಿಲ್ಲ ಅಂತ?" ನಾನು ಅವನ ಕಥೆಯನ್ನು ಮುರಿದೆ. ಆದರೆ ಅವನು ನನಗೆ ಉತ್ತರಿಸದೆ ಮುಂದುವರೆಸಿದ.

"ಮೊದಲು ಫುಲ್ ಕೇಳಿ ಸರ್, ಅವಳು ಕೆಲಸಕ್ಕೆ ಹೋಗತೊಡಗಿದಾಗಿಂದ ಅವರ ಮನೆ ಪರಿಸ್ಥಿತಿ ಸುಧಾರಿಸಿತ್ತು. ಮಕ್ಕಳನ್ನ ನೋಡಿಕೊಳ್ಳಲು ಒಬ್ಬ ಆಳಿದ್ದಳು, ಅವಳು ಮಕ್ಕಳನ್ನೂ, ಜೊತೆಗೆ ಗಂಡನನ್ನೂ ನೋಡಿಕೊಳ್ತಿದ್ದಳು. ಇನ್ನು ಒಬ್ಬ ಮನುಷ್ಯನಿಗೆ ಊಟ, ಬಟ್ಟೆ, ವಸತಿ, ಹಣಕಾಸು, ಶ್ರೀಮಂತಿಕೆ... ಮ್ಮ್... ಮತ್ತು ಅಗಾಧ ಸ್ವಾತಂತ್ರ್ಯ ಇಷ್ಟೂ ಮುಫತ್ತಾಗಿ ಸಿಗುತ್ತೆ ಅಂದಮೇಲೆ ಬಹುಶಃ ಅವನಿಗೆ ಅಷ್ಟೇ ಸಾಕೆನಿಸಿರಬೇಕೋ ಏನೋ. ಅಷ್ಟಕ್ಕೂ ಸರ್, ಅವರು ಒಂದೇ ಒಂದು ದಿನವಾಗಲೀ ಕೈ ಕೈ ಹಿಡಕೊಂಡು ಕೂತಿದ್ದನ್ನ ಯಾರೂ ಕಂಡಿಲ್ಲ, ಅವನು ಯಾವತ್ತೂ ಅವಳ ಮನೆಗೆ ಬಂದಿಲ್ಲ, ಆಫೀಸಿನಿಂದ ಒಂದು ದಿನವೂ ತಡವಾಗಿ ಬಂದಿಲ್ಲ. ರಜೆ ಹಾಕಿ ಎಲ್ಲಾದರೂ ಹೋಗುತ್ತಿದ್ದರಾ, ಅದು ಯಾರಿಗೂ ಗೊತ್ತಿಲ್ಲ. ಆದರೆ ಯಾವ ಸಾಕ್ಷಿಯೂ ಇಲ್ಲ. ಇನ್ನು ಅವಳಾದರೂ ತನ್ನ ಗಂಡನ ಯಾವ ಸುಖದುಃಖವನ್ನೂ ಕಡೆಗಣಿಸಿದವಳಲ್ಲ, ಅದೂ ಅಲ್ಲದೆ ಸರ್ ಅವರಿಬ್ಬರೂ ಒಳ್ಳೆಯ ಗೆಳೆಯರಷ್ಟೇ ಆಗಿದ್ದಾರೆಂದು ತಿಳಿದುಕೊಳ್ಳುವುದು ಅಥವಾ ಹಾಗೆ ನಂಬುವುದು ಎಲ್ಲರಿಗೂ ಒಳ್ಳೆಯದು ಅಂತ ಅವನಿಗೆ ಅನಿಸಿರಬೇಕಲ್ವಾ ಸರ್?" ಅವನ ಮಾತುಗಳು ಅವನ ಅಭಿಪ್ರಾಯವನ್ನು ನಾನು ಹೇಗಾದರೂ ಒಪ್ಪಲಿ ಎಂಬುದೇ ಆಗಿತ್ತೇನೋ ಎಂಬಂತೆ ಅವನು ಅನುನಯಿಸುವಂತೆ ಮಾತಾಡುತ್ತಿದ್ದ.

"ಸರೀ ಇಷ್ಟೆಲ್ಲ ಹೇಳ್ತೀರಲ್ಲ, ನೀವು ಯಾರು? ಈ ಕಥೆಯಲ್ಲಿ ನಿಮ್ಮ ಪಾತ್ರ ಏನು?" ತಡೆಯದೆ ಕೇಳಿದೆ. ಅವನು ಇದಕ್ಕೂ ಉತ್ತರಿಸದೆ ಸಣ್ಣಗೆ ನಕ್ಕ. ನನಗೆ ಸಣ್ಣಗೆ ಸಿಟ್ಟು ಬಂತು.

"ಸರಿ ನಾನು ಹೊರಡ್ತೇನೆ, ಇಷ್ಟೇ ತಾನೇ ಕಥೆ?" ನಾನು ಏಳುವ ಅವಸರ ತೋರಿದೆ ಅಥವಾ ಎದ್ದೆ. ಸ್ಸಾರಿ ಸರ್. ಬಹುಶಃ ನಾನು ಅನಗತ್ಯ ಮಾತಾಡ್ತಿದಿನೇನೋ ಅನಿಸ್ತಾ ಇದೆ, ಇದೋ ಮುಗಿಸ್ದೆ. ಮುಂದೆ ಕೇಳಿ. ಇದು ಹೀಗೇ ಯಾರ ಅಡೆ ತಡೆ ಇಲ್ಲದೆ, ಯಾವ ಸಮಸ್ಯೆ ಇಲ್ಲದೆ ವರ್ಷ ವರ್ಷ ದಾಟಿ ಮುನ್ನಡೀತು ಸರ್, ಅವರು ಒಂದು ದಿನ ಜಗಳಾಡಲಿಲ್ಲ, ಮಾತು ಬಿಡಲಿಲ್ಲ. ಸುಮ್ಮನೆ ಇರುತ್ತಿದ್ದಾರೇನೋ ಅನಿಸುತ್ತಿತ್ತಾದರೂ ಬದುಕಿನ ಬಹಳಷ್ಟು ಸಮಯವನ್ನವರು ಒಟ್ಟಿಗೇ ಕಳೆದರು ಅನ್ನಬಹುದು. ಎಷ್ಟರಮಟ್ಟಿಗೆಂದರೆ ಅವನು ರಿಟೈರ್ ಆದ ತಕ್ಷಣ ಈಕೆ ವಾಲಂಟರಿ ರಿಟೈರ್ಮೆಂಟ್ ತಗೊಂಡುಬಿಟ್ಟಳು. ಬಹುಶಃ ಒಂದು ದಿನ ಕೂಡ ಅವನಿಲ್ಲದೆ ಕೆಲಸಕ್ಕೆ ಹೋಗಲಿಲ್ವೇನೋ. ಅಂತೂ ಇಷ್ಟಾಯಿತು. ಅದಾದಮೇಲೆ ಅವರು ಒಬ್ಬರನ್ನೊಬ್ಬರು ಎಲ್ಲೂ ಭೇಟಿಯಾಗಲಿಲ್ಲ, ಆಫೀಸಿಗಂತೂ ಹೋಗುವಂತಿರಲಿಲ್ಲವಲ್ಲ, ಇನ್ನು ಒಬ್ಬರ ಮನೆಗೊಬ್ಬರು ಯಾವತ್ತೂ ಹೋದವರಲ್ಲ. ರಿಟೈರಾದ ಮೇಲೂ ಅವರು ಯಾವತ್ತೂ ಒಬ್ಬರೊಬ್ಬರ ಮನೆಗೆ ಹೋಗಲಿಲ್ಲ... ತೀರ ಅವನ ಹೆಂಡತಿ ಬಾವಿಗೆ ಬಿದ್ದು ಸಾಯುವ ತನಕ! ಗಾಬರಿಯಾದಿರಾ? ಅವನು ನಕ್ಕ. ಅದೊಂದು ವಿಷಾದ ಸರ್. ಎಲ್ಲ ಗಂಡ ಹೆಂಡತಿಯರಂತೆ ಅವರೂ ಆಗೀಗ ಜಗಳಾಡುತ್ತಿದ್ದದು ನಿಜ. ಗಂಡಹೆಂಡತಿ ಅಂದಮೇಲೆ ಅಷ್ಟೆಲ್ಲ ಇರುತ್ತೆ ಅನ್ನಿ. ಆದರೆ ಇದರಲ್ಲಿ ಒಂದು ತಮಾಷೆಯೆಂದರೆ ಪ್ರತೀ ಜಗಳದ ಬಳಿಕ ಅವನು ಕೋಪಿಯೆತ್ತಿಕೊಂಡು "ಗುಂಡು ಹೊಡಕೊಂಡು ಸಾಯ್ತೀನಿ ನೋಡು" ಅನ್ನುತ್ತ ಹೊರಗೆ

ಹೋಗುವುದು ಮತ್ತು ಹೋದ ಅರ್ಧ ಘಂಟೆಯಲಿ ಏನೂ ನಡೆಯದಂತೆ ಸೌಮ್ಯವಾಗಿ ಬಂದು ಮನೆ ಸೇರುವುದು, ಅವನ ಹೆಂಡತಿಯೂ ಅಷ್ಟೇ ಸರಾಗವಾಗಿ ದಿನದ ಬದುಕಿನೊಳಗೆ ಮುಳುಗಿಹೋಗುವುದು, ಮಕ್ಕಳು ತಮಾಷೆಗೆಂಬಂತೆ ಅವನನ್ನು ಗೇಲಿ ಮಾಡುವುದು ಒಂದು ಖಾಯಂ ಅಂಕಣವಾಗಿತ್ತು. ಅಂಥದೊಂದು ದಿನದಲ್ಲಿ, ಎಂದಿನಂತೆ ಜಗಳವಾಗಿದೆ, ಅದು ಅವನ ಮಗಳ ಮದುವೆ ವಿಷಯದಲ್ಲಿ. ಹೆಂಡತಿ, ತನ್ನ ಮಗಳ ಮದುವೆಯನ್ನು ಜೋರಾಗಿ ಮಾಡಬೇಕೆಂದು ಹೇಳಿದ್ದಾಳೆ. ಅದಕ್ಕವನು "ಅದೇನೂ ಬೇಡ, ಮದುವೆಯ ಖರ್ಚುವೆಚ್ಚವನ್ನು ಒಂಚೂರು ಹಿಡಿದೇ ಮಾಡಬೇಕು" ಅಂದಿದ್ದಾನೆ. ಒಡನೆಯೇ ಅವಳು "ಹೌದೌದು ಇರಬೇಕಾದ್ದೇ, ಇನ್ನೂ ಎರಡು ಹುಡುಗಿಯರ ಮದುವೆ ಮಾಡಲಿಕ್ಕಿದೆಯಲ್ಲ, ಅದಕ್ಕೂ ಬೇಕಲ್ಲವೇ? ಇಷ್ಟೇ! ಅಥವಾ ಇದಕ್ಕಿಂತ ಹೆಚ್ಚಿಗೆ!" ಅಂದುಬಿಟ್ಟಿದ್ದಾಳೆ. ಅಷ್ಟೇ! ಅವನು ಆ ಮಾತಿಗೆ ಉತ್ತರಿಸದೆ ಕೋವಿ ಎತ್ತಿಕೊಂಡು ತೋಟದತ್ತ ಹೊರಟಿದ್ದ. ಆಗ ಬೆಳಗಿನ ಏಳೂವರೆಯಷ್ಟಿರಬಹುದು. ಅವಳು ರೊಟ್ಟಿ ತಟ್ಟುತ್ತಿದ್ದಳು, ಯಾಕೆಂದರೆ ಅವಳು ಸತ್ತಾಗ ಅವಳು ಅರ್ಧ ಮಾಡಿಟ್ಟ ರೊಟ್ಟಿಗಳಿನ್ನೂ ಒಲೆಯ ತಿಟ್ಟಿನಲ್ಲಿ ಹಾಗೇ ಇದ್ದವು. ಕಾವಲಿಯ ಮೇಲಿನ ರೊಟ್ಟಿ ಸೀದಿತ್ತು. ಮುಕ್ಕಾಲಿಯ ಮೇಲೆ ಅರ್ಧ ತಟ್ಟಿಟ್ಟ ರೊಟ್ಟಿಯೂ ಹಾಗೇ ಇದ್ದಿದ್ದನ್ನ ನೋಡಿದವರಿದ್ದಾರೆ. ಸರಿ, ಇಷ್ಟು ಹೇಳಿ ಅವಳ ಸಾವು ಹೇಗಾಯ್ತೆಂದು ಹೇಳಲಿಲ್ಲ ನೋಡಿ, ಮ್ಮ್, ಅವನು ಹಾಗೆ ಕೋವಿ ಎತ್ತಿಕೊಂಡು ಹೋದ ಅಂದೆನಲ್ಲ, ಹಾಗೆ ಹೋದ ಅರ್ಧ ಘಂಟೆಗೆಲ್ಲ ಗುಂಡಿನ ಶಬ್ದ ಕೇಳಿಸಿದೆ, ಮತ್ತೆ ಐದೇ ನಿಮಿಷಕ್ಕೆ ಎರಡನೇ ಗುಂಡು! ಅಷ್ಟೇ! ಅಷ್ಟರಲ್ಲಿ ಅವನ ಹೆಂಡತಿಯ ವಿವೇಕವೆಲ್ಲ ಓಡಿಹೋಗಿದೆ, ಅವನು ನಿಜಕ್ಕೂ ಗುಂಡುಹೊಡಕೊಂಡು ಸತ್ತೇ ಹೋದ ಅಂದುಕೊಂಡವಳೇ ಗಾಬರಿಯಲ್ಲಿ ಧುಡಧುಡನೇ ಎದ್ದು ಅಂಗಳದಲ್ಲಿ ತಣ್ಣಗೆ ನಿಂತಿದ್ದ ಬಾವಿಯೊಳಗೆ ಹಾರಿಬಿಟ್ಟಿದ್ದಾಳೆ. ಇತ್ತ ಕೆಲವರು ಅವಳ ಹೆಣ ಎತ್ತಿದರೆ ಕೆಲವರು ಅತ್ತ ತೋಟದಲಿ ಗುಂಡು ಹೊಡಕೊಂಡು ಸತ್ತವನ ಶವ ಹುಡುಕಿ ಹೋಗಿದ್ದಾರೆ. ಆದರೆ ಅವರಿಗೆ ಏಲಕ್ಕಿ ತೋಟದ ಬರೆಕಾಡಿನಲ್ಲಿ ಮರವೊಂದಕ್ಕೆ ಒರಗಿಸಿಟ್ಟಿದ್ದ ಅವನ ಕೋವಿ ಮಾತ್ರ ಸಿಕ್ಕಿದೆ. ಅಲ್ಲಿಷ್ಟು ರಕ್ತ ಚೆಲ್ಲಿದ್ದಿದ್ದಂತೂ ನಿಜ, ಆದರೆ ಬರೆಕಾಡಿನ ಕಣಿವೆಗೆ ಇಳಿಯುವಷ್ಟು ಇಳಿದು ನೋಡಿದರೂ ಅವನ ಹೆಣವಂತೂ ಸಿಗಲಿಲ್ಲ.

ಇದೀಗ ಕಥೆಯ ಕ್ಲೈಮಾಕ್ಸು, ಇದನ್ನೂ ಕೇಳಿ. ಅವತ್ತು ಅವನ ಹೆಂಡತಿಯ ಸಾವಿನ ದಿನ ಇವಳು ಮೊಟ್ಟಮೊದಲ ಬಾರಿಗೆ ಅಲ್ಲಿಗೆ, ಅವನ ಮನೆಗೆ ಹೋಗಿದ್ದಳು. ನಮ್ಮ ಕಡೆಯ ಸಂಪ್ರದಾಯದಂತೆ ಬಿಳಿಸೀರೆ ಉಟ್ಟುಕೊಂಡೇ ಸಾವಿಗೆ ಹೋಗಿ ಬಂದವಳು, ಬಂದ ಮೇಲೆ ಸ್ನಾನ ಮಾಡಿ ಮತ್ತೆ ಬಿಳಿಸೀರೆಯನ್ನೇ ಉಟ್ಟಳು! ಅವಳ ಗಂಡನಿಗೆ ಆ ಕ್ಷಣ ಹೇಗಾಗಿರಬೇಕು ಹೇಳಿ? ಅವಳು ಯಾವತ್ತೂ ಗಂಡನ ಯಾವುದೇ ಬೇಕುಬೇಡವನ್ನು ತಳ್ಳಿಹಾಕಿರಲಿಲ್ಲ, ಅವನ ಜೊತೆ ಚೆನ್ನಾಗೇ ಇದ್ದಳು. ಅವನಾದರೂ ಅಷ್ಟೇ! ಆದರೆ ಅವಳು ಅವತ್ತು ಹಾಗೆ ಮಾಡಿ ಅವನನ್ನು ಆ ಕ್ಷಣವೇ ಕೊಂದ ಹಾಗಾಗಲಿಲ್ಲವೇ? ಇಲ್ಲ ನೀನು ಯಾವತ್ತಿಗೂ ನನ್ನ ಪಾಲಿನ ಗಂಡನಾಗಿರಲಿಲ್ಲ, ಯಾವತ್ತೋ ನನ್ನ ಪಾಲಿಗೆ ಸತ್ತು ಹೋಗಿದ್ದೆ ಅನ್ನಬಯಸಿ ಹಾಗೆ ಮಾಡಿದಳೇ? ಅಲ್ಲಿಗೆ ಅವನು ಅವಳನ್ನು ಅಷ್ಟೊಂದು ನಂಬಿದ್ದಕ್ಕೆ ಏನು ಫಲವಾದ ಹಾಗಾಯ್ತು? ಗಂಡನ ಕತೆ ಇರಲಿ, ಆ ಗುಂಡು ಹೊಡಕೊಂಡು ಸತ್ತ ಅವಳ ಆ ಗೆಳೆಯನ

ಹೆಣವಾದರೂ ಸಿಕ್ಕಿತೆ? ಸಿಗಲಿಲ್ಲ, ನಿಜಕ್ಕೂ ಸತ್ತನೇ ಅಥವಾ ಹೆಂಡತಿಯನ್ನು ಸುಳ್ಳೇ ಹೆದರಿಸಲು ಗುಂಡು ಹೊಡೆದವನು, ಕಡೆಗೆ ತನ್ನ ಈ ಕೆಲಸದಿಂದಾಗಿ ಹೆಂಡತಿ ನಿಜಕ್ಕೂ ಸತ್ತು ಹೋದಳೆಂದು ಹೆದರಿ ಓಡಿಹೋದನೇ? ಇದೂ ಗೊತ್ತಿಲ್ಲ. ಹೀಗೆ ಯಾವುದೂ ಖಾತ್ರಿ ಇರದ ಸಮಯದಲ್ಲಿ ಅವಳಿಗೆ ಹಾಗೆ ಒಂದೇ ಸಲಕ್ಕೆ ಇಬ್ಬರು ಗಂಡಸರನ್ನು ಕೊಲ್ಲುವ ಉದ್ದೇಶವೇನಿತ್ತು? ಅವಳು ಹೀಗೆ ಮಾಡಿ ಏನನ್ನು ಹೇಳಿದಳು? ಅವಳು ನಿಜವಾಗಿಯೂ ಜೀವನದ ಉದ್ದಕ್ಕೂ ಏನನ್ನು ಭಾವಿಸುತ್ತ ಬದುಕಿದ್ದಳು? ಅವಳಿಗೆ ಯಾರಿಂದ ಯಾವ ನಿರೀಕ್ಷೆಯಿತ್ತೆಂಬುವುದು ಎಷ್ಟು ಯೋಚಿಸಿದರೂ ನನಗೆ ತಿಳಿಯುವುದಿಲ್ಲ.

ಗಂಡಸರು ಬದುಕನ್ನು ನೋಡುವ ಬಗೆಗೂ, ಹೆಂಗಸರು ನೋಡುವ ಬಗೆಗೂ ಬಹಳ ವ್ಯತ್ಯಾಸವಿದೆ ಎಂದಷ್ಟೇ ಅನಿಸುತ್ತದೆ. ಹೆಂಗಸರು ಬದುಕನ್ನಾಗಲೀ, ಭಾವನೆಯನ್ನಾಗಲೀ ಅನುಭವಿಸುವಷ್ಟು ತೀವ್ರವಾಗಿ ನಾವು ಗಂಡಸರು ಅನುಭವಿಸುವುದಿಲ್ಲ ಎಂದೇ ನನ್ನ ಅನಿಸಿಕೆ. ಗಂಡಸರು ಬದುಕನ್ನು ತೆಗೆದುಕೊಳ್ಳುವಷ್ಟು ಸರಾಗವಾಗಿ ಹೆಂಗಸರು ತೆಗೆದುಕೊಳ್ಳಲಾರರು ಅಂತಲೂ, ಅವರೇಕೆ ಅಷ್ಟು ಭಾವುಕರಾಗಿರುತ್ತಾರೆ ಅಂತಲೂ ನಾನು ಬಹಳಷ್ಟು ಬಾರಿ ಯೋಚಿಸುತ್ತೇನೆ. ಆದರೆ ಅವರ ಆ ತೀವ್ರತೆಯೇ ಅವರ ಶಕ್ತಿಯೆಂದು ನನಗೆ ಅನಿಸುತ್ತದೆ. ಅವರು ಪ್ರೇಮದಷ್ಟೇ ತೀವ್ರವಾಗಿ ನೋವನ್ನೂ ಉಣ್ಣಬಲ್ಲರು, ಅಷ್ಟೇ ತೀವ್ರವಾಗಿ ಬದುಕಲೂಬಲ್ಲರು. ಒಂದು ಘಟ್ಟದಿಂದ ಮತ್ತೊಂದಕ್ಕೆ ಸರಿಯುವುದು ಅವರಿಗೆ ಸಹಜವೇನೋ ಎಂಬಷ್ಟು ಸರಾಗವೆನಿಸುತ್ತದೆ. ಆದರೆ ಗಂಡು ಹೊರನೋಟಕ್ಕೆ ಧೈರ್ಯಶಾಲಿಯೆನಿಸಿದರೂ ಎಷ್ಟೊಂದು ಅಳ್ಳೆದೆಯವನಿದ್ದಾನೆ. ಪ್ರೇಮವನ್ನಾಗಲೀ ಅಥವಾ ಯಾವುದನ್ನೇ ಆಗಲಿ ಅಷ್ಟೊಂದು ತೀವ್ರತರವಾಗಿ ಹಚ್ಚಿಕೊಂಡಿಲ್ಲವೆಂಬಂತೆ ಬದುಕುತ್ತ ಹೋಗುವ ಅವನು ಅದು ಕಳೆದು ಹೋಗುವಾಗ ಅನುಭವಿಸುವ ಚಡಪಡಿಕೆಯಿದೆಯಲ್ಲ, ಅದು ದಾರುಣವಾಗಿರುತ್ತದೆ. ಏನೇ ಹೇಳಿ ಸರ್, ಹೆಣ್ಣಿನ ತೀವ್ರತೆಯೇ ಅವಳ ಬಿಡುಗಡೆಯ ದಾರಿ, ಗಂಡಿನ ಅಸಡ್ಡಾಳತೆಯೇ ಅವನ ದುರಂತ. ಇದು ನನಗೆ ಅನಿಸುವುದು, ನನ್ನ ಅನಿಸಿಕೆ. ಮತ್ತೆ, ನಾನೊಬ್ಬ ಬರಹಗಾರ ಅಲ್ಲ. ನಾನು ಯಾವ ವಿಷಯದ ಆಳಕ್ಕೂ ಹೆಚ್ಚಿಗೆ ಇಳಿಯುವುದಿಲ್ಲ ಎಂಬುದನ್ನು ನೀವು ಮೊದಲು ಮನಸಿನಲ್ಲಿಟ್ಟುಕೋಬೇಕು.

ಅವನು ಆಕಾಶ ನೋಡುತ್ತ ಜೋರಾಗಿ ನಕ್ಕು "ಇಷ್ಟೇ ಕತೆ" ಎಂದು ಕೈ ಕಟ್ಟಿ ಕುಳಿತ. ಅವನ ಮೀಸೆಯಡಿಯಲ್ಲಿ ಅವನ ತುಟಿಗಳು ಅವಿತಿದ್ದವು. ಕಣ್ಣುಗಳು ಭಾವನೆಯನ್ನು ಬಿಡಬಾರದೆಂಬ ಹಠದಲ್ಲಿ ಸುಮ್ಮನೆ ಕುಳಿತಿದ್ದವು.

"ಸರಿ, ಎಲ್ಲವನ್ನೂ ಇಷ್ಟು ಚೆಂದಗೆ ಹೇಳಿದಿರಲ್ಲ, ಇದರಲ್ಲಿ ನಿಮ್ಮ ಪಾತ್ರ ಏನು ಮಾರಾಯರೆ? ಈಗಲಾದರೂ ಹೇಳಿ" ನಾನು ಮತ್ತೆ ಕೇಳಿದೆ.

ಅವನು ನಿಗೂಢವಾಗಿ ನಕ್ಕು "ಅದನ್ನ ತಿಳಕೊಳ್ಳೋದರಿಂದ ಕಥೆಯ ಆಯಾಮವೇನೂ ಬದಲಾಗಲ್ಲ ಬಿಡಿ ಸರ್" ಅನ್ನುತ್ತ ಎದ್ದ.

ಅವನ ಮೇಲೆ ಉಕ್ಕಿದ ಸಿಟ್ಟನ್ನು ಮರೆಮಾಚಲು ನಾನು ಸುಮ್ಮನೆಂಬಂತೆ ಮೊಬೈಲಿನೊಳಗೆ ಇಣುಕಿದೆ. ಈಶಾನ್ಯ ಬಂಡಿ ಬಂಡಿ ಮೆಸೇಜ್ ಹಾಕಿದ್ದಳು. "ನೀವೊಬ್ಬ

ಹಿಪೋಕ್ರೇಟ್, ನಿಮಗೆ ನಾನು ಬೇಕು, ಆದರೆ ನನ್ನೊಂದಿಗೆ ಮದುವೆ ಬೇಡ, ಸಮಸ್ಯೆಗಳು ಬೇಡ. ಬೀದಿಯಲಿ ನಿಂತು ಚೆಂಡಾಟ ಆಡುವುದರಲ್ಲಿ ತಪ್ಪೇನಿಲ್ಲ, ಎದುರು ಮನೆಯವನ ಕಿಟಕಿ ಗ್ಲಾಸು ಒಡೆಯದಂತೆ ಜೋಪಾನ ವಹಿಸಿದರೆ ಸಾಕು ಅಲ್ವಾ?" ಎಂದು ಅಪಾರ ರೊಚ್ಚಿನಿಂದ ಕೇಳಿದ್ದಳು. ಇದಕ್ಕೆ ಉತ್ತರವಾಗಿ ಅತ್ಯಂತ ಸರಳವಾಗಿ "ಎಸ್" ಎಂದು ಟೈಪಿಸಿ ಕಳಿಸಿ ನಮ್ಮ ಈ ಇಡೀ ಪ್ರಕರಣಕೆ ತೆರೆ ಎಳೆಯಬಹುದಿತ್ತು, ಅಷ್ಟರಲ್ಲಿ ಸಂದೀಪನ ಮೆಸೇಜ್ ಬಂತು– "ಕಥೆ ರೆಡಿಯಾ?"

ನಾನೆಂದೆ "ಎಸ್".

□□□

ಒಂದು ಬಾಗಿಲು ಮತ್ತು ಮೂರೂ ಚಿಲ್ಲರೆ ವರ್ಷಗಳು

"ತೆಯ್ಯ್ ತಾಹಿ", ನಾನು ಹೊರಗೆ ವರಾಂಡದಲ್ಲಿ ಕುಳಿತಿದ್ದಾಗ ಒಳಗೆ ಅವಳ ಕಾಲ್ಗೆಜ್ಜೆ ಸದ್ದು, ಮಕ್ಕಳಿಗೆ ನೃತ್ಯ ಕಲಿಸುತ್ತಿದ್ದ ಅವಳ ತಾಳಬದ್ಧ ದನಿ ಕಿವಿಯನ್ನು ತಾಕುತ್ತಿತ್ತು. ಮುಚ್ಚಿದ್ದ ಬಾಗಿಲಿಗೆ ಅಂಟಿಸಿದ್ದ ಅವಳದೇ ಚಿತ್ರ! ಎಷ್ಟು ಭಾವುಕ ಭಂಗಿ! ಒಂದು ಕೈ ಮೇಲೆತ್ತಿ ಗಗನಕ್ಕೆ ಚಾಚಿ, ಏನನ್ನೋ ಕೇಳುತ್ತಿದೆ, ಹೇಳುತ್ತಿದೆ. ಮತ್ತೊಂದು ಕೈ ಅದಕೆ ತುಸು ಕೆಳಗೆ ಅದೇ ಆಸೆಗೆ ಒತ್ತಾಸೆಯಾಗಿ ನಿಂತ ಹಾಗೆ ಇದೆ. ಕಾಲೊಂದನ್ನು ಮಡಿಚಿ ಭಾವಕ್ಕೆ ತೀವ್ರತೆ ತುಂಬಿದೆ, ಮತ್ತೊಂದು ಕಾಲು ತೀರ ಹೆಬ್ಬೆರಳಿನಾಸರೆಯಲ್ಲಿಯೇ ನಿಂತು ಇಡೀ ಸನ್ನಿವೇಶಕ್ಕೊಂದು ವೇಗ ತಂದಿದೆ. ಅವಳ ಕಣ್ಣುಗಳು ಮುಗಿಲತ್ತ ನೆಟ್ಟು ಏನನ್ನೋ ಧೇನಿಸುತ್ತಿರುವಂತೆ ಕಾಣುತ್ತಿದೆ. ಅವಳನ್ನು ಹಾಗೆ ನೋಡುವಾಗ ಅವಳು ತನ್ನ ಹೃದಯದೊಳಗೆ ಕಡಲನ್ನೇ ಹುಗಿತಿಟ್ಟುಕೊಂಡಿದ್ದಾಳೋ ಎಂದೆನಿಸುತ್ತದೆ. ಆಗಸದ ನೀಲಿ ಕರಗಿ ಅವಳ ಕೈಯೊಳಗೆ ಇಳಿದುಬಿಡುವುದೋ ಎಂದೆನಿಸುತ್ತದೆ. ಕಾಲಡಿಯ ಮಣ್ಣು ಕೊನರಿ ಹೂವಾಗಿ ಬಿಡುವುದೋ ಎಂದೆನಿಸುತ್ತದೆ, ಅವಳ ಸೊಂಟದ ತಿರುವಿನಲಿ, ಎದೆಯ ಏರಿಳಿತದಲಿ ಬೀಸುಗಾಳಿ ಕೂಡ ತುಸು ನಿಧಾನಿಸಿ ತಂಗಿ ಹೋಗುವುದೋ ಎಂದೆನಿಸುತ್ತದೆ...

ಅನಿಸುತ್ತದೆ ಅಷ್ಟೇ!

ನಿಜದಲ್ಲಿ ಅವಳನ್ನು ಬೆಂಕಿಯ ಕೆನ್ನಾಲಗೆಗಳು ನೆಕ್ಕಿ ಹೋಗುತ್ತಿದ್ದವು. ಹೆಜ್ಜೆಯೂರಿದಲ್ಲೆಲ್ಲಾ ಕೂರಂಬುಗಳು ಮೊಳೆತು ಅವಳ ಕಾಲಿನ ರಕ್ತದಲಿ ಮೀಯುತ್ತಿದ್ದವು. ಅವಳು ತೀರದ

ದಾಹವೊಂದನ್ನು ಗಂಟಲಿನಲ್ಲಿ ಸಿಲುಕಿಸಿಕೊಂಡು ಅನುಕ್ಷಣವೂ ಅದರೊಂದಿಗೆ ಹೋರಾಡುತ್ತಿದ್ದಳು. ಹಗಲಿರುಳೆನ್ನದೆ ನಿತ್ಯವೂ ನೆತ್ತಿ ತೋಯಿಸುವ ಬಿಸಿಲಿನ ಝಳದಲ್ಲಿ ಆಕ್ಷೇಪವನ್ನೇ ಎತ್ತದೆ ನಿಂತ ಹೂವಾಗಿದ್ದಳು ಅವಳು.

ಅವಳು ಅಭಿರಾಮಿ. ಅವಳು ಅರವಾಣಿ.

ಬಹುಶಃ ಈಗ ಬಾಗಿಲಿಗೆ ಅಂಟಿಸಿರುವ ಚಿತ್ರ ಇತ್ತೀಚಿನದಿರಬೇಕು, ಹೆಚ್ಚೇನೂ ಬದಲಾಗಿಲ್ಲ, ಹಾಗೆಲ್ಲ ಕಾಲದ ದಾಳಿಗೆ ಸುಲಭದಲಿ ಶರಣಾಗುವ ನಾಜೂಕಿನ ಚೆಲುವಲ್ಲ ಅವಳದ್ದು. ಸರಿದು ಹೋದ ಈ ಮೂರೂ ಚಿಲ್ಲರೆ ವರ್ಷಗಳಲ್ಲಿ ಅಭಿರಾಮಿಯನ್ನು ಒಂದು ದಿನವಾದರೂ ಮರೆತಿರಲಿಕ್ಕಿಲ್ಲ ನಾನು. ನನ್ನ ನೆನಪಿನಲ್ಲಿ ಉಳಿದ ಅದೇ ಅಭಿರಾಮಿ ಅಷ್ಟೂ ಚೆಲುವಿನೊಂದಿಗೆ ಅರಳಿ ನಿಂತಂತೆ ಇತ್ತು.

ಅಭಿರಾಮಿಯನ್ನು ನಾನು ಮೊದಲು ಭೇಟಿ ಮಾಡಿದ್ದು ನನ್ನ ಪತ್ರಿಕೆಯ ಮೂಲಕ. ಅವಳ ಕುರಿತು ಒಂದು ಸ್ಟೋರಿ ಮಾಡಬೇಕಿತ್ತು. ಬಹುಶಃ ಅವತ್ತು ನಿವೇದ ಡ್ಯೂಟಿಗೆ ಬಂದಿರುತ್ತಿದ್ದರೆ ನಾನಂತೂ ಅಭಿರಾಮಿಯನ್ನು ಯಾವ ಕಾಲಕ್ಕೂ ಭೇಟಿ ಮಾಡಿರುತ್ತಿರಲಿಕ್ಕಿಲ್ಲವೇನೋ! ಆದರೆ ಕೆಲವೊಂದು ಸಂಗತಿಗಳು ನಮಗೆಂದೇ ಯಾರೋ ಮೊದಲೇ ನಿಗದಿ ಪಡಿಸಿಟ್ಟಿರುತ್ತಾರೋ ಎಂಬಂತೆ ಹೂವು ಬಿರಿದಷ್ಟೇ ಸಹಜವಾಗಿ, ಸರಳವಾಗಿ ನಮ್ಮನ್ನು ಅಲ್ಲಿಗೆ ತಲುಪಿಸಿಬಿಡುತ್ತವೆ. ಅಗಮ್ಯ ಗಮ್ಯಕೆ. ಇದೂ ಹಾಗೆಯೇ! ಇಲ್ಲವಾದರೆ ಯಾವತ್ತೂ ಕೈಗೆತ್ತಿಕೊಂಡ ಅಸೈನ್ಮೆಂಟ್ ಪಕ್ಕಾ ಮಾಡಿ ಮುಗಿಸುವ ನಿವೇದ ಕಡೇ ಘಳಿಗೆಯಲ್ಲಿ ಕೆಲಸಕ್ಕೆ ಬಾರದೆ ಯಾಕೆ ಉಳಿಯಬೇಕು? ಎಂದೂ ಆಫೀಸಿಗೆ ಟೈಮಿಗೆ ಹೋಗದ ನಾನು ಅಂದೇಕೆ ಟೈಮಿಗೆ ಮೊದಲೇ ಹೋಗಬೇಕು? ಅಷ್ಟು ಜನರಿರುವ ಆಫೀಸಿನಲ್ಲಿ ಬಾಸ್ ನನಗೇ ಯಾಕೆ ಫೋನ್ ಹಚ್ಚಿ ಈ ಅಸೈನ್ಮೆಂಟ್ ಮುಗಿಸಿಕೊಡೆಂದು ಕೇಳಬೇಕು? ಅವತ್ತು ನನಗೂ ಸಾಕಷ್ಟು ಕೆಲಸಗಳಿದ್ದವು. ಆದರೂ ನಾನು ನಿವೇದಳ ಕೆಲಸ ಎತ್ತಿಕೊಂಡು ಅಭಿರಾಮಿಯನ್ನು ಭೇಟಿ ಮಾಡಲು ಯಾಕೆ ಹೋಗಬೇಕು? ಹೌದು, ಅವತ್ತು ಬಾಸ್ ಕೆಲಸ ಹೇಳಿದಾಗ ನಾನು ಮರುಮಾತಾಡದೆ ಒಪ್ಪಿಕೊಂಡು ಹೊರಟಿದ್ದೆ, ಅಭಿರಾಮಿಯೆಂಬ ನೃತ್ಯಗಾತಿಯನ್ನು ಸಂದರ್ಶಿಸಲು.

ಮರೀನಾ ಕ್ಯಾಂಪ್, ದೊಡ್ಡದಾದ ಬೋರ್ಡ್ ಹೊತ್ತು ನಿಂತ ಆ ಕ್ಯಾಂಪಸ್ ಚೆನ್ನೈ ಸ್ಲಮ್ ಕ್ಲಿಯರೆನ್ಸ್ ಬೋರ್ಡಿನವರು ಕಟ್ಟಿದ್ದಾಗಿತ್ತು. ಕಡಲತಡಿಗೆ ಮುಖಮಾಡಿ ನಿಂತ ಅನೇಕ ಮನೆಗಳ ಅಡುಕುಮಾಡಿಯ ಆ ಕ್ಯಾಂಪಸ್ಸಿನೊಳಗೆ ಕಾಲಿಟ್ಟಾಗ ಎಣ್ಣೆ ಕಾಣದ ಮುಖದ ಅನೇಕ ಸಣ್ಣ ಮಕ್ಕಳು ಬಂದು ಮುತ್ತಿಕೊಂಡಿದ್ದವು. ಯಾರು ಬೇಕು ನಿಮಗೆ? ಯಾಕಿಲ್ಲಿ ಬಂದಿದೀರ? ಏನು ಬೇಕು? ಮೀನು ಬೇಕಾ? ಫ್ರೆಶ್ಶಿದೆ, ಈಗ ಹಿಡಕೊಂಡು ಬಂದದ್ದಷ್ಟೇ, ಒಂದ್ ಹತ್ರುಪಾಯಿ ಕೊಡಿ ಸಾಕು ಒಳ್ಳೆ ಒಳ್ಳೆ ಕಡೆ ಕೊಡಿಸ್ತೀನಿ– ಇಂಥ ಹಲವು ಒಪ್ಪಂದಗಳನ್ನು ಮುಂದಿಡುತ್ತ ಸುತ್ತುವರಿದ ಮಕ್ಕಳನ್ನು "ಅಭಿರಾಮಿ ಮೇಡಂ ಮನೆ ಎಲ್ಲಿ?" ಎಂದು ಕೇಳಿದರೆ ಅವು ಹೊಟ್ಟೆ ಹಿಡಿದುಕೊಂಡು ನಗತೊಡಗಿದ್ದವು. ಒಬ್ಬ ಹುಡುಗನಂತೂ ವಿಚಿತ್ರ ದನಿಯಲ್ಲಿ ಕೇಕೆ ಹಾಕಿ, "ಮೇಡಮಾ???" ಎಂದು ಉರುಳುರುಳಿ ನಕ್ಕಿದ್ದ. ಅವನ ಈ ಚರ್ಯೆ ಉಳಿದ ಹುಡುಗರಲ್ಲಿ ಮತ್ತಷ್ಟು ನಗೆ ಉಕ್ಕಿಸಿ, ಅವು ನಗುತ್ತ ಚದುರಿ ಹೋಗಿದ್ದವು. ಒಬ್ಬ ಹುಡುಗ

ಮಾತ್ರ ಗುಂಪಿನಿಂದ ಮೆಲ್ಲಗೆ ಕಳಚಿಕೊಂಡು ಹೊರಬಂದು "ಯಾಕ್ಸಾರ್ ನೋಡ್ಬೇಕು? ಸರಿ, ಹಣ ಕೊಡಿ ತೋರಿಸ್ತೀನಿ" ಎಂದು ಪಿಸುಗುಟ್ಟಿದ್ದ. ಈ ರೀತಿಯ ಸನ್ನಿವೇಶವನ್ನು ಊಹಿಸಿಕೊಂಡಿರದೇ ಇದ್ದ ನನಗೆ ಈ ಅಭಿರಾಮಿ ಯಾರಾಗಿರಬಹುದು, ಒಂದು ವೇಳೆ ತಪ್ಪಾದ ಅಡ್ರೆಸ್ಸಿಗೆ ಬಂದುಬಿಟ್ಟೆನೋ ಎಂದು ಒಳಗೊಳಗೆ ಸಣ್ಣಗೆ ದಿಗಿಲಾಗಿತ್ತು. ಇನ್ನೇನು ಬಾಸ್‌ಗೆ ಫೋನ್ ಹಚ್ಚಿ ವಿಷಯ ಕನ್ಫರ್ಮ್ ಮಾಡ್ಕೊಳ್ಳುವಾಂತ ಯೋಚಿಸುವಷ್ಟರಲ್ಲಿ ಪಕ್ಕದಲ್ಲೇ ಕುಳಿತು ಬೀಡಿ ಸೇದುತ್ತ ನಮ್ಮ ತಮಾಷೆ ನೋಡುತ್ತ ಕುಳಿತಿದ್ದ ವೃದ್ಧನೊಬ್ಬ "ಏನಪ್ಪ, ಯಾರು ಬೇಕಿತ್ತು, ಏನು ನಿನ್ನ ಸಮಸ್ಯೆ?" ಎಂದು ಕುಳಿತಲ್ಲಿಂದಲೇ ಕೇಳಿದ್ದ. ಅವನ ದನಿ, ಮುಖ ಎರಡೂ ಒರಟಾಗಿತ್ತು. "ಅಯ್ಯ ಅಭಿರಾಮಿ ಅನ್ನೋರನ್ನ ನೋಡಬೇಕಿತ್ತು. ಅವರ ಮನೆ ಎಲ್ಲಿದೆ? ಬಿ ಬ್ಲಾಕ್ ಅಂತ ಹಾಕಿದಾರೆ, ಡೋರ್ ನಂ ಹಾಕಿಲ್ಲ" ಎಂದು ನಾನು ಮೆತ್ತಗೆ ಕೇಳಿದ್ದೆ. "ಯಾಕೆ? ಯಾಕೆ ನೋಡ್ಬೇಕು ನೀನು?" ಅವನ ದನಿ ಈಗ ಮೊದಲಿಗಿಂತ ಒರಟಾಗಿತ್ತು. "ಅಯ್ಯ ನಾನು ಕಲ್ಯಾಣಿ ಪೇಪರಿನಿಂದ ಬಂದಿದೀನಿ, ಅವರ ಮನೆ ಎಲ್ಲಿ ಹೇಳಿ. ನಾನು ಮಾತಾಡ್ಕೊತೀನಿ" ನಾನೂ ಈ ಬಾರಿ ತುಸು ಒರಟಾಗಿಯೇ ಹೇಳಿದ್ದೆ. "ಎಂಥದೋ ಮಾಡ್ಕೊಂಡು ಹೋಗಿ, ಮೊದಲೇ ಇಂಥವಕ್ಕೆಲ್ಲ ಕಾಲು ನೆಲದ ಮೇಲಿರೋದಿಲ್ಲ, ನೀವು ಬಂದು ಹಾರಾಡೋಕೆ ರೆಕ್ಕೆನೇ ಕಟ್ಟಿಕೊಟ್ಟುಬಿಡಿ. ನಮ್ಮ ತಲೆ ಮೇಲೆ ಹಾರಾಡಲಿ, ಎಲ್ಲ ನೋಡಬೇಕಾಗಿರೋದು ನನ್ನ ಕರ್ಮ ಹೋಗು, ಮೂರನೇ ಫ್ಲೋರು, ಮನೆ ನಂ. ಆರು, ಹೋಗಿ ನೋಡ್ಕೋಗು" ಅಂದಿದ್ದ. ಹಾಗೆ ಹೇಳುವಾಗ ಅವನ ಮುಖದಲ್ಲಿ ಕಾಣುತ್ತಿದ್ದ ಹೇವರಿಕೆಯ ತಾಪ ನನ್ನ ಮುಖಕ್ಕೆ ರಪ್ಪನೆ ರಾಚಿತ್ತು.

ಸುಮ್ಮನೆ ಇದರಲ್ಲಿ ಸಿಲುಕಿದೆನಲ್ಲ, "ಹಾಳಾದವಳು ನಿವೇದ, ಯಾವಾಗಲೂ ಹೀಗೇ ಏನಾದರೊಂದು ವಿಶೇಷವಾದ್ದನ್ನೇ ಆರಿಸಿಕೊಳ್ತಾಳೆ, ಆರಿಸಿಕೊಂಡೋಳು ಸ್ವತಃ ತಾನೇ ಮಾಡಿ ಮುಗಿಸೋದು ತಾನೆ? ನನ್ನ ತಲೆಗೆ ತಂದಿಟ್ಟಿದ್ದಾಳೆ" ಎಂದು ಅವಳ ಮೇಲೆ ಒಳಗೊಳಗೇ ಸಿಡುಕುತ್ತ ಹೋಗಿ ಮೆಟ್ಟಿಲೇರಿದವನಿಗೆ ಎರಡನೇ ಫ್ಲೋರು ಏರುವಾಗಲೇ ಸುಸ್ತು ಹೊಡೆದಿತ್ತು. ಇರುಕಾದ ಕಡಿದಾದ ಕಿರಿಯ ಮೆಟ್ಟಿಲುಗಳು. ಗುಡಿಸದೆ ತೊಳೆಯದೆ ಗಲೀಜಾಗಿದ್ದವು. ಒಂದೊಂದು ಮನೆಯನ್ನು ಹಾದು ಹೋಗುವಾಗಲೂ ಅದರೊಳಗಿನ ಟಿವಿಯ ಸದ್ದು ಎದುರು ಮನೆಯಲ್ಲಿ ಧ್ವನಿಸುತ್ತಿರುವಂತೆ ಒಟ್ಟು ಎರಡೂ ಕಡೆಯೂ ವಿಪರೀತ ಗದ್ದಲ. ನನ್ನನ್ನು ಸುತ್ತುವರಿದಿದ್ದ ಮಕ್ಕಳ ಗುಂಪು ಈಗ ಮತ್ತೆ ಕೇಕೆ ಹಾಕುತ್ತ ಮೆಟ್ಟಿಲಿನ ಮೇಲೆ ಓಡಿ ಹಿಡಿಯಾಟವಾಡುತ್ತಿದ್ದವು. ಮನೆಯ ಮುಂದಿನ ಕಿರಿದಾದ ಖಾಲಿ ಸ್ಥಳದಲ್ಲಿ ಬಟ್ಟೆ ಒಣಹಾಕಿ ಅದೊಂದು ಬಗೆಯ ಮುಗ್ಗು ವಾಸನೆ ರಾಚುತ್ತಿತ್ತು. ಅಲ್ಲಿದ್ದ ಬಹುತೇಕರ ಮನೆಯಲ್ಲಿ ಮೀನು ಹಿಡಿಯುವುದೊಂದು ಮುಖ್ಯ ಕಸುಬಾದ ಕಾರಣ, ಮೀನಿನ ವಾಸನೆ ಎಲ್ಲವನ್ನೂ ಹೀರಿಕೊಳ್ಳುತ್ತ ಬಿರಿಯುತ್ತಿತ್ತು. ನೊಣಗಳು ಜೊಂಪೆಜೊಂಪೆಯಾಗಿ ಹಾರಾಡುತ್ತ ತಾರಾಡುತ್ತ ಬೆಳಗಿನ ಬಿಸಿಲಿಗೆ ಹೊಳೆಯುತ್ತಿದ್ದವು. ಅದೆಲ್ಲದರ ನಡುವೆ ಎಲ್ಲರ ಮನೆಯೊಳಗೂ ಒಂದು ನಗು, ಅಬ್ಬರ, ಜೋರು ಮಾತುಕತೆ, ಹಾಡು ಕೇಕೆ!

ಅವರು ಹೃದಯವನ್ನು ಒಳಗೆಲ್ಲೋ ಬೈತಿಟ್ಟಿರಲಿಲ್ಲ. ಬದಲಿಗೆ ಬಾಯಿಗೆ ಕಟ್ಟಿಕೊಂಡಿದ್ದರು. ಯಾವೊಂದು ನಾಜೂಕಿನ ಮುಸುಕನ್ನೂ ಹೊಚ್ಚದೆ, ಬಿಸಿಲು ಮಳೆ ಚಳಿಗೆ ಇರುವಂತೆಯೇ

ಒಡ್ಡಿಕೊಂಡಿದ್ದರು, ಥೇಟ್ ಕಡಲಿನಂತೆ. ಅದರ ಮೊರೆತ ಇಳಿತ ಭರತ ಎಲ್ಲವೂ ತನ್ನಿಷ್ಟದಂತೆ. ಮೊದಲಿಗೆ ಬೇಸರ ಹುಟ್ಟಿಸಿದ್ದ ಅದೇ ಸ್ಥಳ ಈಗ ಮೆಲ್ಲಗೆ ಕೌತುಕ ಹುಟ್ಟಿಸುತ್ತ ಅದರ ಅಪಾರ ಜೀವಂತಿಕೆ ಹೃದಯಕ್ಕೆ ಆಪ್ಯಾಯಮಾನವೆನಿಸತೊಡಗಿತ್ತು. ಎಲ್ಲವನ್ನೂ ಕಣ್ಣಮೊನೆಯಲ್ಲೇ ತೂಗುತ್ತ ಮೆಟ್ಟಿಲೇರಿ ಮೂರನೇ ಫ್ಲೋರ್ ತಲುಪಿದಾಗ ನನ್ನ ಹಣೆಯ ಮೇಲೆ ಸಣ್ಣಗೆ ಬೆವರಾಡಿ ಸುಸ್ತು ಕಾಡಿತ್ತು. ಹೇಗೂ ಬಂದಿದ್ದಾಗಿತ್ತು, ಆದಷ್ಟು ಬೇಗ ಕೆಲಸ ಮುಗಿಸಿ ಹೊರಬಿದ್ದರೆ ಸಾಕೆಂದುಕೊಂಡು ಬಾಗಿಲು ಬಡಿದರೆ, ಬಾಗಿಲು ತೆರೆದದ್ದೊಬ್ಬ ದೇವತೆ!

ಅವಳ ತುಂಬಿಗಳಂಥ ಕಪ್ಪು ಕಂಗಳು ನನ್ನನ್ನು ಸುಳಿಯಂತೆ ಸರಕ್ಕನೆ ಸೆಳೆದು ಬಂಧಿಯಾಗಿಸಿದವು. ನಾನೊಂದು ಚೆಲುವಿನ ಕಡಲೊಳಗೆ ಮುಳುಗುತ್ತಿರುವಂತೆ ಭ್ರಾಂತ ನಗುವಿನೊಂದಿಗೆ ಅವಳ ಮನೆಯನ್ನು ಹೊಕ್ಕೆ. ಬಹುಶಃ ಅದಾಗಲೇ ನಿವೇದ ಫೋನಿಸಿ ನಾನು ಬರುತ್ತಿರುವ ವಿಚಾರ ಹೇಳಿದ್ದಿರಬೇಕು, ಅವಳು ಯಾವ ಪ್ರಶ್ನೆಯನ್ನೂ ಹಾಕದೆ ವಿಶಾಲ ನಗುವಿನೊಂದಿಗೆ ನನ್ನನ್ನು ಬರಮಾಡಿಕೊಂಡಿದ್ದಳು. ಅವಳ ಸಿಂಗಲ್ ಬೆಡ್ರೂಮಿನ ಆ ಸಣ್ಣ ಫ್ಲ್ಯಾಟು ಅವಳ ಹಾಗೆಯೇ ತಿದ್ದಿ ತೀಡಿದಂತೆ ಅಚ್ಚುಕಟ್ಟಾಗಿತ್ತು. ಕಡಲಿಗೆ ತೆರೆದುಕೊಂಡ ಅವಳ ಮನೆಯ ಕಿಟಕಿಗಳಿಂದ ಕಡಲಮೇಲಿನ ಗಾಳಿ ಬಿಸಿಲಕೋಲುಗಳೊಂದಿಗೆ ಧಾರಾಳವಾಗಿ ಒಳನುಗ್ಗುತ್ತಿತ್ತು. ಕಿಟಕಿಯಿಂದ ಸ್ವಲ್ಪ ಮುಂದೆ ಬಿಸಿಲು ಬೀಳುವ ಸ್ಥಳದಲ್ಲಿ ಸಣ್ಣದೊಂದು ತುಳಸಿಯ ಬೃಂದಾವನ ಇಟ್ಟು, ಮಲ್ಲಿಗೆಯ ದಂಡೆಯಿಂದ ಸಿಂಗರಿಸಿ, ಅದರ ಗೂಡಿನಲ್ಲಿ ದೀಪ ಮುಟ್ಟಿಸಿ, ಅಗರಬತ್ತಿ ಹಚ್ಚಿದ್ದಳು. ಬೃಂದಾವನದ ಮುಂದೆ ನಾಲ್ಕೆಳೆಯ ರಂಗೋಲಿ. ರಂಗವಲ್ಲಿಯ ಅಳತೆ ಮೀರದ ಎಳೆಗಳು ಅವಳ ಯೋಚನೆಯ ನಿಖರತೆಗೆ ಸಾಕ್ಷಿಯಂತಿದ್ದವು. ಅದಷ್ಟೇ ಅಲ್ಲ, ಅವಳ ಮನೆಯ ಅಚ್ಚುಕಟ್ಟುತನ, ಹೊರಗಿನ ಅಷ್ಟೂ ಗದ್ದಲಗಳನ್ನು ದಾಟಿಯೂ ಉಳಿಸಿಕೊಂಡಿರುವ ಮೌನ, ಮನೆಯ ಗೋಡೆಗಳಲ್ಲಿ ತೂಗಿದ್ದ ಅಪರೂಪದ ಪೇಂಟಿಂಗ್‌ಗಳು, ಗೋಡೆಯ ಬದಿಯಲ್ಲಿ ಸಣ್ಣ ಟೇಬಲ್ಲಿನ ಮೇಲೆ ಜೋಡಿಸಿದ್ದ ನಟರಾಜ ಪ್ರತಿಮೆ, ಅದರ ಬದಿಗೆ ಪೇರಿಸಿಟ್ಟ ಕಾಲ್ಗೆಜ್ಜೆ, ತಾಳ, ತಬಲ, ಕೊಳಲು, ಒಂದಷ್ಟು ಪುಸ್ತಕಗಳು, ಧ್ಯಾನಸ್ಥ ಬುದ್ಧನ ಮಣ್ಣಿನ ಪ್ರತಿಮೆ... ಎಲ್ಲವೂ ಅವಳ ವ್ಯಕ್ತಿತ್ವವನ್ನು ಪ್ರತಿನಿಧಿಸುತ್ತಿದ್ದವು. ಅವಳ ಪರಿಚಯವಾಗಿದ್ದು ಹಾಗೆ.

"ನಿಮ್ಮ ಪರಿಚಯ ಹೇಳಿಕೊಳ್ಳಿ, ಬಾಲ್ಯ ಬದುಕು... " ನಾನು ಮಾತು ಶುರು ಮಾಡಿದ್ದೆ. ಹೆಚ್ಚೇನೂ ಹಿಂಜರಿಯದೆ, ದೀರ್ಘಾಲೋಚನೆಯಲ್ಲಿ ಬೀಳದೆ ಏರುಪೇರುಗಳಿಲ್ಲದ ಮೆಲು ದನಿಯಲ್ಲಿ ಅಭಿರಾಮಿ ಮಾತು ಶುರುಮಾಡಿದ್ದಳು. "ನಮ್ಮಪ್ಪ ಅಮ್ಮನಿಗೆ ನಾನೊಂದೇ ಮಗು ಸರ್. ನಾನು ಹುಟ್ಟಿ ಕೆಲವು ವರ್ಷಗಳಲ್ಲಿ ಅಪ್ಪ ಕಡಲಿಗೆ ಹೋದವನು ಮರಳಿ ಬಾರದೇ ಹೋಗಿದ್ದ. ಉಳಿದದ್ದು ಅಮ್ಮ ನಾನು ಇಬ್ಬರೇ. ಅಪ್ಪ ಇಲ್ಲದೆ ನಾನು ಎಲ್ಲ ಅಪ್ಪನಿಲ್ಲದ ಮಕ್ಕಳ ಹಾಗೆ ಕಷ್ಟಪಟ್ಟೆ. ಅದು ದೊಡ್ಡ ವಿಷಯವಲ್ಲ, ಯಾಕೆಂದರೆ ನನ್ನ ಬದುಕಿನ ಮೊದಲ ಹದಿನೈದು ವರ್ಷಗಳಲ್ಲಿ ನಾನು ಪಡೆದುಕೊಂಡಿದ್ದು ಅಪಾರ. ಮುಖ್ಯವಾಗಿ ಅಮ್ಮನ ಅಕ್ಕರೆ ಮತ್ತು ಪ್ರೀತಿ. ಅವಳಿಗೆ ಅದಿನ್ನೇನೋ ತನ್ನ ಮಗು ಎಲ್ಲವನ್ನೂ ಕಲಿಯಬೇಕು ಅನ್ನುವ ಆಸೆ. ಅಪ್ಪ ಇಲ್ಲದ ಮಗು, ಮುಂದೆ ಇದರಲ್ಲಿ ಯಾವುದಾದರೂ ಒಂದು ಉಪಯೋಗಕ್ಕೆ ಬರುತ್ತೆ ಅಂದುಕೊಂಡಳೋ, ಇಲ್ಲಾ ಅವಳು ಬಹುಬೇಗ ನನ್ನನ್ನು ಬಿಟ್ಟುಹೋಗಿಬಿಡುತ್ತಾಳೆಂದು

ಗಣಿಸಿ ಇಟ್ಟಿದ್ದಳೋ ಅವಳಿಗೇ ಗೊತ್ತು. ಅಂತೂ ಸಣ್ಣದಿರುವಾಗಲೇ ಅವಳು ನನ್ನನ್ನು ವೆಸ್ಟರ್ನ್ ಡ್ಯಾನ್ಸ್ ಕಲಿಯಲು ಕಳಿಸಿದ್ದಳು. ಆದರೆ ನಂಗೆ ಭರತನಾಟ್ಯವೇ ಇಷ್ಟವಾಗ್ತಿತ್ತು. ಅಮ್ಮನ ಬಳಿ ಹೇಳದೆ, ವೆಸ್ಟರ್ನ್ ಬದಲು ಭರತಂ ಕಲಿತೆ. ಮನೆಯ ಪಕ್ಕದಲ್ಲೇ ಚರ್ಚಿತ್ತು. ಅದರ ವಿಶಾಲ ಅಂಗಳದಲ್ಲಿ ಆಡುವುದೊಂದು ಖುಷಿಯಿತ್ತು. ಅಲ್ಲಿ ಹಾಡುತ್ತಿದ್ದ ಏಸುವಿನ ಹಾಡುಗಳ ಮೇಲೆ ಪ್ರೀತಿಯಿತ್ತು. ಹಾಗೇ ಹಾಡ್ತಾ ಹಾಡ್ತಾ ರಾಗ ಕೂಡಿತು. ಪಕ್ಕದ ಮನೆಯ ಅಣ್ಣ ಪೇಂಟಿಂಗ್ ಮಾಡುತ್ತಿದ್ದರು. ಕಾಂಪೋಂಡ್ ವಾಲ್‌ಗಳ ಮೇಲೆ ಚಿತ್ರ ಬರೆಯೋದು, ಬೋರ್ಡ್ ಬರೆಯೋದು, ನಾಟಕದ ಪರದೆ ಬರೆಯುವುದು ಹೀಗೆ ಏನೇನೋ ಮಾಡೋರು. ಅವರ ಜೊತೆ ಸೇರಿ ನಾನೂ ಪೇಂಟಿಂಗ್ ಕಲಿತೆ. ಅವರ ಬಳಿ ಆಟೋ ಇತ್ತು, ಹಾಗಾಗಿ ಆಟೋ ಓಡಿಸಲು ಕಲಿತೆ. ನಾನು ಕಲಿಯುತ್ತಿದ್ದೆನೋ ಇಲ್ಲವೋ, ಅಮ್ಮ ಯಾವಾಗಲೂ ಅದು ಇದು ಕಲಿ ಎಂದು ದುಂಬಾಲು ಬೀಳುತ್ತಲೇ ಇರುತ್ತಿದ್ದಳು. ಅವಳು ಯಾವತ್ತಿಗೂ ನನ್ನನ್ನು ಬೈದ ನೆನಪೇ ಆಗುವುದಿಲ್ಲ. ಅಂಥ ಅಮ್ಮ ನಾನು ಹತ್ತನೇ ಕ್ಲಾಸು ಎಕ್ಸಾಂ ಮುಗಿಸಿ ರಜೆಯಲ್ಲಿ ತುಂಬ ಸಂತೋಷವಾಗಿದ್ದಾಗ, ಹೀಗೇ ಚರ್ಚಿನಲ್ಲಿ ಆಟವಾಡುತ್ತ ಇದ್ದ ಒಂದು ಸಂಜೆ ಇದ್ದಕ್ಕಿದ್ದಂತೆ ಸತ್ತು ಹೋಗಿದ್ದಳು. ಅವಳಿಗೆ ಮೂರ್ನಾಲ್ಕು ದಿನಗಳಿಂದಲೇ ಜ್ವರವಿತ್ತು, ಆದರೂ ಕೆಲಸಕ್ಕೆ ಹೋಗಿದ್ದಳು. ಅಮ್ಮನಿಗೆ ಆಗಾಗ ಜ್ವರ ಬರುವುದು ಹೋಗುವುದು ಹೊಸತಂತೂ ಆಗಿರಲಿಲ್ಲ, ಆದರೆ ಆ ಸಾವು ನಾನು ಎಂದೂ ಊಹಿಸಿಯೇ ಇರದ ಒಂದಾಗಿತ್ತು. ಅಮ್ಮ ಸತ್ತ ಮೇಲೆ ನನಗೆ ಯಾರಿದ್ದರು? ಆಮೇಲೆಯೇ ನನ್ನ ಅತ್ಯಂತ ಕಷ್ಟದ ದಿನಗಳು ಶುರುವಾದದ್ದು. ಅಮ್ಮ ಸತ್ತ ಮೇಲೆ ನಾನು ಒಂಟಿಯಾದೆ, ಅಕ್ಷರಶಃ ಒಂಟಿ. ಆಗೆಲ್ಲ ಅಮ್ಮನ ನೆನಪಿನಲ್ಲಿ ಅಮ್ಮನ ಸೀರೆಯನ್ನು ಹೊದ್ದು ಮಲಗುತ್ತಿದ್ದೆ. ಆಮೇಲೆ ಅದನ್ನು ಉಟ್ಟೆ ಕಳ್ಳತನದಿಂದ. ನಿಧಾನಕ್ಕೆ ತಿಳಿಯಿತು, ಒಳಗೆ ಅಭಿರಾಮಿ ಅಡಗಿದ್ದಳು.

ಸಣ್ಣ ವಯಸ್ಸಿನಿಂದಲೇ ನನ್ನ ಬಿಳೀ ಮುಖ, ಕಪ್ಪು ಕಣ್ಣು, ಮಾತುಮಾತಿಗೆ ನಾಚುವುದನ್ನೆಲ್ಲ ನೋಡಿ ಓರಗೆಯ ಮಕ್ಕಳು ಹೆಣ್ಣಪ್ಪಿ ಎಂದು ರೇಗಿಸುತ್ತಿದ್ದುದಕ್ಕೆ ಹೊಸ ಅರ್ಥ ಸಿಕ್ಕಂತೆ ಬದುಕಿನ ದಿಕ್ಕು ಬದಲಾಗಿಬಿಟ್ಟಿತ್ತು. ಆಮೇಲಿನಿಂದ ಪಟ್ಟಿದ್ದು ಅಲ್ಪಸ್ವಲ್ಪ ಕಷ್ಟವಲ್ಲ ಸರ್, ನನಗೊಬ್ಬ ಮಾವನಿದ್ದ. ಅಮ್ಮನ ಅಣ್ಣ. ಅವನು ಮೊದಲೆಲ್ಲ ನಮ್ಮನ್ನು ಏನು ಅಂತಲೂ ಕೇಳದವನು, ಅಮ್ಮ ಸತ್ತ ಕೆಲದಿನಗಳ ಮೇಲೆ ಬಂದು ನನ್ನ ಜೊತೆ ಸೇರಿಕೊಂಡಿದ್ದ. ನನ್ನನ್ನು ಬಲಾತ್ಕಾರ ಮಾಡಿದ ಮೊದಲ ವ್ಯಕ್ತಿ ಅವನೇ. ಅದೂ ಸಾಲದೆಂಬಂತೆ ಆಗಾಗ ಅವನ ಗೆಳೆಯರನ್ನೂ ಮನೆಗೆ ಕರೆತಂದುಬಿಡುತ್ತಿದ್ದ. ಅವನಿಂದಾಗಿ ನಾನು ಬಹಳವೇ ಕಷ್ಟಪಟ್ಟೆ, ಅವನಿಂದಾಗಿ ಆದ ಒಂದೇ ಒಂದು ಉಪಯೋಗವೆಂದರೆ, ಸರಕಾರ ನಾವಿದ್ದ ಗುಡಿಸಲುಗಳನ್ನ ಕೆಡವಿದಾಗ ಅವನ ಹೆಸರಿನಲ್ಲಿ ಹೊಸಮನೆ ಕಟ್ಟಿಕೊಟ್ಟರು, ಹೊಸಮನೆಯಲ್ಲಿ ಮೂರು ದಿನ ಕೂಡ ಅವನು ಉಳಿಯಲಿಲ್ಲ. ಹಾಗಾಗಿ ಮನೆ ನನ್ನ ಪಾಲಿಗೆ ಬಂತು. ಒಂದುವೇಳೆ ಮನೆಯೊಂದು ಇಲ್ಲದೆ ಇದ್ದರೆ ನನಗೆ ಬಹಳ ಕಷ್ಟವಾಗಿರೋದು. ಈವಾಗ ನಾನು ಬೆಳಗ್ಗೆ ಪಾರ್ಥಸಾರಥಿ ದೇವಸ್ಥಾನದ ಬಳಿ ಹೂ ಮಾರುತ್ತೇನೆ. ನಾಟಕದ ಪರದೆ ಬರೆವ ಕೆಲಸವೋ, ಬೋರ್ಡ್ ಬರೆವ ಕೆಲಸವೋ ಸಿಕ್ಕಿದರೆ ತೆಗೆದುಕೊಳ್ತೇನೆ. ಆಗೀಗ ಮೀನೂ ಮಾರುತ್ತೇನೆ. ಇನ್ನು ಮನೆಯಲ್ಲಿ ಒಬ್ಬಳೇ ಇರುತ್ತೀನಲ್ಲ ಆಗ, ಬೇಸರಾದಾಗ ನರ್ತಿಸುತ್ತೇನೆ. ಮೊದಲು ಕೆಲವು

ಮಕ್ಕಳಿಗೆ ಇಲ್ಲೇ ಡ್ಯಾನ್ಸ್ ಹೇಳಿಕೊಡಲು ಟ್ರೈ ಮಾಡಿದೆ. ಆದರೆ ಎಲ್ಲಿ ಸರ್, ನಮ್ಮ ಹತ್ರ ಎಲ್ಲ ಕಳಿಸೋಕೆ ಜನ ಹಿಂದೆಮುಂದೆ ನೋಡ್ತಾರೆ. ಅದೇ ಕಷ್ಟ ಆದ್ರೂ ಕೆಲವು ಮಕ್ಕಳು ಬರ್ತಾರೆ ಆಗೀಗ ಅಷ್ಟೇ. ನಂದು ಅಭಿಪ್ರಾಯ ಇಷ್ಟೇ, ನಮ್ಮನ್ನು ಕೂಡ ಈ ಸಮಾಜ, ನಿಜವಾದ ನಾಗರಿಕ ಮನಸ್ಥಿತಿಯಿಂದ ನಾವಿರುವಂತೆ ಒಪ್ಪಿಕೊಳ್ಳಬೇಕು" ಅಂದಿದ್ದಳು...

ಅವಳು ಮಾಡಿಕೊಟ್ಟ ಕಾಫಿ ಗುಟುಕರಿಸುತ್ತಾ, ಅವಳ ಮಾತುಗಳನ್ನು ರೆಕಾರ್ಡ್ ಮಾಡಿಕೊಳ್ಳುತ್ತ, ಅವಳು ಕೈಯ್ಯಾಡಿಸುತ್ತ ಕಣ್ಣರಳಿಸುತ್ತ ಮಾತಾಡುವುದನ್ನು ಕಣ್ತುಂಬಿಕೊಳ್ಳುತ್ತ ಅವಳಿಗೆ ನಿಧಾನಕ್ಕೆ ಶರಣಾಗತೊಡಗಿದ್ದೆ.

ಅವಳು ಕಿಟಕಿಯ ಪಕ್ಕ ಕುಳಿತಿದ್ದಳು. ಅದೇ ಮಿಂದು ಬಂದ ಅವಳ ಕೂದಲು ಇನ್ನೂ ಒದ್ದೆಯಾಗಿತ್ತು. ಬಿಸಿಲು ಅವಳ ಕೆನ್ನೆಯ ಪಾರ್ಶ್ವವನ್ನು ಬೆಳಗಿಸಿತ್ತು. ಕೊನೆಯ ಮಾತುಗಳನ್ನು ಹೇಳುವಾಗ ಅವಳ ಕೈಗಳು ಕಿಟಕಿಯ ಸರಳುಗಳನ್ನು ಬಿಗಿದವು. ನಾನು ಒಡನೆಯೇ ಕ್ಯಾಮೆರಾ ಕ್ಲಿಕ್ಕಿಸಿದ್ದೆ. ನಂತರ ಕೆಲವು ನೃತ್ಯದ ಭಂಗಿಗಳಲ್ಲಿ ನಿಲ್ಲಿಸಿ ಹಲವು ಕೋನಗಳಲ್ಲಿ ಫೋಟೋಗಳನ್ನು ತೆಗೆದುಕೊಂಡು ಹೊರಟವನಿಗೆ ದಾರಿಯುದ್ದಕ್ಕೂ ಅವಳದ್ದೇ ನೆನಪು ಕಾಡಿತ್ತು. ಅವಳ ನಸುನಗು, ದನಿಯನ್ನು ಆದಷ್ಟೂ ತಗ್ಗಿಸಿ ಮಾತಾಡುವ ಪರಿ, ಮಾತಾಡುತ್ತ ಕೈಬೆರಳುಗಳನ್ನು ಮಾಟವಾಗಿ ತಿರುಗಿಸುತ್ತಿದ್ದ ರೀತಿ, ಅವಳು ಕತ್ತು ಕೊಂಕಿಸಿದಾಗೆಲ್ಲ ಅಲ್ಲಾಡುತ್ತ ಶ್ರದ್ಧೆ ಕೆಡಿಸುತ್ತಿದ್ದ ಅವಳ ಕಿವಿಯ ಝುಮುಕಿ, ಮುಖಕ್ಕೆ ಮುತ್ತುತ್ತಿದ್ದ ಒದ್ದೆ ಮುಂಗುರುಳು... ಅವಳ ಕುರಿತು ಬರೆಯುತ್ತ ಕೂತಾಗ, ಅವಳೇ ಎದುರು ಬಂದು ಕೂತಂತೆ ಅನಿಸಿತ್ತು. ಅಕ್ಕರೆಯಿಂದ ಆಸ್ಥೆಯಿಂದ ಬರೆದ ಲೇಖನ, ನಿಜಕ್ಕೂ ಸದ್ದು ಮಾಡಿತ್ತು. ನಡು ನಡುವೆ ಅದೂ ಇದು ಸಂದೇಹ ಕೇಳಲೆಂಬಂತೆ ಅವಳಿಗೆ ಕರೆ ಮಾಡುತ್ತ, ಕಡೆಗೆ ಲೇಖನ ಪ್ರಕಟವಾದುದರ ಕುರಿತು ಹಂಚಿಕೊಳ್ಳುತ್ತ ಅವಳಿಗೆ ಹತ್ತಿರವಾಗುವ ಒಂದೇ ಒಂದು ಅವಕಾಶವನ್ನೂ ತಪ್ಪಿಸಿಕೊಳ್ಳದಂತೆ ನಾನು ನೋಡಿಕೊಂಡಿದ್ದೆ. ನಾನು ಮೊದಲಿಗೆ ಅಭಿರಾಮಿಯ ಚೆಲುವಿಗೆ ಬೆರಗಾಗಿದ್ದೆ, ಆಮೇಲೆ ನಿಧಾನಕ್ಕೆ ಕರಗತೊಡಗಿದ್ದೆ, ಆದರೆ ಅವಳ ಮಾತು ನಡೆ ನುಡಿ ನಗು ಮತ್ತು ಪ್ರೇಮಮಯ ಹೃದಯಕ್ಕೆ ಸೋತು ಶರಣಾಗತೊಡಗಿದ್ದೆ. ಲೇಖನ ಪ್ರಕಟವಾದ ಮೇಲೆ ಅವಳ ಕುರಿತಾಗಿ ವಿಚಾರಿಸಿ ಅನೇಕ ಫೋನುಗಳು ಬಂದಿದ್ದವು, ಕೆಲವರು ತಮ್ಮ ಮಕ್ಕಳನ್ನು ಅವಳ ಬಳಿ ನೃತ್ಯ ಕಲಿಕೆಗೆ ಕಳಿಸಲು ಮುಂದೆ ಬಂದಿದ್ದರು. ಅದಕ್ಕಾಗಿ ನಾನೇ ಮುಂದೆ ನಿಂತು ಸ್ಥಳವೊಂದನ್ನು ಗೊತ್ತು ಮಾಡಿಕೊಟ್ಟಿದ್ದೆ. ಅದರ ಜೊತೆಗೆ ಶ್ರೀಕೃಷ್ಣ ದೇವಸ್ಥಾನದ ರಥೋತ್ಸವದಂದು ದೇವಸ್ಥಾನದಲ್ಲಿ ಬಂದು ನರ್ತಿಸುವಂತೆ ಅವಳಿಗೊಂದು ಸದವಕಾಶವೂ ಒದಗಿಬಂದಿತ್ತು. ಅಭಿರಾಮಿಯ ಬದುಕು ಸಣ್ಣಗೆ ಕವಲೊಡೆದು ಕುಡಿಯೊಡೆಯತೊಡಗಿತ್ತು, ಜೊತೆಗೆ ನಾನೂ.

ಅಭಿರಾಮಿ, ಎಂದೂ ಯಾವುದಕ್ಕೂ ನನ್ನನ್ನು ಆಗ್ರಹಿಸಲೇ ಇಲ್ಲ. ತನಗಾಗಿ ಏನನ್ನೂ ಕೇಳಲಿಲ್ಲ. ಅವಳ ಆಸೆಗಳಾದರೂ ಅದೆಷ್ಟು ಸಣ್ಣವಿದ್ದವು, ಆದರೆ ಅದನ್ನು ಪೂರೈಸಲಿಕ್ಕೂ ನನಗೆ ಬಹಳಷ್ಟು ಬಾರಿ ಹಿಂಜರಿಕೆ ಕಾಡುತ್ತಿತ್ತು. ಮೊದಲನೇ ತಡೆ ಆಫೀಸಿನಿಂದಲೇ ಶುರುವಾಗಿತ್ತು. "ಏನಪ್ಪ ಇತ್ತೀಚೆಗೆ ಒಂದೇ ಏರಿಯಾನ ಜಾಸ್ತಿ ಕವರ್ ಮಾಡ್ತಾ ಇರೋ

ಹಾಗಿದೆ" ಎಂದು ಸಣ್ಣ ರೇಗಿಸುವಿಕೆಯೊಂದಿಗೆ ಶುರು ಮಾಡಿದ ಗೆಳೆಯರು, "ಏನೋ ಇದು ಎಲ್ಲ ಬಿಟ್ಟು? ಆರ್ ಯು..." ಎಂದು ರಾಗವೆಳೆದಿದ್ದರು. "ಎ ಜಸ್ಟ್ ಫ್ರೆಂಡ್ ಕಣೋ, ಯಾಕೆ ಹಾಗಿರಬಾರ್ದೇನು?" ರೇಗಿದ್ದೆ ನಾನು. ಆದರೆ ನನ್ನ ಬೆನ್ನ ಹಿಂದೆ ಶುರುವಾದ ಗುಸುಗುಸು ಮಾತುಗಳೂ, ಎದುರೆದುರೇ ನಿಲ್ಲಿಸಿ ಪ್ರಶ್ನೆ ಕೇಳತೊಡಗಿದ ಗೆಳೆಯರು, ಸುಮ್ಮನೆ ಕುತೂಹಲದ ನೋಟವೊಂದನ್ನು ನನ್ನೆಡೆಗೆ ಹಾಯಿಸುತ್ತಿದ್ದ ಇನ್ನೂ ಕೆಲವರು... ಅಂತೂ ಇವ್ಯಾವುವೂ ನನ್ನನ್ನು ಅಭಿರಾಮಿಯ ಮೇಲಿನ ಸೆಳೆತದಿಂದ ಹಿಂತರಲಾರದೇ ಉಳಿದಿದ್ದವು. ಆದರೆ ಅವಳು ಆಸೆ ಪಟ್ಟಂತೆ ಬೀಚಿನಲ್ಲಿ ಕೈ ಹಿಡಿದು ನಡೆಯುವುದು, ಬೈಕಿನಲಿ ಬೆನ್ನು ತಬ್ಬಿ ಕೂತು ನಿರಾಳವಾಗಿ ಎಲ್ಲ ಪ್ರೇಮಿಗಳಂತೆ ಸುತ್ತುವುದು, ಸಿನಿಮಾಗೆ ಒಟ್ಟಿಗೇ ಹೋಗುವುದು... ಉಹೂಂ ಇದ್ಯಾವುದನ್ನೂ ನನ್ನಿಂದ ಅವಳು ಬಯಸಿದಷ್ಟು ಮಾತ್ರೆಯಲ್ಲಿ ನೆರವೇರಿಸಲಾಗಲೇ ಇಲ್ಲ. ಅಪರೂಪಕ್ಕೊಮ್ಮೆ ಅವಳನ್ನು ಡ್ಯಾನ್ಸ್ ಸ್ಕೂಲಿನ ತನಕ ಡ್ರಾಪ್ ಮಾಡುವುದು ಬಿಟ್ಟರೆ ನಾವು ಒಟ್ಟಿಗೆ ಒಂದೇ ಬೈಕಿನಲ್ಲಿ ಸುತ್ತುತ್ತಲೇ ಇರಲಿಲ್ಲ. ಯಾವಾಗಾದರೊಮ್ಮೆ ಮುಸ್ಸಂಜೆ ದಾಟಿ ಬೀಚಿಗೆ ಹೋಗಿ ಅಲ್ಲಿನ ಒದ್ದೆ ಮರಳಿನ ಮೇಲೆ ಕುಳಿತು ಕತ್ತಲಾಗುವುದನ್ನು ಕಾಯುತ್ತ ಕೂರುವುದು, ಕತ್ತಲಿನ ಮೌನದಲ್ಲಿ ಕಡಲ ಅಲೆಗಳ ಮೊರೆತವನ್ನು ಕೇಳುತ್ತ ಸುಮ್ಮನೆ ಕೂರುವುದು ಅಭಿರಾಮಿಗೆ ತುಂಬ ಇಷ್ಟವಾಗುತ್ತಿತ್ತು. ಅದೇ ರೀತಿ ಕೂತಿದ್ದ ಒಂದು ರಾತ್ರಿ ಯಾರೋ ಒಬ್ಬಾತ, "ದೊರೆ, ನಿಂದಾದ ಮೇಲೆ ಕಳಿಸ್ತೀಯೇನಪ್ಪಾ ನಮ್ಮೆಡೆ" ಎಂದು ವಿಕೃತ ನಗೆಯೊಂದಿಗೆ ಕೇಳಿದ್ದ. ಅದೇ ಆಗಿನ್ನೂ ಕಾಲುತೋಯಿಸಿದ ಕಡಲ ತೆರೆಗಳನ್ನು ನೋಡಿ "ಈ ದಡದ ಮೇಲೆ ಎಷ್ಟು ಪ್ರೀತಿಯಿರಬೇಕು ಇವಕ್ಕೆ, ಮತ್ತೆ ಮತ್ತೆ ಬರ್ತಾನೇ ಇವೆ ನೋಡು" ಎಂದು ಉದ್ಗರಿಸಿ ಕುಳಿತಿದ್ದ ಅಭಿರಾಮಿ ಅವನ ಮಾತಿಗೆ ಮುಖ ಸಣ್ಣದು ಮಾಡಿಕೊಂಡು "ಆದರೆ ಇದೇ ನೋಡು ನಮ್ಮ ಜಗತ್ತು" ಎಂದು ಸಣ್ಣಗೆ ಭಾರವಾದ ದನಿಯಲ್ಲಿ ಹೇಳಿದ್ದಳು. ಆದರೆ ಆ ಅವನನ್ನು ಎದ್ದು ಬಯ್ಯಲೋ ಅಥವಾ ಮತ್ತೇನೋ ಅನ್ನಲೋ ನಾನೇಕೆ ಮುಂದಾಗಲಿಲ್ಲವೆಂದು ಇವತ್ತಿಗೂ ನನಗೆ ತಿಳಿಯುವುದಿಲ್ಲ. ಬದಲಾಗಿ ನಾನು "ನಡಿ ಅಭಿರಾಮಿ, ಅದಕ್ಕೇ ಹೇಳೊದು ನಿಂಗೆ ಇದೆಲ್ಲ ಸೇಫಾದ ಸ್ಥಳ ಅಲ್ಲ ಅಂತ" ಎಂದು ಎದ್ದು ಹೊರಡಿಸಿದ್ದೆ. ಅಭಿರಾಮಿ ಮಾತಾಡಿರಲಿಲ್ಲ. ಇನ್ನು ಅವಳ ಮನೆಗೂ ಹೋಗುವಂತಿರಲಿಲ್ಲ. ಅಲ್ಲಿಗೆ ಹೋದರೆ ಅಕ್ಕಪಕ್ಕದ ಮನೆಯವರು ತಗಾದೆ ಎತ್ತುವುದಿತ್ತು. ಹಾಗಾಗಿ, ನಮಗೆ ಒಟ್ಟಿಗೇ ಕೂತು ಕಳೆಯಲೊಂದಿಷ್ಟು ಸ್ವಂತ ಸಮಯ ಎಂಬುದು ದೊಡ್ಡ ಸವಾಲಿನ ವಿಷಯವಾಗಿತ್ತು. ನಮಗಿದ್ದ ಒಂದೇ ಆಸರೆ ಫೋನ್. ಕೆಲಸದ ನಡುವಿನ ಬಿಡುವಿನ ವೇಳೆ ಅವಳ ಜೊತೆ ಮಾತಾಡಬಹುದಿತ್ತು. ಉಳಿದಂತೆ ಅವಳು ನನಗೆ ದಂಡಿ ದಂಡಿ ಮೆಸೇಜು ಕಳಿಸುತ್ತಿದ್ದಳು. ಜೋಪಾನ, ಹೊರಗೆ ಬಿಸಿಲು, ನೀರು ಕುಡಿ, ಜ್ಯೂಸ್ ಕುಡಿ, ಹೆಲ್ಮೆಟ್ ಹಾಕ್ಕೋ, ಗಾಡಿಲಿ ಜೋಪಾನ ಇಂಥವೇ ತಾಯ್ಗರುಳಿನ ಮೆಸೇಜುಗಳು. ತನಗಾಗಿ ಅವಳು ಕೇಳಿದ್ದೆಂದರೆ ನನ್ನದೊಂದಿಷ್ಟು ಸಮಯ ಮಾತ್ರವೇ. ಆದರೆ ಅದುವೇ ದುಬಾರಿಯೆನಿಸುತ್ತಿತ್ತು. ಹೀಗೆ ಸಮಯ ಕಳೆಯುತ್ತಾ ಅಷ್ಟರಲ್ಲಾಗಲೇ ನಮ್ಮ ಭೇಟಿಯಾಗಿ ಮೂರ್ನಾಲ್ಕು ತಿಂಗಳು ಕಳೆದಿದ್ದವು. ಈ ಅವಧಿಯಲ್ಲಿ ಇಬ್ಬರ ನಡುವೆ ಹೇಳತಿಳಿಯದ ಸೆಳೆತ ಬೆಳೆದಿತ್ತು. ನಾವಿಬ್ಬರೂ ಬೆಂಕಿಯಂತೆಯೂ, ಗಾಳಿಯಂತೆಯೂ ಒಬ್ಬರಿಗಾಗೊಬ್ಬರು ತುಡಿಯುತ್ತಿದ್ದೆವು, ಆಗ ಬಂದಿತ್ತು ಚಿತ್ರಾ ಪೌರ್ಣಮಿಯ ಕೂವಗಂ ಜಾತ್ರೆ.

"ಅಭಿರಾಮಿ, ನಾವು ಕೂವಗಂ ಫೆಸ್ಟ್ ನೋಡಲು ಹೋಗೋಣವೇ?" ನಾನು ಅವಳನ್ನು ಡ್ಯಾನ್ಸ್ ಕ್ಲಾಸಿನಲ್ಲಿ ಭೇಟಿಯಾಗಿ ಕೇಳಿದ್ದೆ. ಅದನ್ನು ಕೇಳಿದ್ದೇ ಅವಳ ಕಾಲುಗಳಿಗೆ ಎಲ್ಲಿಲ್ಲದ ಹುರುಪು ತುಂಬಿ ಆಕೆಯ ನಡೆಯೇ ನೃತ್ಯದ ಲಾಘವ ಪಡೆದಿತ್ತು ಕೆನ್ನೆಗಳು ಕೆಂಪಡರಿ, ಕಂಗಳು ಬೆಳಗಿದ್ದವು. ಅವಳ ಆ ಸಂಭ್ರಮವನ್ನು ಮನಸಾ ಸಂಭ್ರಮಿಸಿದ್ದೆ. ನಾನು ಮೊದಲೇ ನಿರ್ಧರಿಸಿಯೇ ಬಂದಿದ್ದೆ. ನನಗೆ ಅವಳೊಡನೆ ಯಾವ ತಕರಾರಿಲ್ಲದೆ ಸಮಯ ಕಳೆಯಬಹುದಿತ್ತು ಮತ್ತು ನನಗೂ ಕೂವಗಂ ಫೆಸ್ಟಿವಲ್‌ನ ಬಗೆ ಒಂದೊಳ್ಳೆ ಸ್ಟೋರಿ ಮಾಡಬಹುದಿತ್ತು. ಹಾಗೆ ನಾವಿಬ್ಬರೂ ಚೆನ್ನೈನಿಂದ ಪಾಂಡಿಚೆರಿಯ ಕಡೆ ಹೊರಟಾಗ ಅಭಿರಾಮಿ ಮತ್ತಷ್ಟು ಸಂಭ್ರಮಿಸಿದ್ದಳು. ಅದು ಶುದ್ಧ ಮಗು ಸಂಭ್ರಮ. ಅವಳ ಒಂದೊಂದು ಚಲನೆಯಲ್ಲೂ ಅದು ಢಾಳಾಗಿ ವ್ಯಕ್ತವಾಗುತ್ತಿತ್ತು. ಯಾಕೆಂದರೆ ಅದು ನಾವು ಕೈಗೊಂಡ ಮೊದಲನೇ ದೂರ ಪ್ರಯಾಣವಾಗಿತ್ತು. ಅವಳಿಗೆ ಕೂವಗಂ ಜಾತ್ರೆಗೆ ಹೋಗಬೇಕೆಂಬ ಆಸೆಯೇನೂ ಇರಲಿಲ್ಲ, ಆದರೆ ಅದು ಕೂವಗಂ ಅಲ್ಲ. ಬೇರೆಲ್ಲಿಗೇ ಆಗಿದ್ದರೂ, ಕಡೆಗೆ ಸಾಯಲಿಕ್ಕೇ ಆಗಿದ್ದರೂ ಅಭಿರಾಮಿ ಇಷ್ಟೇ ಸಂಭ್ರಮದಿಂದ ನನ್ನೊಡನೆ ಬರುತ್ತಿದ್ದಳೆಂಬುವುದರಲ್ಲಿ ಸಂದೇಹವಿರಲಿಲ್ಲ. ಅವಳ ಬಹುದೊಡ್ಡ ಆಸೆಯಾಗಿತ್ತದು. ಹೀಗೆ ನನ್ನೊಡನೆ ಕೇಳುವವರ ಹಂಗಿಲ್ಲದೆ, ಕೆಲವು ಸಮಯ ಯಾವ ಗಡಿಬಿಡಿಯಿಲ್ಲದೆ ಅವಳಷ್ಟಕ್ಕೆ ಅವಳಾಗಿ ಇರುವ ಸಮಯ. ಅದಕ್ಕಾಗಿ ಅಭಿರಾಮಿ ಹಂಬಲಿಸಿ ಕಾದಿದ್ದಳು, ಹಾಗಾಗಿ ಈ ಸಣ್ಣದೊಂದು ದೂರ ಪ್ರಯಾಣಕ್ಕೆ ಅಷ್ಟೊಂದು ಬೆಲೆಯಿತ್ತು. ಅದೇ ಮೊದಲ ಬಾರಿ ಅಭಿರಾಮಿ ನನ್ನನ್ನು ಒತ್ತಿದಂತೆ ಕುಳಿತುಕೊಂಡಿದ್ದಳು. ಅವಳ ತಲೆ ಸಣ್ಣಗೆ ವಾಲಿ ನನ್ನ ತೋಳಿನ ಮೇಲೆ ಒರಗಿದ ಹಾಗೆ ಇತ್ತು "ರಾಸ, ಈ ಪ್ರಯಾಣ ಮುಗಿಯಲೇ ಬಾರದೆಂದು ನನಗೆ ಅನಿಸುತ್ತಿದೆ. ನನ್ನ ಬಹುದಿನಗಳ ಆಸೆ ಇದು, ಹೀಗೆ ನಿನ್ನೊಂದಿಗೆ ನಿನ್ನ ರಾಸಾತಿಯಾಗಿ ಹೀಗೊಂದು ಪ್ರಯಾಣ ಮಾಡುವುದು. ನಿಜಕ್ಕೂ ನಾ ಅಂದುಕೊಂಡೇ ಇರಲಿಲ್ಲ, ನೀ ನನ್ನ ಹೀಗೆ ಕರಕೊಂಡು ಬರಬಹುದು ಅಂತ. ತುಂಬ ಥ್ಯಾಂಕ್ಸ್ ರಾಸ, ಇದಕ್ಕೆ ಮತ್ತು ಎಲ್ಲದಕ್ಕೂ..." ಅಭಿರಾಮಿ ಹೀಗನ್ನುವಾಗ ಅವಳ ದನಿ ಕಟ್ಟಿ ಗೊಗ್ಗರಾಯ್ತು. ಮೊದಲಬಾರಿ ಹೀಗೆ ಒಮ್ಮೆ ಥ್ಯಾಂಕ್ಸ್ ಹೇಳಿದಾಗ ಇದ್ದ ಅದೇ ತೀವ್ರತೆ ಬಹುಶಃ ಅದಕ್ಕೂ ಹೆಚ್ಚಿನದೆನ್ನಬೇಕು ಈಗಲೂ ಇತ್ತು. ಅವಳಿಗೆ ನನ್ನ ಮೇಲೆ ಪ್ರೇಮದಷ್ಟೇ ನನ್ನಿಯಿತ್ತು.

ಅಭಿರಾಮಿ ನನ್ನನ್ನು ಪ್ರೇಮದಿಂದ ರಾಸ ಅನ್ನುತ್ತಿದ್ದಳು. ಅಭಿರಾಮಿ ಹಾಗನ್ನುವಾಗ ನಾನು ನನ್ನ ಭುಜಕ್ಕೆ ವಾಲಿಕೊಂಡಿದ್ದ ಅವಳ ತಲೆಯನ್ನು ನೇವರಿಸಿದ್ದೆ. ಅವಳು ಅತೀವ ತೀವ್ರತೆಯೊಂದಿಗೆ ನನ್ನ ತೋಳನ್ನು ಒತ್ತಿದ್ದಳು. ಆಗ ಅವಳ ಕಂಗಳು ಆರ್ದ್ರವಾಗಿದ್ದವು. ಈ ನಾಲ್ಕು ತಿಂಗಳಲ್ಲಿ ನಾವು ಆಗೀಗ ಕೆಲವು ಸಂಜೆಗಳನ್ನು ಒಟ್ಟಿಗೆ ಕಳೆಯುತ್ತ, ಫೋನಿನಲ್ಲಿ ಮಾತಾಡುತ್ತ ಮೆಸೇಜು ಮಾಡುತ್ತ, ಪರಸ್ಪರ ನೆನಪಿನಲ್ಲಿ ಕಳೆದುಹೋಗುತ್ತ ಮೊದಲೇ ಅದು ಅಲ್ಲಿ ಇತ್ತು. ನಮ್ಮ ನಡುವೆ ಯಾವಾಗಲೋ ಇತ್ತು ಎಂಬಂತೆ ಪ್ರೇಮದ ತೆರೆಯೊಳಗೆ ಮರೆಯಾಗುತ್ತ ಸಾಗಿದ್ದೆವು. ಇನ್ನು ಅವಳೋ... ಅವಳ ಬದುಕಿನಲ್ಲಿ ಖರ್ಚಾಗದೇ ಉಳಿದ ಅಷ್ಟೂ ಪ್ರೇಮ ನನ್ನೆಡೆಗೆ ಸ್ಫುರಿಸಿ ಅದು ಅವಳ ಹೃದಯದಲಿ ಜಮೆಗೊಳ್ಳುತ್ತ, ಜಮೆಗೊಳ್ಳುತ್ತ, ಅವಳ ಪ್ರತಿಯೊಂದು ಮಾತಿನಲಿ, ಮೌನದಲಿ, ಅವಳ ಪ್ರತಿ ಚಲನೆಯಲ್ಲೂ ಪ್ರಕಟಗೊಳ್ಳುತ್ತ

ಅಭಿರಾಮಿ ನನ್ನನ್ನು ಜೀವದಂತೆ ಅಥವಾ ಜೀವಕ್ಕೂ ಮಿಗಿಲಾಗಿ ಪ್ರೀತಿಸತೊಡಗಿದ್ದಳು. ಅವಳು ನನ್ನನ್ನು ಉಸಿರಿನಲಿ ಹೊಸೆದುಕೊಂಡು ಬಿಟ್ಟಿದ್ದಳು. ಅವಳ ಸುತ್ತಲಿನ ಜಗತ್ತೆಲ್ಲ ಅವಳ ಕಂಗಳಿಂದ ಮರೆಯಾಗಿ ಅವಳು ಒಂದು ವೃತ್ತದೊಳಗೆ ಬಯಸಿ ಬಯಸಿ ಬಂಧಿಯಾಗಿದ್ದಳು. ಅವಳ ಮನಸು, ಹೃದಯ, ಬದುಕು ಎಲ್ಲವೂ ನನ್ನ ಸುತ್ತಲೇ ಸುತ್ತತೊಡಗಿತ್ತು. "ನೀ ನನ್ನ ಉಸಿರಂತೆ ರಾಸ" ಎಂದು ಅವಳು ಹೇಳುವಾಗೆಲ್ಲ ಅದರಲ್ಲಿ ಯಾವ ಉತ್ಪ್ರೇಕ್ಷೆಯೂ ಕಾಣುತ್ತಿರಲಿಲ್ಲ. ಬಹುಶಃ ಇದಕ್ಕೇ ನನಗೆ ಭಯವಾಗುತ್ತಿತ್ತು. ಅವಳು ತನ್ನ ಹೃದಯದೊಳಗೆ ಅದಿನ್ನೆಷ್ಟು ಕನಸುಗಳನು ಹುಗಿದಿರಿಸಿದ್ದಳೋ ಏನೋ, ನಾನು ತಿಳಿದೋ ತಿಳಿಯದೆಯೋ ಅವಳ ಕನಸಿನ ತಿಜೋರಿಗೆ ಕೈಯಿಟ್ಟಿದ್ದೆ. ಅವಳು ಗಂಧರ್ವಲೋಕದ ಶಾಪಗ್ರಸ್ಥ ಅಪ್ಸರೆಯಂತೆ ಎಲ್ಲಿಗೂ ಸಲ್ಲದವಳಾಗಿ, ಒಂದು ಸಾಮಾನ್ಯ ಬದುಕಿನ ಕನಸೇ ಒಂದು ಅಸಾಮಾನ್ಯವಾದ, ಕೈಗೆಟುಕಲಾರದ ಕನಸಾಗಿ ಬಿಟ್ಟ ದುರಂತವನ್ನು ಎದೆಯೊಳಗೆ ಬೈತಿರಿಸಿಕೊಂಡು ಸುಮ್ಮನೆ ಬದುಕುತ್ತಿದ್ದವಳು. ಅವಳ ಹೃದಯದ ಬಾಗಿಲನು ತಟ್ಟುವುದು ಮತ್ತು ಅಲ್ಲಿ ಬೆಳಕು ಹಚ್ಚುವ ಮಾತಾಡುವುದು ಎರಡೂ ಅವಳ ಪಾಲಿಗೆ ಅಪಾರವಾದದ್ದು. ಅಭಿರಾಮಿಯನ್ನು ನಾನು ಪ್ರೀತಿಸಬಾರದಿತ್ತು.

ತನ್ನ ಏಕಾಂತದೊಡನೆ ರಾಜಿ ಮಾಡಿಕೊಂಡಿದ್ದವಳ ಮೌನ ಮುರಿದವನು ನಾನು. ಈಗ ಅವಳ ಸಣ್ಣ ಪುಟ್ಟ ಕನಸುಗಳನ್ನೂ ಈಡೇರಿಸಲಾರದೇ ತಪ್ಪಿಸಿಕೊಳ್ಳುವುದು ಎಂಥ ದೊಡ್ಡ ಅಪರಾಧ. ಅವಳ ಬದುಕಿನ ಎಲ್ಲ ದುರಂತಗಳಿಗಿಂತ ದೊಡ್ಡ ದುರಂತ ಇದೇ ಇರಬೇಕು.

"ರಾಸ, ನನಗೆ ಏನು ಆಸೆ ಗೊತ್ತಾ, ನಮ್ಮನ್ನು ಕೇಳುವವರಿಲ್ಲದೆ ನಾವು ಒಬ್ಬರ ಕೈಯೊಬ್ಬರು ಹಿಡಿದುಕೊಂಡು ಬೀಚಿನಲ್ಲಿ ಸುತ್ತಾಡಬೇಕು. ನಿನ್ನ ಜೊತೆ ಬೈಕಿನಲ್ಲಿ ತೋಳು ಬಳಸಿ ಹಿಡಿದು ಕೂತು ಲಾಂಗ್ ರೈಡ್ ಹೋಗಬೇಕು. ನಿನ್ನ ತೋಳು ತಬ್ಬಿಕೊಂಡು ಕುಳಿತು ಸಿನಿಮಾ ನೋಡಬೇಕು, ಮ್... ಮತ್ತೇ, ನೀನು ಕೆಲಸ ಮುಗಿಸಿ ಮನೆಗೆ ಬರುವಾಗ ನಾನು ನಿಂಗೋಸ್ಕರ ಕಾಯ್ತಾ ಇರಬೇಕು, ನಿನ್ನ ಆಫೀಸಿಗೆ ಕಳಿಸೋಕೆ ನಿನ್ನ ಡ್ರೆಸ್ ಎಲ್ಲ ನಾನೇ ರೆಡಿ ಮಾಡಿ ಕೊಡ್ಬೇಕು, ಮ್.. ರಾತ್ರಿ ನಿನ್ನ ಕೆಲಸದ ದಣಿವೆಲ್ಲ ನೀಗೋ ಹಾಗೆ ಕೈಕಾಲೆಲ್ಲ ಒತ್ತಿ, ಆಮೇಲೆ... ಆಮೇಲೆ..." ಅವಳು ಹಾಗೇ ಮಾತಾಡುತ್ತ ಮಾತಾಡುತ್ತ ಉದ್ವೇಗಕ್ಕೊಳಗಾಗುತ್ತಿದ್ದಳು. "ರಾಸ, ನಿಂಗೆ ಹೀಗೆಲ್ಲ ಆಸೆಯಿಲ್ವಾ?" ಮಾತಿನ ನಡುವೆಯೇ ಅವಳು ತಟ್ಟನೆ ನನ್ನತ್ತ ತಿರುಗುತ್ತಿದ್ದಳು. "ನಂಗೂ ಇಷ್ಟ ರಾಸಾತಿ" ನಾನು ಅವಳ ಮಾತಿಗೆ ಸಣ್ಣಗೆ ನಗುತ್ತಿದ್ದೆ.

"ಮ್ಮ್... ಮತ್ತ?" ಅವಳು ತುಂಟ ನಗುವಿನೊಂದಿಗೆ ಕಣ್ಣರಳಿಸುತ್ತಿದ್ದಳು.

"ಲವ್ ಯು" ನಾನನ್ನುತ್ತಿದ್ದೆ.

"ತ್ತುಂಬ್ಬ....." ಅವಳು ತೋಳುಚಾಚಿ ಆಗಸವನ್ನೇ ತುಂಬಿಕೊಳ್ಳುವಂತೆ ಹಿಂದಕ್ಕೆ ವಾಲಿ ಕಣ್ಣುಮುಚ್ಚಿ ತುಟಿಯುಬ್ಬಿಸುತ್ತಿದ್ದಳು.

"ಭಗವಂತ ಎಷ್ಟು ಚೆಲುವೆ! ಚೆಲುವೆ!" ನಾನು ಅವಳನ್ನು ನೋಡುತ್ತ ಉದ್ಗರಿಸುತ್ತಿದ್ದೆ. ಅವಳು ಒಡನೆಯೇ "ಸುಳ್ಳ ನೀನು" ಎಂದು ನಿರಾಕರಿಸುತ್ತಿದ್ದಳು.

ಅಭಿರಾಮಿಯ ಆಸೆಗಳು ಎಷ್ಟು ಸಣ್ಣವಿದ್ದವು. ಒಬ್ಬ ಹೆಂಡತಿ ತನ್ನ ಗಂಡನಿಗೆ ಮಾಡಬಹುದಾದ ದಿನನಿತ್ಯದ ಕೆಲಸಗಳು. ಕಾಲಾಂತರದಲಿ ರೇಜಿಗೆಯೆನಿಸಿ ಬಿಡಬಹುದಾದ ಅವವೇ ನಿತ್ಯಕರ್ಮಗಳು! ಅವನ್ನೇ ಅಷ್ಟು ಅಮೂಲ್ಯವೆಂಬಂತೆ ಉದ್ಗರಿಸಿ ಉಚ್ಚರಿಸುತ್ತಾಳೆ. ಅವಳ ಅಸೀಮ ಪ್ರೇಮಕ್ಕೆ ಬದಲಾಗಿ ನನ್ನಿಂದ ಏನನ್ನಾದರೂ ತಿರುಗಿ ಕೊಡಲಾದೀತೆ ಅಂದರೆ ಏನನ್ನು? ಅಭಿರಾಮಿಯ ಮೇಲೆ ನನಗೂ ಪ್ರೇಮವಿತ್ತು. ಅವಳಷ್ಟೇ ಪ್ರೇಮವಿತ್ತು. ಆದರೆ ನನ್ನ ಜಗತ್ತು ಬೇರೆಯದೇ ಇತ್ತು...

ಅವಳ ಪ್ರೇಮದ ಮಾತುಗಳಿಗೆ, ಅವಳ ಪುಟ್ಟ ಪುಟ್ಟ ಕನಸುಗಳಿಗೆ, ಅವಳ ಮಕ್ಕಳಂಥ ಸರಾಸರಿ ಬೇಡಿಕೆಗಳಿಗೆ ಅವಳು ಬಯಸಿದಂತೆ ಸ್ಪಂದಿಸಲು ಎಂದಿಗೂ ನನ್ನಿಂದ ಆಗಿರಲಿಲ್ಲ. ಅವಳು ಧಾರಾಳಿ, ಅವಳು ನನ್ನ ಮೇಲಿನ ಪ್ರೀತಿಯನ್ನು ಕವಿತೆ ಯಾಗಿಸುತ್ತಿದ್ದಳು, ಹಾಡಾಗಿ ಹರಿಸುತ್ತಿದ್ದಳು, ಚಿಕ್ಕ ಚಿಕ್ಕ ವಿಷಯಗಳಲ್ಲೂ ಅಪಾರ ಕಾಳಜಿ ತೋರುತ್ತಿದ್ದಳು. ಅವಳ ಈ ಎಲ್ಲ ಧಾರಾಳತೆಗೂ ಒಂದೇ ಉತ್ತರವೆಂಬಂತೆ ನಾನು, "ತುಂಬ ಲವ್ಯೂ, ರಾಸಾತಿ" ಅನ್ನುತ್ತಿದ್ದೆ. ಹೆಚ್ಚೆಂದರೆ ಒಮ್ಮೊಮ್ಮೆ ಅವಳ ಹಾಗೇ ಆಗಸಕೆ ಕೈ ಚಾಚಿ "ತ್ತುಂಬ್ಬ" ಅನ್ನುತ್ತಿದ್ದೆ.

ನಂತರದ ದಾರಿಯಲ್ಲಿ ಅಭಿರಾಮಿ ಹೆಚ್ಚು ಮಾತಾಡಿರಲಿಲ್ಲ. ಅವಳ ಮನಸು ಕಾರಿನ ವೇಗದ ಏರಿಳಿತದಂತೆ ಏರಿಳಿಯುತ್ತಿದ್ದಿರಬೇಕು, ಅವಳ ಅರೆ ಮುಚ್ಚಿದ ಕಣ್ಣುಗಳು ವಾಸ್ತವವನ್ನು ಅರಗಿಸಿಕೊಳ್ಳುವ ಯತ್ನದಲ್ಲಿದ್ದಿರಬೇಕು, ನನ್ನ ಭುಜದ ಮೇಲೆ ಒರಗಿದ್ದ ಅವಳ ತಲೆ ದಶಕಗಳ ಭಾರವನ್ನು ಇಳಿಸಿಟ್ಟಿರಬೇಕು, ನನ್ನ ತೋಳನ್ನು ಹಿಡಿದುಕೊಂಡಿದ್ದ ಅವಳ ಕೈಗಳು ತನ್ನ ಕನಸನ್ನು ನಿರಂತರವಾಗಿ ತನ್ನೊಂದಿಗೇ ಉಳಿಸಿಕೊಳ್ಳುವ ಧಾವಂತದಲಿ ಪರಿತಪಿಸುತ್ತಿದ್ದಿರಬೇಕು. ಅಭಿರಾಮಿ ಮೌನವಾಗಿದ್ದಳು ನಾವು ಹೋಟೆಲ್ ತಲುಪುವವರೆಗೂ.

"ಏ ರಾಸ, ಎಷ್ಟು ಚೆಂದ ಇದೆ, ಕಿಟಕಿ ತೆರೆದರೆ ಸಮುದ್ರ ಕಾಣಿಸುತ್ತೆ. ರಾತ್ರಿಯಲ್ಲಿ ಸಮುದ್ರ ತುಂಬ ಚೆಲುವಾಗಿರುತ್ತೆ. ಏ, ಇವತ್ತು ರಾತ್ರಿ ಅಲ್ಲಿಗೆ ಹೋಗೋಣ್ವಾ?" ಹೋಟೆಲ್‌ನಲ್ಲಿ ರೂಂ ಸೇರಿದೊಡನೆ ಅಭಿರಾಮಿ ಹತ್ತಿರ ಬಂದು ಅನುನಯಿಸುವಂತೆ ಕೇಳಿದ್ದಳು. ಅವಳ ಉಸಿರಿನ ಕಾವು ಕೆನ್ನೆಗೆ ತಲುಪಿ ಕಿವಿ ಬೆಚ್ಚಗಾಗಿತ್ತು. "ನನ್ನ ರಾಸಾತಿ ಹೇಗೆ ಹೇಳಿದರೆ ಹಾಗೆ" ನಾನು ಅವಳ ಕಿವಿಯಲ್ಲಿ ಪಿಸುಗುಟ್ಟಿದಂತೆ ಹೇಳಿದ್ದೆ. ನನ್ನ ಕೈಗಳನು ಹಿಡಿದಿದ್ದ ಅವಳ ಕೈಗಳು ಒಡನೇ ಬಿಗಿಯಾಗಿದ್ದವು. ಅವಳ ತಲೆ ತಗ್ಗಿ, ಅವಳ ಕಂಗಳು ನೆಲಕ್ಕೆ ಬಾಗಿದ್ದವು.

"ರಾಸಾತಿ, ಲವ್ ಯು... ತ್ತುಂಬ್ಬ" ನಾನು ಮತ್ತೆ ಪಿಸುಗುಟ್ಟಿದ್ದೆ. ಆ ಕ್ಷಣವೇ ಅಭಿರಾಮಿ ಅಪ್ಸರೆಯಾಗಿದ್ದಳು.

ಭಗವಂತನ ಸೃಷ್ಟಿಯಲ್ಲಿ ಅತ್ಯಂತ ಅಪೂರ್ವವಾದದ್ದು ಈ ಕಿನ್ನರಿಗಳ ಸೃಷ್ಟಿಯೇ ಇರಬೇಕು. ಕಿನ್ನರಿಯ ದೇಹದಲ್ಲಿ ಗಂಡಿನ ಕಸುವು, ಹೆಣ್ಣಿನ ಲಾಲಿತ್ಯ ಎರಡೂ ಮೇಳೈಸಿ ಅದು ಸೃಷ್ಟಿಯ ಸೌಂದರ್ಯಕ್ಕೆ ಎಸೆದ ಸವಾಲಾಗಿತ್ತು. ಅದಕ್ಕೇ ಇರಬೇಕು, ಜಗತ್ತು ಅವರ

ಪಾಲಿಗೆ ನಿರ್ದಯವಾಗಿ ನಡೆದುಕೊಳ್ಳುತ್ತಿರುವುದು! ನಮ್ಮ ಎದುರಾಳಿಯನ್ನು ದೈಹಿಕವಾಗಿ ಸೋಲಿಸುವುದು ಕಷ್ಟವೆನಿಸಿದರೆ ಮೊದಲು ಆತನ ಮನಸನ್ನು ಒಡೆದುಬಿಡಬೇಕು. ಅವನ ಆತ್ಮವನ್ನು ತಾಕಬೇಕು, ಕಲುಷಿತಗೊಳಿಸಬೇಕು. ಹಾಗಾಗಿಬಿಟ್ಟರೆ ಬೇರೇನೂ ಮಾಡದೆಯೇ ಅವನು ಸೋಲುತ್ತಾನೆ. ನನ್ನ ಅಭಿರಾಮಿಯ ಸ್ಪರ್ಶದಲ್ಲಿ ಅದೆಷ್ಟು ಪ್ರೇಮವಿತ್ತು ಅವಳು ಒಲಿಯುತ್ತ ಒಲಿಸುತ್ತ, ಮಣಿಸುತ್ತ ಮಣಿಯುತ್ತ ನನ್ನನ್ನು ಅಪರೂಪದ ಲೋಕಕ್ಕೆ ಸೆಳೆದೊಯ್ದಳು. ನನ್ನ ತೆಕ್ಕೆಯಲ್ಲಿ ಶರಣಾಗಿ ಕಣ್ಣೀರಾದಳು. "ಇದು ನಿಜವೇ? ಹೀಗೆ ಇಷ್ಟು ಪ್ರೇಮದಿಂದ ನನ್ನನ್ನು ಮುಟ್ಟಿದ ಒಂದು ಕೈಯನ್ನೂ ನಾನರಿಯೆ, ನನ್ನನ್ನು ಬಲಾತ್ಕರಿಸಿದ ಯಾರಿಗೂ ನನ್ನಲ್ಲಿ ಒಂದು ಆತ್ಮ ಇರುವುದು ಕಂಡಂತಿಲ್ಲ. ನಾನು ಕೂಡ ಒಮ್ಮೆಯೂ ಯಾರ ಕೈಯೊಳಗೂ ಹೀಗೆ ಅರಳಿಯೇ ಇಲ್ಲ. ನಾನು ಎಂದಿಗೂ ಅರಳಲಾರದವಳೆಂದೇ ಬಗೆದಿದ್ದೆ. ಹಾಗೆ ನನ್ನ ಮೇಲೆ ಬಲಾತ್ಕಾರಗಳು ನಡೆದಾಗ ನನ್ನ ಆತ್ಮ ಎಲ್ಲೋ ಮರಕ್ಕೆ ಜೋತುಬಿದ್ದು ಪ್ರಜ್ಞಾಹೀನವಾಗಿರುತ್ತಿತ್ತೇ ಹೊರತು ಒಮ್ಮೆಯೂ ಎಲ್ಲೂ ಸ್ಪಂದಿಸಲೇ ಇಲ್ಲ. ಇದು ನನ್ನ ಮೊದಲರಾತ್ರಿ, ಇದು ನನ್ನ ಬದುಕು, ಇದು ನನ್ನ ಜಗತ್ತು, ನಾ ಎಷ್ಟೊಂದು ಸಂತೋಷವಾಗಿದೀನಿ. ಅದು ನಿಂಗೆ ಗೊತ್ತಾಗ್ತಾ ಇದೆಯಾ...? ನಂಡ್ರಿ ರಾಸ ನಂಡ್ರಿ" ಅವಳು ಹಾಗನ್ನುತ್ತ ಬಿಕ್ಕಿಬಿಕ್ಕಿ ಅತ್ತಿದ್ದಳು. ನಾನು ಅವಳ ಕೂದಲು ನೇವರಿಸುತ್ತ ಅವಳ ನೆತ್ತಿಯನು ಚುಂಬಿಸಿದ್ದೆ. ಅವಳ ಕಣ್ಣೀರನ್ನು ತುಟಿಗಳಲಿ ಹೀರಿ ಕುಡಿದಿದ್ದೆ. ನನ್ನ ಎದೆಯ ಮೇಲೆ ತಲೆಯಿರಿಸಿ ಅನನ್ಯ ತೃಪ್ತಿಯೊಡನೆ ಮಲಗಿದವಳು ಸ್ವಲ್ಪೇ ಹೊತ್ತಿಗೆ ನಿದ್ದೆಗೆ ಜಾರಿದ್ದಳು. ಅವಳ ತುಟಿಗಳು ನಸುವೇ ಬಿರಿದು, ಯಾವುದೋ ಮಾಯಕದ ರಾಗಕ್ಕೆ ದನಿಗೂಡಿಸುತ್ತಿರುವಂತೆ ಕಾಣುತ್ತಿತ್ತು. ಅವಳ ಆ ನಸುನಗುವ ತುಟಿಗಳನ್ನು ಮತ್ತೆ ಮತ್ತೆ ಉನ್ಮತ್ತನಂತೆ ಚುಂಬಿಸಿದ್ದೆ. ಆದರೆ ಪ್ರೇಮಕ್ಕಾಗಿ ಹಂಬಲಿಸಿ ನವೆದಿದ್ದ ಆ ಜೀವವನ್ನು ನಾನು ಅಷ್ಟೊಂದು ಪ್ರೀತಿಸಬಾರದಾಗಿತ್ತು.

ಮಾರನೆಯ ಬೆಳಿಗ್ಗೆ ನಾವು ಕೂವಗಂಗೆ ಹೋಗುವಾಗ ಅಭಿರಾಮಿ ಎಷ್ಟು ಚೆಂದಗೆ ಸಿಂಗರಿಸಿಕೊಂಡಿದ್ದಳೆಂದರೆ ನಾನು ಅವಳಿಂದ ಕಣ್ತೆಗೆಯದಾದೆ. "ಅಬ್ಬ! ರಾಸಾತೀ, ನಿನ್ನಷ್ಟು ಚೆಲುವೆ ಮತ್ತೊಬ್ಬಳು ಖಂಡಿತ ಇರಲಿಕ್ಕಿಲ್ಲ" ನಾನು ಕಾರು ಓಡಿಸುತ್ತ ಅವಳ ಕಡೆ ತಿರುಗದೆಯೇ ಹೇಳಿದ್ದೆ. "ನೀನು ನಿಜವಾಗಲೂ ಸುಳ್ಳಪ್ಪಿ" ಅವಳು ಹುಸಿಮುನಿಸು ತೋರಿಸಿ ನಕ್ಕಿದ್ದಳು. ಅದರಂತೆಯೇ ಕೂವಗಂ ತಲುಪಿದ ಮೇಲೆ ನನ್ನ ಎಲ್ಲ ಎಣಿಕೆಗಳೂ ತಲೆಕೆಳಗಾಗಿ ಮಕಾಡೆ ಮಲಗಿದವು. ನಿಜಕ್ಕೂ ಅದೊಂದು ಕಿನ್ನರ ಲೋಕವೇ ಆಗಿತ್ತು. ಬಲು ಸೊಗಸಾಗಿ ಸಿಂಗರಿಸಿಕೊಂಡಿದ್ದ, ಮಹಾ ಸುಂದರಿಯರಾದ ಸಾವಿರ ಸಾವಿರ ಕಿನ್ನರಿಗಳನ್ನು ಒಟ್ಟಿಗೇ ಕಂಡು ನಾನು ದಂಗಾಗಿದ್ದೆ. ಅದು ಈ ಪ್ರಪಂಚಕ್ಕೆ ಸಂಬಂಧಿಸದ ವಿಶೇಷ ವಿಶಿಷ್ಟ ಹೊಸತೊಂದು ಜಗತ್ತಾಗಿತ್ತು. ಅಲ್ಲಿಗೆ ಇಡೀ ದೇಶದ ನಾನಾ ಕಡೆಗಳಿಂದ ಕಿನ್ನರಿಗಳು ಬಂದಿದ್ದರು, ಹೊರದೇಶದಿಂದ ಬಂದವರೂ ಇದ್ದರು. ಈ ಜಾತ್ರೆಯ ವಿಶೇಷಗಳನ್ನು ವರದಿ ಮಾಡಲು ಬಂದವರು, ಬರಿದೇ ನೋಡಲು ಬಂದವರು, ಇಲ್ಲ ಸಲೀಸಾಗಿ ಯಾರಾದರೂ ಕಿನ್ನರಿ ರಾತ್ರಿಗಳ ಮಟ್ಟಿಗೆ ಒಲಿದುಬಿಡಬಹುದೆಂಬ ಆಸೆಯಿಟ್ಟು ಬಂದ ವಿಟರು, ಕಿನ್ನರಿಗಳಿಂದ ಆಶೀರ್ವಾದ ಪಡೆದರೆ ಒಳಿತಾಗುವುದೆಂಬ ನಂಬಿಕೆಯೊಂದಿಗೆ

ಅವರಿಗೆ ಬಾಗಿನ ಕೊಡಬಂದವರು... ನಾನು ಈ ಜಾತ್ರೆ ಇಷ್ಟು ದೊಡ್ಡದಿರಬಹುದೆಂದು ಖಂಡಿತಾ ಅಂದುಕೊಂಡಿರಲಿಲ್ಲ.

"ರಾಸಾತಿ, ಏನಿದೆಲ್ಲ?" ನಾನು ಅಚ್ಚರಿಯಿಂದ ಕೇಳಿದ್ದೆ.

"ಇನ್ನೇನು? ಇದೇ ಕೂವಗಂ ಫೆಸ್ಟ್, ಇವತ್ತು ಚಿತ್ರಾ ಪೌರ್ಣಮಿ ಬೇರೆ. ಇದೇ ತುಂಬ ವಿಶೇಷ ದಿನ. ಇವತ್ತು ಇಲ್ಲೊಂದು ಬಹುದೊಡ್ಡ ರಿಚ್ಯುಅಲ್ ನಡೆಯುತ್ತೆ. ಮಹಾಭಾರತದ ಒಂದು ಕಥೆಯನ್ನು ಆಧರಿಸಿ ನಡೆಸುವ ಸಂಪ್ರದಾಯ ಇದು. ಒಮ್ಮೆ ಕೌರವ ಪಾಂಡವರ ಯುದ್ಧ ಸಮಯದಲ್ಲಿ ಕೃಷ್ಣನಿಗೆ ಯುದ್ಧದ ಕುರಿತಾಗಿ ಭವಿಷ್ಯ ಕೇಳುವ ಮನಸ್ಸಾಯಿತಂತೆ ಅವನು ಪಾಂಡವರ ಪರ, ಅವನು ಧರ್ಮ ಸಂರಕ್ಷಕ. ಹಾಗಾಗಿ ಅವನು ಪಕ್ಕಾ ಭವಿಷ್ಯ ನುಡಿವ ಸಹದೇವನಲ್ಲಿಗೆ ಹೋಗಿ 'ಯಾರು ಈ ಯುದ್ಧ ಗೆಲ್ಲಲಿದ್ದಾರೆ' ಎಂದು ವಿಚಾರಿಸಿದನಂತೆ. ನೋಡಿದರೆ ಅದೇ ಸಮಯಕ್ಕೆ ಸರಿಯಾಗಿ ಸುಯೋಧನನೂ ಭವಿಷ್ಯ ಕೇಳಲು ಅಲ್ಲಿಗೆ ಬಂದಿದ್ದನಂತೆ. ಕವಡೆ ಉರುಳಿಸಿ ಗಣಿಸಿದ ಸಹದೇವ, 'ಇಬ್ಬರಿಗೂ ಗೆಲುವಿನ ಹಾದಿಗಳು ಹೆಚ್ಚುಕಮ್ಮಿ ಒಂದೇ ಮಟ್ಟದಲ್ಲಿವೆ. ಹಾಗಾಗಿ ಯಾರು ಮೊದಲು ನಿಮ್ಮಲ್ಲಿ ಅತ್ಯಂತ ಶಕ್ತಿಯೂ, ತೇಜಸ್ಸೂ ಉಳ್ಳ, ಸಕಲ ವಿದ್ಯಾ ಶ್ರೇಷ್ಠ ಯುದ್ಧ ವೀರನನ್ನು ಮಹಾಕಾಳಿಗೆ ಬಲಿ ಕೊಡುತ್ತೀರೋ ಅವರಿಗೆ ಮಹಾಕಾಳಿಯ ಒಲವಿನಿಂದಾಗಿ ಗೆಲುವು ಸಿಕ್ಕುವುದು' ಅಂದನಂತೆ.

ಆ ಕ್ಷಣವೇ ಕೃಷ್ಣ ಚಿಂತೆಗೆ ಬಿದ್ದನಂತೆ. ಅವನ ಮನಃಪಟಲದಲ್ಲಿ ಆ ಸರ್ವಗುಣ ಸಂಪನ್ನ ಒಂದೋ ಅರ್ಜುನ ಇಲ್ಲ ಸ್ವತಃ ತಾನೇ ಎಂಬ ಸತ್ಯ ಹೊಳೆದು ಏನು ಮಾಡುವುದೆಂಬ ಗೊಂದಲದಲ್ಲಿ ಬಿದ್ದನಂತೆ. ಹಾಗೂ ಕಡೆಗೆ ಪಾಂಡವರನ್ನೆಲ್ಲ ಕರೆದು ಈ ಕುರಿತಾಗಿ ಅಭಿಪ್ರಾಯ ಕೇಳಲಾಗಿ ಯಾರೊಬ್ಬರೂ ಏನೂ ಮಾತಾಡಲಿಲ್ಲವಂತೆ. ಆಗ ಒಬ್ಬ ತೇಜಸ್ಸುಳ್ಳ ಸುಂದರ ಯುವಕ ಮುಂದೆ ಬಂದು 'ತಾನು ಈ ಶುಭಕಾರ್ಯಕ್ಕೆ ಸಲ್ಲುವೆನೆ?' ಎಂದು ಕೇಳಿದನಂತೆ. ಅವನ ಪೂರ್ವಾಪರ ವಿಚಾರಿಸಲಾಗಿ, ಅವನು ಅರ್ಜುನನಿಗೂ, ನಾಗಕನ್ಯೆ ಉಲೂಪಿಗೂ ಜನಿಸಿದ ಮಗ, ಅರವಾಣನೆಂದು ತಿಳಿಯ ಬಂದಿತಂತೆ. ಅವನು ಒಬ್ಬ ಶಕ್ತಿಶಾಲಿ ವೀರನೆಂಬುದನ್ನೂ, ಸಹದೇವ ಸೂಚಿಸಿದ ಗುಣಾತಿಶಯಗಳನ್ನು ಹೊಂದಿದವನೆಂಬುದನ್ನೂ ಮನಗಂಡ ಕೃಷ್ಣ ಅವನನ್ನೇ ಬಲಿ ಕೊಡಲು ನಿರ್ಧರಿಸುತ್ತಾನಂತೆ. ಹಾಗೆ ಅರವಾಣನನ್ನು ಬಲಿಕೊಡಲು ನಿಶ್ಚಯಿಸಿದ ದಿನವೇ ಚಿತ್ರಾ ಪೂರ್ಣಿಮೆ. ಆ ಸಮಯದಲ್ಲಿ ಕೃಷ್ಣ ಅರವಾಣನ ಕಡೆಯಾಸೆ ಏನೆಂದು ಕೇಳಲು, ಅವನು ಸಾಯುವ ಮುನ್ನ ಮದುವೆಯಾಗಿ ಹೆಣ್ಣಿನೊಡನೆ ಕೆಲ ಘಂಟೆಗಳನು ಆನಂದದಿಂದ ಕಳೆಯಬೇಕೆಂದು ಬಯಸಿದನಂತೆ.ಆಗ ಕೃಷ್ಣ ಮೋಹಿನಿ ಅವತಾರವೆತ್ತಿ ಅರವಾಣನನ್ನು ಮದುವೆಯಾಗಿ ಆತನ ಕೊನೆಯಾಸೆ ನೆರವೇರಿಸಿದನಂತೆ. ಅದರ ನಂತರ ಅರವಾಣನನ್ನು ದೇವಿಗೆ ಬಲಿಕೊಡಲಾಯಿತಂತೆ. ಅದೇ ನೆನಪಿಗೆ, ಮೋಹಿನಿಯಂಥ ಬದುಕನ್ನು ಹೊಂದಿರುವ ಕಿನ್ನರಿಗಳು ಈ ಚಿತ್ರಾ ಪೌರ್ಣಮಿಯಂದು ಸರ್ವಾಲಂಕಾರ ಭೂಷಿತರಾಗಿ ಅರವಾಣನನ್ನು ಮದುವೆಯಾಗಿ ಮರುದಿನ ಅವನು ಸತ್ತ ಸೂತಕ ಆಚರಿಸುತ್ತಾರೆ. ಇಲ್ಲಿ ಅದರ ಪ್ರತೀಕವಾಗಿ ದೇಗುಲದ ಅರ್ಚಕನಿಂದ ತಾಳಿ ಕಟ್ಟಿಸಿಕೊಳ್ತಾರೆ. ಮರುದಿನ ಅರ್ಚಕರು ಕಿನ್ನರಿಗಳ ತಾಳಿ ಕಳೆದು ಬಳೆ ಒಡೆದು

ವಿಧವೆಯಾಗಿಸುತ್ತಾರೆ. ಆಮೇಲೆ ಅವರು ಒಪ್ಪಾರಿಯಿಟ್ಟು ಅತ್ತು ದುಃಖ ಹಂಚಿಕೊಳ್ಳುತ್ತಾರೆ ಇದು ಸಂಪ್ರದಾಯ. ಆದರೆ ನಾನಂತೂ ಒಮ್ಮೆಯೂ ಈ ಕೆಲಸ ಮಾಡಿಲ್ಲ ಇಲ್ಲೀತನಕ ಮೂರು ಸಲ ಬಂದಿದೇನೆ, ಒಮ್ಮೆಯೂ ನನಗೆ ಇದನ್ನು ಮಾಡಬೇಕೆಂದು ಅನಿಸಿಲ್ಲ" ಅಭಿರಾಮಿ ನಕ್ಕಿದ್ದಳು. "ನಂಗೇನು ಗೊತ್ತಾ, ನಂಗೆ ನಿಜಾ ಮದುವೆ ಆಗ್ಬೇಕು... ಆಮೇಲೆ ಸಂಸಾರ ನಡೆಸ್ಬೇಕು ಎಲ್ಲರ ಹಾಗೆ" ಅಭಿರಾಮಿ ಕಥೆಹೇಳಿ ಮುಗಿಸಿ ಕೊನೆಯಲ್ಲಿ ಇದನ್ನೂ ಸೇರಿಸಿ ನಕ್ಕಿದ್ದಳು. "ಎಷ್ಟು ದುಬಾರಿ ಆಸೆ ಅಲ್ವಾ ನಂದು?" ಅನ್ನುತ್ತ ನಕ್ಕುನಕ್ಕು ಅವಳ ಕಂಗಳಲ್ಲಿ ನೀರಾಡಿದವು. "ಸುಮ್ನೆ ಏನಾದರೂ ಹೇಳುವುದು ತಮಾಷೆಗೆ" ಹಾಗೆಂದು ಅವಳು ಮಾತು ಮುಗಿಸಿದ್ದಳು. ಆಗವಳ ಗಂಟಲು ಕಟ್ಟಿತ್ತು.

ಇದೇ ಅಲ್ಲದೆ ಅಲ್ಲಿ ವಿವಿಧ ಕಾರ್ಯಕ್ರಮಗಳು ನಡೆದಿದ್ದವು. ಒಂದೆಡೆ ಕಿನ್ನರಿಯರು ಗುಂಪುಗುಂಪಾಗಿ ಕಲೆತು ನರ್ತಿಸುತ್ತಿದ್ದರೆ, ಮತ್ತೊಂದೆಡೆ ಸ್ವಲ್ಪ ಹೆಚ್ಚು ವಯಸ್ಸಾದವರು ಯಾವುದೇ ಭಿಡೆಯಿಲ್ಲದೆ ಗಟ್ಟಿಯಾಗಿ ನಗುತ್ತ, ತಮ್ಮೊಳಗೇ ಏನೋ ತಮಾಷೆ ಮಾಡಿಕೊಂಡು ರೇಗುತ್ತ ರೇಗಿಸುತ್ತ ಕುಳಿತಿದ್ದರು. ಇನ್ನೊಂದು ಗುಂಪು ಆರೋಗ್ಯದ ಕುರಿತು ಜಾಗೃತಿ ಕಾರ್ಯಕ್ರಮ ಮಾಡುತ್ತಿದ್ದರೆ, ಮತ್ತೊಂದೆಡೆ ಕಿನ್ನರಿಯರ ಫ್ಯಾಶನ್ ಶೋ ಮತ್ತು ಸೌಂದರ್ಯ ಸ್ಪರ್ಧೆ ನಡೆದಿತ್ತು. ಅಂತೂ ನಾನು ಎಂದೂ ಕಂಡಿರದ ಕಲ್ಪಿಸಿರದ ಅತಿ ರಮ್ಯ ಲೋಕವನ್ನು ಕ್ಯಾಮೆರಾದಲ್ಲಿ ದಾಖಲಿಸುತ್ತ ಅದರೊಳಗೆ ಕಳೆದು ಹೋಗತೊಡಗಿದ್ದೆ. ಇದನ್ನೆಲ್ಲ ನೋಡುತ್ತಿದ್ದರೆ, ತಮ್ಮ ಜನ್ಮದತ್ತ ಪ್ರಕೃತಿಯನ್ನು ಬೇರೇನೂ ಮಾಡಲಾಗದೆ, ಇರುವುದರಲ್ಲಿ ನಗಲು ಕಲಿತ ಈ ಪ್ರೇಮಮಯ ಜೀವಗಳನ್ನು ನಾವುಗಳೆಲ್ಲ ತುಳಿತುಳಿದು ಶಾಪಗ್ರಸ್ತ ಜೀವಗಳಾಗಿಸಿ ಬಿಟ್ಟಿದ್ದೇವೆನ್ನದೆ ಬೇರೆ ಏನೆನ್ನಬೇಕು? ಇವರಿಗೆ ಒಂದು ಕನಿಷ್ಟ ಬೆಲೆಯನ್ನೂ ಕೊಡದೆ ನಿಕೃಷ್ಟವಾಗಿ ಕಾಣಬೇಕೆಂದು ಕಲಿತದ್ದಾದರೂ ಹೇಗೆ ನಾವು? ಅವರ ಪರಿತ್ಯಕ್ತ ಹೃದಯ ಅದೆಷ್ಟು ನೊಂದಿರಬಾರದು? ಆ ನೋವೇ ಅವರನ್ನು ಹೀಗೆ ಕಲ್ಲಾಗಿಸಿತೇ? ನೋವಿನ ಮೇಲೆ ನೋವನ್ನು ಸುರಿದು ನಾವು ಅವರನ್ನು ಮರಗಟ್ಟಿಸಿ ಹರಳಾಗಿಸಿಬಿಟ್ಟೆವೆ? ಪ್ರೇಮದ ಒಂದು ಸಣ್ಣ ಬಿಸುಪಿಗೆ ಅಭಿರಾಮಿ ಅದೆಷ್ಟು ಕರಗಿಹೋದಳು. ಅವಳ ಹೃದಯದಲ್ಲಿ ಹಿಮಗಟ್ಟಿ ಇರಿಯುತ್ತಿದ್ದ ನೋವೆಲ್ಲ ಹರಿದು ಉಕ್ಕಿತ್ತು. ಇಲ್ಲಿರುವ ಅಷ್ಟೂ ಕಿನ್ನರಿಗಳ ಎದೆಯಲ್ಲೂ ಅಂಥ ಹಿಮಗಲ್ಲುಗಳ ತಾಣವಾಗಿರಬೇಕು. ಸಣ್ಣದೊಂದು ಒಲವ ಬಿಸುಪಿಗಾಗಿ ತುಡಿಯುತ್ತಿರುವ ಅವರ ಕಲ್ಲೆದೆಯೊಳಗೆ ತುಯ್ಯುವ ಕಡಲಿರಬೇಕು. ದೇವರೇ ನಿನ್ನ ಯಾವ ವಿಲಾಸದ ಘಳಿಗೆಯಲಿ ಹೀಗೊಂದು ಆಟವಾಡುವ ಮನಸು ಮಾಡಿದೆ ನೀನು? ಅಥವಾ ನಿನ್ನ ಅಸೀಮವೆನಿಸುವ ಸೃಷ್ಟಿಯನು ನಾವೇ ತುಳಿದು ನೆಲಕಚ್ಚಿಸಲು ನಿಂತಿದ್ದೇವೆಯೆ? ನಾನು ನನ್ನೊಳಗೇ ಕಂಪಿಸಿದ್ದೆ.

ಅಲ್ಲಿ ನಮಗೆ ಅಭಿರಾಮಿಯ ಹಳೆಯ ಗೆಳತಿ ನೀಲಿಮಾ ಭೇಟಿಯಾಗಿದ್ದಳು. ಅವಳು ಸಣ್ಣ ವಯಸ್ಸಿನಲ್ಲೇ ಅಪ್ಪ ಅಮ್ಮನಿಂದ ಪರಿತ್ಯಜಿಸಲ್ಪಟ್ಟು ಬೀದಿಗೆ ಬಿದ್ದಿದ್ದಳು. ಅವಳ ಬದುಕಿನ ಬಹುಭಾಗ ಮುಂಬೈನ ಕಾಮಾಟಿಪುರದಲ್ಲಿ ಕಳೆದಿತ್ತು. ಅವಳ ಎಳೆಯ ವಯಸ್ಸಿನಿಂದಲೇ ಅವಳು ಲೈಂಗಿಕ ಶೋಷಣೆಯನ್ನು ಅನುಭವಿಸಿದ್ದಳು. ನನ್ನೊಂದಿಗೆ ಮಾತಾಡುತ್ತಾ ಅವಳು "ನಾನು ನನ್ನ ಬದುಕಿನಲ್ಲಿ ಕಳೆದ ಒಂದೊಂದು ದಿನವೂ ನರಕಸ್ವರೂಪವಾಗಿತ್ತು. ಅಷ್ಟಾದರೂ

ನನಗೊಂದು ಆಸೆ, ಈ ಕಷ್ಟದ ದಿನಗಳು ಮುಗಿದು ಏನೋ ಒಂದು ಒಳ್ಳೆಯದು ನನಗೂ ನಡೆಯುವುದೆಂದು! ನನ್ನ ನಂತರ ನನಗೆ ಒಬ್ಬ ತಮ್ಮ ಹುಟ್ಟಿದ್ದ. ಎಷ್ಟು ಕೆಂಪಗೆ ಎಷ್ಟು ಚೆಂದವಿದ್ದ. ಅಮ್ಮನಿಗಂತೂ ಅವನೆಂದರೆ ಉಸಿರು. ಆದರೆ ಅಚಾನಕನೆ ಅವನಿಗೊಂದು ಸಣ್ಣ ಜ್ವರ ಬಂದು ತೀರಿಹೋದ. ಅಷ್ಟು ಚಂದದ ಮಗುವನ್ನು, ಅಮ್ಮ ಅಪ್ಪನ ಪ್ರೇಮವನ್ನು ಪಡೆದ ಮಗುವನ್ನು ದೇವರು ವಾಪಸ್ ಕರಕೊಂಡು ನನ್ನನ್ನು ಉಳಿಸಿದ್ದಾನೆ ಅಂದರೆ ಒಂದು ಕಾರಣವಂತೂ ಇದ್ದಿರಬೇಕಲ್ವಾ? ನನಗೆ ಯಾರೂ ದಿಕ್ಕಿಲ್ಲದಂತೆ ಮಾಡಿದ. ಯಾಕೆ? ಬಹುಶಃ ನನ್ನಂಥ ಹಲವಾರು ದಿಕ್ಕಿಲ್ಲದವರನ್ನು ನಾನು ನೋಡಬೇಕೆಂದು ದೇವರು ಬಯಸಿರಬೇಕಲ್ವಾ? ಹ್ಹಹ್ಹ... ಎಲ್ಲ ನಂದೇ ಯೋಚನೆಗಳು, ಅಂತೂ ಇವು ನನ್ನನ್ನು ಸಾಯದಂತೆ ಕಾಯ್ದ ಆಲೋಚನೆಗಳು. ಇವತ್ತು ನಾ ಮುಂಬೈಯಲ್ಲಿ ಹೆಲ್ಪಿಂಗ್ ಹ್ಯಾಂಡ್ಸ್ ಅನ್ನೋ ಸಂಸ್ಥೆ ನಡೆಸ್ತೀನಿ. ಕಾಮಾಟಿಪುರದ ಎಷ್ಟೋ ಮಕ್ಕಳು ನನ್ನಲ್ಲಿ ಆಶ್ರಯ ಪಡೆದಿವೆ. ಅವರ ಓದು ಬರಹ ಎಲ್ಲ ಸಂಸ್ಥೆಯದ್ದೇ ಹೊಣೆ. ಬಹಳ ಜನ ಕೈಗೂಡಿಸಿದ್ದಾರೆ ಅಂತೂ.. ಈಗ ಬದುಕು ಬದಲಾಗ್ತಾ ಇದೆ" ಅಂದಿದ್ದಳು.

"ರಾಸ, ನಾವು ರಾತ್ರಿಯೇ ಹೊರಟುಬಿಡೋಣ, ನಾಳೆ ಬೆಳಗ್ಗೆ ತಾಳಿ ಕೀಳುವುದು, ಬಳೆ ಒಡೆಯುವುದು, ಒಪ್ಪಾರಿಯಿಟ್ಟು ಅಳುವುದು, ನಾನಂತೂ ನೋಡಲಾರೆ, ಇವತ್ತೇ ಹೊರಟುಬಿಡುವ ಸರಿಯಾ?" ಮದುಮಗಳಂತೆ ಸಿಂಗರಿಸಿಕೊಂಡ ಅನೇಕಾನೇಕ ಕಿನ್ನರಿಯರು ಅರ್ಚಕನಿಂದ ತಾಳಿಕಟ್ಟಿಸಿಕೊಳ್ಳುವುದನ್ನೂ, ಸಂತೋಷದಿಂದ ನರ್ತಿಸುವುದನ್ನೂ ನೋಡುತ್ತಿದ್ದವನ ತೋಳು ಹಿಡಿದು ಕೇಳಿದ್ದಳು ಅಭಿರಾಮಿ. ಅವಳ ಮಾತಿಗೆ ನನ್ನದೂ ಒಪ್ಪಿಗೆಯಿತ್ತು. ನಾವು ಅವತ್ತೇ ರಾತ್ರಿ ಕೂವಗಂನಿಂದ ಹೊರಟು ಪಾಂಡಿಚೆರಿಗೆ ಮರಳಿದ್ದೆವು. ರಾತ್ರಿ ಪಾಂಡಿಚೆರಿಗೆ ಮರಳಿದ ಮೇಲೆ ನಾನು ಅಭಿರಾಮಿಯನ್ನು ಅತೀವ ಮೋಹದಿಂದ ಮೋಹಿಸಿದೆ, ಪ್ರೇಮಿಸಿದೆ, ರಮಿಸಿ, ಲಾಲಿಸಿದೆ. ಅಂಥ ಪ್ರೇಮದ ಒಂದು ನಿರ್ಜರ ಘಳಿಗೆಯಲ್ಲಿ ಅಭಿರಾಮಿ ಕೇಳಿದಳು. "ನನ್ನನ್ನು ನೀನು ಮದುವೆ ಮಾಡಿಕೊಳ್ಳೀಯ ರಾಸ?" ಆ ಘಳಿಗೆ ಹಾಗೇ ಅಲ್ಲೇ ಸ್ತಬ್ಧಗೊಂಡಿತು ನನ್ನ ಹೃದಯ ಮಿಡಿತದ ಜೊತೆಗೆ. ಆ ಕ್ಷಣ ಎಲ್ಲ ಸದ್ದುಗಳು ಮೌನದೊಳಗೆ ಮುಳುಗಿ ನಾನು ನಿರ್ವಾತವೊಂದರಲ್ಲಿ ಮುಳುಗಲಾರದೆ ತೇಲಲಾರದೆ ಸಿಲುಕಿರುವಂತೆ ತೋರಿತು. ಅಭಿರಾಮಿ ಹೃದಯವನ್ನು ಓದಬಲ್ಲವಳು ಅವಳು ಹಠಾತ್ತನೆ ನಕ್ಕಳು. ನನ್ನ ಕೂದಲನ್ನು ಕೆದರಿ ನೆತ್ತಿಗೆ ಮುತ್ತಿಟ್ಟು ಕಿವಿಯಲ್ಲಿ ಉಸುರಿದಳು. "ಸುಮ್ನೆ ತಮಾಷೆಗೆ ಕೇಳಿದೆ ಅಷ್ಟೇ."

ಅವಳ ದನಿ ಭಾರದಲ್ಲಿ ತೊಯ್ದಿತ್ತು. ಅವಳ ಕಂಗಳಿಂದ ಎರಡು ಬೆಚ್ಚನೆಯ ಹನಿಗಳು ನನ್ನ ಕಿವಿಯಂಚಿಗೆ ಇಳಿದು ಕೆನ್ನೆಯ ಮೇಲೆ ಹರಿದವು. ನನ್ನ ಕೆನ್ನೆ ಹೊಡೆಸಿಕೊಂಡಂತೆ ಉರಿಯಿತು. ನಾನು ಮಾತಾಡಲಾರದೆ ಅವಳನ್ನು ಸೆಳೆದು ತಬ್ಬಿದೆ. ಅವಳು "ಲವ್ಯ" ಅಂದಳು. ನಾನು "ತ್ತುಂಬ" ಅಂದೆ. ಅಭಿರಾಮಿ ಕಣ್ಮುಚ್ಚಿ, ತುಟಿ ಬಿಗಿದು ದುಃಖ ನುಂಗಿದಳು. ನಾನು ಕಣ್ಣುಮುಚ್ಚಿ ಏನನ್ನೂ ನೋಡದೇ ಉಳಿದೆ.

ಅಭಿರಾಮಿ ಏನಂದರೂ ಒಪ್ಪಬಹುದಿತ್ತು. ಆದರೆ ಮದುವೆ? ಅಭಿರಾಮಿಯ ಮೇಲೆ

ನನಗೆ ಅಪಾರ ಪ್ರೀತಿಯಿತ್ತು ಆದರೆ ಮನೆಯಲ್ಲಿ ಅಮ್ಮ ಅಪ್ಪ, ತಂಗಿ ನಮ್ಮ ಅತಿ ದೊಡ್ಡ ಕುಟುಂಬ! ಹೇಗಾದರೂ ಒಪ್ಪಿಸುವುದು? ಯಾರಾದರೂ ಒಪ್ಪುತ್ತಾರೆಯೇ? ಅಕ್ಕನ ಗಂಡ ಏನಂದಾನು? ತಂಗಿ? ಅವಳ ಮದುವೆಯ ಪಾಡೇನು? ಹೇಗೇ ಯೋಜಿಸಿದರೂ ಇದು ಯಾವ ಕಾರಣಕ್ಕೂ ಎಂದಿಗೂ ನಡೆಯಲಾರದ ಒಂದು ವಿಷಯವೆಂಬುವುದಷ್ಟೇ ನನ್ನ ಅರಿವಿಗೆ ಬರುತ್ತಿತ್ತು. ಅಭಿರಾಮಿಯ ತೋಳಿನಲ್ಲಿ ತಲೆಯಿಟ್ಟು ಮಲಗಿ ಸೂರು ನೋಡುತ್ತ ಉಳಿದವನಿಗೆ ನಿದ್ರೆಯೇ ಬಂದಿರಲಿಲ್ಲ. ಆ ಹೊಯ್ದಾಟದಲ್ಲಿ ಅದಿನ್ಯಾವಾಗ ನಿದ್ರೆ ಬಂತೋ ಅಂತೂ ನಾ ಎಚ್ಚರಗೊಂಡಾಗ ಅಭಿರಾಮಿ ಅದಾಗಲೇ ಎದ್ದು ಸ್ನಾನ ಮಾಡಿ, ತೊಯ್ದ ಕೂದಲನು ಟವೆಲಿನಲಿ ಬಿಗಿದುಕೊಂಡು, ತಿಳಿಗುಲಾಬಿ ಬಣ್ಣದ ನೂಲಿನ ಸೀರೆಯುಟ್ಟು ನಿಂತಿದ್ದಳು. ತಮಿಳುನಾಡಿನ ಹೆಣ್ಣುಮಕ್ಕಳು ಮದುವೆಯ ಧಾರೆಯ ಸಮಯದಲಿ ತೊಡುವ ಅದೇ ನೂಲಿನಸೀರೆ। ಅವಳನ್ನು ಹಾಗೆ ಕಂಡು ನಾನು ಅವಾಕ್ಕಾಗಿದ್ದೆ. ಅವಳು ನನಗಾಗಿ ಬಹುನಿರೀಕ್ಷೆಯಿಂದ ಕಾದವಳಂತೆ ನಾನು ಎದ್ದದ್ದೇ ಎದೆಗೆ ಜೋತು ಕಡಲಾಗಿದ್ದಳು. ಮತ್ತೆ ಅಂತದ್ದೇ ಉನ್ಮತ್ತ ಘಳಿಗೆಯಲ್ಲಿ ನನ್ನ ತಲೆಗೂದಲಿನೊಳಗೆ ಬೆರಳು ನುಗ್ಗಿಸಿ ಬಿಗಿದು ಎದೆಗೆ ಸೆಳೆದುಕೊಂಡು ಕಿವಿಯ ಬಳಿ "ನನ್ನ ಮದುವೆ ಮಾಡಿಕೊಳ್ತೀಯ ಪ್ಲೀಸ್..." ಎಂದು ಪಿಸುಗುಟ್ಟಿದ್ದಳು. ಅವಳ ದನಿ ಕಣ್ಣೀರಿನಲ್ಲಿ ತೊಯ್ದಂತೆ ಆರ್ದ್ರವಾಗಿತ್ತು.

ಅವಳ ಮಾತಿಗೆ ನಾನು ಸುಮ್ಮನೆ "ಮ್ಮ್" ಅಂದಿದ್ದೆ.

"ಯಾವಾಗ?" ಅವಳು ಮುಖವನ್ನು ಕೆಂದಾವರೆಯಾಗಿಸಿಕೊಂಡು ಕಾತರದಿಂದ ಮುಖ ಅರಳಿಸಿ ನನ್ನ ಮುಖವನ್ನೇ ನೇರ ನೋಡುತ್ತ ಕೇಳಿದ್ದಳು.

"ಬೇಗ" ನಾನು ಮೆಲುವಾಗಿ ಹೇಳಿದ್ದೆ. ನನ್ನ ದನಿಯ ಭಾರ ಅವಳನ್ನು ತಾಕಿರಬೇಕು. ಅವಳು ನನ್ನನ್ನು ಹತ್ತಿರ ಸೆಳೆದು ಮುದ್ದಿಸುತ್ತ ಮುದ್ದಿಸುತ್ತ ಮತ್ತೆ ಕಿವಿಯ ಬಳಿ ಪಿಸುಗುಟ್ಟಿದ್ದಳು "ಸುಮ್ಮನೆ ಕೇಳಿದೆ, ತಮಾಷೆಗೆ ಅಷ್ಟೆ" ಹಾಗನ್ನುವಾಗ ಅವಳ ದನಿಯ ಭಾರ ನನ್ನೆದೆಯ ಮೇಲೆ ಕಲ್ಲುಗಳನ್ನು ಹೇರಿದಂತೆ ಕೂತಿತ್ತು, ಅವಳ ಒದ್ದೆ ಕಂಗಳ ತೇವ ನನ್ನ ಕೆನ್ನೆಗಿಳಿದು ದಾಡಿಯೊಳಗೆ ಇಂಗಿತ್ತು. ಪತರಗುಟ್ಟುವ ಅವಳ ಪುಟ್ಟ ಎದೆಯ ಮಿಡಿತ, ಜೀವಕ್ಕೆ ಹೋರಾಡುವ ಪತಂಗದ ರೆಕ್ಕೆಗಳಂತೆ ಫಡಫಡಿಸಿ ಮಿಡಿಯುತ್ತಿತ್ತು. ನಾನು ಅವಳನ್ನು ಪದಗಳಿಂದ ಸಮಾಧಾನಿಸಲಾರದೆ ನನ್ನೊಳಗೆ ಸೋಲುತ್ತಿದ್ದೆ. ಕಷ್ಟ ನಷ್ಟ ಅವಮಾನಗಳನ್ನು ಸಹಿಸಿದ್ದ ಹೃದಯ, ಪ್ರೇಮದ ಮೃದು ಸ್ಪರ್ಶಕ್ಕೆ ಎಷ್ಟೊಂದು ದುರ್ಬಲಗೊಂಡಿತ್ತು! ಯಾವತ್ತೂ ನಗುನಗುತ್ತಲೇ ಇರುತ್ತಿದ್ದ ಅಭಿರಾಮಿ ಈಗ ಎಷ್ಟು ಬೇಗನೆ ಕಣ್ಣೀರಾಗುತ್ತಿದ್ದಳು! "ನೀನಿಲ್ಲದೆ ಬದುಕಿರಲಾರೆ ರಾಸ" ಅನ್ನುವ ಅಭಿರಾಮಿಯ ಬಗ್ಗೆ ನನಗೆ ಭಯವಿತ್ತು. ನಾನು ಬೇರೆ ಯಾರನ್ನಾದರೂ ಮದುವೆಯಾದರೆ ಅಭಿರಾಮಿ ಉಳಿಯುವಳೇ ಜೀವಂತ ಎಂಬ ಭಯ. ನನ್ನ ಮೇಲಿನ ಪ್ರೀತಿಯಿಂದ ಅಭಿರಾಮಿ ಸಾಯದೇ ಉಳಿಯಬಹುದಿತ್ತು. ನನ್ನ ಮೇಲಿನ ಪ್ರೀತಿಯಿಂದಲೇ, ನನ್ನಿಂದ ದೂರ ಇರುವ ಸಂಕಟ ತಾಳಲಾರದೆ ಅಭಿರಾಮಿ ಸಾಯಲೂ ಬಹುದಿತ್ತು. ಅದೇ ಭಯದಲ್ಲಿ ನಾನು ಅಭಿರಾಮಿಯ ನುಣುಪು ಕತ್ತನ್ನು ನೇವರಿಸುತ್ತ ಮೆಲ್ಲಗೆ ಹೇಳಿದ್ದೆ "ಏನೇ ಆದರೂ ನಾನು ನಿನ್ನನ್ನು ದೂರ ಮಾಡುವುದಿಲ್ಲ ಅಭಿರಾಮಿ."

"ಏನೇ ಆದರೂ ಅಂದರೆ? ನಾಳೆ ನಿನ್ನ ಮದುವೆಯಾದರೂ ಅಂತಲಾ?" ಅಭಿರಾಮಿ ನಕ್ಕಿದ್ದಳು, ಅವಳ ಕಂಗಳಲ್ಲಿ ಇಣುಕಿದ ನೀರು ಬೆಳಕಿಗೆ ಹೊಳೆದಿತ್ತು. ನಾನು ಉತ್ತರಿಸಲಾರದೆ ತಡವರಿಸಿದ್ದೆ.

"ಹಾಗೆಲ್ಲ ಏನೂ ಬೇಡಪ್ಪಾ, ಇನ್ನೂ ಏನೂ ಅಲ್ಲದ ನಮ್ಮ ಈ ಸಂಬಂಧದಲ್ಲೇ ನನ್ನಿಂದ ನಿನ್ನನ್ನು ಬೇರೆ ಯಾರೊಂದಿಗೋ ಊಹಿಸಿ ಕೂಡ ನೋಡಲಾರದಷ್ಟು ಪೊಸೆಸಿವ್‌ನೆಸ್ ಕಾಡುತ್ತೆ. ನನಗೇ ಹಾಗಿರುವಾಗ, ನಾಳೆ ನಿನ್ನನ್ನು ಮದುವೆಯಾಗುವ ಹುಡುಗಿಗೆ ನಿನ್ನ ಜೊತೆ ನನ್ನ ಸಂಬಂಧ ತಿಳಿದರೆ ಎಷ್ಟು ನೋವಾಗಲಿಕ್ಕಿಲ್ಲ? ನನ್ನ ರಾಜ ನೀನು, ಯಾರೆದುರೂ ತಲೆ ತಗ್ಗಿಸಿ ನಿಲ್ಲಬಾರದು ನೀನು, ನನ್ನದೇನಿದೆ ಹೆಚ್ಚೆಂದರೆ ಈ ಸಣ್ಣಪುಟ್ಟ ಆಸೆಗಳ ಹೊರತಾಗಿ? ನಮ್ಮದೂ ಅಂತ ಒಂದು ಮಗುವನ್ನು ಕೂಡ ಹೆರಲಾರದವಳು ನಾನು. ಆದರೆ ನಂಗೂ ಏನೇನೋ ಕನಸುಗಳು, ಅದು ಪರವಾಗಿಲ್ಲ. ನಿಧಾನಕ್ಕೆ ಸರಿಯಾಗಬಹುದು ಇಟ್ಸ್ ಓಕೆ" ಅಂದಿದ್ದಳು ನನ್ನ ಅಭಿರಾಮಿ.

ದೇವರೇ, ನಾನೆಷ್ಟು ಅಸಹಾಯಕನಾಗಿದ್ದೆ.

ಅದೇ ಕೊನೆ, ಮತ್ತೆಂದೂ ಅಭಿರಾಮಿ ಮದುವೆಯ ಮಾತನ್ನೇ ಎತ್ತಿರಲಿಲ್ಲ. ನಾವು ಚೆನ್ನೈಗೆ ಮರಳಿದ ಮೇಲೆ ಮತ್ತೆ ಮತ್ತೆ ಏನಾದರೂ ನೆಪಹೂಡಿ ಪಾಂಡಿಚೆರಿಗೆ ಹೋಗುವುದು ತಂಗುವುದು ನಮಗೆ ವಾಡಿಕೆಯಾಗಿ ಹೋಗಿತ್ತು. ಇತ್ತ ಇಬ್ಬರ ನಡುವಿನ ಪ್ರೇಮ ಬೆಳೆಯುತ್ತ ಸಾಗಿದ್ದರೆ ಅತ್ತ ಮನೆಯಲ್ಲಿ ಮದುವೆಯ ಒತ್ತಡವೂ ಹೆಚ್ಚ ತೊಡಗಿತ್ತು. ಅಭಿರಾಮಿಯೇನೋ ಮದುವೆಯ ಕುರಿತಾಗಿ ನನ್ನಲ್ಲಿ ಏನನ್ನೂ ಕೇಳದೆ ಏನೂ ಹೇಳದೆ ಉಳಿದಿದ್ದಳೇನೋ ನಿಜ, ಆದರೆ ಅವಳೊಳಗಿನ ಕನಸುಗಳನ್ನೂ ಆಸೆಗಳನ್ನೂ ತನ್ನೊಳಗೇ ಜೀವಂತ ಹುಗಿತು ಗೋರಿಕಟ್ಟಲಾರದೆ ಅವಳು ತಲ್ಲಣಿಸುತ್ತಿರುವುದು ನನಗೆ ಅರಿವಾಗುತ್ತಿತ್ತು. ನಾನಾದರೂ ಅವಳನ್ನು ಕುರಿತು ಪರಿತಪಿಸದ ಹಗಲು ರಾತ್ರಿಗಳೇ ಇರಲಿಲ್ಲ.

ಏನು ಮಾಡುವುದು, ಅಭಿರಾಮಿಯನ್ನು ಮದುವೆಯಾಗಲು ಮನೆಯಲ್ಲಿ ಒಪ್ಪುವರೆ? ಏನಾದೀತು ಮುಂದೆ? ಹೇಗೆ ಮುಂದಿನ ನಿರ್ಧಾರವೆಂಬ ಯೋಚನೆಯಲ್ಲಿ ನನ್ನ ರಾತ್ರಿಗಳು ಉರಿದು ಕರಕಲಾಗುತ್ತಿದ್ದವು. ಕೆನ್ನೆ ಒಳಕ್ಕಿಳಿದು ಕಣ್ಣ ಸುತ್ತ ಕಪ್ಪು ಸುತ್ತಿ "ರಾಸ, ಯಾಕಿಷ್ಟು ಡಲ್ ಆಗಿದೀಯ? ಏನಾಯ್ತು? ಚೆನ್ನಾಗಿ ಊಟ ಮಾಡ್ತಾ ಇದೀಯ? ನಿದ್ದೆ? ಏನು ಚಿಂತೆ? ಕೆಲಸದ್ದಾ? ನಾನೇನಾದರೂ ಟೆನ್ಶನ್ ಕೊಡ್ತಾ ಇದೀನ? ನನ್ನ ಬಗ್ಗೆಯೇನಾದರೂ ಯೋಚಿಸ್ತಾ ಇದೀಯ?" ಅಭಿರಾಮಿ ಪ್ರಶ್ನೆಗಳ ಮೇಲೆ ಪ್ರಶ್ನೆ ಹಾಕುತ್ತಿದ್ದಳು. ನಾನು ಹಾರಿಕೆಯ ಉತ್ತರ ಕೊಡುತ್ತಿದ್ದೆ. ಅವಳು ಸೂಕ್ಷ್ಮಮತಿ. ಇಂಥದ್ದೇ ಒಂದು ಇಳಿಸಂಜೆ ಯಾವೊಂದು ಮುನ್ಸೂಚನೆಯೂ ಕೊಡದೆ, ಏನೊಂದನ್ನೂ ಹೇಳದೆ ಮೊಬೈಲ್ ಆಫ್ ಮಾಡಿಕೊಂಡು ಡ್ಯಾನ್ಸ್ ಸ್ಕೂಲ್ ಕ್ಲೋಸ್ಡ್ ಎಂದು ಬೋರ್ಡ್ ತಗುಲಿಸಿ, ಮನೆ ಬಾಡಿಗೆಗೆ ಬಿಟ್ಟು ಅಭಿರಾಮಿ ಎದ್ದು ಹೋಗಿದ್ದಳು. ಇದೇ ಈಗ ಅಂಗಳದಲ್ಲಿ ಬಾಲ ಕುಣಿಸುತ್ತ, ಕಾಳು ಹೆಕ್ಕುತ್ತ, ಕಣ್ಣ ಹಬ್ಬವಾಗಿದ್ದ ಮುದ್ದುಹಕ್ಕಿ ಸದ್ದು ಮಾಡದೆ ಹಾರಿ ಹೋದಂತೆ ಹಾರಿ ಹೋಗಿದ್ದಳು. ಅವಳನ್ನು ಕಾಣದೆ ನಾನು ಪರಿತಪಿಸಿದ್ದೆ. ಆದರೆ

ಎಲ್ಲೋ ಅಂತರಾಳದಲ್ಲಿ ಸ್ವಲ್ಪ ಹಗೂರೆನಿಸಿತ್ತೆಂಬುದನ್ನು ನಾನು ಎಂದಿಗೂ ತಳ್ಳಿಹಾಕಲಾರೆ. ನನಗಿದ್ದ ದೊಡ್ಡ ಹೆದರಿಕೆ ಅಭಿರಾಮಿ ಜೀವಕ್ಕೇನಾದರೂ ಅಪಾಯ ಮಾಡಿಕೊಂಡಳೇ ಎಂಬುದಾಗಿತ್ತು. ಆದರೆ ಅವಳು ಮನೆ ಬಾಡಿಗೆಗೆ ಬಿಟ್ಟು ಹೋಗಿರುವುದು ಕಂಡರೆ ಆ ಸಾಧ್ಯತೆ ಕಡಿಮೆಯಿತ್ತು. ಆದರೆ ನಾನಿರದೆ ಹೇಗಿರುವಳೋ... ಎಂಬ ಪರಿತಪನೆ ಎಂದಿಗೂ ಇತ್ತು. ಅಭಿರಾಮಿ ಯಾವತ್ತೂ ಹೇಳುತ್ತಿದ್ದಳು, "ಮದುವೆಯಾಗುವ ಹುಡುಗಿಯನ್ನು ಒಮ್ಮೆಯೂ ನೋಯಿಸದಂತೆ ನೋಡಿಕೋ" ಎಂದು. ಇದು ಅಭಿರಾಮಿ ನನ್ನನ್ನು ತೊರೆದು ಹೋದುದರ ಆಶಯವಾಗಿತ್ತು.

"ನೀನು ಮದುವೆಯಾಗುವುದು ಮತ್ತು ಎಲ್ಲರಂತೆ ಬದುಕುವುದು, ಅದು ನಿನ್ನ ಹಕ್ಕು. ನಿನ್ನ ಮೇಲೆ ನಿನ್ನ ಮನೆಯವರು ಕಟ್ಟಿರುವ ಕನಸುಗಳು ನಿನ್ನ ಜವಾಬ್ದಾರಿ ಅಂದುಕೊ, ನೀನು ಎಲ್ಲರಂತೆ ಮದುವೆಯಾಗಿ ಚೆನ್ನಾಗಿರು. ಒಂದು ವೇಳೆ ದೇವರು ಬಯಸಿದರೆ ನಮಗೂ ಒಂದು ದಾರಿ ಸಿಗುತ್ತದೆ" ಅಭಿರಾಮಿ ನನ್ನನ್ನು ಎಷ್ಟೋ ಬಾರಿ ಹೀಗೆ ಸಂತೈಸಿದ್ದಳು. ಕಡೆಗೆ ನನಗಾಗಿಯೇ ನನ್ನನ್ನು ಬಿಟ್ಟು ಹೋಗಿದ್ದಳು. ಹಾಗೆ ಹೋಗಿ ಅವಳು ನನ್ನ ಬದುಕಿನ ಏಕತ್ರ ಧ್ಯಾನವಾದಳು. ನಾನು ನನ್ನ ಬದುಕನ್ನು ನನ್ನ ಕರ್ತವ್ಯದಂತೆ, ಜವಾಬ್ದಾರಿಯಂತೆ ನಿಭಾಯಿಸುತ್ತ ನಡೆಯುತ್ತಿದ್ದುದಕ್ಕೆ ನನ್ನೊಳಗೆ ಶಕ್ತಿಯಂತೆ ಉಳಿದಿದ್ದಳು ಅಭಿರಾಮಿ. ಅವಳು ತೊರೆದ ಮೇಲೂ ನಾನು ಪ್ರತಿವರ್ಷವೂ ಕೂವಗಂ ಜಾತ್ರೆಗೆ ಹೋಗಿಯೇ ತೀರಿದ್ದೆ. ಅಲ್ಲಿ ಅವಳನ್ನು ಕಂಡಿರಲಿಲ್ಲ. ಇದೇ ಈ ವರ್ಷ, ಅವಳ ಗೆಳತಿ ನೀಲಿಮಾ ಸಿಕ್ಕಿದ್ದಳು. ಅವಳು ಕೊಟ್ಟ ಮಾಹಿತಿ ಹಿಡಿದು ಇಂದು ಇಷ್ಟು ದೂರ ಬಂದು ಅಭಿರಾಮಿಯ ಡ್ಯಾನ್ಸ್ ಸ್ಕೂಲಿನ ವೆರಾಂಡದಲ್ಲಿ ಅವಳಿಗಾಗಿ ಕಾಯುತ್ತ ಕುಳಿತಿದ್ದೇನೆಂದರೆ ದೇವರು ನನ್ನನ್ನು ಸೃಷ್ಟಿಸಿದ ಉದ್ದೇಶ ಏನಿರಬೇಕು?

ಅಭಿರಾಮಿ ನನ್ನ ನೆನಪಿಟ್ಟಿದ್ದಳೋ ಇಲ್ಲ ಹೊಸಬದುಕು ಕಟ್ಟಿಕೊಂಡಿದ್ದಾಳೋ... ಅವಳು ಈಗ ನನ್ನ ಕಂಡರೆ ಹೇಗೆ ಪ್ರತಿಕ್ರಿಯಿಸಬಹುದು. ಅವಳ ನೆಮ್ಮದಿಯ ಗೂಡಿಗೆ ಮತ್ತೆ ಬೆಂಕಿ ಇಡುತ್ತಿದ್ದೀನಾ, ಅಡ್ರೆಸ್ ಸಿಕ್ಕಿದೊಡನೇ ಹೊರಟು ಬಂದೇಬಿಟ್ಟಿದ್ದೆ. ದಾರಿಯಲ್ಲಿ ಕಾಡಿದ್ದು ಅವಳನ್ನು ಕಾಣಬೇಕೆನ್ನುವ ಪರಿತಪನೆ... ಈಗ ಇಲ್ಲಿರುವುದು ಎದೆ ಹಿಂಡುತ್ತಿರುವ ಯಾತನೆ. ಅವಳು ಏನೆನ್ನಬಹುದು ಅನ್ನುವುದಕ್ಕಿಂತ ಈ ಭೇಟಿಯಿಂದ ಅವಳಿಗೆ ಏನಾಗಬಹುದು? ಎಂಬ ಚಿಂತೆ ಕಾಡಿ ಎದೆ ಹಿಂಡತೊಡಗಿತ್ತು. ಭಾವ ತೀವ್ರತೆಗೆ ಸಿಲುಕಿ ಅಭಿರಾಮಿಯನ್ನು ಕಾಣಲೇಬೇಕೆಂದು ನಿಂತ ಕಾಲಿನಲಿ ಹೊರಟು ಬಂದವನಿಗೆ ಈಗ ನೇರಾನೇರ ಅವಳದೇ ಸ್ಥಳದಲ್ಲಿ ನಿಂತಮೇಲೆ ಯಾತರ ಹಿಂಜರಿಕೆಯೋ ತಿಳಿಯದಾಗಿತ್ತು. ನಮ್ಮ ನಡುವೆ ಇದ್ದದ್ದು ಒಂದು ಬಾಗಿಲು ಮಾತ್ರವೇ? ನೂಕಿ ಒಳಹೋಗಲು? ಹಾಗಾದರೆ ಸರಿದ ಮೂರೂವರೆ ವರ್ಷಗಳ ಲೆಕ್ಕವೇನು? ನೋವೆಂಬುದು ಪಡೆದ ಪ್ರೀತಿಗೆ ಕಟ್ಟುವ ಕಂದಾಯವೇ? ಈ ಭೇಟಿ ಅಭಿರಾಮಿಯ ಬದುಕನ್ನು ಮತ್ತೆ ಕಡಲಿಗೆ ಎಳೆತಂದು ಹಾಯಿ ಹರಿದ ದೋಣಿಯಲ್ಲಿ ಕುಳ್ಳಿರಿಸಿ ನೋಡುವ ಸಾಹಸವೇ? ಅವಳದೇ ಗತಿಯಲ್ಲಿ ಹೊಸತೊಂದು ನೆಲೆಯತ್ತ ಹೊರಟಿರುವಂತೆ ಕಾಣುವವಳನ್ನು ಅವಳ ಬದುಕಿನೊಂದಿಗೆ ಹಾಗೆಯೇ ಬಿಟ್ಟು ಹೊರಟುಬಿಡಲೇ? ಮನಸು ಸಂಘರ್ಷಕ್ಕೆ ಇಳಿಯಿತು. ಕುಳಿತಲ್ಲಿಂದ

ಎದ್ದು ಅವಳ ಚಿತ್ರದ ಮೇಲೆ, ಅವಳ ನವುರಾದ ಕೆನ್ನೆಗಳ ಮೇಲೆ ಕೈಯಾಡಿಸಿದೆ. ಅವಳ ಕಾಲುಗಳ ಗೆಜ್ಜೆಗಳನ್ನು ಸವರಿದೆ, ಆಗ ಕಂಡೆ! ಪಟದ ಕೊನೆಯಲ್ಲಿ ಕೆಳಗೆ ಚಿಕ್ಕದಾಗಿ ಬರೆದ ಅವಳ ಹೆಸರು, ಮತ್ತು...

ವಿಳಾಸ–

ಅಭಿರಾಮಿ. ವೈಫ್ ಆಫ್...

ಅಲ್ಲಿತ್ತು ನನ್ನ ಹೆಸರು.

ನಾನು ಬಾಗಿಲಿನ ಮುಂದೆ ಕೂತು ಬಿಕ್ಕಿಬಿಕ್ಕಿ ಅಳತೊಡಗಿದೆ.

□□□

ನಮ್ಮವರು

ಕಳೆದ ಎರಡು ದಿನಗಳಿಂದ ಬ್ರಜೇಶನ ತಲೆಯೊಳಗೆ ಕುಲುಮೆಯೊಂದು ಕುದಿಯುತ್ತಿತ್ತು. ಆ ಒತ್ತಡದ ರಭಸಕ್ಕೆ ಇಷ್ಟು ಹೊತ್ತಿಗೆ ಬ್ರಜೇಶನ ತಲೆ ಸಿಡಿದು ಹೋಳಾಗಬೇಕಿತ್ತು. ಯಾಕೆಂದರೆ ಅವನೊಳಗೆ ಉಕ್ಕುತ್ತಿದ್ದ ಯೋಚನೆಗಳ ತಾಕಲಾಟವೇ ಹಾಗಿತ್ತು. ಬೆಳಗ್ಗೆ ಅಮ್ಮ ಫೋನಿಸಿ ತಂಗಿಯರ ಮದುವೆ ಕುರಿತಾಗಿ ಅದೂ ಇದೂ ದುಃಖ ತೋಡಿಕೊಂಡಿದ್ದಳು. ಆ ಅಷ್ಟೂ ದುಃಖ ಅವನಿಗೂ ಇರುವುದೇ! ಆದರೆ ಅಮ್ಮನಿಗಿಂತಲೂ ಅವನದು ಬೇರೆಯದೇ ಬಗೆಯ ದುಃಖ. ಅಮ್ಮ ತನ್ನ ಹೆಣ್ಣುಮಕ್ಕಳಿಗಿನ್ನೂ ಮದುವೆಯಾಗಿಲ್ಲವೆಂದು ಚಿಂತಿಸುತ್ತ ಅವನ ಕಡೆ ನೋಡುತ್ತಾಳೆ. ಅದರಲ್ಲಿ ಈ ಕುರಿತು ನೀನೇನೂ ಮಾಡುತ್ತಿಲ್ಲವೆಂಬ ಆಕ್ಷೇಪವೋ, ಏನಾದರೂ ಮಾಡೆಂಬ ನಿರೀಕ್ಷೆಯೋ ಅಥವಾ ಮತ್ತಿನ್ನೇನೋ ಒಂದು ಅಡಗಿದೆ. ಆ ನೋಟದ ಮೊನಚು ಮೊನೆ ಅವನೆದೆಯನ್ನು ಚುಚ್ಚಿ ಅವನನ್ನು ಅಲ್ಲಾಡಿಸುತ್ತದೆ. ಅವನ ತಲೆಯ ಮೇಲಿನ ಭಾರವನ್ನು ಹಿಗ್ಗಿಸಿ, ಅವನ ಬೆನ್ನನ್ನು ಬಗ್ಗಿಸುತ್ತದೆ. ಅಮಾಯಕ ಕಣ್ಣುಗಳ, ಸಡಿಲ ತೋಳುಗಳ, ಬಾಗಿದ ಬೆನ್ನಿನ ಅಪ್ಪ ಇಷ್ಟೂ ವರ್ಷಗಳಲ್ಲಿ ಭೋಲೇನಾಥನ ಮಂದಿರದಲ್ಲಿ ಅರ್ಚಕನಾಗಿದ್ದುಕೊಂಡು ಅದಿನ್ನೇನು ಪುಣ್ಯ ಸಂಪಾದಿಸಿದ್ದಾನೆಂಬುವುದೇ ತಿಳಿಯುವುದಿಲ್ಲ. ಆದರೆ ಅಮ್ಮ ತನ್ನ ಸರಕಾರಿ ಕೆಲಸದ ಅಪಾಯಿಂಟ್ಮೆಂಟ್ ಆರ್ಡರ್ ಹೊತ್ತು ಬಂದ ಪತ್ರವನ್ನ ಇಸಿದು ಎದೆಗೊತ್ತಿಕೊಂಡ ಘಳಿಗೆಯಲ್ಲಿ "ಇದೆಲ್ಲ ನಿನ್ನ ಅಪ್ಪ, ಭೋಲೇನಾಥನಲ್ಲಿ ಬೇಡಿ ಸಂಪಾದಿಸಿದ ಪುಣ್ಯದ ಫಲ? ಅಂದಿದ್ದಳು. ಅವತ್ತಿಗೆ ಅದು ನಿಜವೆಂತಲೂ ಅನಿಸಿತ್ತು. ಆದರೆ ಅದೇ ಮಾತು ಇವತ್ತು ಎಂಥಾ ವಿಡಂಬನೆಯದೆನಿಸುತ್ತದೆ. ನಿಜದಲ್ಲಿ ಈಗ, ಈ ಕ್ಷಣವೇ ಈ ಕೆಲಸಕ್ಕೆ ರಾಜೀನಾಮೆ ವಗಾಯಿಸಿ ಟ್ರೈನೇರಿ ಊರಿಗೆ ಹೊರಟು ಬಿಡಬೇಕೆಂದೇ ಅನಿಸುತ್ತದೆ. ಆದರೆ ನಿಜಕ್ಕೂ ಹಾಗೆ ಮಾಡಲು ಸಾಧ್ಯವೇ? ಕಣ್ಮುಚ್ಚಿದರೂ ತೆರೆದರೂ ಮನಃಪಟಲದಲ್ಲಿ ಬರುವ ಜನಿವಾರ ತೀಡಿಕೊಂಡು ಪೆಚ್ಚುಮೋರೆ ಹಾಕಿನಿಂತ ಅಪ್ಪ, ಜವಾಬ್ದಾರಿಗಳನ್ನು

ಮಗನ ತಲೆಗೇರಿಸಿ ಒಂಚೂರು ಹಗುರಾದಂತೆ ಕಾಣುವ ಅಮ್ಮ, ಬೆದರಿದ ಕಣ್ಣುಗಳಿಂದ ಎತ್ತಲೋ ನೋಡುತ್ತ ಮಾತಾಡುವ, ಉದ್ದಾನುದ್ದಕ್ಕೆ ಬೆಳೆದು ನಿಂತ ತಂಗಿಯರು!

ಈ ಉದ್ದ ಯಾರದ್ದು? ಅಪ್ಪನ ಅಪ್ಪ, ಅಂದರೆ ಅಜ್ಜ ಉದ್ದವಿದ್ದನಂತೆ. ಅಂದರೆ ಆವಶ್ಯಕತೆಗಿಂತಲೂ ಉದ್ದ! ಅದು ಪಾರಂಪರಿಕ ಶಾಪದಂತೆ ನಮಗೆ ಅಂಟಿದೆಯೆಂದು ಬ್ರಜೇಶನಿಗೆ ಬಾರಿಬಾರಿಗೂ ಅನಿಸುತ್ತಿತ್ತು. ಉದ್ದವೆಂದರೆ ಸುಮ್ಮನೆ ಉದ್ದವಲ್ಲ, ಆರೂಮುಕ್ಕಾಲು ಅಡಿ. ಸಾಲದ್ದಕ್ಕೆ ತೆಳ್ಳಾನುತೆಳ್ಳೆ ದೇಹ. ಅದರಲ್ಲೂ ಅವನು ನಡೆಯುವಾಗ ಅವನ ದೇಹ ಗಾಳಿಗೆ ಜೋಲಿ ಹೊಡೆವಂತೆ ಜೋಲುತ್ತ ವಾಲುತ್ತ ಎಷ್ಟೇ ಬೇಡವೆಂದರೂ ಅವನ ಸೊಂಟ ನಸುವೇ ಬಳುಕಿ, ನಾಲ್ಕು ಜನರ ನಡುವೆ ಅವನನ್ನು ಎತ್ತಿ ತೋರಿಸುತ್ತಿತ್ತು. ಅವನು ಹಾದುಹೋಗುವ ದಾರಿಯಲಿ ಸುಮ್ಮನೆ ಯಾರಾದರೂ ಏನಾದರೂ ಅಂದರೂ ಅದು ತನ್ನ ಕುರಿತೇ ಆಗಿರಬಹುದೆಂಬ ಸಂದೇಹ ಅವನನ್ನು ಕಾಡುವುದು. ಇದನ್ನಾದರೂ ಸಹಿಸಬಹುದು, ಆದರೆ ಅಗತ್ಯಮೀರಿ ಉದ್ದಕ್ಕೆ ಬೆಳೆದು ನಿಂತ ಚಪ್ಪಟೆ ಎದೆಯ ಈ ತಂಗಿಯರನ್ನೇನು ಮಾಡುವುದು? ಅವರಿಗೆ ಎಲ್ಲಿಂದ ಗಂಡು ಹುಡುಕುವುದು? ಹೋಗಲಿ ಏನೋ ಓದಿದ್ದಾರಾ ಅಂದರೆ ಅದೂ ಹೇಳಿಕೊಳ್ಳುವ ಹಾಗೆ ಇಲ್ಲ. ಈ ಎತ್ತರವೇ ಒಂದು ಸಮಸ್ಯೆಯಾಗಿ ಓದಿಗೆ ಯಾವಾಗಲೋ ಗೋತ ಹೊಡೆದಾಗಿತ್ತು. ಆಮೇಲೇನೋ ಬ್ಯೂಟಿಪಾರ್ಲರಿನಲ್ಲಿ ಕೆಲಸ ಕಲಿಯಲು ಹೋದವರು ಅಲ್ಲಿ ಅವರಿವರ ಕೈಕಾಲು ಉಜ್ಜಿತೊಳೆದು ಮಸಾಜ್ ಮಾಡುವುದು, ತಲೆ, ಕಂಕುಳು, ಕೈಕಾಲು ಹೀಗೆ ಕಂಡಕಂಡಲ್ಲಿಂದ ಕೂದಲು ಹೆರೆಯುವ ಕೆಲಸ ಮಾಡುವುದು ಸಾಧ್ಯವಿಲ್ಲವೆಂದು ಮರಳಿ ಬಂದಿದ್ದರು. ನಾನಿಲ್ಲಿ ಕಂಡಕಂಡವರ ಹೇಲುಚ್ಚೆ ಬಳಿದು, ಬಾತ್ರೂಮ್, ಟಾಯ್ಲೆಟ್ ತೊಳೆಯುತ್ತಿರುವುದಕ್ಕಿಂತ ಕಷ್ಟವೆ ಅವರ ಕೆಲಸ? ಅದೂ ಹುಟ್ಟೂರು ಬಿಟ್ಟು ಇಷ್ಟು ದೂರದ, ಭಾಷೆ ತಿಳಿಯದ ಊರಿನಲ್ಲಿ? ಅವರು ಕೆಲಸ ಬಿಟ್ಟ ದಿನ ಸಿಟ್ಟಿನಿಂದ ಕುದ್ದಿದ್ದ ಬ್ರಜೇಶ. ಇದೆಲ್ಲ ಸಾಲದೆಂಬಂತೆ ಇದೇ ಈಗ ಎರಡು ದಿನಗಳ ಹಿಂದೆ ನಡೆದ ಘಟನೆ ಅವನನ್ನು ಹಿಂಡಿ ಹೈರಾಣಾಗಿಸಿತ್ತು.

ಅಂದು ಬೆಳಗ್ಗೆ ಅವನಿಗೆ ಮೇಲ್‌ಮೆಡಿಕಲ್ ವಾರ್ಡಿನಲ್ಲಿ ಡ್ಯೂಟಿ ಇತ್ತು. ಅದೊಬ್ಬ ಬೆಡ್‌ಪೇಷಂಟು ಅದಿನ್ನಿನ್ನೇನಾಯ್ತೋ, ಮೂತ್ರದ ಕ್ಯಾನಿನಲಿ ಮೂತ್ರ ಮಾಡಲು ಹೋದವನು ಅರ್ಧ ಕ್ಯಾನಿಗೆ ಅರ್ಧ ನೆಲಕ್ಕೆ ಇಳಿಸಿದ್ದ. ಇದೀಗ ಬ್ರಜೇಶನಿಗೆ ಅದನ್ನು ಒರೆಸುವ ಕೆಲಸ. ಬ್ರಜೇಶನಿಗೆ ನಿಜಕ್ಕೂ ಪೇಷಂಟನ ಮೇಲೆ ಸಿಟ್ಟು ಬಂದಿತ್ತು. "ಸರಿಯಾಗಿ ಕ್ಯಾನಿನೊಳಗೆ ಹುಯ್ಯಲಿಕ್ಕೂ ಕಷ್ಟವಾ?" ಸಿಟ್ಟಿನಿಂದ ತನ್ನೊಳಗೇ ಗೊಣಗುತ್ತ ಬ್ರಜೇಶ ಸಾವಕಾಶ ನೆಲ ಒರೆಸತೊಡಗಿದ್ದ. ಅಷ್ಟರಲ್ಲಿ ವಾರ್ಡಿನ ಅಟೆಂಡರ್ ಗೋಪಾಲ ಏನೋ ಅಂದ. ಏನಂದ ಅನ್ನುವುದು ನಿಜವಾಗಿಯೂ ಇವನಿಗೆ ಸರಿಯಾಗಿ ಅರ್ಥವಾಗಿರಲಿಲ್ಲ. ಆದರೆ ಅಲ್ಲಿದ್ದ ಸಿಸ್ಟರ್‌ಗಳೂ ಉಳಿದ ಅಟೆಂಡರ್‌ಗಳೂ ಇವನತ್ತ ನೋಡಿ ತಮಾಷೆಯಾಗಿ ನಕ್ಕಿದ್ದರು. ಅಲ್ಲಿಗೆ ಗೋಪಾಲ ನನ್ನನ್ನ ಏನೋ ಗೇಲಿ ಮಾಡಿದ್ದಾನೆ ಅನಿಸಿ ಬ್ರಜೇಶನೊಳಗೆ ಅಡಗಿಸಿಟ್ಟಿದ್ದ ಸಿಟ್ಟು ಹೊರಳಿತ್ತು. ಅದೇ ಸಿಟ್ಟಿನಿಂದ ಅವನು ಗೋಪಾಲನನ್ನು ದುರುಗುಟ್ಟಿ ನೋಡಿದ್ದ. ಅದಕ್ಕೆ ಪ್ರತಿಯಾಗಿ ಗೋಪಾಲ ಬ್ರಜೇಶನ ಕೈಮೇಲೆ ಸಣ್ಣಗೆ ಹೊಡೆದು "ಏಯ್ ಬೇಗ ಕೆಲಸ ಮುಗ್ಸು, ಅದುಬಿಟ್ಟು ಇಲ್ಲೇನು ದುರುಗುಟ್ಟಿ ನೋಡ್ತಿದೀಯ" ಎಂದು ಉಡಾಫೆಯಿಂದ ಹೇಳಿ

ಹಿಂತಿರುಗಿದ್ದ ಅಷ್ಟೇ! ಬ್ರಜೇಶ ಅಲ್ಲಿದ್ದ ಮೂತ್ರದ ಕ್ಯಾನ್ ತೆಗೆದುಕೊಂಡಿದ್ದೇ ಅದರಲ್ಲಿದ್ದ ಮೂತ್ರವನ್ನು ಗೋಪಾಲನತ್ತ ತೂರಿ ಚೆಲ್ಲಿದ್ದ. ಇದನ್ನು ಯಾರೆಂದರೆ ಯಾರೂ ಊಹಿಸಿರಲಿಲ್ಲ. ಎಲ್ಲರೂ ಒಂದು ಕ್ಷಣ ದಂಗಾಗಿ ಅದಕ್ಕೆ ಪ್ರತಿಕ್ರಿಯಿಸುವ ಮೊದಲೇ ಬ್ರಜೇಶ ಮಾಪ್ ಸ್ಟಿಕ್ ಎಸೆದು ವಾರ್ಡಿನಿಂದ ಹೊರಗೆ ನಡೆದಿದ್ದ. ಗೋಪಾಲ ಅವಮಾನದಿಂದ ತತ್ತರಿಸಿ "ಏಯ್ ಹಿಡಿರೋ ಅವನನ್ನ, ಅವನವ್ವುನ್, ಊರಲ್ಲಿ ಗತಿಯಿಲ್ಲಾಂತ ಇಲ್ಲಿ ನಮ್ಮೂರಿಗೆ ಬಂದು ಸಾಯ್ತಾರೆ ಸೂಳೆಮಕ್ಳು! ಏನು ಸೊಕ್ಕು, ಇವತ್ತವನಿಗೆ ತಿಥಿ ತಿಥಿ ಮಾಡ್ತೀನಿ" ಎನ್ನುತ್ತ ಅವನ ಹಿಂದೆ ರಭಸದಿಂದ ಓಡಿದರೆ ವಾರ್ಡಿನ ಸಿಸ್ಟರ್‌ಗಳೂ, ಅಟೆಂಡರ್‌ಗಳೂ ಅವನನ್ನು ಹಿಡಿದು ತಡೆದಿದ್ದರು. "ಇರು ಗೋಪಾಲ, ನೀನು ಮೊದಲು ಹೋಗಿ ಎಂ.ಡಿ.ಗೆ ಕಂಪ್ಲೇಂಟ್ ಕೊಡು, ನಮ್ ಕಡೆ ತಪ್ಪು ಬರಬಾರ್ದು, ನಾನು ಇನ್ಸಿಡೆಂಟಲ್ ರಿಪೋರ್ಟ್ ಸಬ್ಮಿಟ್ ಮಾಡ್ತೀನಿ. ಇದನ್ನ ಹೀಗೇ ಬಿಡಬಾರ್ದು" ಅಂದಿದ್ದರು ಹೆಡ್‌ನರ್ಸ್. ಆದರೆ ಇದನ್ನೆಲ್ಲ ಕೇಳಿಸಿಕೊಳ್ಳಲು ಬ್ರಜೇಶನಂತೂ ಅಲ್ಲಿ ನಿಂತಿರಲಿಲ್ಲ. ಅವನಾಗಲೇ ಕುದಿಯುತ್ತಾ ರೂಮಿಗೆ ಬಂದು ಒಳಹೊಕ್ಕು ಬಾಗಿಲು ಹಾಕಿಕೊಂಡಿದ್ದ. ಅವನು ಬಂದ ಸ್ವಲ್ಪೇ ಹೊತ್ತಿನಲ್ಲಿ ಶಂಭುವೂ ಬಂದಿದ್ದ. ಬಂದವನಲ್ಲಿ ಹೊಸತೊಂದು ಸುದ್ದಿಯೂ ಇತ್ತು. ಹೆಡ್‌ನರ್ಸ್ ಅದಾಗಲೇ ಹೇಳಿದಂತೆಯೇ ಒಂದು ಇನ್ಸಿಡೆಂಟಲ್ ರಿಪೋರ್ಟ್ ತಯಾರಿ ಮಾಡಿ ಸಬ್ಮಿಟ್ ಮಾಡಿದ್ದರು. ಗೋಪಾಲನೂ ತನ್ನ ಪಾಲಿನ ಕಂಪ್ಲೇಂಟ್ ದಾಖಲಿಸಿದ್ದ. ಹೆಲ್ತ್ ಇನ್ಸ್‌ಪೆಕ್ಟರಿಗೂ ಕಾಪಿ ಹೋಗಿತ್ತು. ಇನ್ನು ಸ್ವಲ್ಪ ಹೊತ್ತಿಗೆಲ್ಲ ಎಂ.ಡಿ.ಯಿಂದ ವಿಚಾರಣೆಗೆ ಕರೆ ಬರಬಹುದು ಎಂದು ಹೇಳಿದ್ದ. ಜೊತೆಗೆ "ವಿಚಾರಣೆಲಿ ಏನಾಗುತ್ತೋ ಗೊತ್ತಿಲ್ಲ. ಅವರು ತುಂಬ ಸ್ಟ್ರಾಂಗ್ ಆಗಿ ನಿಂತಿದ್ದಾರೆ, ಕೆಲಸದಿಂದ ತೆಗೆದು ಹಾಕ್ತಾರೋ ಇಲ್ಲವೋ, ಅಂತೂ ಸ್ವಲ್ಪ ದಿನ ಸಸ್ಪೆಂಡ್ ಮಾಡೋಕಂತೂ ಭಾಳ ಚಾನ್ಸ್ ಇದೆ. ನೀ ಎಲ್ಲದಕ್ಕೂ ರೆಡಿ ಇರಬೇಕು" ಅಂತಲೂ ಸೇರಿಸಿದ್ದ. ಬ್ರಜೇಶನ ಕುದಿಯಿನ್ನೂ ಆಗ ಆರಿರಲಿಲ್ಲ. "ಬರಲಿಬಿಡು, ಏನಾಗುತ್ತೆ ನೋಡ್ತೀನಿ" ಎಂದು ಘಟ್ಟಿಸಿ ಹೇಳಿದ್ದ. ಆದರೆ ಕರೆ ಬರಬಹುದೆಂದು ಕಾಯುತ್ತ ಕುಳಿತವನನ್ನು ಘಟನೆ ನಡೆದು ಎರಡು ದಿನಗಳೇ ಕಳೆದುಹೋಗಿದ್ದರೂ ಇನ್ನೂ ಯಾರೂ ಕರೆದಿರಲಿಲ್ಲ. ಅವನೊಳಗಿದ್ದ ಸಿಟ್ಟೋ, ಆವೇಶವೋ ಮೆಲ್ಲಗೆ ಇಳಿದು ಇದೀಗ ಅವನನ್ನು ಭಯ, ಆತಂಕಗಳು ತಣ್ಣಗೆ ಆವರಿಸುತ್ತ ಬರತೊಡಗಿದ್ದವು, ಕಾಲಡಿಯಲ್ಲಿ ಇಷ್ಟಿಷ್ಟೇ ಏರುತ್ತಿರುವ ನೀರಿನ ಮಟ್ಟದಂತೆ!

ಹಾಗೆಂದು ಅವನೇನೂ ಎಂ.ಡಿ. ಕರೆಸಲಿಲ್ಲವೆಂದು ಸುಮ್ಮನೆ ಕುಳಿತಿರಲಿಲ್ಲ. ಘಟನೆ ನಡೆದ ಮರುದಿನ ಬೆಳಗ್ಗೆ ಎಂದಿನಂತೆ ಕೆಲಸಕ್ಕೆ ಹೆಲ್ತ್ ಇನ್ಸ್‌ಪೆಕ್ಟರ್‌ನ ಆಫೀಸಿಗೆ ಹೋಗಿದ್ದ. ಆದರೆ ಅವರು ಅವನನ್ನ ಕೆಲಸಕ್ಕೆ ತಗೊಳ್ಳದೆ "ಸ್ವಲ್ಪ ಇರು, ಸದ್ಯಕ್ಕೆ ಕೆಲಸಕ್ಕೆ ತಗೋಳ್ಳೋದು ಬೇಡವೆಂದು ಹೇಳಿದಾರೆ, ಮೋಸ್ಟ್ಲೀ ಇವತ್ತು ವಿಚಾರಣೆಗೆ ಕರೆದರೂ ಕರೀಬಹುದು. ಅಲ್ಲೀತನಕ ಕೆಲಸಕ್ಕೆ ಬರಲು ಹೋಗಬೇಡ, ಆಬ್ಸೆಂಟ್ ಮಾರ್ಕ್ ಮಾಡಿರ್ತೀನಿ" ಎಂದು ಹೇಳಿ ಕಳಿಸಿದ್ದರು. ಅವತ್ತಿಡೀ ಸುಮ್ಮನೆ ಚಡಪಡಿಸುತ್ತ ಕೂತವನು, ಮರುದಿನ ತಲೆ ಹೋಳಾಗುವ ಮೊದಲು ತಾನೇ ಎಂ.ಡಿ.ಯನ್ನ ಹೋಗಿ ಕಾಣುವುದೆಂದು ಅವರ ಕ್ಯಾಬಿನ್ ಬಳಿ ಹೋದರೆ ಅಲ್ಲಿನ ಪ್ಯೂನ್ ಅವನನ್ನು ಒಳಗೆ ಬಿಟ್ಟಿರಲಿಲ್ಲ. "ಹಾಗೆಲ್ಲ ನಿನ್ನಿಷ್ಟದಂತೆಲ್ಲ ಎಂ.ಡಿ.ನ ನೋಡೋಕ್ಕಾಗಲ್ಲ, ಇದೇನು ನಿನ್ ಮನೇನಾ ಇಲ್ಲಾ ನಿನ್

ಹೆಲ್ತ್ ಇನ್ಸ್‌ಪೆಕ್ಟರ್ ಆಫೀಸ? ನಿನ್ನಿಷ್ಟಕ್ಕೆಲ್ಲ ಬಂದು ಹೋಗಿ ಮಾಡೋಕೆ?" ಎಂದು ಜಬರಿಸಿ ಕಳಿಸಿದ್ದ. ಬ್ರಜೇಶನಿಂದ ತಿರುಗಿ ಅವನಿಗೇನೂ ಮಾಡಲಾರದೆ ಸುಮ್ಮನೆ ಸೋತಕಾಲಿನಲಿ ಮರಳಿಬಂದು ರೂಂ ಸೇರಿದ್ದ. ಅವನ ತಲೆ ನೋವು ಹೆಚ್ಚಾಗಿತ್ತು. ಬಹುಶಃ ಇದು ಹೀಗ್ಹೀಗೇ ಅಂದುಬಿಟ್ಟರೂ ತಡಕೋಬಹುದು. ಆದರೆ ಆಗಲಾ ಈಗಲಾ, ಇವತ್ತಾ ನಾಳೆಯಾ! ಓ! ಈ ಅನಿಶ್ಚಿತ ಕಾಯುವಿಕೆಯ ಸುಖ, ದುಃಖ, ನೋವು, ನರಳಿಕೆಯ ತೀವ್ರತೆಯನ್ನ ಅನುಭವಿಸಿಯೇ ತಿಳಿಯಬೇಕು. ಹೋಗಲಿ ನೀವೂ, ನಿಮ್ಮ ಕೆಲಸವೂ ಅಂತ ಕೆಲಸ ಬಿಟ್ಟು ಹೊರಟು ಹೋಗುವಷ್ಟು ತಾಕತ್ತಿದೆಯಾ? ಸದ್ಯಕ್ಕಂತೂ ಇಲ್ಲ. ಹೋಗಲಿ, ಬರೆದ ಯಾವ ಎಕ್ಸಾಮಿನಲ್ಲಾದರೂ ಗೆಟ್ ಥ್ರೂ ಆದೆನಾ? ಅದೂ ಇಲ್ಲ. ಚೆನ್ನಾಗಿಯೇ ಬರೆದಿರುವ ನೆನಪು, ಆದರೆ ತನಗೋ! ತನ್ನ ಜಾತಿಯೇ ಮೊದಲ ತಡೆಗೋಡೆ! ರೂಮಿನಲ್ಲಿದ್ದ ದೇವರ ಪಟವನ್ನೆತ್ತಿ ದೂರ ವಗಾಯಿಸಬೇಕೆನಿಸಿತ್ತವನಿಗೆ. ಆದರೆ ಅದು ಶಂಭುವಿನ ದೇವರು. ಬ್ರಜೇಶ ತಾನು ದೇವರನ್ನು ಪೂಜಿಸುವುದನ್ನೆಲ್ಲ ಯಾವತ್ತೋ ಬಿಟ್ಟಿದ್ದಾನೆ. ಹಾಗೆ ನೋಡಿದರೆ ಶಂಭುವೇ ವಾಸಿ. ಬೆಳಗ್ಗೆ, ರಾತ್ರಿ ತಪ್ಪದೆ ದೇವರಿಗೆ ದೀಪ ಹಚ್ಚಿ, ಊದುಕಡ್ಡಿ ಬೆಳಗಿಸಿ, ಪ್ರತೀ ಶನಿವಾರ ಆಂಜನೇಯನ ದೇವಸ್ಥಾನಕ್ಕೆ ಹೋಗಿ ಬರುತ್ತಾನೆ. ಅವತ್ತು ಮಾಂಸ, ಮಡ್ಡಿ ತಿನ್ನದೆ ವ್ರತ ಮಾಡುತ್ತಾನೆ. ಊರಿಂದ ಹೊರಡುವ ಮೊದಲು ಅಮ್ಮ ಹೇಳೇ ಹೇಳಿದ್ದಳು "ಏನು ಬಿಟ್ಟರೂ ಸಂಧ್ಯಾವಂದನೆ ಬಿಡಬಾರದು, ದೇವರು ಕೈ ಬಿಟ್ಟರೆ ಎಲ್ಲರೂ ಕೈ ಬಿಟ್ಟ ಹಾಗೆ" ಅಂತ. ಇನ್ನು ನನ್ನ ರೂಂಮೇಟ್‌ನ ಜಾತಿ ತಿಳಿದರೆ ಏನನ್ನುತ್ತಾಳೋ ಏನೋ. ತನಗೆ ಫೋನ್ ಮಾಡಿದಾಗೆಲ್ಲ ತಪ್ಪದೆ ಶಂಭುವಿನ ಜೊತೆಗೂ ಮಾತಾಡುತ್ತಾಳೆ. ಮಾತುಮಾತಿಗೆ ಶಂಭುವನ್ನು ಬೇಟಾ, ಬೇಟಾ ಅನ್ನುತ್ತಾಳೆ. ಹಾಗನ್ನುವುದರಿಂದ ಅವಳ ವಜನು ಕಡಿಮೆಯಾದದ್ದೋ ಇಲ್ಲಾ ಶಂಭುವಿನ ತೂಕ ಹೆಚ್ಚಾದದ್ದೋ ಒಂದೂ ಇಲ್ಲ. ಎಲ್ಲವೂ ಇರುವಂತೆಯೇ ಇದೆ. ಎಷ್ಟು ತಮಾಷೆಯಾಗಿದೆ ಜಗತ್ತು! ಇಬ್ಬರೂ ಒಟ್ಟಿಗೆ ಇರತೊಡಗಿ ಅದಾಗಲೇ ಮೂರು ವರ್ಷಗಳಾಗಿವೆ. ಕೆಲಸ ಸಿಕ್ಕಿದ ಮರುವರ್ಷಕ್ಕೇ ಶಂಭುವಿಗೆ ಅಟೆಂಡರ್ ಪೋಸ್ಟ್‌ಗೆ ಪ್ರಮೋಶನ್ ಆಗಿದೆ ಅನ್ನುವುದು ಬಿಟ್ಟರೆ ಬ್ರಜೇಶನ ಮನಸಿನಲ್ಲಿ ಶಂಭುವಿನ ಕುರಿತಾಗಿ ಯಾವ ಕಹಿಯಿರಲಿಲ್ಲ. ಅದು ಕೂಡ ಶಂಭುವಿಗೆ ಪ್ರಮೋಶನ್ ಆಗಿದೆ ಅನ್ನುವುದಕ್ಕಿಂತಲೂ ಹೆಚ್ಚಾಗಿ ಅವನಿಗಿಂತಲೂ ಒಂದು ವರ್ಷ ಸೀನಿಯರ್ ಆದ ತನಗೆ ಇನ್ನೂ ಆಗಿಲ್ಲವೆಂಬ ಕಹಿಯೆಂದರೇ ಹೆಚ್ಚು ಸರಿ. ಶಂಭುವಿಗೆ ಪ್ರಮೋಶನ್ ಬಂದ ದಿನ ಅವನನ್ನು ಕಂಗ್ರಾಜ್ಯುಲೇಟ್ ಮಾಡಿದ್ದರೂ ಒಳಗುದಿ ತಡೆಯಲಾರದೆ ಬ್ರಜೇಶ ಹೇಳಿಯೇ ತೀರಿದ್ದ, "ಇದೆಲ್ಲ ಅನ್ಯಾಯ ಅಲ್ಲವೇ? ಕೆಲಸ ಕೊಡಲಿ, ಆದರೆ ಪ್ರಮೋಶನ್ನೂ ಕೊಡಬೇಕ? ಈ ರಿಸರ್ವೇಶನ್ ಸಿಸ್ಟಮ್‌ನೇ ತೆಗೆದು ಹಾಕಬೇಕು." ಶಂಭು ಪ್ರತಿಕ್ರಿಯೆಯಾಗಿ ಸಣ್ಣಗೆ ನಕ್ಕಿದ್ದ. "ಇದನ್ನು ತೆಗೆದು ಹಾಕಿದರೆ ಇನ್ಯಾವುದಾದರೊಂದು ಬಗೆಯ ಪ್ರಭಾವ ಇದರ ಹಿಂದೆ ಕೆಲಸ ಮಾಡುತ್ತೆ. ನೀನಂದುಕೊಂಡಂತೆ ದೊಡ್ಡ ಬದಲಾವಣೆ ಏನೂ ಆಗುವುದಿಲ್ಲ. ಇಲ್ಲಿ ಯಾರಿಗೂ ಬದಲಾವಣೆ ಬೇಕಿಲ್ಲ, ಎವ್ರಿವನ್ ವಾಂಟ್ಸು ಟು ರನ್ ದಿ ಸಿಸ್ಟಮ್ ಅಷ್ಟೇ! ಜಸ್ಟ್ ವಾಂಟ್ಸ್ ಟು ರನ್ ದಿ ಸಿಸ್ಟಮ್."

ಎಷ್ಟು ಸರಳ ಸ್ಟೇಟ್ಮೆಂಟ್. ಆದರೆ ಎಷ್ಟೊಂದು ನಿಜ. ಜಸ್ಟ್ ರನ್ನಿಂಗ್ ದಿ ಸಿಸ್ಟಮ್.

ಆದರೆ ಹಾಗೆಂದು ಕೆಲಸ ಬಿಡುವಂತೆಯೂ ಇರಲಿಲ್ಲ. ಮನಸಿಗೆ ಎಷ್ಟೇ ಬೇಸರವೆನಿಸಿದರೂ, ಕೆಲಸ ಎಷ್ಟೇ ಇಷ್ಟವಿಲ್ಲವೆಂದರೂ ಈ ಕೆಲಸದ ಮೇಲೆ ಸದ್ಯದ ಬದುಕು ಆನಿಕೊಂಡು ನಿಂತಿತ್ತು.

ಈ ಕೆಲಸಕ್ಕೆ ಸೇರಿದ ಹೊಸತರಲ್ಲಿ ತಾನು ಅಳದ ದಿನವೇ ಇರಲಿಲ್ಲ. ಅಪ್ಪ ಫೋನಿನಲ್ಲೇ ಸಮಾಧಾನಿಸುತ್ತಾ, "ಬ್ರಜು, ಸಮಾಧಾನ ಮಾಡಿಕೋ, ಒಳ್ಳೇದೋ ಕೆಟ್ಟದೋ ಗೌರ್ಮೆಂಟು ಕೆಲಸ. ನಿಂಗೆ ಬೇರೊಂದು ಕೆಲಸ ಸಿಗೋ ತನಕನಾದ್ರೂ ಹಲ್ಲು ಕಚ್ಚಿಕೋ, ಇಲ್ಲಿ ಊರಲ್ಲಿ ಯಾರಿಗೂ ಏನೂ ತಿಳಿಯುವುದಿಲ್ಲ. ಕ್ಲಾರ್ಕ್ ಕೆಲಸ ಅಂದರಾಯ್ತು. ಕೆಲಸವೇನೂ ಅಷ್ಟು ಕಷ್ಟ ಇರಲಿಕ್ಕಿಲ್ಲ ಅಂದುಕೊಳ್ತೀನಿ, ಹೆಚ್ಚೆಂದರೆ ಗುಡಿಸೋದು, ತೊಳೆಯೋದು ಇರಬಹುದು ಅಷ್ಟೇ" ಅಂದಿದ್ದ. ಆದರೆ ಮೊದಲನೇ ದಿನ ಹೆಲ್ತ್ ಇನ್ಸ್‌ಪೆಕ್ಟರಿನ ಆಫೀಸಿನಲಿ ಕೆಲಸಕ್ಕೆ ರಿಪೋರ್ಟ್ ಮಾಡಿಕೊಂಡಾಗ ಅವರು ತೆಳುವಾಗಿ ಕೊಟ್ಟ ಕೆಲಸದ ರೂಪುರೇಷೆಯನ್ನು ಕೇಳಿ ಎದೆಯೊಡೆಯಲಿಲ್ಲ ಅಷ್ಟೇ. ಜೊತೆಗಿದ್ದ ಹುಡುಗರಲ್ಲಿ ಬಹಳಷ್ಟು ಜನ ಒಂದಿಲ್ಲೊಂದು ವಿಷಯದಲ್ಲಿ ಗ್ರಾಜ್ಯುಯೇಟ್‌ಗಳೇ ಆಗಿದ್ದರು. ಎಲ್ಲರೂ 'ಗ್ರೂಪ್ ಡಿ' ಕೆಲಸಕ್ಕೆ ಸೆಲೆಕ್ಟ್ ಆದವರು. ಪ್ಯೂನ್, ಕಲಾಸಿ, ಅಟೆಂಡರ್ ಹೀಗೆ ಬೇಕಷ್ಟು ಪೋಸ್ಟ್‌ಗಳಿದ್ದವು. ಆದರೆ ತಮ್ಮಲ್ಲೊಂದಷ್ಟು ಜನರಿಗೆ ಸಿಕ್ಕಿದ್ದು ಮಾತ್ರ ಸಫಾಯ್‌ವಾಲಾ ಕೆಲಸ. ಅವತ್ತು ಕೆಲಸಕ್ಕೆ ಹೊರಟು ಮೊದಲಬಾರಿಗೆ ಯೂನಿಫಾರ್ಮ್ ಹಾಕಿ, ಕೈಯಲ್ಲಿ ಪೊರಕೆ ಹಿಡಿದಾಗ ಬ್ರಜೇಶನಿಗೆ ಬಹುವಾಗಿ ನೆನಪಾಗಿದ್ದು ಪಾರೋ ಮತ್ತು ಮೋಚಿ.

ಇವತ್ತಿಗೂ ಅವನಿಗೆ ಅವರ ಭಾವಹೀನ ಮುಖಗಳು ಅಷ್ಟು ಸ್ಫುಟವಾಗಿ ನೆನಪಲ್ಲುಳಿದಿವೆ. ಅವರು ಆಗಾಗ ಬ್ರಜೇಶನ ಮನೆಗೆ ಕೆಲಸಕ್ಕೆ ಬರುತ್ತಿದ್ದವರು. ಮನೆಯ ಬಚ್ಚಲ ಮೋರಿ ಕಟ್ಟಿಕೊಂಡರೆ ಅದನ್ನು ಬಳಿದು ಎತ್ತುವುದು, ಊರಿನ ರಸ್ತೆಯ ಕಸ ಗುಡಿಸುವುದು, ಊರವರ ಮನೆಯ ಕಕ್ಕಸ್ಸು, ಬಚ್ಚಲು ತೊಳೆಯುವುದು ಇದೆಲ್ಲ ಅವರ ಕೆಲಸ. ಅವರು ಆ ಕೆಲಸ ಮಾಡುವುದನ್ನು ಕಾಣುವಾಗಲೆಲ್ಲ ಬ್ರಜೇಶ ಮುಖ ಕಿವುಚುತ್ತಿದ್ದ. ಅವರು ರಸ್ತೆಯಲ್ಲಿ ಬರುವಾಗ ಮೇಲ್ಜಾತಿಯ ಯಾರಾದರೂ ಎದುರಾದರೆ ಸರ್ರನೆ ಬದಿಗೆ ಸರಿದು ನಿಲ್ಲಬೇಕೆಂಬುದು ಅಲಿಖಿತ ನಿಯಮವಾಗಿತ್ತು. ತೀರ ಮಕ್ಕಳೇ ಆದರೂ ಅಷ್ಟೇ! ಆಗೆಲ್ಲ ಬ್ರಜೇಶನೂ, ಅವನ ಓರಗೆಯ ಗೆಳೆಯರೂ ಬೇಕೆಂದೇ ಅವರ ಮುಂದೆ ಮುಂದೆ ಹಾಯುತ್ತ ಅವರು ಗಾಬರಿಯಿಂದ ಬದಿಗೆ ಸರಿದು ನಿಲ್ಲುವುದನ್ನು ನೋಡಿ ಕಿಚಾಯಿಸಿ ನಗುತ್ತಿದ್ದರು. ದಾರಿಯಲ್ಲಿ ಅವರು ಕಾಣುವಾಗ ಅವರ ಕಡೆ ಕಲ್ಲೆಸೆಯುವುದು ಕೂಡ ಆಟದ ಒಂದು ಭಾಗವಾಗಿತ್ತು. ಆದರೆ ಅದು ತಪ್ಪೆಂದು ಯಾರೂ ಹೇಳಿದ ನೆನಪಾಗುವುದಿಲ್ಲ. ಅವರು ಆತ್ಮವೇ ಇಲ್ಲದವರಂತೆಯೂ, ಅವರಿಗೆ ಏನು ಮಾಡಿದರೂ ನೋವಾಗುವುದಿಲ್ಲವೆಂತಲೂ, ಅವರು ಯಾವ ಕೆಲಸ ಬೇಕಾದರೂ ಮಾಡಬಹುದಂತಲೂ ಮತ್ತು ಅವರಿರುವುದೇ ಅದಕ್ಕಂತಲೂ ಅನಿಸುತ್ತಿತ್ತು. ಅವರು ಕೆಲಸ ಮುಗಿಸಿ ಹೊರಡುವಾಗ ದೂರದಿಂದಲೇ ಅಪ್ಪ ಅಮ್ಮನ ಕಾಲಿಗೆ ಬಿದ್ದು ಕೈ ಮುಗಿದರೆ ಅಪ್ಪ ಹತ್ತೋ, ಇಪ್ಪತ್ತೋ ರೂಪಾಯಿಗಳನ್ನು ಹೊರಗೆ ಗೇಟಿನ ದಿಣ್ಣೆಯ ಮೇಲಿಡುತ್ತಿದ್ದ. ಮೋಚಿ ಮತ್ತು ಪಾರೋ ಊರಿನ ಕೆಲಸ ಮುಗಿಸಿ ಹೊರಡುತ್ತ ಕಡೆಯದಾಗಿ ಪಪ್ಪುವಿನ ಅಂಗಡಿಯಲ್ಲಿ ಹೇಲು ಬಳಿದ ಅವೇ ಕೈಗಳಿಂದ ಅವರದೇ ಲೋಟಗಳಿಗೆ ಮೇಲಿನಿಂದ ಟೀ

ಹೊಯ್ಸಿಕೊಂಡು ಕುಡಿಯುವಾಗ ಬ್ರಜೇಶನಿಗೆ ವಾಕರಿಕೆ ಬರುತ್ತಿತ್ತು. ಇವರು ಹೇಗೆ ಊಟ ಮಾಡುತ್ತಾರೆ? ಹೇಗೆ ಬದುಕುತ್ತಾರೆ? ಅವರ ಕೈಗಳಲ್ಲಿ ಕೊಳಕು ವಾಸನೆ ಯಾವಾಗಲೂ ಇರುತ್ತದೇನೋ, ಅದನ್ನು ಅವರು ಹೇಗೆ ಸಹಿಸುತ್ತಾರೆ? ಎಂದೆಲ್ಲಾ ಅವನು ಯೋಚಿಸುತ್ತಿದ್ದ. ಹೀಗೆಲ್ಲಾ ಬದುಕುವ ಬದಲು ಅವರು ಸುಮ್ಮನೆ ಸಾಯಬಾರದೇ ಅಂತ ಅನಿಸಿದ್ದು ಕೂಡ ಇತ್ತು. ಪಾರೋ ಮೋಚಿ ವಾಸವಿರುತ್ತಿದ್ದುದು ಊರಿನ ಹೊರಗೆ. ಅವರು ಮನುಷ್ಯ ಕುಲಕ್ಕೆ ಸೇರದವರೇನೋ ಎಂಬ ತಾತ್ಸಾರವೂ ಹೇವರಿಕೆಯೂ ಊರಿನವರಂತೆ ಬ್ರಜೇಶನಿಗೂ ಇತ್ತು. ಅವರು ಕೆಲಸ ಮುಗಿಸಿ ಹೋದಮೇಲೆ ಅಮ್ಮ ಒಂಚೂರು ಸೆಗಣಿ ಎತ್ತಿ, ನೀರಿನಲ್ಲಿ ಕಲಸಿ, ಮನೆಯ ಸುತ್ತಲೂ ಎರಚಿ, ಬಚ್ಚಲಿನೊಳಗೂ ಸಿಂಪಡಿಸಿ, ಗೇಟು ತೆರೆದು ಹೊರಗೆ ಅಡ್ಡಲಾಗಿ ಗೆರೆ ಎಳೆದಂತೆ ಚೆಲ್ಲುತ್ತಿದ್ದಳು. ಅಲ್ಲಿಗೆ ಮನೆ ಶುದ್ಧವಾದಂತೆ. ಅಮ್ಮನೇ ಅಲ್ಲ, ಊರಿನಲ್ಲಿದ್ದ ಅಷ್ಟೂ ಮನೆಗಳವರೂ ಹೆಚ್ಚುಕಮ್ಮಿ ಹೀಗೆಯೇ ಮಾಡುತ್ತಿದ್ದರು. ಒಮ್ಮೆ ಪಾರೋ ಮತ್ತು ಮೋಚಿಯನ್ನು ಕುರಿತು ಅಪ್ಪ ಹೀಗೆ ಹೇಳಿದ್ದ "ಭಗವಂತ ಎಲ್ಲರಿಗೂ ಒಂದೊಂದು ಕೆಲಸದ ಮೇಲೆ ಕಳಿಸಿರುತ್ತಾನೆ. ಅದರ ಮೂಲಕವೇ ಅವನಿಗೆ ಪುಣ್ಯ ಪ್ರಾಪ್ತಿ, ನಾವು ಬರುತ್ತ ಏನು ಪಡಕೊಂಡು ಬಂದಿದೀವೆಂದು ನಮಗೆ ಇಲ್ಲಿ ಬಂದ ಮೇಲಷ್ಟೆ ಗೊತ್ತಾಗೋದು. ಎಲ್ಲ ನಮ್ಮ ನಮ್ಮ ಕರ್ಮಾನುಸಾರ ದಕ್ಕಿದ್ದು." ಅವನು ಹಾಗನ್ನುವಾಗ ಒಳ್ಳೆಯ ಮನೆಯಲ್ಲಿ ಹುಟ್ಟಿದ, ಉತ್ತಮ ಜಾತಿಯಲ್ಲಿ ಹುಟ್ಟಿದ ತನ್ನ ಬಗ್ಗೆ ಬ್ರಜೇಶನಿಗೆ ಹೆಮ್ಮೆಯೆನಿಸುತ್ತಿತ್ತು. ಅದರಲ್ಲೂ ಪಾರೋ ಮತ್ತು ಮೋಚಿಯ ಮಕ್ಕಳನ್ನು ಕಾಣುವಾಗ ಅವನ ಹೆಮ್ಮೆ ದ್ವಿಗುಣಗೊಂಡಂತೆ ಭಾಸವಾಗುತ್ತಿತ್ತು. ಈಗೀಗಲಂತೂ ಅವನಿಗೆ ಆ ಮಕ್ಕಳ ನೆನಪೂ ಬರುತ್ತಿತ್ತು. ಅವನ ಮಕ್ಕಳು ಬೆಳೆದು ಈಗ ತನ್ನದೇ ವಯಸ್ಸು ತಲುಪಿರಬಹುದು, ಏನು ಮಾಡುತ್ತಿರಬಹುದೀಗ? ಒಂದುವೇಳೆ ಮೋಚಿಯ ಕೆಲಸ ಮುಂದುವರಿಸುತ್ತಿರಬಹುದಾ? ಇಲ್ಲ... ಮತ್ತೇನಾದರೂ? ಅವನಿಗೆ ನೆನಪಿದೆ. ಪಾರೋ ಮತ್ತು ಮೋಚಿಯ ಜೊತೆ ಅವರ ಮಕ್ಕಳು ಬಂದರೆ ಅಮ್ಮ ಗಾಬರಿಯಾಗಿಬಿಡುತ್ತಿದ್ದಳು. ಮೊದಲೇ ಮಕ್ಕಳು! ವಿವರ ತಿಳಿಯದೆ ಎಲ್ಲಿ ಏನನ್ನು ಮುಟ್ಟಿಬಿಡುತ್ತಾರೋ ಅನ್ನುವ ಭಯ ಅವಳಿಗೆ. ಆದರೆ ಪಾರೋ ಬಹುಶಃ ಮಕ್ಕಳಿಗೆ ಎಲ್ಲ ಹೇಳಿಯೇ ಕರೆತರುತ್ತಿದ್ದಳೋ ಏನೋ! ಆ ಮಕ್ಕಳು ಒಂದು ಎಲ್ಲೆ ದಾಟಿ ಮುಂದೆ ಬರುತ್ತಿರಲಿಲ್ಲ. ಒಮ್ಮೊಮ್ಮೆ ಅಮ್ಮ ಅಪ್ಪನ ಜೊತೆ ಸಣ್ಣಪುಟ್ಟ ಕೆಲಸಕ್ಕೂ ಜೊತೆಗೂಡುತ್ತಿದ್ದವು. ಆ ಮಕ್ಕಳ ಮುಖವಾದರೂ ಅಷ್ಟೇ! ಸದಾ ನಿರ್ಭಾವದಿಂದ ಶೂನ್ಯವಾಗಿರುತ್ತಿದ್ದವು. ಆ ಎಳೆಯ ಕಣ್ಣುಗಳು ಬಹುಶಃ ಆಗಲೇ ದುಃಖ, ಅಸಹ್ಯ, ಬೇಸರ ಎಲ್ಲವನ್ನೂ ತೊರೆದು ನಿರೀಕ್ಷೆಗಳಿಗೆ ಕೂಡ ಇಂತಿಷ್ಟೇ ಅಂತ ಮಿತಿಯನ್ನು ಗುರುತಿಸಿಕೊಂಡಿರುವಂತೆ ಕಾಣಿಸುತ್ತಿತ್ತು.

ಈಗ ಈ ಸಫಾಯ್‌ವಾಲಾ ಕೆಲಸಕ್ಕೆ ಸೇರಿ ವರ್ಷಗಳು ಉರುಳಿದ ಬಳಿಕ ತನ್ನೊಳಗೂ ಅಂಥದ್ದೊಂದು ನಿರ್ಭಾವುಕತೆ ನಿಧನಿಧಾನಕೆ ರೂಢಿಯಾಗುತ್ತಿತ್ತು. ಪೊರಕೆ ಹಿಡಿದು ಬಚ್ಚಲು ತೊಳೆಯುತ್ತಿರುವವನು ಯಾರೋ ಬೇರೆಯದೇ ಒಬ್ಬ ಕಲ್ಲುಮುಖದ ಮನುಷ್ಯನಂತೆಯೂ, ಅವನು ಏಕಾಏಕಿ ಎಲ್ಲಿಂದಲೋ ಉದ್ಭವಿಸಿ ಯೂನಿಫಾರ್ಮ್ ತೊಟ್ಟುಕೊಂಡು, ತಾನು ಜೀವಿತದಲ್ಲೆಂದೂ ಕಲ್ಪಿಸಿಕೊಂಡಿರದ ಕೆಲವು ಕೆಲಸಗಳನ್ನು ಮಾಡಿ ಮುಗಿಸಿ, ಕೆಲಸದ ಅವಧಿ ಮುಗಿದೊಡನೇ ಮಾಯವಾಗುವಂತೆಯೂ ಅವನಿಗೆ ಭಾಸವಾಗುತ್ತಿತ್ತು. ಆ ಅವನು

ಮಾಡುವ ಕೆಲಸಗಳನ್ನು ದೂರದಿಂದ ನಿಂತು ನೋಡಿದರೂ ಏನೋ ಬೇಸರ ಕಾಡಿ, ಇತ್ತೀಚೆಗೆ ಬ್ರಜೇಶ ಹಾಗೆ ನೋಡುವುದನ್ನೂ ಬಿಟ್ಟಿದ್ದ. ಆ ಸಮಯದಲ್ಲಿ, ಮುಖ ಮಾತ್ರವಲ್ಲ ಹೃದಯ ಮತ್ತು ಮನಸು ಕೂಡ ಕಲ್ಲಾಗುವ ಹಾಗೆ ಅಭ್ಯಾಸ ಮಾಡಿಕೊಳ್ಳತೊಡಗಿದ್ದ. ಆದರೆ ಅಷ್ಟರೊಳಗೆ ಹೀಗೊಂದು ಅಸಂಭಾವಿತತೆ ನಡೆದಿದೆ. ಯಾಕೆ ಹೀಗಾಯ್ತು? ಅಷ್ಟಕ್ಕೂ ಆ ಸಿಟ್ಟು ಯಾರ ಮೇಲೆ? ಕೆಳಗೆಲ್ಲ ಉಚ್ಚೆ ಹುಯ್ದ ಪೇಷಂಟಿನ ಮೇಲಾ? ತನ್ನದೇ ಬ್ಯಾಚಿನವನಾಗಿ, ತನಗಿಂತಲೂ ಕಡಿಮೆ ಓದಿರುವ, ಆದರೆ ತನಗಿಂತ ವರ್ಷಗಳ ಮೊದಲೇ ಪ್ರಮೋಶನ್ ಗಿಟ್ಟಿಸಿಕೊಂಡು ಅಟೆಂಡರ್ ಆಗಿರುವ ಗೋಪಾಲನ ಮೇಲಾ? ಇಲ್ಲ ಈ ಕೆಲಸಕ್ಕೆ ಅಪ್ಲಿಕೇಶನ್ ಹಾಕು ಹಾಕೆಂದು ಗೋಳುಗರೆದು ನಾನು ಈ ಕೆಲಸದಲ್ಲಿ ಸಿಲುಕುವಂತೆ ಮಾಡಿದ ಅಮ್ಮನ ಮೇಲಾ? ಮನೆಯಲಿ ಢಾಳಾಗಿ ತೀರ ಮೇಣದಂತೆ ಅಂಟಿಕೊಂಡಿರುವ ಬಡತನದ ಮೇಲಾ? ಇಲ್ಲಾ ಈ ವ್ಯವಸ್ಥೆಯ ಮೇಲಾ? ಇಲ್ಲ ತನ್ನ ಈ ಅಸಹಾಯಕ ಅವಸ್ಥೆಯ ಮೇಲಾ? ಆ ಕೋಪ ನಿಜದಲ್ಲಿ ಯಾರ ಮೇಲೆ? ಹೋಗಲಿ ಕೋಪದ ಮಾತು ಕೇಳಿಕೊಂಡು ಕೆಲಸ ಬಿಟ್ಟರೆ ಮುಂದೆ ಏನು ಮಾಡಬೇಕು? ಹಾಗೆ ಹೋದರೆ ಮುಂದಿನ ದಾರಿ ಏನು? ತಂಗಿಯರ ಮದುವೆಯ ಕತೆಯೇನು? ತನ್ನ ಕತೆಯೇನು? ಇದ್ದಕ್ಕಿದ್ದಂತೆ ಉದ್ದಾನುದ್ದ ಬೆಳೆದ ತಂಗಿಯರ ಚಪ್ಪಟೆ ಎದೆ ಮೇಲೆ ಕೊಂಬು ಮೊಳೆತು ಅವು ಎದೆ ಚಾಚಿಕೊಂಡು ತನ್ನಮೇಲೆ ಹಾಯುತ್ತಿರುವಂತೆ, ಅಪ್ಪನ ಜನಿವಾರ ಸಳ್ಳನೆ ಹುರಿಗೊಂಡು ನೇಣಿನ ಹಗ್ಗವಾದಂತೆ, ಅಮ್ಮನ ಅಜಬೋಧ ಕಣ್ಣುಗಳು ಬಾವಿಯಂತೆ ಆಳವಾಗಿ ಗೋಪಾಲ, ಶಂಭೂ, ಮೋಚಿ, ಪಾರೋ ಎಲ್ಲರೂ ಹಕ್ಕಿಗಳಾಗಿ ಹಾರುತ್ತಿದ್ದರೆ ತಾನಿಲ್ಲಿ ಹೇಲುಗುಂಡಿಯೊಳಗೆ ಹುಳವಾಗಿ ಮೆದಕುತ್ತಿರುವಂತೆ ಭಾಸವಾಗಿ ಬ್ರಜೇಶ ಚಿಟ್ಟನೆ ಚೀರಿದ.

ಅವನಿಗೆ ಸಾಕಾಗಿತ್ತು. ಅವನ ಕಂಗಳು ಯೋಜನೆಯ ತಾಪಕ್ಕೆ ಕೆಂಪಗಾಗಿದ್ದವು.

ತಲೆಯ ಮೇಲೆ ಯಾರೋ ಒಂದು ನಿರ್ದಿಷ್ಟ ಅಳತೆಯಲ್ಲಿ ಪಟ್ಟ ಪಟ್ಟ ಪಟ್ಟ ಹೊಡೆದು ನರನಾಡಿಗಳನ್ನು ಕೆರಳಿಸುತ್ತಿರುವ ವಿಚಿತ್ರ ವೇದನೆ. ಇನ್ನೊಂದೇ ಒಂದು ನಿಮಿಷ ಇಲ್ಲಿ ಕುಳಿತರೂ ತಾನು ಅಂಗಿ ಹರಕೊಂಡು ಹೊರಗೆ ಓಡಿಬಿಡುವಷ್ಟು ಹುಚ್ಚನಾಗಿಬಿಡುತ್ತೀನೇನೋ ಅನಿಸಿ ಅವನು ಗಾಬರಿಯಾದ. ಏನೇ ಆಗಲಿ, ಕೆಲಸ ಹೋದರೂ ಹೋಗಲಿ, ಸುಮ್ಮನೆ ಇಲ್ಲಿ ರೂಮಿನಲಿ ಕೂತು ತಲೆಯನ್ನು ಒಲೆಯೊಳಗಿಟ್ಟು ಬೇಯಿಸುವುದರಲ್ಲಿ ಯಾವ ಸುಖವೂ ಇಲ್ಲ. ಹೋಗಿ ಕೇಳುವುದೇ ಈಗ. ಏನಾದರೂ ಆಗಲಿ. ಸತ್ತಾದರೂ ಹೋಗಲಿ, ನಾನೀಗ ಹೋಗಿ ಕೇಳುವುದು ಕೇಳುವುದೇ. ಅವನು ಕುಳಿತಲ್ಲಿಂದ ಧಡಾರನೆ ಎದ್ದು ಶರಟು ತಗುಲಿಸಿಕೊಂಡು, ಒಂದಿಷ್ಟೂ ತಡಮಾಡದೆ ಎಂ.ಡಿ.ಯ ಆಫೀಸಿಗೆ ಹೋಗಿ ನಿಂತಿದ್ದ. ಮರುಗಳಿಗೆಯೇ ಅದೇ ಆವೇಶದಲ್ಲಿ ಕ್ಯಾಬಿನ್ನಿಗೆ ನುಗ್ಗಿದ್ದ. ಅವರ ಕ್ಯಾಬಿನ್ ತಣ್ಣಗಿತ್ತು. ಅವನು ನುಗ್ಗಿದ್ದೇ ಆ ತಂಪು ಅವನ ಮೇಲೆ ರಾಚಿತು. ಅಲ್ಲೊಂದು ಅರ್ಥವಾಗದ ಮೌನವಿತ್ತು. ಅದು ಅವನನ್ನು ಅಲ್ಲಾಡಿಸಿತು. ಅವನು ತಡವರಿಸಿದ್ದ "ಸರ್ ಗುಡ್ಮಾರ್ನಿಂಗ್, ಮಿ, ಬ್ರ ... ಬ್ರಜೇಶ್... ಬ್ರಜೇಶ್ ಪಾಠಕ್ ಸರ್. ವರ್ಕಿಂಗ್ ಯಾಸ್ ಸಫಾಯ್‌ವಾಲಾ, ಪೋಸ್ಟೆಡ್ ಇನ್ ಮೇಲ್‌ಮೆಡಿಕಲ್ ವಾರ್ಡ್ ಸರ್."

"ಮ್ಮ್, ವಾಟ್ಸ್ ಯುವರ್ ಪ್ರಾಬ್ಲಮ್ ನೌ?" ಎಂಡಿ ಅವನತ್ತ ತಲೆಯೆತ್ತಿ ನೋಡದೆಯೇ ಕೇಳಿದ್ದರು.

"ಸರ್, ನಾ... ನಾ ಒಂದು ಮಿಸ್ಟೇಕ್ ಮಾಡಿದೀನಿ, ಕೆಲಸ ಹೋಗಿದೆ ಸರ್. ದಯವಿಟ್ಟು ಕ್ಷಮಿಸಿ ನನ್ನನ್ನ ಕೆಲಸಕ್ಕೆ ತಗೋಬೇಕು ಸರ್ ಪ್ಲೀಸ್, ನಾವು ತುಂಬ ಬಡವರು ಸರ್."

"ವಾಟ್ಸ್ ದಟ್? ವಾಟ್ ಡಿಡ್ ಯು ಡೂ?"

"ಸರ್ ಮಿ, ಬ್ರಜೇಶ್, ಬ್ರಜೇಶ್ ಪಾಠಕ್, ಐ ತ್ರೋವ್ಡ್ ಯೂರಿನ್ ಆನ್ ಮೈ ಕಲೀಗ್ ಸರ್."

"ವ್ಹಾಟ್? ಯು ತ್ರೋವ್ಡ್ ಯೂರಿನ್??? ಯು ವರ್ಕ್ ಯಾಸ್ ಸಫಾಯ್‌ವಾಲಾ?" ಎಂ.ಡಿ.ಯ ದನಿ ತೀಕ್ಷ್ಣವಾಗಿತ್ತು. ನಂತರದ ಫೋನ್ ಹೆಲ್ತ್ ಇನ್ಸ್‌ಪೆಕ್ಟರಿಗೆ ಹೋಗಿತ್ತು. ಮುಂದಿನ ನಿಮಿಷಗಳಲ್ಲಿ ಹೆಲ್ತ್ ಇನ್ಸ್‌ಪೆಕ್ಟರ್ ಹಾಜರಾಗಿದ್ದರು.

"ಯಾಕೆ ಇದು ನನ್ನ ಗಮನಕ್ಕೆ ಬಂದಿಲ್ಲ?"

ಸರ್ ಮೊನ್ನೇನೆ ಹೆಡ್‌ನರ್ಸ್ ರಿಪೋರ್ಟ್ ಮಾಡಿದಾರೆ ಸರ್, ಅವತ್ತು ನೀವಿರಲಿಲ್ಲ, ಪದ್ಮಾ ಮೇಡಂ ಇದ್ದರು. ಅವರು ಸದ್ಯಕ್ಕೆ ಅವನನ್ನು ಕೆಲಸಕ್ಕೆ ತಗೋಬೇಡಿ, ಎಂ.ಡಿ. ಬಂದ್ಮೇಲೆ ವಿಚಾರಿಸ್ತಾರೆ ಅಂದಿದ್ದರು ಸರ್" ಎಂದು ಮುಖ ಕೆಳಗೆ ಹಾಕಿದ್ದರು ಹೆಲ್ತ್ ಇನ್ಸ್‌ಪೆಕ್ಟರ್.

ಬ್ರಜೇಶ ಮೆಲ್ಲಗೆ ಮತ್ತೆ ಹೇಳಿದ "ಸರ್, ಸರ್, ಐ ವಾಸ್ ವೆರಿ ಫ್ರಸ್ಟ್ರೇಟೆಡ್ ಸರ್, ಊಪರ್ ಸೇ ಹಿ ಮೇಡ್ ಮಾಕ್ ಆಫ್ ಮಿ ಸರ್, ಐ ಕುಡಂಟ್ ಕಂಟ್ರೋಲ್ ಮೈಸೆಲ್ಫ್ ಸರ್... ಸರ್ ಪ್ಲೀಸ್ ಫರ್‌ಗಿವ್ ಮಿ ಸರ್... ಪ್ಲೀಸ್, ಮನೆ ಕಡೆ ತುಂಬ ಕಷ್ಟವಿದೆ" ಅವನ ದನಿ ಕಟ್ಟಿತ್ತು.

ಎಂ.ಡಿ. ರಿಪೋರ್ಟ್ ಕಾಪಿ ಎತ್ತಿ ಓದಿಕೊಂಡವರು "ಏನಿದೆಲ್ಲ? ಸಣ್ಣಮಕ್ಕಳ ಹಾಗೆ! ಯು ಮಸ್ಟ್ ಬಿಹೇವ್ ಪ್ರಾಪರ್ಲೀ, ಇಫ್ ಯು ಫೀಲ್ ಎನಿ ಟ್ರಬಲ್ ಇನ್ ಯುವರ್ ವರ್ಕ್ ಪ್ಲೇಸ್, ಯು ಮಸ್ಟ್ ರಿಪೋರ್ಟ್ ಟು ಯುವರ್ ಇಂಚಾರ್ಜ್. ಯು ಆರ್ ನಾಟ್ ಸಪೋಸ್ಡ್ ಟು ಡೂ ಸಚ್ ಅನ್‌ವರ್ದಿ ಥಿಂಗ್ಸ್. ನೆವರ್ ಎವರ್ ರಿಪೀಟ್ ಸಚ್ ಥಿಂಗ್ಸ್ ಇನ್ ಫ್ಯೂಚರ್. ನೌ ರೈಟ್ ಯಾನ್ ಅಪಾಲಜಿ ಅಂಡ್ ಜಾಯಿನ್ ದಿ ಡ್ಯೂಟಿ" ಅಂದವರು, ಹೆಲ್ತ್ ಇನ್ಸ್‌ಪೆಕ್ಟರ್ ಕಡೆ ತಿರುಗಿ "ಪೋಸ್ಟ್ ಸಂಬಡೀ ಎಲ್ಸ್ ಇನ್ ಮೇಲ್ ಮೆಡಿಕಲ್ ವಾರ್ಡ್. ಪುಟ್ ಹಿಮ್ ಇನ್ ಒ.ಪಿ.ಡಿ ಸೆಕ್ಷನ್" ಅಂದು ಮಾತು ಮುಗಿಸಿದ್ದರು. ಎಷ್ಟೊಂದು ತಲೆ ಕೆಡಿಸಿದ್ದ ವಿಚಾರ ಹೀಗೆ ಹೂವೆತ್ತಿದಂತೆ ಮುಗಿಯುತ್ತಿರುವುದರ ಕುರಿತು ಬ್ರಜೇಶನಿಗೆ ನಡೆಯುತ್ತಿರುವುದರ ಮೇಲೆ ನಂಬಿಕೆಯೇ ಹುಟ್ಟದಷ್ಟು ಗಾಬರಿಯಾಯ್ತು.

ಅದೇ ಗಾಬರಿಯಲ್ಲಿ "ಸರ್, ಸರ್, ಥ್ಯಾಂಕ್ಯು ಸರ್... ಥ್ಯಾಂಕ್ಯು ಸರ್" ಅಂದು ಹೊರಗೆ ಬಂದ ಬ್ರಜೇಶನಿಗೆ ಯಾಕೋ ಈ ಎಂ.ಡಿ. ಜಾತಿಯಿಂದ ನಮ್ಮವನೇ ಇರಬೇಕೆಂದು ಬಲವಾಗಿ ಅನಿಸಿತು.

□□□

ಹೀಗೇ ಜೊತೆ ಜೊತೆಯಲಿ

ನನಗೆ ಗೊತ್ತು. ಈ ಬಾರಿ ಎಲ್ಲವೂ ಮುಗಿಯಲಿದೆ. ಎಲ್ಲದಕ್ಕೂ ಒಂದು ಕೊನೆಯಿರಬೇಕು, ಆಗಷ್ಟೇ ಅದಕೆ ಅರ್ಥ ಬರುವುದು. ಆ ಕೊನೆಯಂತೆ ಕಾಣುವ ಬಿಂದು ನಿಜದಲ್ಲಿ ಕೊನೆಯಲ್ಲದೇ ಇರಬಹುದು. ಹೌದು, ಕೊನೆಯಂತೆ ಕಾಣುವ ಬಿಂದು ಮತ್ತೊಂದರ ಆರಂಭ ಬಿಂದುವಾಗಿರುವ ಕಾರಣ ಅದು ಕೊನೆಯೋ ಮೊದಲೋ ಎಂದು ಯೋಚಿಸುವ ನಿರ್ಧರಿಸುವ ಹಕ್ಕನ್ನು ಅವರವರಿಗೇ ಬಿಡಬೇಕು. ಈಗ ಈ ನಿಮಿಷ ಸಮೀರನ ನರಳಿಕೆ ಒಂದು ವೇಳೆ ಕೊನೆಯಾಗುವುದೇ ಆದರೆ, ಅದು ಅವನ ಬಿಡುಗಡೆಯ ಆರಂಭ ಬಿಂದು! ಅವನದಷ್ಟೆಯೆ? ನನ್ನದೂ ಕೂಡ. ಈ ಸಭ್ಯತೆಯ ಮುಖವಾಡವೊಂದನ್ನು ಹರಿದಿಟ್ಟು ನೋಡುವುದೇ ಆದರೆ ಅದು ನನ್ನ ಬದುಕಿನ ಪರಮಸುಖೀ ಘಳಿಗೆ. ಹಾಗಾದರೆ ರಾಜಿಗೆ? ಇಷ್ಟು ದಿನ ನಮ್ಮ ನಡುವಿನ ಎಲ್ಲದಕ್ಕೂ ಒಂದು ಕೊಂಡಿಯಾಗಿ ಬೆಸೆದ, ಸಮೀರನೆಂಬ ಈ ಮುಗ್ಧ ಜೀವ ಇಲ್ಲಿಂದ ಬಿಡುಗಡೆಗೊಂಡು ಹೊರಟುಹೋಗುವಾಗ ಎಷ್ಟೆಲ್ಲ ಬಂಧಗಳು ಹರಿಯಬಹುದು? ಒಳ್ಳೆಯತನವೆಂಬ ಮುಸುಕಿನೊಳಗೆ ಗುದ್ದಾಡುತ್ತಿರುವ ನನ್ನೆಲ್ಲ ವಾಂಛೆಗಳು ಒಮ್ಮಿಂದೊಮ್ಮೆಗೇ ಮುಸುಕು ಕಿತ್ತೆಸೆದು ಹುಟ್ಟುಡುಗೆಯಲ್ಲೇ ಎದ್ದು ಹೊರಗೋಡಿಬಂದು ಬೀದಿಯಲಿ ಲಾಗ ಹೊಡೆದು ಕೇಕೆ ಹಾಕಿದರೆ ನಾನೇನು ಮಾಡುವುದು?

ಈಗಲಾದರೂ ಅಷ್ಟೇ! ಘಳಿಗೆ ಘಳಿಗೆಗೂ ಕ್ಷೀಣವಾಗುತ್ತಿರುವ ಸಮೀರನ ದನಿಗೆ ಎಷ್ಟೊಂದು ಶಕ್ತಿಯಿದೆ! ನನ್ನ ಎದೆಯೊಳಗೆ ಇಂದು ಎಂದಿಲ್ಲದ ತುಮುಲ... ಇಲ್ಲಿ, ಈಗ, ನಿಧನಿಧಾನಕೆ ಕರಗುತ್ತಿರುವ ದೀಪದಕುಡಿಯ ಹಾಗೆ, ಅವನೊಳಗಿನ ಜೀವ ತಂತು ಮೆಲ್ಲಗೆ ಒಂದೊಂದೇ ಕೊಂಡಿಗಳನ್ನು ಕಳಚಿಕೊಳ್ಳುತ್ತ ಸಾಗಿದೆ. ಈ ಹೊತ್ತಿನಲ್ಲಿ ಆ ಪುಟ್ಟ ಹೃದಯ ಏನನ್ನು ಯೋಚಿಸುತ್ತಿರಬಹುದು? ಅವನು ನನ್ನ ಸಾನ್ನಿಧ್ಯವನ್ನು ಬಯಸುತ್ತಿರಬಹುದೆ?

ಎದ್ದುಹೋಗಿ ಅವನ ನೆತ್ತಿಯನ್ನು ನೇವರಿಸಿ ಅವನ ಕೈಗಳನ್ನು ಹಿಡಕೊಂಡು "ಮಗೂ, ನಾನಿಲ್ಲಿದೀನಿ ನಿನ್ನ ಪಕ್ಕ, ಹೆದರಬೇಡ" ಅನ್ನುವುದೇ? ಅಥವಾ "ಮಗೂ, ಆ ನಿನ್ನ ದುಷ್ಟ ತಾಯಿಯನ್ನೂ ಈ ಅಸಹಾಯಕ ತಂದೆಯನ್ನೂ ಈ ತಂಪು ಸಂಜೆಯ ಹೊತ್ತಿನಲ್ಲಿ ಮನಸಾರೆ ಕ್ಷಮಿಸಿಬಿಡು ಮಗನೇ, ಹೋಗುವ ಮುನ್ನ ಹೃದಯದಲಿ ಯಾವ ಭಾರವನೂ ತೊಟ್ಟುಕೊಳ್ಳಬೇಡ. ನಿನ್ನ ಈ ಪುಟ್ಟ ಪುಟ್ಟ ಪಾದಗಳು ಕಸುವು ತುಂಬಿಕೊಂಡು, ದಿನದಿಂದ ದಿನಕ್ಕೆ ಹೊಸ ಕನಸಿನತ್ತ ಲಗ್ಗೆ ಹಾಕುವಷ್ಟು ಚುರುಕುಗೊಂಡು, ಇಡೀ ಮನೆ, ಅಂಗಳ, ಕಾಡುಮೇಡು, ಬೆಟ್ಟಗುಡ್ಡ, ದಿಗಂತದೆಲ್ಲೆಯನ್ನೂ ಮುಟ್ಟುವಷ್ಟು ಹುರುಪುಗೊಂಡು... ಮಗು ನೀನು ಹೊಸತಾಗಿ ಹುಟ್ಟುವುದು ಮತ್ತು ಬದುಕುವುದನ್ನು ನಾನು ಬಯಸುತ್ತೇನೆ. ದೇವರೆಂಬುವನೊಬ್ಬ ಇರುವುದೇ ಆದಲ್ಲಿ, ಅವನು ಕರುಣಾಮಯಿಯೂ ಆಗಿದ್ದಲ್ಲಿ, ಈ ಕ್ಷಣ ಅವನು ನಮ್ಮಿಬ್ಬರ ಬದುಕನ್ನೂ ಹಗುರಾಗಿಸಲಿ. ನನ್ನ ಬಳಿಯಲ್ಲಿ ಆತ ಬಿಟ್ಟುಹೋಗಿದ್ದ ಅಕಳಂಕಿತ ಜೀವವೊಂದನ್ನು ಅವನು ಜತನದಿಂದ ಕೊಂಡೊಯ್ಯುವುದೇ ಆದರೆ ಅದೊಂದು ಸೌಭಾಗ್ಯವಾದೀತು ಮಗುವೇ" ಅನ್ನಲೇ? ಹೀಗೆ ಕಾವ್ಯಮಯವಾಗಿ? ಹೋಗಲಿ, ಹೇಳಿದರೆ ಇದೆಲ್ಲವೂ ಸಮೀರನಿಗೆ ಎಷ್ಟರ ಮಟ್ಟಿಗೆ ತಿಳಿಯಬಹುದು?

ಹಾಗೆ ನೋಡಿದರೆ, ಅವನಿಗೆ ಬಹಳಷ್ಟು ತಿಳಿಯುತ್ತದೆ. ಅವನ ಮೈಯ ನರನಾಡಿಗಳೆಲ್ಲ ಸ್ತಬ್ಧಗೊಂಡು ಅವನು ಕೇವಲ ಉಸಿರುಳ್ಳ ಒಂದು ಬೊಂಬೆಯಂತಿದ್ದರೂ, ಆತನ ಮಿದುಳು ಕೆಲಸ ಮಾಡುತ್ತದೆ. ಹಾಗಿಲ್ಲದೇ ಹೋಗಿದ್ದರೆ ಬಹುಶಃ ಈ ಸಾಮೀಪ್ಯ, ಸಾಂಗತ್ಯ ಮತ್ತು ಇಂದಿನ ಪ್ರಾಬಬಲ್ ವಿದಾಯ ಇಷ್ಟೊಂದು ದಾರುಣವೆನಿಸುತ್ತಿದ್ದಿರಲಿಕ್ಕಿಲ್ಲ. ನಾನು ನೋಡಿದ್ದೇನೆ, ರಾಜಿ ಸಮೀರನಿಗೆ ಊಟ ಮಾಡಿಸುವಾಗಲೋ, ಅಥವಾ ಸ್ಪಂಜಿಂಗ್ ಮಾಡಿಸುವಾಗಲೋ, ಇಲ್ಲ ಅವನ ಅಶಕ್ತ ಕಾಲುಗಳನ್ನು ತನ್ನ ಮೃದುವಾದ ನೀಳಬೆರಳುಗಳಿಂದ ನೀವಿ ನೀವಿ ಮಸಾಜ್ ಮಾಡುವಾಗಲೋ... ಯಾವಾಗಲೋ ಒಮ್ಮೆ ನಾನು ಅವನ ಕೋಣೆಗೆ ಹೋದರೆ ಸಮೀರ ಕಣ್ಮುಚ್ಚಿಕೊಳ್ಳುತ್ತಾನೆ. ಏನೋ ಒಂದನ್ನು ತಾನು ನೋಡಬಾರದೆಂಬ ಹಠವೋ ಅಥವಾ ಇನ್ನು ನೋಡಲಿಕ್ಕೇನಿದೆ ಎಂಬ ತಾತ್ಸಾರವೋ ಅಥವಾ... ಅಥವಾ...

ನಾನು ಆ ದಿನವನ್ನು ಹೇಗೂ ಮರೆಯುವುದಿಲ್ಲ. ನನಗೆ ಆಗಾಗ ಈ ನೆನಪು ಬರುತ್ತದೆ. ಹಾಗೆ ನೆನಪು ಬಂದಾಗಲೆಲ್ಲ ನಾನು ಅವಸರವಸರವಾಗಿ ಬೇರೇನಾದರೂ ಮಾಡಲು ನೋಡುತ್ತೇನೆ. ಇವತ್ತು ಹಾಗೇ ದೀಪದ ಕುಡಿ ದೊಡ್ಡದು ಮಾಡಿದೆ. ತಲೆ ಕೊಡವಿ ಪೆನ್ನೆತ್ತಿಕೊಂಡು ಏನಾದರೊಂದು ಬರೆಯಲೆಂಬಂತೆ ಬಾಗಿದೆ. ಟೇಬಲ್ಲಿನ ಮೇಲೆ ನನ್ನನ್ನು ಇಳಿಸಿಕೊಳ್ಳಲೆಂಬಂತೆ ಅಂಗಾತ ಮಲಗಿ, ಅಜ್ಞಾತ ನಿರೀಕ್ಷೆಗಳೊಡನೆ ಕಾಯುತ್ತಿದ್ದ ಬಿಳೀ ಹಾಳೆಗಳು ಇನ್ನು ಕಾಯಲಾರೆನೆಂಬಂತೆ ಅಸಹನೆಯಿಂದೆಂಬಂತೆ ಫಡಫಡಿಸಿದವು, ಥೇಟ್ ರಾಜಿಯ ಹಾಗೆ.

ಹ್ಹೋ... ರಾಜಿ ರಾಜಿ. ನನ್ನ ತೊಡೆಗಳು ಅವಳ ನೆನಪಿಗೆ ಬೆಚ್ಚಗಾಗಿ ಹುರಿಗೊಂಡು ಬಿಗಿಯಾದವು. ನಾನು ಹಾಳೆಗಳ ಮೈ ನೇವರಿಸಿ ಸುಮ್ಮನಾಗಿಸಿದೆ. ಆದರೆ ಹೊರಗಿನಿಂದ ಬೀಸುತ್ತಿದ್ದ ತಂಗಾಳಿ ತನ್ನದೇ ಹಠದಲ್ಲಿ ಹಾಳೆಗಳನ್ನು ಚದುರಿಸುತ್ತಲೇ ಇತ್ತು. ಹ್ಹೋ! ಇವತ್ತು

ಚಳಿಗಾಳಿ ತುಸು ಹೆಚ್ಚೇ ಇದೆ. ಹೌದೂ... ಸಮೀರನ ಕೋಣೆಯ ಕಿಟಕಿ ಮುಚ್ಚಿದೆಯೇ? ತೆರೆದೇ ಇದೆಯೇ? ರಾಜಿ ಬರದೇ ಒಂದು ವಾರದ ಮೇಲಾಗಿದೆ, ಅವಳ ಗಂಡ ಮನೆಗೆ ಬಂದಿದ್ದಾನೆ. ಅವನು ಈಗ ಏನು ಮಾಡುತ್ತಿರಬಹುದು? ಪಾಪ ರಾಜಿ, ಇದೇ ಗಾಳಿಗೊಡ್ಡಿದ ದೀಪದ ಹಾಗೆ ಚಡಪಡಿಸುತ್ತಿರಬೇಕು. ಅವಳ ಮನಸು ಬೆಂಕಿಯಂತೆ ಉರಿಯುತ್ತಿರಬೇಕು. ಬಹುಶಃ ಅವಳ ಗಂಡ ತಣ್ಣನೆಯ ಗಾಳಿಗೆ ಮೈಯೊಡ್ಡಿ ಮಲಗಿ ಆಕಾಶದ ತಾರೆಗಳನ್ನು ನೋಡುತ್ತಿರಬೇಕು.

ಅವನು ದೂರದ ಊರಿನಲ್ಲಿ ಯಾವುದೋ ಹೆಸರು ಗುರ್ತಿಲ್ಲದ ಕಂಪೆನಿಯಲ್ಲಿ ಕೆಲಸ ಮಾಡುತ್ತಾನೆ. ತಿಂಗಳಿಗೊಮ್ಮೆ ಬಂದು ಎರಡು ದಿನ ತಂಗಿ ಹೋಗುತ್ತಾನೆ. ಅವನಿಗೆ ಅಲ್ಲಿ ಬೇರೆಯದೇ ಮನೆ, ಸಂಸಾರ, ಮಕ್ಕಳು ಮರಿ ಎಲ್ಲ ಇರಬಹುದು ಎಂದು ರಾಜಿಗೆ ಸಂದೇಹವಿದೆ. ಆದರೆ ಅದನ್ನು ಸಾಬೀತು ಪಡಿಸುವ ಯಾವ ಪುರಾವೆಯೂ ಅವಳಿಗೆ ದಕ್ಕುವುದಿಲ್ಲ, ಹಾಗಾಗಿ ಅವಳು ಸುಮ್ಮನಿದ್ದಾಳೆ. "ರಾಜೀ ಇನ್ನೊಂದೇ ವರ್ಷ, ಇನ್ನೊಂದೇ ವರ್ಷ" ಅನ್ನುವ ಅವನೊಂದಿಗೆ ಬದುಕು ಕುಡಿಯೊಡೆದ ಮೇಲೆ, ತಲಾ ಐದೈದು ಶಿಶಿರ ವಸಂತಗಳನ್ನು ದಾಟಿದ್ದಾಳೆ. ಅವಳು "ಇಲ್ಲಿಯೇ ನಾವು ಒಟ್ಟಿಗೆ ಯಾಕಿರಬಾರದು, ಬಂದಷ್ಟು ಸಾಕು ಬದುಕಿಗೆ" ಅಂದರೆ ಅವನು ಮೌನವಾಗಿ ತಳ್ಳಿ ಹಾಕುತ್ತಾನೆ. "ಈಗಲಾದರೂ ಯಾರಿಗಾಗಿ ರಾಜಿ ಇದೆಲ್ಲ? ನಿನಗಾಗಿಯೇ ಅಲ್ಲವೇ? ನೀನು ಸುಖವಾಗಿಬೇಕೆಂಬುವುದು ಬಿಟ್ಟರೆ ನನಗೆ ಬೇರೆ ಯಾವ ಆಸೆಯೂ ಇಲ್ಲ" ಅನ್ನುತ್ತಾನೆ. ರಾಜಿ ಅವನ ಸುಖದ ಪರಿಕಲ್ಪನೆಯನ್ನು ಅರ್ಥೈಸಿಕೊಳ್ಳಲು ಹೆಣಗಿ ಕಡೆಗೀಗ ಆ ಪ್ರಯತ್ನವನ್ನು ಬಿಟ್ಟಿದ್ದಾಳೆ. ಅವನ ಕಣ್ಣಿನಲ್ಲಿ ರಾಜಿ ಸುಖವಾಗಿದ್ದಾಳೆ. ಇನ್ನು ನಿಜಕ್ಕೂ ರಾಜಿ ಸುಖವಾಗಿದ್ದಳೋ, ನೆಮ್ಮದಿಯಾಗಿದ್ದಳೋ, ಅಶಾಂತಿಯ ಕಡಲೊಂದನ್ನು ಎದೆಯೊಳಗೆ ಹುದುಗಿಸಿಟ್ಟುಕೊಂಡಿದ್ದಳೋ ಅಂತೂ ಅವಳು ತಟಸ್ಥವಾಗಿದ್ದಳು... ಸುಮ್ಮನಿದ್ದಳು. ಅವಳ ಅಂತರಂಗದ ಕಡಲನ್ನು ಕಡೆದು ಅಸ್ವಸ್ಥವನ್ನಾಗಿಸಿದವನು ನಾನು... ಇದರ ಜವಾಬ್ದಾರಿಯನ್ನು ನಾನಲ್ಲದೆ ಯಾರು ಹೊರಬೇಕು? ನಾನೇ? ಅಥವಾ ಅವಳೇ? ಅವಳ ಗಂಡನೇ? ನಮ್ಮ ಈ ಬದುಕೇ? ಸಮೀರನೇ? ಈ ಕಾಡು? ಅಥವಾ ಆ ಧೋಮಳೆಯ ಸಂಜೆ?

ಆ ಸಂಜೆಯೆ? ಇಲ್ಲ... ಇಲ್ಲ! ಅದಕ್ಕೂ ಮೊದಲೇ... ನಮ್ಮ ಹೃದಯಗಳು ಸಜ್ಜುಗೊಂಡಿದ್ದವು. ಯಾಕೆಂದರೆ ಅವತ್ತಿನ ಆ ಸಂಜೆಯಲ್ಲಿ ನಾನು ಅವಳ ಹೆಗಲ ಮೇಲೆ ಕೈಯಿಟ್ಟ ಘಳಿಗೆಯಲ್ಲಿ ಅವಳು ಅಲ್ಲಿರಲೇ ಇಲ್ಲ, ಅವಳಾಗಲೇ ನನ್ನ ಕಣ್ಣಿನಲ್ಲಿ ಬೆಳಕಿನಷ್ಟು ವಿನಮ್ರವಾಗಿ ಬೆರೆತುಹೋಗಿದ್ದಳು. ಸಮೀರ ಅಲ್ಲಿಯೇ ಇದ್ದಾನೆ, ನಮ್ಮನ್ನು ನೋಡುತ್ತಿದ್ದಾನೆಂಬುದು ಅರಿವಿಗೆ ಬರುವಷ್ಟರಲ್ಲಿ ತಾಸುಗಳೇ ಉರುಳಿ ಮಳೆ ಸುರಿದು ಮುಗಿದು ಬಾನು ಬೀಗುತ್ತಿತ್ತು. ಅವತ್ತು ರಾಜಿ ನನ್ನೊಂದಿಗೇ ಮಲಗಿದ್ದಳು. ಆಗಷ್ಟೇ ಎದೆಹಾಲು ಕುಡಿದ ಸಂತೃಪ್ತ ಮಗುವಿನಂಥ ಮುಗ್ಧ ಮುಖಭಾವ ಹೊತ್ತು ಅದೆಷ್ಟು ಮಗುವಿನಂತೆ ಮಲಗಿದ್ದಳು! ಮರುದಿನ ರಾಜಿ ನನಗೊಂದು ನಾಲ್ಕು ಸಾಲಿನ ಪತ್ರ ಕೊಟ್ಟಿದ್ದಳು. ಅದು ಪತ್ರವಾಗಿರಲಿಲ್ಲ. ಅದೊಂದು ಕವಿತೆಯೂ ಆಗಿರಲಿಲ್ಲ. ಆದರೆ ಸ್ವಲ್ಪಮಟ್ಟಿಗೆ ಕವಿತೆಯಂತೆ ಕಾಣುತ್ತಿದ್ದ ಅದು ಒಂದು ಪ್ರಶ್ನೆಯಾಗಿತ್ತು.

ಮಳೆ ಸುರಿಸಿದ ಸಂಜೆಯ ಸಂಚಿಗೆ

ಬೆಟ್ಟದಡಿ ಮಣ್ಣು ಸರಿದಿದೆ

ಮೊಳೆತ ಕನಸಿಗೆ ರೆಕ್ಕೆ ಮೂಡಿದೆ

ಹಾರಿಬಿಡಲೇ ಈಗಲೇ?

ಮೋಹಗೊಳಿಸುವ ಕಣಿವೆಗೆ?

ನಾನು ಆ ಪ್ರಶ್ನೆಗೆ ಉತ್ತರಿಸಲಿಲ್ಲ. ಬದಲಿಗೆ, "ರಾಜೀ, ನೀನು ಅಲ್ಲಿಂದ ಈ ಕಣಿವೆಯನ್ನು ನೆಚ್ಚಿ ಕೆಳಗೆ ಹಾರಿದರೆ... ನಿನಗಾಗಿ ನಾನು ಎಷ್ಟರಮಟ್ಟಿಗೆ ತೋಳು ತೆರೆಯುತ್ತೇನೋ ನನಗೇ ಗೊತ್ತಿಲ್ಲ. ನೀನು ಹೆಣ್ಣು. ಕೆಳಗಿಳಿದು ಬರಲೇ? ಎಂಬುವುದೊಂದು ಪ್ರಶ್ನೆ ಮಾತ್ರವಷ್ಟೆ ನಿನಗೆ. ಹಾಗೆ ಇಳಿಯುವುದರೊಂದಿಗೆ ನಿನ್ನ ಹೊಣೆಗಾರಿಕೆ ಕಳಚಿಹೋಗುತ್ತದೆ. ನಿನ್ನ ಬೆರಳುಗಳು ದಿಕ್ಕುತಪ್ಪಿದ ಚಿಟ್ಟೆಯ ಹಾಗೆ ಪತರಗುಟ್ಟುತ್ತ ನನ್ನ ತೋಳುಗಳನ್ನು ಹಿಡಿಯುತ್ತವೆ, ನಿನಗೆ ಆಸರೆಯಾಗಬೇಕಾದ ಜವಾಬ್ದಾರಿ ಆ ಕ್ಷಣವೇ ನನ್ನ ನೆತ್ತಿಗೆ ಹೊರಿಸಲ್ಪಟ್ಟು ನಾನು ಕೈದಿಯಾಗುತ್ತೇನೆ. ಹೆಣ್ಣಿಗೆ ಹೊಸ್ತಿಲು ದಾಟಿ ಬರುವುದೇ ಒಂದು ಸಾಧನೆ. ಬಂದ ನಂತರದ ಎಲ್ಲವನ್ನೂ, ಅವಳು ಗಂಡಿನ ಹೆಗಲಿಗೆ ರವಾನಿಸಿ ನಿರಾಳವಾಗಿಬಿಡುತ್ತಾಳೆ ಅಥವಾ ಹಾಗೆ ತೋರಿಸಿಕೊಳ್ಳುತ್ತಾಳೆ ಇಲ್ಲವೇ ನಟಿಸುತ್ತಾಳೆ. ಯಾಕೆ ಹೀಗೆ ಹೇಳುತ್ತಿರುವೆ ಗೊತ್ತೆ? ಹಾಗೊಮ್ಮೆ ನಾನು ನಿನ್ನನ್ನು ಕೊಡವಿಕೊಂಡು ಹೊರಟುಬಿಟ್ಟರೂ... ರಾಜಿ! ಮತ್ತೆ ಹೇಳುತ್ತೇನೆ, ನೀನು ಹೆಣ್ಣು.

ಹೆಣ್ಣು ಸಬಲೆ!

ಹೆಣ್ಣಿಗೆ ಬಿದ್ದಲ್ಲಿಂದ ಏಳಲು ಗೊತ್ತು. ಅವಳು ಅಲ್ಲಿಯೇ ಕುಡಿಯೊಡೆದು ಹೊಸ ಬದುಕನ್ನು ಕಟ್ಟಿಕೊಳ್ಳುವಷ್ಟು ಶಕ್ತೆ. ಹೆಣ್ಣಿನೊಳಗೆ ಮಾತ್ರವೇ ಆ ಚೈತನ್ಯ ಇರುವುದು. ನಿಜದಲ್ಲಿ ಅವಳಿಗೆ ಆಸರೆ ಕೊಡುವಷ್ಟು ಸಬಲನಲ್ಲ ಗಂಡಸು. ಅವಳು ಎಂಥ ಸಮಯದಲ್ಲೂ ತನ್ನ ತಾನು ಸಂಭಾಳಿಸಿಕೊಳ್ಳಬಲ್ಲವಳು. ಈ ಜವಾಬ್ದಾರಿಯ ಭಾರವಾದರೂ, ಅವಳು ಗಂಡಿಗೆ ಒಡ್ಡುವ ಪರೀಕ್ಷೆಯಷ್ಟೇ!

ಒಂದುವೇಳೆ ಇದಕ್ಕೆಲ್ಲ ಹೆದರಿ, ಇದಕ್ಕೆಲ್ಲ ಅಂದರೆ... ನಿನ್ನ ಗಂಡ, ನಿನ್ನ ಆಸೆ, ನಿರೀಕ್ಷೆ ಅಥವಾ ನನ್ನ ಸಭ್ಯನೆಂಬ ಇಮೇಜು, ನೀ ನನಗೆ ಒಡ್ಡುವ ಈ ಜವಾಬ್ದಾರಿಗೆ ಹೆದರಿ ನಾನು ಹಿಂಜರಿದು ನಿನ್ನನ್ನು ತೊರೆದು ಹೋದರೂ, ನಾನು ಬಹುಶಃ ನೆಮ್ಮದಿಯಾಗಿ ಎಂದಿಗೂ ಬದುಕಲಾರೆ. ಸುಖವಾಗ್ಯೂ ಬದುಕಲಾರೆ. ಆದರೆ ನೀನು ಹೆಣ್ಣು. ಏಕಾಂಗಿಯಾಗಿಯೂ ಸುಖವಾಗಿ ಬದುಕುವುದು, ಸಂತೋಷದಿಂದ ಬದುಕುವುದು ಹೆಣ್ಣಿಗಷ್ಟೇ ಸಾಧ್ಯ.

ನಾನು ಗಂಡು, ನಿನ್ನಷ್ಟು ದೃಢನಲ್ಲ... ಅಂದರೆ ರಾಜಿ, ನನಗೆ ನಿನ್ನಷ್ಟು ಮನೋಸ್ಥೈರ್ಯ ಇಲ್ಲ, ನನ್ನನ್ನು ಅರ್ಥ ಮಾಡಿಕೋ" ಎಂದು ಅವಳ ಪತ್ರದ ಹಿಂಬದಿಗೆ ನಾನು ಹೀಗೆ ಬರೆದೆ. ಆದರೆ ಅದನ್ನು ಅವಳಿಗೆ ಕೊಡದೆ ನನ್ನ ಡೈರಿಯಲ್ಲಿ ಹುದುಗಿಸಿಟ್ಟೆ.

ಅಂದು ಸಂಜೆ ಮತ್ತೆ ರಾಜಿಯ ಎದೆಯಲ್ಲಿ ತಲೆಯಿಟ್ಟು ಅವಳ ಬಿಸುಪನ್ನು ಉಸಿರಾಡುವಾಗ... ಅವಳು ತನಗೆ ತಾನೇ ಏನೋ ಉತ್ತರ ಕಂಡುಕೊಂಡವಳಂತೆ, ಅಪಾರ ಪ್ರೇಮದಿಂದ, ತನ್ನ ಹಿಡಿತ ಬಿಗಿಗೊಳಿಸಿ... ನನ್ನ ತಲೆಮುಡಿಯನ್ನೆಲ್ಲ ತೀಡಿ ತೀಡಿ ಮುದ್ದುಗರೆದು... ಮಗುವಿನಂತೆ ಲಾಲಿಸಿ, ಪ್ರೇಮಿಸಿದಳು. ಅವತ್ತು ಇದೆಲ್ಲವೂ ನನ್ನ ಕೋಣೆಯಲ್ಲೇ ನಡೆಯಿತಾದರೂ, ಅಲ್ಲದೆ ಮತ್ತೆಂದೂ ಸಮೀರನೆದುರು ಏನೂ ನಡೆಯಲಿಲ್ಲವಾದರೂ ಅವನ ಕಣ್ಣುಗಳಲ್ಲಿ ನನ್ನೆಡೆಗೆ ಏನೋ ತೀಕ್ಷ್ಣವಾಗಿ ಉರಿಯುವುದನ್ನು ನಾನು ಕಂಡೆ. ರಾಜಿಯನ್ನು ಕೂಡಾ ಅವನು ನಿರಾಕರಿಸಿರುತ್ತಿದ್ದನೋ ಏನೋ, ಆದರೆ ಅವಳು ಅವನ ತಾಯಿಯಾಗಿದ್ದಳು. ತಾಯಿಯಲ್ಲದಿದ್ದರೂ... ತಾಯಿ.

ನಾನು ತಂದೆಯಲ್ಲದಿದ್ದರೂ ತಂದೆ!

ಋಣಾನುಬಂಧವೆಂದರೆ ಹೀಗೇ ಇರಬೇಕು. ಹೆಂಡತಿಯಾಗಿ ಬಂದವಳು ನಿಜದಲ್ಲಿ ಮತ್ಯಾರಿಗೋ ಹೆಂಡತಿಯಾಗುವುದು, ಯಾರೋ ಕಟ್ಟಿದ ಬಸಿರಿಗೆ, ಮತ್ಯಾರೋ ಹೆಸರು ಕೊಡುವುದು, ಯಾರದೋ ಮಗುವನ್ನ ಮತ್ಯಾರೋ ಪೊರೆಯುವುದು!

ಒಳಗೆ ಸಮೀರನ ನರಳಿಕೆ ಮತ್ತೂ ಕ್ಷೀಣವಾಗಿ ವಿರಳವಾದಂತಿತ್ತು, ನಾನು ಇಲ್ಲಿಂದಲೇ ಊಹಿಸಿದೆ. ಅವನ ಕಂಗಳು ಬಹುಶಃ ಸೂರನ್ನು ನೋಡುತ್ತಿವೆ ಇಲ್ಲ ಕಿಟಕಿಯತ್ತ? ಕಿಟಕಿ ತೆರೆದಿರಬಹುದೇ? ಹಾಸಿಗೆಯನ್ನು ಇನ್ನೂ ಒದರಿ ಹಾಸಿಲ್ಲ, ಸುಕ್ಕಾಗಿರಬೇಕು! ಸಂಜೆ ಅವನ ಡಯಾಪರ್ ಬೇರೆ ಬದಲಿಸಿಲ್ಲ, ನನಗೆ ಏನಾಗಿದೆ? ಅವನು ಎಷ್ಟೇ ಬೆಳೆದು ದೊಡ್ಡವನಾದರೂ ಇನ್ನೂ ಮಗುವೇ ಅನ್ನುತ್ತಾಳೆ ರಾಜಿ. ಅವಳ ಪ್ರಕಾರ "ದೇವರು ಒಳ್ಳೆಯವರಿಗಷ್ಟೇ ಇಂಥ ಮಕ್ಕಳನ್ನು ಕೊಡುತ್ತಾರಂತೆ, ಹೃದಯದಲ್ಲಿ ತೇವವಿರಬೇಕಂತೆ... ಮಗುವೊಂದು ಕೊನೆತನಕ ಮಗುವಾಗಿಯೇ ಉಳಿಯುವುದು ಕೂಡ ಒಂದು ಭಾಗ್ಯವೇ" ಅನ್ನುತ್ತಾಳೆ. ಅದೆಲ್ಲ ಸರಿ, ಆದರೆ ಇದನ್ನು ಹೆತ್ತ ಮಹಾತಾಯಿ, ಈ ಭಾಗ್ಯವನ್ನು ನನಗೆ ಕರುಣಿಸಿ ಹೋಗಬೇಕಾದ ಕಡ್ಡಾಯವೇನಿತ್ತು? ಇಷ್ಟು ವರ್ಷದಲ್ಲಿ ರಾಜಿಯೊಬ್ಬಳು ಜೊತೆಯಾಗದೇ ಹೋಗಿರುತ್ತಿದ್ದರೆ, ಸಮೀರ ಇಷ್ಟು ದಿನ ಬದುಕಿ ಜೊತೆಗಿರುತ್ತಿದ್ದನೋ... ಇಲ್ಲವೋ! ಈಗ ಅವಳಿಲ್ಲ. ಈ ಬಾರಿ ಅವಳ ಗಂಡ ಬಂದು ಹತ್ತು ದಿನಗಳಾದರೂ ಇಲ್ಲೇ ಇದ್ದಾನೆ. ಇನ್ಮುಂದೆ ಇಲ್ಲೇ ಇರುತ್ತಾನೋ ಏನೋ? ಹಾಗೆ ಉಳಿದುಬಿಟ್ಟರೆ ರಾಜಿ ಇನ್ನಿಲ್ಲಿಗೆ ಎಂದಿಗೂ ಬರಲಾರಳೇ? ಈ ಕ್ಷಣದಲ್ಲಿ ಅವಳಿಗೆ ಹೇಳಿಕಳಿಸುವುದೇ ಸರಿಯೇನೋ... ಅವಳು ಒಮ್ಮೆ ಬಂದು ಸಮೀರನನ್ನು ನೋಡಲಿ, ಅವಳ ಹೃದಯ ತತ್ತಳಿಸುತ್ತ ಅವಳು ಇಲ್ಲೇ ಉಳಿಯಲಿ... ಸಮೀರ ಕೂಡ ಸಾಯದೇ ಉಳಿಯಲಿ. ನಮ್ಮ ನಡುವಿನ ನೆಪವಾಗಿ... ಹೀಗೇ ಇದು...

ಅಯ್ಯೋ, ಅವನ ಕೋಣೆಯಲ್ಲಿ ಸದ್ದು ಮತ್ತೂ ಕ್ಷೀಣವಾಗಿದೆ. ಅಲ್ಲಿ ದೀಪವಿದೆಯೆ? ಇದೆಯೇ? ಹೇಗಿರುತ್ತದೆ? ಇಲ್ಲಿ ಕರೆಂಟೇ ಇಲ್ಲವಲ್ಲ! ನಾ ಅವನ ಕೋಣೆಯಲಿ ದೀಪವಿಟ್ಟೆನೇ ಇಲ್ಲವೇ? ಕಡೆಗಾದರೂ ಕಿಟಕಿ ತೆರೆದಿದೆಯೇ ಮುಚ್ಚಿದೆಯೇ ಎಂದು ನೋಡಿದೆನೇ ಹೋಗಲಿ? ಇದೆಂಥಾ ಮರೆ...

ಅಷ್ಟರಲ್ಲಿ ಹೊರಗೆ ಸದ್ದಾಗಿತ್ತು, ಗೇಟು ತೆರೆದ ಶಬ್ದ. ವಿನಿಯೇ ಬಂದಿರಬೇಕೆಂದು ನಾನು ಶಂಕಿಸಿದೆ. ಅವಳಾದರೆ ಬಾಗಿಲು ಕಟಕಟಿಸುತ್ತಾಳೆ, ಕರೆಗಂಟೆ ಒತ್ತುವುದಿಲ್ಲ. ನಾನು ಕುಳಿತೆ ಕಿವಿಯಾಗಿ. ಹೊರಗೆ ನಾಯಿಯ ನೆಗೆತ ಕುಣಿತದ ಸದ್ದು, ಹಾಗಾದರೆ ಬಂದಿದ್ದು ವಿನಿಯೇ. ಅವಳು ಬಾಗಿಲು ತಟ್ಟುವ ಮೊದಲೇ ನಾನು ಎದ್ದು ಹೋಗಿ ಬಾಗಿಲು ತೆರೆದಿದ್ದೆ. ಆದರೆ ಹಾಗೆ ಮಾಡುವ ಮೂಲಕ ನಾನು ಎರಡು ತಪ್ಪು ಮಾಡಿದ್ದೆ. ಒಂದು ನಾನು ಬರೆಯುತ್ತಿದ್ದ ಡೈರಿಯನ್ನು ಹಾಗೆಯೇ ಬಿಟ್ಟು ಹೋಗಿದ್ದು, ಮತ್ತೊಂದು ಅವಳು ಬಾಗಿಲು ತಟ್ಟುವ ತನಕ ಕಾಯದೆ ಹೋಗಿ ಬಾಗಿಲು ತೆರೆದದ್ದು. ಸಾಮಾನ್ಯವಾಗಿ ನನಗೆ ಅವಳ ಬಾಗಿಲ ತಟ್ಟುವಿಕೆಯ ಶಬ್ದದ ಆಧಾರದ ಮೇಲೆ, ಅವಳ ಪ್ರಸ್ತುತ ಮೂಡಿನ ಗುರ್ತಾಗುತ್ತಿತ್ತು. ಅದನ್ನು ಎದುರಿಸಲು ತಕ್ಕವನಾಗಿಯೇ ನಾನೂ ಅವಳನ್ನು ಎದುರುಗೊಳ್ಳುತ್ತಿದ್ದೆ. ಆದರೆ ಇಂದು ಬರೆಯುವ ಹುಕಿಯಲ್ಲಿ, ಹಾಗೆಯೇ ಅವಸರದಲ್ಲಿ ಎದ್ದು ಹೋಗಿದ್ದೆ ಮತ್ತು ಹಾಗೆ ಹೋಗಿ ತಪ್ಪು ಮಾಡಿದ್ದೆ.

ಬಾಗಿಲು ತೆರೆದದ್ದೇ ವಿನಿ ತನ್ನ ಎಂದಿನ ಸೂಕ್ಷ್ಮಾವಲೋಕನ ನೋಟವನ್ನು ಮನೆಯ ತುಂಬೆಲ್ಲ ಬೀರಿ, ಸೋಫಾದ ಸುಕ್ಕುಗಳನ್ನು ಕೊಡವಿ, ಹೂದಾನಿಯನ್ನು ಸ್ವಸ್ಥಾನದಲ್ಲಿಟ್ಟು, ಟೀಪಾಯ್ ಮೇಲೆ ಹರಡಿದ್ದ ನ್ಯೂಸ್‌ಪೇಪರ್‌ಗಳನ್ನು ಸಿಟ್ಟಿನಲಿ ಜೋಡಿಸಿಟ್ಟು, ಮನಸಿನಲ್ಲಿ ಮೂಡಿದ ನೂರೆಂಟು ಪ್ರಶ್ನೆಗಳನ್ನು ತುಟಿಯ ಹಿಂದೆ ಮರೆಮಾಚಿ "ಹೋಗಿ ಒಂದು ಲೋಟ ಕಾಫಿ ತಾ, ನನಗೆ ವಿಪರೀತ ತಲೆನೋವು" ಅಂದಿದ್ದಳು. ಅವಳ ಕಣ್ಣುಗಳಲ್ಲಿ ಎದ್ದ ಕಹಿಯಾದ ಪ್ರಶ್ನೆಗಳ ಜಾಡು ನನಗೆ ಸಿಕ್ಕಿತಾದರೂ, ನಾನದನ್ನು ಉಪೇಕ್ಷಿಸಿ ಅವಳ ಬಾಡಿದ ಮುಖ ಮತ್ತು ಉಬ್ಬಿದ ಹೊಟ್ಟೆಯನ್ನಷ್ಟೇ ಮನಸಿನಲ್ಲಿಟ್ಟುಕೊಂಡು ಅಡುಗೆಮನೆಗೆ ಧಾವಿಸಿದ್ದೆ. ಫ್ರಿಡ್ಜಿನಿಂದ ಹಾಲು ಎತ್ತಿ ಸರೀಗೆ ಎರಡು ಲೋಟ ಅಳೆದು, ಅದಕೆ ಸರಿಯಾದ ಅಳತೆಯಲಿ ಕಾಫಿಪುಡಿ, ಸಕ್ಕರೆ ಬೆರೆಸಿ, ಮಧ್ಯ ಉರಿಯಲ್ಲಿ ಕುದಿಯಲಿಕ್ಕಿಟ್ಟು...!

ಈ ಕಾಫಿ ನನಗಲ್ಲ, ನನಗಾದರೆ ನಾ ಹೇಗಾದರೂ ಮಾಡಿಕೊಳ್ಳುತ್ತೇನೆ, ಹೇಗೆ ಮಾಡಿದರೂ ಅದು ನನಗೆ ಇಷ್ಟವಾಗುತ್ತದೆ. ಆದರೆ ವಿನಿಗೆ ಕೆಲವು ರುಚಿಗಳಿವೆ. ಅವಳ ತಲೆ ಅದನ್ನ ರಿಜಿಸ್ಟರ್ ಮಾಡಿಟ್ಟುಕೊಂಡು ಪ್ರತೀಸಲ ಅದನ್ನೇ ಕೇಳುತ್ತದೆ! ಅದರಲ್ಲೂ ಇಂದು ಬರುವಾಗಲೇ ಏನೋ ಒತ್ತಡದಲ್ಲಿ ಬಂದವಳಂತೆ ಕಾಣುತ್ತಾಳೆ, ನಿಜಕ್ಕೂ ತಲೆನೋವೇ ಇರಬೇಕು, ಇಲ್ಲವಾದರೆ ಇದು ವಿನಿ ಮನೆಗೆ ಬರುವ ಸಮಯವೇ ಅಲ್ಲ, ಅವಳ ಕೆಲಸವೇ ಹಾಗೆ.

ಅವಳು ಕನ್‌ಸ್ಟ್ರಕ್ಷನ್ ಕಂಪೆನಿಯೊಂದರಲ್ಲಿ ದೊಡ್ಡ ಹುದ್ದೆಯಲ್ಲಿದ್ದಳು. ದಿನಕ್ಕೆ ಹತ್ತು ಹಲವಾರು ಕ್ಲೈಂಟ್‌ಗಳನ್ನು ಭೇಟಿಯಾಗುವುದು, ಸಿಟಿಯ ತುಂಬೆಲ್ಲ ಚಾಚಿಕೊಂಡಿದ್ದ ಅವರ ಸೈಟುಗಳಿಗೆ ಭೇಟಿ ನೀಡುವುದು, ಆಗಾಗ ರಿಲ್ಯಾಕ್ಸೇಶನ್ ನೆಪದಲ್ಲಿ ಹೊರದೇಶಗಳಿಗೆ ಟೂರ್ ಹೋಗುವುದು, ಮನೆಗೆ ಬಂದರೂ ಇದೇ ಸಂಬಂಧ ಆಗಾಗ ಫೋನಿನಲ್ಲಿ ಮಾತಾಡುತ್ತಿರುವುದು, ಒಟ್ಟಾರೆ ದಿನದ ಇಪ್ಪತ್ನಾಕು ಘಂಟೆಗಳೂ ಅವಳಿಗೆ ಸಾಲುವುದಿಲ್ಲವೇನೋ ಎಂಬಂತೆಯೇ ಇರುತ್ತಿದ್ದಳು. ಅವಳಿಗೆ ತನ್ನ ಕೆರಿಯರ್‌ನಲ್ಲಿ ಬಹುದೊಡ್ಡ ಮಟ್ಟದ ಸಾಧನೆ ಮಾಡುವ

ಹಂಬಲವಿತ್ತು. ಅವಳು ಸದಾಕಾಲವೂ, ಹೆಚ್ಚುಕಮ್ಮಿ ಇದರ ಕುರಿತೇ ಧ್ಯಾನಿಸುತ್ತಿದ್ದಳು. ತನ್ನ ಬೆಳವಣಿಗೆಯಲ್ಲಿ ಮಗು, ಸಂಸಾರ, ಮನೆವಾರ್ತೆ ಇಂಥವೆಲ್ಲ ಹೊರೆಯಾಗಬಾರದೆಂದು ನನ್ನೊಂದಿಗೆ ಚರ್ಚಿಸಿದ್ದಳು ಕೂಡಾ.

ಇನ್ನು ನಾನು! ನಾನು, ಯಾವ ಥರದ ಕೆಲಸವನ್ನೂ ಮಾಡಲು ಇಷ್ಟಪಡದ, ಸುಮ್ಮನೆ ಓದಿಕೊಂಡು, ಬರೆದುಕೊಂಡು, ಸಂಗೀತ ಕೇಳಿಕೊಂಡು, ಥೇಟರ್, ಸಿನಿಮಾ ಅಂತ ಸುತ್ತಿಕೊಂಡು, ಅತ್ಯಂತ ಹಾಯಾಗಿರಬೇಕೆಂದು ಬಯಸುತ್ತಿದ್ದ ಒಬ್ಬ ಸಾಮಾನ್ಯ ಮನುಷ್ಯನಾಗಿದ್ದೆ. ನನಗೆ ಏನನ್ನಾದರೂ ಸಾಧಿಸಬೇಕೆಂಬ ತುಡಿತ ಯಾವತ್ತಿಗೂ ಇರಲಿಲ್ಲ. ಅನಿಸಿದ್ದನ್ನು ಬರೆಯುತ್ತಿದ್ದೆ. ಅದನ್ನು ಓದಿದ ಕೆಲವರು ಮೆಚ್ಚಿಕೊಳ್ಳುತ್ತಿದ್ದರು ಅಷ್ಟೇ. ಉಳಿದಂತೆ ಅಂದಂದಿನ ದಿನದ ಹೊರತು ನಾಳೆಯ ಕುರಿತು ಕೂಡ ನನಗೆ ಯಾವ ಯೋಚನೆಯಿರಲಿಲ್ಲ. ಹಾಗಾಗಿಯೇ ನಾನು, ಓದು ಮುಗಿಸಿ ಕೆಲಸ ಹುಡುಕಿಕೊಂಡು ಇತ್ತ ಬಂದವನು, ಒಂದೊಳ್ಳೆ ಕೆಲಸವನ್ನೂ ಹಿಡಿದು, ಕೆಲವೇ ದಿನಗಳಲ್ಲಿ ಅದು ನನಗೆ ತುಂಬ ಸಾಕಾಗಿ, ಮರಳಿ ಊರಲ್ಲಿ ಕೃಷಿ ಮಾಡಲು ಹೋಗಿ ಅದೂ ಸಾಕಾಗಿ, ನನಗೆ ನಿಜಕ್ಕೂ ಏನು ಬೇಕೆಂಬುವುದನ್ನು ಅರ್ಥ ಮಾಡಿಕೊಂಡೆನೋ ಎಂಬಂತೆ ಕೊನೆಯ ಯೋಜನೆಯಾಗಿ, ಊರಿನ ಜಮೀನು ಮಾರಿ, ಬಂದ ಹಣದಲ್ಲಿ ಇಲ್ಲೊಂದು ಮನೆ ಕಟ್ಟಿಸಿ, ಉಳಿದ ಹಣವನ್ನು ಬ್ಯಾಂಕಿನಲ್ಲಿಟ್ಟು, ಅದರಿಂದ ಬರುವ ಬಡ್ಡಿಯನ್ನಷ್ಟೇ ನೆಚ್ಚಿಕೊಂಡು ಬದುಕುತ್ತಿದ್ದೆ. ಹಾಗೆ ಸೈಟು ಕೊಂಡು, ಮನೆಕಟ್ಟಲು ಓಡಾಡುವಾಗ ಸಿಕ್ಕಿದವಳೇ ವಿನಿ. ಅವಳ ಚುರುಕುತನ, ಭಿಡೆಯಿಲ್ಲದ ನಗು, ಎಲ್ಲವನ್ನೂ ಚಾಕಚಕ್ಯತೆಯಿಂದ ನಿರ್ವಹಿಸುವ ಪರಿ, ಹೆಚ್ಚೇನೂ ಯೋಚಿಸುವಂತೆ ಕಾಣದಿದ್ದರೂ ಪಕ್ಕಾ ಸರಿಯಾಗಿ ತೆಗೆದುಕೊಳ್ಳುತ್ತಿದ್ದ ನಿರ್ಧಾರಗಳು ನನ್ನನ್ನು ಸೆಳೆದಿದ್ದವು. ಆಗ ನನ್ನ ಬಳಿ ಹಣವಿತ್ತು. ಗೂಗಲಿಸಿದರೆ ನನ್ನ ಹೆಸರು ತೆರೆದುಕೊಳ್ಳುವಷ್ಟು ಅದಾಗಲೇ ಬರೆದಿದ್ದೆ. ನನ್ನಲ್ಲಿ ಅವಳಿಗೇನು ಇಷ್ಟವಾಯ್ತೋ ನಾನೂ ಕೆದಕಿ ಕೇಳಿರಲಿಲ್ಲ, ಅವಳೂ ಹೆಚ್ಚೇನೂ ಹೇಳಿಕೊಂಡಿರಲಿಲ್ಲ. ಬಹು ಮಹತ್ವಾಕಾಂಕ್ಷಿ ವಿನಿಯ ಕಣ್ಣಿಗೆ, ನಾನೂ ಅವಳಂತೆಯೇ ಕಂಡುಬಿಟ್ಟೆನೋ ಏನೋ, ಅಂತೂ ಹೆಚ್ಚು ಯೋಚಿಸದೆ ನಾವಿಬ್ಬರೂ ಮದುವೆಯಾಗಿದ್ದೆವು. ಅದಾದಮೇಲೆ ಇಬ್ಬರಿಗೂ ಒಬ್ಬರಿಗೊಬ್ಬರು ಹೆಚ್ಚು ಅರ್ಥವಾಗಿದ್ದೆವು. ಅಷ್ಟೆಲ್ಲ ಅರ್ಥವಾದ ಮೇಲೂ ಇನ್ನೂ ಯಾಕೋ ಒಟ್ಟಿಗೇ ಇದ್ದೆವು!

ಒಲೆಯ ಮೇಲಿನ ಕಾಫಿ ವೇಗ ಹೆಚ್ಚಿಸಿಕೊಂಡು ಕುದಿಯತೊಡಗಿತು. ಕಾಫಿಪುಡಿ ಹಾಲಿನೊಳಗೆ ನುಸುಳಿ ಬೆರೆತು ಕುದ್ದು ಕೆಳಚೆಲ್ಲಿತು. ನಾನು ಸ್ಟೋವ್ ಆರಿಸಿ, ನೊರೆಯಾಡುವ ಕಾಫಿಯೊಂದಿಗೆ ಹಾಲ್‌ಗೆ ಹೋದರೆ ಅದಾಗಲೇ ವಿನಿ ನನ್ನ ಡೈರಿ ಹಿಡಿದುಕೊಂಡು ಕೂತಿದ್ದಳು.

"ಏನಿದೆಲ್ಲ? ಏನಿದು ಬರೆದಿರೋದು?" ಅವಳು ಮೇಜಿನ ಮೇಲೆ ಡೈರಿಯನ್ನು ಕುಕ್ಕಿದ ರಭಸಕ್ಕೆ ನೀರಿನ ಹೂಜಿ ಕೆಳಬಿದ್ದಿತು. ಅವಳ ಮುಖ ಕೋಪದಿಂದ ಕುದಿಯುತ್ತಿತ್ತು. "ವಿನಿ, ಸಮಾಧಾನ, ಸಮಾಧಾನ ಈಗ ಏನಾಯ್ತು ಅಂತ? ಇದು ಬರೀ ಕಥೆ ಅಷ್ಟೇ ಕಣೆ, ಎಲ್ಲಿ ಕೂತ್ಕೋ" ನಾನು ಅವಳ ಕೈ ಹಿಡಿದು ಸಮಾಧಾನಿಸುವ ಪ್ರಯತ್ನ ಮಾಡಿದೆ.

"ಸುಳ್ಳು! ಇದು ಕತೆ ಅಲ್ಲ, ಇದು ನಾನು! ನಿನ್ನ ಕಲ್ಪನೆಯೊಳಗೆ ಹುಟ್ಟಿರುವ ನಾನು! ನಿನಗೆ ನನ್ನ ಮೇಲೆ ಡೌಟ್ ಅಲ್ಲವಾ? ಹಾಗೊಮ್ಮೆ ಇದ್ದರೆ ಅದನ್ನ ಮುಖಕ್ಕೆ ನೇರ ಕೇಳುವ ಧೈರ್ಯ ಕೂಡ ಇಲ್ಲದೋನು ನೀನು. ನಾನು ಗರ್ಭಿಣಿ ಹೇಗೆ? ಯಾರಿಗೆ? ಎಂಬ ಡೌಟ್ ನಿನಗೆ ಅಲ್ವಾ? ಅದೇ ಸಮಯ ನಾನು, ನಿನಗೆ ಹೆದರಿ ನಿನಗೆ ತಿಳಿಯದಂತೆ ಇದನ್ನು ಕರಗಿಸಲು, ಅಸಹಾಯಕಳಂತೆ ಮಾತ್ರೆಯೋ ಮತ್ತೊಂದೋ ನುಂಗಿ, ಅಲ್ಲೊ ಏನೋ ಎಡವಟ್ಟಾಗಿ, ಕಡೆಗೆ ಮಗು ವಿಕಲ್ಪವಾಗಿ ಹುಟ್ಟಿ ನಾನು ಹೆರಿಗೆಯಲ್ಲೋ ಮತ್ತೇಗೋ ಸತ್ತು ಅಥವಾ ನಾನು ಅದೇ ಹುಟ್ಟಿದ ವಿಕಲಾಂಗ ಕೂಸನ್ನು ನಿನ್ನ ಮಡಿಲಲ್ಲಿ ಬಿಟ್ಟು, ಆ ಯಾರೊಂದಿಗೋ ಓಡಿಹೋಗಿ, ನೀನು ಹೀಗೆ ಪರಿತಪಿಸುತ್ತ ಏಕಾಂಗಿಯಾಗಿ ಕೊರಗುತ್ತ, ಅದ್ಯಾವಳೋ ಹಡಬೆಯ ಜೊತೆ ಸೇರಿ ಆ ಮಗುವನ್ನು ಬೆಳೆಸುವ ಕಷ್ಟ ಹೊತ್ತು ಕೃತಾರ್ಥನಾಗುವುದು ಮತ್ತು ಚಂದ ಮಳೆ ಸುರಿವ ಸಂಜೆಯಲ್ಲಿ ನೀವಿಬ್ಬರೂ ರಮಿಸಿ ದಣಿಯುತ್ತಿರುವ ದುಷ್ಟ ಕಲ್ಪನೆ ಅಲ್ವಾ ನಿನಗೆ? ಮೊದಲಿಗೆ ಸ್ವತಃ ತನ್ನ ಮೇಲೆ ನಂಬಿಕೆ ಇಲ್ಲದೋನಷ್ಟೇ ಜೊತೆಗಿರೋರನ್ನ ಸಂದೇಹ ಪಡುತ್ತಾನೆಂಬುವುದು ಒಂದು ಪಕ್ಕ. ಇನ್ನು ನಿನ್ನಂಥ ಹೇಡಿ, ಅದನ್ನ ಕೇಳಲಿಕ್ಕೂ ತಾಕತ್ತಿಲ್ಲದವನು, ಹೀಗೆ ಬರೆಬರೆದು ತೀಟೆ ತೀರಿಸಿಕೊಳ್ತಾನೆ ಅನ್ನೋದು ಇನ್ನೊಂದು ಪಕ್ಕ ಇಷ್ಟೇ... ಇಷ್ಟೇ! ನಿನ್ನ ಕೈಲಿ ಆಗೋದು. ಆದರೆ ಇಲ್ನೋಡು, ನಾನು ಹಾಗಲ್ಲ. ನೋಡ್ತಾ ಇರು, ನಾನು ಈ ಮಗುವನ್ನ ಹೆತ್ತು ತೆಗೀತೀನಿ. ನಿನ್ನ ಕಣ್ಮುಂದೇನೇ ಬೆಳೆಸ್ತೀನಿ, ನಾನೂ ನೋಡ್ತೀನಿ ನೀ... ನೀ... ನೀ ಏನ್ಮಾಡ್ತೀಯ ಅಂತ" ಅವಳು ಏದುಸಿರು ಬಿಟ್ಟು ಮಾತಾಡುವಾಗ ಅವಳ ಬಸುರಿ ಹೊಟ್ಟೆ ರಭಸವಾಗಿ ಏರಿಳಿಯುತ್ತಿತ್ತು. ಅವಳ ಮಾತುಗಳು ನನ್ನನ್ನು ಹಿಮದಂತೆ ತೋಯಿಸುತ್ತ ಇರಿಯುತ್ತ ಒಳಗಿಳಿದವು.

"ಏ ಹಾಗೇನೂ ಇಲ್ಲ ವಿನಿ, ನಾ ಹೋಗಿ ನಿನ್ನ ಸಂದೇಹ ಪಡೋದಾ... ಯಾ ಯಾಕೆ?" ಈ ಮಾತುಗಳು ತುಂಬ ಮೆಲ್ಲಗೆ ಅಸ್ಪಷ್ಟವಾಗಿ ನನ್ನ ಬಾಯಿಂದ ಉದುರಿದವು. "ಥೂ ಹೇಡಿ, ಇವಾಗ್ಲೂ ನೋಡು!" ಅವಳು ಮತ್ತಷ್ಟು ಸಿಟ್ಟಿನಿಂದ ನನ್ನ ಡೈರಿಯ ಪುಟಗಳನ್ನು ಪರಪರನೆ ಹರಿದು ಗಾಳಿಗೆ ತೂರಿ, ಗಾಳಿಯಂತೆ ಒಳಗೆ ಹೋದಳು.

ನನ್ನ ಕಣ್ಣೆದುರು ಹಾರಾಡುತ್ತ, ನಿಸ್ಸಹಾಯಕವಾಗಿ ನೆಲಕ್ಕಿಳಿಯುತ್ತಿದ್ದ ಆ ಕಾಗದದ ಚೂರುಗಳನ್ನು ನಾನು ನೋಡುತ್ತಾ ನಿಂತೆ.

□□□

ನಿರೀಕ್ಷೆ

ಪುಟ್ಟಿಯ ಎಳೆಯ ಕೈಗಳು ಅದಾಗಲೇ ನೋಯತೊಡಗಿದ್ದವು. ಆದರೆ ಅವಳ ಮನಸ್ಸು ಮಾತ್ರ ಎಂದಿಗಿಂತಲೂ ಪ್ರಫುಲ್ಲವಾಗಿತ್ತು. "ಅಮ್ಮ ಇನ್ನೆಷ್ಟು ಬಟ್ಟೆಗಳಿವೆ ಒಗೆಯಲು?" ಬೋರ್ವೆಲ್ಲಿನ ಹ್ಯಾಂಡ್ ಪಂಪ್‌ಗೆ ಜೋತುಬೀಳುತ್ತ ಕೇಳಿದಳು ಪುಟ್ಟಿ.

"ಇನ್ನು ಸ್ವಲ್ಪ ಅಷ್ಟೇ ಇರೋದು. ಇನ್ನೆರಡು ಸಲ ನೀರು ಹೊಡಕೊಟ್ಟರೆ ಸಾಕು, ಕೈ ನೋಯ್ತಾ ಇದ್ಯಾ? ಆಗ್ತಾ ಇಲ್ವಾ ಪುಟ್ಟಿ?" ಅಮ್ಮ ಬಟ್ಟೆಯನ್ನು ಕುಕ್ಕುತ್ತ ಮಾತಾಡುವಾಗ ಏದುಸಿರು ಬರುತ್ತಿತ್ತು. ಅವತ್ತು ತೋಟದ ಕೆಲಸ ಮುಗಿಸಿ ಮನೆಗೆ ಬಂದದ್ದೇ ಅಮ್ಮ ತಮ್ಮಿಬ್ಬರಿಗೂ ಚಹಾ ಮಾಡಿ ಅಂಗಳದ ಸೀಬೆ ಮರದ ಬುಡದಲ್ಲಿ ಕುಳಿತು ಚಹಾ ಕುಡಿಯುವಾಗ "ಪುಟ್ಟಿ, ಒಂಚೂರು ಬಟ್ಟೆ ಸೇರಿ ಹೋಗಿದೆ. ಒಗೆದುಕೊಂಡು ಬಂದು ಬಿಡೋಣವೇ" ಎಂದು ಕೇಳಿದ್ದಳು. ಪುಟ್ಟಿಗೆ ಸದ್ಯಕ್ಕೆ ಈ ಕೆಲಸ ಸ್ವಲ್ಪವೂ ಇಷ್ಟವಾಗಿರಲಿಲ್ಲ. ಅದಾಗಲೇ ಬಿಸಿಲು ಸೀಬೆ ಮರವನ್ನು ಹಾದು ಅಂಗಳದ ಬೇಲಿಗಿಡಗಳನ್ನು ಹತ್ತತೊಡಗಿತ್ತು, ಅಂದರೆ ಸಂಜೆಯ ಐದೂವರೆ ಘಂಟೆಯ ಲೆಕ್ಕ.

ಪುಟ್ಟಿಗೆ ಒಂದು ಲೆಕ್ಕವಿದೆ. ಓಣಿಯ ತಿಟ್ಟಿನ ಮೇಲಿದ್ದ ರಾಣಿ ಹೂವು ಅರಳಿದರೆ ಸಮಯ ಬೆಳಗಿನ ಹತ್ತು. ಅದು ಸರಿಯಾಗಿ ಊರಿನ ಮೊದಲ ಬಸ್ಸು ಬರುವ ಸಮಯ. ಸ್ವಲ್ಪೇ ಹೊತ್ತಿಗೆ ಅದು ಊರೊಳಗೆ ಒಂದು ಸುತ್ತುಹಾಕಿ, ಬಂದವರನ್ನು ಇಳಿಸಿ, ಪೇಟೆಗೆ ಹೊರಟವರನ್ನೆಲ್ಲ ಹತ್ತಿಸಿಕೊಂಡು ತಿರುಗಿ ಹೊರಡುವಾಗ ಬಿಸಿಲು ಮನೆಯ ಮಾಡಿನಿಂದ ಇಳಿದು ಜಗುಲಿಯ ಮೇಲೆ ಬಿದ್ದಿರುತ್ತದೆ. ಆಗ ಸಮಯ ಹತ್ತೂವರೆ. ನಂತರ ಜಗುಲಿಯಿಳಿದು ಹೊರಡುವ ಬಿಸಿಲಿನ ಒಂದೊಂದು ಹಂತಕ್ಕೂ ಒಂದೊಂದು ಸಮಯದ ಅಂದಾಜು ಇಟ್ಟಿದ್ದಾಳೆ ಪುಟ್ಟಿ. ಮಧ್ಯಾಹ್ನದ ಕೆಂಪು ಸ್ಟೇಟ್ ಬಸ್ ಬರುವ ವೇಳೆಗೆಲ್ಲ ಬಿಸಿಲು ಸರಿಯಾಗಿ ಅಂಗಳದ

ನಡುಮಧ್ಯದಲ್ಲಿ ಇರುತ್ತದೆ. ಅದು ಪುಟ್ಟಿಯ ಊಟದ ಸಮಯ. ಅಮ್ಮ ಬೆಳಗ್ಗೆ ಮಾಡಿಟ್ಟು ಹೋದ ಅನ್ನ ಮತ್ತು ಸಾರು, ಇಲ್ಲ ರಸಂ, ಇಲ್ಲ ಕೆಂಪು ಕಾರದ ಜೊತೆ ಈರುಳ್ಳಿಯೋ, ಒಣಮೀನೋ ನೆಂಚಿಕೊಂಡು ಊಟ ಮಾಡಿಬಿಟ್ಟರೆ ಅವತ್ತಿನ ಅರ್ಧದಿನ ಕಳೆದ ಹಾಗೆ.

ಅಮ್ಮ ಕೆಲಸಕ್ಕೆ ಹೋದ ಮೇಲೆ ಪುಟ್ಟಿ ಅಮ್ಮನಿಗೆ ಟಾಟಾ ಮಾಡಲು ನಿಂತ ಅದೇ ಪೋಸಿನಲ್ಲೇ ಸ್ವಲ್ಪ ಹೊತ್ತು, ಅಂದರೆ ಅಮ್ಮನ ಬೆನ್ನು ತಿರುವಿನಲ್ಲಿ ಮರೆಯಾಗುವಷ್ಟೂ ಹೊತ್ತು... ಅಂಗಳದಲ್ಲೇ ನಿಂತಿರುತ್ತಾಳೆ. ಅಮ್ಮ ನಡುನಡುವೆ ತಿರುಗಿ ನೋಡಿ ಒಳಗೆ ಹೋಗು ಬಿಸಿಲು ಎಂಬಂತೆ ಸನ್ನೆ ಮಾಡುವುದನ್ನು ಕಡೆಗಣಿಸಿ ನಿಂತೇ ಇರುತ್ತಾಳೆ, ಅಮ್ಮ ತಿರುವಿನಲ್ಲೊಮ್ಮೆ ತಿರುಗಿ ನೋಡಿ ಕೈಬೀಸುವ ತನಕ. ಆಮೇಲೆ ಪುಟ್ಟಿಗೆ ಬೇಸರವಾಗುತ್ತದೆ. ಮನೆ ಬಿಟ್ಟು ಎಲ್ಲೂ ಯಾರ ಮನೆಗೂ ಹೋಗುವಂತಿಲ್ಲ, ತನ್ನ ಮನೆಗೂ ಯಾರೂ ಬರುವುದಿಲ್ಲ. ತಾನಾದರೂ ಹೆಚ್ಚೆಂದರೆ ಮನೆಯ ಹಿಂದಿರುವ ನೀರಿನ ಕುಂಬೆಯ ತನಕ ಹೋಗಬಹುದು. ಅಲ್ಲಿ ಕಲ್ಲಿನ ಮೇಲೆ ಕುಳಿತು ನೀರೊಳಗೆ ಕಾಲಿಳಿಬಿಟ್ಟುಕೊಂಡು ಬಳುಕಾಡುವ ಬೆಳ್ಳಿ ಬಣ್ಣದ ಮೀನುಗಳನ್ನೂ, ಕಪ್ಪಗಿನ ಕಪ್ಪೆ ಮರಿಗಳನ್ನೂ ನೋಡುತ್ತ ಕೂರಬಹುದು. ಅದು ಬಿಟ್ಟರೆ ಬೆಕ್ಕಿನ ಮರಿಗಳ ಜೊತೆ ಸ್ವಲ್ಪ ಹೊತ್ತು ಆಡಬಹುದು, ಅದೂ ಬಿಟ್ಟರೆ ಗೊಂಬೆಯಾಟ ಆಡಬಹುದು. ಆದರೆ ಅವಳಲ್ಲಿ ಗೊಂಬೆಗಳೇ ಇರಲಿಲ್ಲ. ಅದಕ್ಕಾಗಿ ಪುಟ್ಟಿ ಒಂದು ಉಪಾಯ ಹುಡುಕಿದ್ದಳು. ಚಿಕ್ಕ ಚಿಕ್ಕ ವಾಟೆಬಿದಿರಿನ ಕೋಲುಗಳಿಗೆ ಬಟ್ಟೆ ಸುತ್ತಿ ಅವುಗಳನ್ನೇ ಗೊಂಬೆಗಳಂತೆ ಭಾವಿಸುತ್ತ ಅವಕ್ಕೆಲ್ಲ ಒಂದೊಂದು ಹೆಸರಿಟ್ಟು ಅವುಗಳೊಂದಿಗೆ ಮಾತಾಡುತ್ತ ಅಡುಗೆ ಆಟವಾಡುತ್ತಾ, ಬಸ್ಸಿನಲ್ಲಿ ಹೋಗುವ, ಮದುವೆಗೆ ಹೋಗುವ ಆಟವಾಡುತ್ತ ಸಮಯ ಕಳೆಯುತ್ತಿದ್ದಳು. ಅವಳ ಪ್ರೀತಿಯ ಗೌರಿಬೊಂಬೆಗೆ ಮದುವೆ ಮಾಡಿಸುವ ಆಟ ಆಡುವಾಗಲೆಲ್ಲ ಪುಟ್ಟಿಗೆ ತಾನು ಒಂದಾದರೂ ಮದುವೆ ನೋಡಿರಬೇಕಿತ್ತು ಎಂದು ಯಾವಾಗಲೂ ಅನಿಸುತ್ತಿತ್ತು. ಅದಕ್ಕೆ ಒಂದು ಕಾರಣವೂ ಇತ್ತು.

ಪುಟ್ಟಿಯ ಮನೆಯ ಪಕ್ಕದಲ್ಲಿ ಒಂದು ಛತ್ರವಿತ್ತು. ಅದರಲ್ಲಿ ಆಗಾಗ ಊರಿನವರ, ಪಕ್ಕದೂರಿನವರ ಮದುವೆಗಳು ನಡೆಯುತ್ತಿರುತ್ತಿದ್ದವು. ಆದರೆ ಪುಟ್ಟಿಯನ್ನಾಗಲೀ ಅವಳ ಅಮ್ಮನನ್ನಾಗಲೀ ಯಾವತ್ತೂ ಯಾರೂ ಮದುವೆಗೆ ಬರುವಂತೆ ಕರೆದೇ ಇರಲಿಲ್ಲ. ಊರಿನ ಜನರೆಲ್ಲ ಅವತ್ತು ಹೊಸಬಟ್ಟೆ ಹಾಕಿಕೊಂಡು, ಹೂಮುಡಿದು, ಬಟ್ಟೆಗೆ ಸೆಂಟು ಸಿಂಪಡಿಸಿಕೊಂಡು, ತರೇವಾರಿ ಆಭರಣ ಹಾಕಿಕೊಂಡು ಪರಸ್ಪರ ನಗುತ್ತ, ಮಾತಾಡುತ್ತ... ಪುಟ್ಟಿಗೆ ತಾನೂ ಅವರೊಂದಿಗೆ ಆ ಮದುವೆಯಲ್ಲಿ ಪಾಲ್ಗೊಳ್ಳುವ ಆಸೆಯಾಗುತ್ತಿತ್ತು. ಅದೊಂದು ದಿನ ಹೀಗೇ ಛತ್ರದಲ್ಲಿ ಮದುವೆಯೊಂದು ನಡೆಯುತ್ತಿರುವಾಗ, ಪುಟ್ಟಿ ಅಮ್ಮನ ಬೆನ್ನಿಗೆ ಆತುಕೊಂಡು ಹೊರಗೆ ಅಂಗಳದಲ್ಲಿ ಕುಳಿತಿದ್ದಳು. ಹೊರಗೆ ಚೆಲುವಾದ ಬೆಳದಿಂಗಳು ಹರಡಿದ್ದ ರಾತ್ರಿಯದು. ಆ ತಂಪುರಾತ್ರಿಯಲ್ಲಿ ಅಮ್ಮ ಮಗಳಿಬ್ಬರೂ ಛತ್ರದಿಂದ ಕೇಳುತ್ತಿದ್ದ ವಾಲಗದ ಸದ್ದಿಗೆ ತಲೆದೂಗುತ್ತ ಕುಳಿತಿದ್ದರೆ ಪುಟ್ಟಿಯ ಮನಸು ಅತ್ತಲೇ ಸೆಳಕೊಂಡು ಹೋಗುತ್ತಿತ್ತು. ಕಡೆಗೆ ತಡೆಯದೆ ಅಮ್ಮನಲ್ಲಿ ಪುಟ್ಟಿ ಕೇಳಿಯೇ ಕೇಳಿದ್ದಳು "ಅಮ್ಮ ಬಾ ನಾವು ಹೋಗಿ ಮದುವೆ ನೋಡಿಕೊಂಡು ಬರುವ."

"ಪುಟ್ಟಿ ಹಾಗೆಲ್ಲ ನಮ್ಮನ್ನು ಕರೆಯದ ಮದುವೆಗೆ ಹೋಗಬಾರದು."

"ಸರಿ, ನಾನು ತೋಟದೊಳಗೆ ಅವಿತು ಮದುವೆ ನೋಡಿ ಬರಲೇ?"

"ಅಯ್ಯೋ ಪುಟ್ಟಿ, ಆಮೇಲೆ ಯಾರಾದರೂ ನೋಡಿದರೆ ನಮ್ಮನ್ನು ಏನನ್ನುವುದಿಲ್ಲ? ಅಲ್ಲಿ ಏನೂ ವಿಶೇಷ ಇರುವುದಿಲ್ಲ. ಜನ ಕುಡಿಯುತ್ತಾರೆ, ಕುಣಿಯುತ್ತಾರೆ, ಹುಡುಗ ಹುಡುಗಿಯನ್ನ ಒಟ್ಟಿಗೆ ಕೂರಿಸಿ ಅಕ್ಕಿ ಹಾಕಿ ಆಶೀರ್ವಾದ ಮಾಡಿ... ಮದುವೆ ಆಯಿತು ಅನ್ನುತ್ತಾರೆ ಅಷ್ಟೆ. ಅದನ್ನೆಂತ ನೋಡುವುದು?" ಅಂದಿದ್ದಳು.

"ಸರಿ ಹಾಗಾದರೆ ಅವರೆಲ್ಲ ಯಾಕೆ ಬಂದಿದಾರೆ?"

"ಕರೆದಿದಾರೆ ಬಂದಿದಾರೆ ಅಷ್ಟೇ, ಕರೆದ ಮೇಲೆ ಹೋಗದೇ ಇದ್ದರೂ ತಪ್ಪಾಗುತ್ತದೆ."

"ಹಾಗಾದರೆ ನಮ್ಮನ್ನು ಯಾಕಮ್ಮ ಯಾರೂ ಕರೆಯುವುದಿಲ್ಲ? ನಾವು ಯಾವತ್ತಾದರೂ ಬರುವುದಿಲ್ಲ ಅಂತ ಹೇಳಿದೀವಾ?"

"ಅದು ಹಾಗಲ್ಲ ಪುಟ್ಟಿ. ಅವರಿಗೆ ಬೇಕಾದವರನ್ನ ಕರೆಯುತ್ತಾರೆ, ಹಾಗೆ ಎಲ್ಲರನ್ನೂ ಕರೆಯಬೇಕಂತೇನೂ ಇಲ್ಲ."

"ಸುಳ್ಳು ಹೇಳ್ತಾ ಇದೀಯ ನೀನು, ನನಗೆ ಅಪ್ಪ ಇಲ್ಲ ಅಂತ ತಾನೇ ಕರೆಯುವುದಿಲ್ಲ?"

"ನಿನಗೆ ಯಾರು ಹೇಳಿದರು ಹಾಗಂತ? ಅಪ್ಪ ಬೇಟೆಗೆ ಹೋಗಿದ್ದಾರೆ, ಸ್ವಲ್ಪ ದಿನ ಆದಮೇಲೆ ತಿರುಗಿ ಬರ್ತಾರೆ ಅಂತ ಹೇಳಿಲ್ಲವೇನು ನಿನಗೆ?"

"ಅಮ್ಮ ನಾನು ಹಾಗಂದರೆ ಆ ಅವರು ನಗುತ್ತಿದ್ದರು, ಅಪ್ಪ ಇನ್ಯಾವತ್ತೂ ಬರುವುದಿಲ್ಲ. ಅವರು ನಿಮ್ಮನ್ನು ಬಿಟ್ಟು ಹೋಗಿದಾರೆ ಅನ್ನುತ್ತಿದ್ದರು, ಅಪ್ಪನನ್ನು ಪೋಲೀಸರು ಹುಡುಕ್ತಾ ಇದಾರೆ, ಸಿಕ್ಕಿದರೆ ಫಾಸಿಗೆ ಹಾಕ್ತಾರೆ ಅನ್ನುತ್ತಿದ್ದರು, ನಿಜವಾ ಅಮ್ಮ?"

"ಅವರೆಂದರೆ ಯಾರು? ಅವರ ಮಾತೆಲ್ಲ ಕೇಳಬೇಡ ನೀನು. ಅಪ್ಪ ಹೋಗಿರುವುದು ಬೇಟೆಗೆ ಅಷ್ಟೇ, ನೀನು ದೊಡ್ಡವಳಾದ ಮೇಲೆ ನಿನಗೆ ಎಲ್ಲ ಅರ್ಥವಾಗುತ್ತದೆ. ಸದ್ಯಕ್ಕೆ ಅವರ ಜೊತೆಗೆಲ್ಲ ಸೇರಬೇಡ ನೀನು, ಅಷ್ಟು ಮಾಡು ಸಾಕು" ಅಮ್ಮನ ದನಿ ಹಾಗನ್ನುವಾಗ ಎಷ್ಟೊಂದು ಭಾರವಾಗಿತ್ತು.

ಅಮ್ಮ ನಾನು ಅವರೊಂದಿಗೆಲ್ಲ ಆಡಲು ಹೋಗುತ್ತೀನಾ? ಅವರೇ ನನ್ನ ಹೊರಗೆ ಎಲ್ಲಿ ಕಂಡರೂ, ಇಲ್ಲಿ ಹಟ್ಟಿಯಲಿ ಕಂಡರೂ, ಏ ಅಪ್ಪನಿಲ್ಲದವಳೇ ಏನು ಮಾಡ್ತಾ ಇದೀಯ? ಅಪ್ಪ ಅಮ್ಮ ಆಟಕ್ಕೆ ಬರ್ತೀಯಾ? ಎಂದು ಕರೆಯುತ್ತಿರುತ್ತಾರೆ ಗೊತ್ತಾ?

ಪುಟ್ಟಿಯ ಗಂಟಲಿನ ತನಕ ಬಂದ ಮಾತನ್ನು ಅವಳು ಅವತ್ತು ನುಂಗಿದ್ದಳು. ಹೀಗೆ ಹೇಳಿದರೆ ಅಮ್ಮನಿಗೆ ಬೇಸರವಾಗಬಹುದೆಂದು ಅವಳು ಸುಮ್ಮನೆ ತಲೆ ತಗ್ಗಿಸಿ ಕುಳಿತಿದ್ದಳು. ಅವರು ಹಾಗೆ ಮಾತಾಡುತ್ತ ಕುಳಿತಿದ್ದ ಸಮಯದಲ್ಲಿ, ಛತ್ರದಿಂದ ವಾಲಗದ ಸದ್ದು, ಜನರ ಸಂತೋಷದ ಮಾತುಗಳೂ, ಹುಡುಗರ ಶಿಳ್ಳೆಯ ದನಿಯೂ ಜೋರು ಕೇಳಿ ಬರುತ್ತಿತ್ತು. ಅಲ್ಲಿ

ನೆರೆದಿದ್ದವರ ಉತ್ಸಾಹದ ಕೇಕೆಯ ದನಿ ಪುಟ್ಟಿಯ ಮನಸಿನಲಿ ತರೇವಾರಿ ಕಲ್ಪನೆಗಳನ್ನು ಹುಟ್ಟುಹಾಕುತ್ತಿದ್ದವು. ಅವರು ಈಗ ಹೇಗೆ ಕುಣಿಯುತ್ತಿರಬೇಕು, ಅಲ್ಲಿ ವಿಶೇಷ ಅಡುಗೆ ಏನೆಲ್ಲ ಇರಬಹುದು ಎಂದು ಪುಟ್ಟಿಯ ಮನಸು ಲೆಕ್ಕಾಚಾರ ಹಾಕುತ್ತಿತ್ತು.

"ಅಮ್ಮ ಈಗ ಅಲ್ಲಿ ಏನು ಮಾಡ್ತಾ ಇರಬಹುದಮ್ಮ?"

"ಇವತ್ತು ಚಪ್ಪರ. ತುಂಬ ಹತ್ತಿರದ ನೆಂಟರು ಕುಟುಂಬದವರು ಸೇರಿ ಕೈಗೆ ಮದರಂಗಿ ಹಚ್ಚಿಕೊಳ್ತಾರೆ."

"ಅಷ್ಟೆಯೆ?"

"ಅಷ್ಟೇ ಅಲ್ಲ, ಇನ್ನೂ ಏನೇನೋ ಇರ್ತವೆ ಸಣ್ಣಪುಟ್ಟ ಶಾಸ್ತ್ರಗಳು, ಎಲ್ಲರೂ ಒಟ್ಟಾಗಿ ಖುಷಿಯಾಗಿ ಇರೋದೇ ಒಂದು ಚಂದ ಅಲ್ಲವಾ?" ಅಮ್ಮ ಹಾಗಂದವಳು ಒಡನೆಯೇ ಸಾವರಿಸಿಕೊಂಡು "ಇಲ್ನೋಡು ಪುಟ್ಟಿ, ನೀ ಆ ಹುಡುಗರು ಹೇಳುವ ಮಾತಿಗೆಲ್ಲ ತಲೆ ಕೆಡಿಸಿಕೋಬಾರದು ಆಯ್ತಾ, ಅಪ್ಪ ಬೇಟೆಗೆ ಹೋಗಿದಾರೆ. ಸ್ವಲ್ಪದಿನ ಆದಮೇಲೆ ಬರ್ತಾರೆ ಅಷ್ಟೇ, ನೀ ಅಷ್ಟು ನೆನಪಿಟ್ಟರೆ ಸಾಕು. ಎಲ್ಲಿ ಬೇಟೆಗೆ ಹೋಗಿದಾರೇಂತ ಗೊತ್ತಿಲ್ಲದೆ ನಾವಾದರೂ ಎಲ್ಲಿ ಹುಡುಕುವುದು? ಅವರು ಬರುವ ತನಕ ಧೈರ್ಯದಿಂದ ಕಾಯ್ಬೇಕು" ಅಂದಿದ್ದಳು.

ಪುಟ್ಟಿಗೆ ಆ ದಿನ ಇನ್ನೂ ನೆನಪಿತ್ತು. ಅಮ್ಮ ಒಳಗೇನೋ ಮಾಡುತ್ತಿದ್ದಳು, ತಾನು ಹೊರಗೆ ತಿಟ್ಟೆಯ ಮೇಲೆ ಕುಳಿತು ಸಂಜೆ ಬಿಸಿಲಿಗೆ ಗೂಡಿಗೆ ಮರಳುತ್ತಿದ್ದ ಹಕ್ಕಿಹಿಂಡುಗಳ ಕಲರವ ಆಲಿಸುತ್ತ ಕುಳಿತಿದ್ದಳು. ಬೆಕ್ಕು ಅಂಗಳದ ಮಣ್ಣಿನಲ್ಲಿ ಹೊರಳಾಡುತ್ತ ಖುಷಿ ಪಡುತ್ತಿತ್ತು. ಅಪ್ಪ ಹೆಗಲಿಗೆ ಒಂದು ಚೀಲ ಹಾಕಿಕೊಂಡು, ಕೋವಿ ನೇತು ಹಾಕಿಕೊಂಡು ಮೆಟ್ಟಿಲಿಳಿದಿದ್ದರು.

"ಅಪ್ಪ ಎಲ್ಲಿಗೆ ನಾನೂ ಬರಲೆ?" ಪುಟ್ಟಿ ಧುಡುಕ್ಕನೆ ತಿಟ್ಟೆಯಿಂದ ಹಾರಿ ಇಳಿದು ಕೇಳಿದ್ದಳು.

"ನಾ ಬೇಟೆಗೆ ಹೋಗಿ ಬರ್ತೀನಿ ಪುಟ್ಟಿ, ನೀನು ಹೋಗಿ ಅಮ್ಮನಲ್ಲಿ ಹೇಳಿಬಿಡು, ಇಬ್ಬರೂ ಜೋಪಾನ" ಅಂದು ಪುಟ್ಟಿಯ ಕೆನ್ನೆಗೆ ಮುದ್ದಿಸಿ ಹೋಗಿದ್ದ ಅಪ್ಪ. ಅವನ ಮುಳ್ಳುಮೀಸೆ, ಬಾಯಿಂದ ಬಂದ ಸಿಗರೇಟಿನ ವಾಸನೆ, ಅಪ್ಪನ ಒರಟು ಕೈಗಳ ಬಿಸುಪು ಪುಟ್ಟಿಗೆ ಅವೆಲ್ಲ ನೆನಪಷ್ಟೇ ಆಗಿಬಿಡಬಹುದೆಂದು ಅವತ್ತಿಗಂತೂ ಗೊತ್ತಿರಲಿಲ್ಲ.

"ಅಮ್ಮಾ, ಅಪ್ಪ ಬೇಟೆಗೆ ಹೋಗಿ ಬರ್ತಾರಂತೆ" ಎಂದು ಹಟ್ಟಿಯಿಂದಲೇ ಕೂಗಿ ಹೇಳಿದ ನೆನಪು ಪುಟ್ಟಿಗೆ. ಆದರೆ ಅಮ್ಮನ ಕಿವಿಗೆ ಅದು ಬಿದ್ದಿತೇ ಎಂದು ಕೂಡ ಪುಟ್ಟಿ ಯೋಚಿಸುವ ಗೋಜಿಗೆ ಹೋಗಿರಲಿಲ್ಲ. ಹಾಗೆ ಹೋಗುವ ಮುನ್ನ ಪುಟ್ಟಿಯ ಕೈಗಿಟ್ಟು "ಜೋಪಾನ" ಎಂದು ಹೇಳಿಹೋಗಿದ್ದ ಕೆಂಪು ಕರವಸ್ತ್ರವನ್ನು ಕೂಡ ಅವಳು ಅಂದೇ ಎಲ್ಲೋ ಬಿಸುಟು ಮರೆತಿದ್ದಳು. ಒಂದುವೇಳೆ ಅಂದು ಹೋದ ಅಪ್ಪ, ದಿನವಾಗಿ, ತಿಂಗಳಾಗಿ, ವರ್ಷಗಳೇ ಆಗಿ ಇಂದು ಇಷ್ಟು ಹೊತ್ತಾದರೂ ತಿರುಗಿ ಬಾರದೇ ಹೋಗುವವನೆಂಬ ಅಂದಾಜಿದ್ದಿದ್ದರೆ ಆ ಕರವಸ್ತ್ರವನ್ನಾದರೂ ಅವಳು ಜೋಪಾನ ಮಾಡಿ ಎತ್ತಿಟ್ಟಿರುತ್ತಿದ್ದಳೋ ಏನೋ. ಆದರೆ ಅದೇನೇ ಆದರೂ ಪುಟ್ಟಿ ಅಪ್ಪನ ದಾರಿಯನ್ನು ಮಾತ್ರ ನಿತ್ಯ ಕಾಯುತ್ತಿದ್ದಳು.

ಅಮ್ಮ ಕೆಲಸಕ್ಕೆ ಹೋದ ಮೇಲೆ ಆಟವೆಲ್ಲ ಮುಗಿದು, ಆಡಲು ಇನ್ನೇನೂ ಇಲ್ಲ ಅನಿಸಿದಾಗ ಒಬ್ಬಳೇ ಚಾಪೆಯಲಿ ಮಲಗಿ ಅಪ್ಪ ನಡೆದು ಬರುವುದನ್ನು ಕಲ್ಪಿಸಿಕೊಳ್ಳುತ್ತಿದ್ದಳು. ತನಗೆ ಹೊಸಬಟ್ಟೆ ತಂದರೆ ಅದು ಯಾವ ಬಣ್ಣ ಇರಬಹುದು? ಜರಿ ಲಂಗವಾದರೆ ಎಷ್ಟು ಚೆಂದ ಅನಿಸುವುದು. ಅಪ್ಪನೊಂದು ಬಂದು ಬಿಡಲಿ, ಆಗ ಈ ಹುಡುಗರಿಗೆಲ್ಲ ಇದೆ ಅಂದುಕೊಳ್ಳುವಳು. ಅವರು ಹೇಳಿದ ಯಾವುದನ್ನೂ ತಾನು ನಂಬಬಾರದು ಅಂದುಕೊಳ್ಳುವಳು. ಆದರೆ ಒಳಗೆ, ಹೃದಯದ ಒಳಗೆಲ್ಲೋ ಅಪ್ಪ ಇನ್ನೆಂದಿಗೂ ಬರಲಾರನೆಂದು ಅವಳಿಗೆ ಸ್ಪಷ್ಟವಾಗುತ್ತಿತ್ತು, ಆದರೆ ಪುಟ್ಟಿ ಅದನ್ನು ಬಲವಾಗಿ ನಿರಾಕರಿಸುತ್ತಿದ್ದಳು. ಆ ನಿರಾಕರಣೆಯ ಹೋರಾಟದಲ್ಲಿ ಅವಳಿಗೆ ಒಮ್ಮೊಮ್ಮೆ ತುಂಬ ಸುಸ್ತಾಗಿ ಕಣ್ತುಂಬಿ ಬರುತ್ತಿತ್ತು. ಅಮ್ಮನಿಗೂ ಹೀಗೇ ಅನಿಸುತ್ತಿರಬೇಕು, ಅವಳೂ ನನ್ನಂತೆಯೇ ಸುಳ್ಳೇ ನಂಬುತ್ತಿರಬಹುದಾ ಎಂದು ಪುಟ್ಟಿಗೆ ಬಾರಿಬಾರಿಗೂ ಅನಿಸಿದರೂ ಅವಳು ಅಮ್ಮನನ್ನು ನಂಬುತ್ತಿದ್ದಳು. ಮೊದಲೆಲ್ಲ ಹಾಗೆ ನಂಬುವುದರಿಂದ ಏನೋ ಬಲವಿರುವಂತೆ ಅನಿಸುತ್ತಿತ್ತು. ಆದರೆ ಬರಬರುತ್ತಾ ನಂಬುವುದರಿಂದ, ನಂಬದೇ ಇರುವುದರಿಂದ ದೊಡ್ಡ ವ್ಯತ್ಯಾಸವೇನೂ ಆಗುವುದಿಲ್ಲ ಅನಿಸುವಾಗ ಪುಟ್ಟಿಗೆ ತಾನು ತುಂಬ ದೊಡ್ಡವಳಾದ ಹಾಗೆ ಅನಿಸಿ ಭಯವಾಗಿಬಿಡುತ್ತಿತ್ತು. ಅದು ಏನೇ ಅನಿಸಿದರೂ ಪುಟ್ಟಿ ದಿನವೂ ಅಪ್ಪನ ದಾರಿ ಕಾಯುತ್ತಿದ್ದಳೆಂಬುವುದು ಮಾತ್ರ ನಿಜ. ಅಪ್ಪ ಬಂದ ಮೇಲೆ ತಾನು ಏನೆಲ್ಲ ಮಾಡಬೇಕೆಂದು ತನ್ನೊಳಗೇ ಇಟ್ಟುಕೊಂಡಿದ್ದ ಲಿಸ್ಟಿನಲಿ ಮದುವೆಯೊಂದನ್ನು ನೋಡುವ ದೊಡ್ಡ ಕನಸೂ ಇತ್ತೆಂಬುವುದೂ ನಿಜ. ಆದರೀಗ ಅಪ್ಪ ಬರುವ ಮುನ್ನವೇ ತನ್ನ ಕನಸು ನೆರವೇರುವ ಅವಕಾಶವೊಂದು ಒದಗಿ ಬಂದಿತ್ತು. ಪುಟ್ಟಿಗೆ ಸಂತೋಷ ಮೇರೆ ಮೀರಿತ್ತು.

ಇಂಥದ್ದೇ ಒಂದು ಸಂಜೆ, ಹೆಚ್ಚೂ ಕಮ್ಮಿ ಇದೇ ಹೊತ್ತು ಹೀಗೆಯೇ ಸೀಬೆ ಮರದಡಿ ಕುಳಿತು ಕಾಫಿ ಕುಡಿಯುತ್ತಿರುವಾಗ ಬಾಲುಮಾಮ ಬಂದು ಲಗ್ನಪತ್ರಿಕೆ ಕೊಟ್ಟು ಮದುವೆಗೆ ಕರೆದಿದ್ದ. "ಅಕ್ಕ ದಯವಿಟ್ಟು ಮದುವೆಗೆ ಬರಬೇಕು, ಯಾರು ಏನನ್ನುತ್ತಾರೆ ಅಂತೆಲ್ಲ ಯೋಚಿಸಬೇಡ. ಹೀಗೇ ಬಿಟ್ಟರೆ ಇದು ಹೀಗೇ ಮುಂದುವರೀತದೆ" ಅಮ್ಮ ಕೈಯಲ್ಲಿ ಪತ್ರಿಕೆ ಇಸಕೊಂಡು ಅದನ್ನು ತೆರೆದು ನೋಡಿ ಖುಷಿಪಟ್ಟಿದ್ದಳು. ಹುಡುಗಿಯ ಬಗ್ಗೆ ವಿಚಾರಿಸಿದ್ದಳು. "ದೇವರು ಒಳ್ಳೆಯದು ಮಾಡಲಿ, ಬರುತ್ತೇನೆ ಹೋಗಪ್ಪ. ನೀನು ಕರೆಯವುದು ಹೆಚ್ಚಾ ನಾನು ಬರುವುದು ಹೆಚ್ಚಾ" ಅಂದಿದ್ದಳು. ಅವತ್ತಿನಿಂದ ಪುಟ್ಟಿಯ ಖುಷಿಗೆ ರೆಕ್ಕೆ ಮೂಡಿತ್ತು.

ಅದು ಏನೋ ಒಂದು ನಂಬಿಕೆಯಲಿ, ಒಂದು ಒಳ್ಳೆಯ ದಿನಕ್ಕೆಂದು ಬಳಸದೇ ಎತ್ತಿಟ್ಟಿದ್ದ ಚೈನಾಸಿಲ್ಕ್ ಲಂಗ ಬ್ಲೌಸಿಗೆ ಇದೇ ಇನ್ನೇನು ಟ್ರಂಕಿನಿಂದ ಬಿಡುಗಡೆಯಾಗುವುದಿತ್ತು.

ಅಮ್ಮನ ಬಳಿ ಈಗ ಒಳ್ಳೆಯ ಸೀರೆಗಳೇ ಇರಲಿಲ್ಲವೆಂಬುವುದು ಪುಟ್ಟಿಗೆ ಒಳಗೊಳಗೇ ಬೇಸರವಾಗಿತ್ತು. "ನೋಡುವಾ ಕೆಲಸಕೆ ಹೋಗ್ತೀನಲ್ಲ, ಅವರಿಗೊಂದು ಮಾತು ಕೇಳಿ ನೋಡ್ತೀನಿ" ಅಮ್ಮ ಹೇಳಿದ್ದಳು. ಅದರಂತೆಯೇ ಅವಳಿಗೊಂದು ಸೀರೆಯೂ ಸಿಕ್ಕಿತ್ತು.

ತಿಳೀ ಹಳದಿ ಬಣ್ಣದ ಸೀರೆಗೆ ಕೆಂಪಗಿನ ಜರಿಯಿತ್ತು, ಒಡಲ ನಡುವೆ ಅಲ್ಲಲ್ಲಿ ಪುಟ್ಟ ಪುಟ್ಟ ಚುಕ್ಕೆಗಳು. "ಪ್ರತಿ ವಾರ ಸಂಬಳದಲಿ ಚೂರುಚೂರು ಹಣ ಮುರಿದು ಕೊಳ್ತಾರಂತೆ" ಅಂದಿದ್ದಳು ಅಮ್ಮ. ಪುಟ್ಟಿಗೆ ಸೀರೆಗಿಂತಲೂ ಇಷ್ಟವಾದದ್ದು ಅಮ್ಮ ತಂದಿದ್ದ ಓಲೆ. ಕೆಂಪು

ಬಿಳೀ ಕಲ್ಲುಗಳಿದ್ದ ಓಲೆ. "ಅವರ ಕಿವಿಗೆ ಚಿನ್ನ ಬಿಟ್ಟರೆ ಬೇರೆ ಹೊಂದುವುದಿಲ್ಲವಂತೆ, ಯಾವತ್ತೋ ಸುಮ್ಮನೆ ತಗೊಂಡಿದ್ದೆ. ನೀನು ತಗೋ ಅಂತ ಕೊಟ್ಟರು" ಅಂದಿದ್ದಳು ಅಮ್ಮ. ಅಂತೂ ಬಹುಕಾಲ ಓಲೆಯಿಲ್ಲದೆ ತುಳಸಿಕಡ್ಡಿಯಿಟ್ಟುಕೊಂಡು ಓಡಾಡುತ್ತಿದ್ದ ಅಮ್ಮನ ಕಿವಿಗೆ ಓಲೆ ಬಂದಿತ್ತು. ತುಳಸಿಕಡ್ಡಿಯ ತುದಿಗೆ ಬಿಳಿಯ ವಾಲೆ ಹೂವು ಸಿಕ್ಕಿಸಿ ಅಮ್ಮನನ್ನು ಚಂದಗೊಳಿಸುತ್ತಿದ್ದ ಪುಟ್ಟಿಗೆ ಕಲ್ಲಿನ ಓಲೆ ತೊಟ್ಟ ಅಮ್ಮ ತುಂಬ ಚಂದ ಕಂಡಿದ್ದಳು. ಸಂಜೆ ಟೀ ಕುಡಿದು, ಹೊರಗೆ ಸೀಬೆ ಮರದ ಬುಡದಲ್ಲೇ ಕುಳಿತು ಸೆರಗಂಚಿನಲ್ಲಿ ಕಟ್ಟಿಕೊಂಡಿದ್ದ ಓಲೆ ಬಿಡಿಸಿ ಕಿವಿಗಿಟ್ಟುಕೊಂಡು ತುಂಬ ಖುಷಿಯಲ್ಲಿ ಮನೆಯ ಪಕ್ಕದ ಬೋರ್ವೆಲ್ಲಿಗೆ ಬಟ್ಟೆ ತೊಳೆಯಲು ಬಂದಿದ್ದರು ತಾಯಿ ಮಗಳು.

ಸಾಮಾನ್ಯ ಸೋಮವಾರದ ರಜೆಯಂದು ಬಟ್ಟೆ ತೊಳೆಯುವುದು ವಾಡಿಕೆ. ಆದರೆ ಈ ಸೋಮವಾರ ಬಾಲುಮಾಮನ ಮದುವೆ ಬಂದಿತ್ತಲ್ಲ! ಈಗ ತೊಳೆಯದೆ ಹೋದರೆ ಮತ್ತೆ ಮುಂದಿನವಾರಕ್ಕೆ ಬಟ್ಟೆಗೆ ಕೊರತೆಯಾಗುತ್ತದೆ ಅನ್ನುವುದು ಅಮ್ಮನ ಲೆಕ್ಕಾಚಾರವಾಗಿತ್ತು. ಆದರೆ ಪುಟ್ಟಿಗೆ ಅಂದಿನ ರಾತ್ರಿ ನಡೆಯಲಿರುವ ಚಪ್ಪರಕ್ಕೂ ಹೋಗಬೇಕಿತ್ತು. ಅದು ಅವಳ ಬಹುದಿನಗಳ ಆಸೆ.

"ಅಮ್ಮ ನಾವು ಚಪ್ಪರಕೂ ಹೋಗುವ, ಆಮೇಲೆ ನಾಳೆ ಮದುವೆ ಫುಲ್ ನೋಡಬೇಕು. ಹುಡುಗಿ ಗಂಡನ ಕಾಲು ತೊಳೆವ ತನಕ, ಆಮೇಲೆ ಹುಡುಗ ಹುಡುಗಿನ ಕರಕೊಂಡು ಹೋಗುವ ತನಕ, ಅಮ್ಮ ಹುಡುಗಿ ತಡೆಯುವ ಶಾಸ್ತ್ರದಲಿ ನಾನೂ ಕುಣೆಯಬಹುದಲ್ಲ, ನಂಗೆ ವಾಲಗಕೆ ಹೇಗೆ ಕುಣೆಯುವುದಂತಲೇ ಗೊತ್ತಿಲ್ಲ. ನೋಡಿದರೆ ಗೊತ್ತಾಗುತ್ತೆ ಅಲ್ವಮ್ಮ? ಆದ್ರೆ ನಂಗೆ ಸ್ವಲ್ಪ ನಾಚಿಕೆ ಅಮ್ಮ. ನಂಗೆ ಕುಣೆಯಲು ಗೊತ್ತಿಲ್ಲ ಅಂತ ಯಾರಾದರೂ ನಗಬಹುದು ಅಲ್ವಾ..."

ಪುಟ್ಟಿಗೆ ಎಷ್ಟೊಂದು ಮಾತುಗಳಿದ್ದವು ಆಡಲು! ಅದಕ್ಕಿಂತ ಮುಖ್ಯ ಅಪ್ಪ ಇಲ್ಲದ್ದಕ್ಕೆ ನಮ್ಮನ್ನು ಮದುವೆಗೆ, ಪೂಜೆಗೆ ಹೀಗೆ ಯಾವುದಕ್ಕೂ ಕರೆಯುವುದಿಲ್ಲ ಎಂದು ಹೇಳುತ್ತಿದ್ದ ಹುಡುಗರ ಎದುರು ಹೋಗಿ ನಿಲ್ಲಬೇಕಿತ್ತು. ಆದರೆ ಹಾಗೆ ಹೋಗುವಾಗ ಯಾವ ಕಾರಣಕ್ಕೂ ಅವರ ಮುಖ ಸಹಾ ನೋಡಬಾರದು ಎಂದು ಪುಟ್ಟಿ ಮನಸಿನಲ್ಲೇ ಗಟ್ಟಿ ಮಾಡಿಕೊಂಡಿದ್ದಳು. ಆದರೆ ಅಮ್ಮನಿಗೆ ಅಂಥ ಯಾವ ಅವಸರ ಇದ್ದಂತೆ ಕಾಣುತ್ತಿರಲಿಲ್ಲ. ಅವಳು ಸುಮ್ಮನೆ ಬಟ್ಟೆ ಒಗೆಯುತ್ತಿರುವುದನ್ನು ಕಾಣುವಾಗ ಪುಟ್ಟಿಗೆ ಒಳಗೊಳಗೇ ಕೋಪ ಬರುತ್ತಿತ್ತು.

"ಅಮ್ಮ ಇನ್ನೆಷ್ಟಿದೆ ಬಟ್ಟೆ?" ಎರಡನೇ ಬಾರಿ ಕೇಳಿದ್ದಳು ಪುಟ್ಟಿ.

"ಆಗೋಯ್ತು. ಇದೇ ಕೊನೆ. ಇನ್ನೊಂದು ಬಕೀಟು ನೀರು ಹೊಡೆದುಬಿಡು, ಇದನ್ನು ಜಾಲಿಸಿ ಹಾಕಿದರೆ, ನಾವು ಮನೆಗೆ ಹೋಗೋದೇ. ಹೋಗಿ ಸ್ನಾನ ಮಾಡಿ ದೀಪ ಹಚ್ಚಿ, ರೆಡಿ ಆಗಿ ಸರಿಯಾಗಿ ಎಂಟಕ್ಕೆಲ್ಲ ಚಪ್ಪರದಲ್ಲಿರಬಹುದು." ಪುಟ್ಟಿಯ ಕಿವಿ ಬೆಚ್ಚಗಾಯ್ತು. ಹಾರಿ ಹಾರಿ ಖುಷಿಯಿಂದ ಪಂಪು ಹೊಡೆಯುತ್ತಿದ್ದವಳಿಗೆ ದೂರದಲ್ಲಿ ಸೈಕಲ್ ಮೇಲೆ ವಾಸುಮಾಮ ತಮ್ಮತ್ತಲೇ ಬರುವುದು ಕಂಡಿತು. "ಅಯ್ಯೋ ವಾಸು! ಇನ್ನೂ ಇಲ್ಲೇನು ಮಾಡುತ್ತಿದ್ದೀರಾ, ಮದುವೆಗೆ ಬರುವುದಿಲ್ಲವೇ ಅನ್ನುತ್ತಾನೇನೋ" ಅಮ್ಮ ಪುಟ್ಟಿಯನ್ನು

ನೋಡಿ ಹೇಳಿದಳು. ಪುಟ್ಟಿ ನಕ್ಕಳು ಹೌದೆಂಬಂತೆ. ವಾಸುಮಾಮ ಬಂದವ ಸೈಕಲ್ ಸ್ಟ್ಯಾಂಡ್ ಹಾಕಿ ನಿಧಾನಕ್ಕೆ ಇಳಿದು "ಅಕ್ಕ, ನಮ್ಮ ಬಾಲು ನಿಮ್ಮನ್ನ ಮದುವೆಗೆ ಕರೆದಿದಾನ ಇಲ್ವಾ?" ಎಂದು ಕೇಳಿದ. "ಕರೆಯದೆ ಮತ್ತೆ? ಒಳ್ಳೆ ಪ್ರೀತಿ ಇರುವ ಹುಡುಗ, ಇನ್ನೇನು ಮುಗೀತು ಕೆಲಸ, ಆಮೇಲೆ ಹೊರಡೋದೆ" ಅಂದಿದ್ದಳು ಅಮ್ಮ.

"ಅಕ್ಕ, ಅವನೇನೋ ಬುದ್ಧಿಯಿಲ್ಲದೆ ಕರೆಯುತ್ತಾನೆಂದರೆ! ಅಲ್ಲಿ ಮನೇಲಿ ಒಂದೇ ಪಂಚಾಯ್ತಿ. ದೊಡ್ಡಣ್ಣನಂತೂ ನೀನು ಮದುವೆಗೆ ಬಂದರೆ ಅವನು ಬರುವುದೇ ಇಲ್ಲವಂತೆ. ನಾನು ಎಷ್ಟೋ ಹೇಳಿದೆ. ಕರೆದಿದ್ದು ಕರೆದಾಯ್ತು. ಬಂದರೆ ಒಂದು ಮೂಲೇಲಿ ನಿಂತು ಉಂಡು ಹೋಗ್ತಾರೆ ಬರಲಿ ಬಿಡು ಅಂತ ಆದರೆ ಅವನು ಕೇಳ್ತಿಲ್ಲ. ಅವನೊಂತನೇ ಅಲ್ಲಕ್ಕ. ಎಷ್ಟಾದರೂ ಊರೇ ನೋಡುತ್ತೆ. ನಿನಗೇ ಗೊತ್ತು. ನಿನ್ನ ಗಂಡ ಎಂಥವನು, ಎಲ್ಲಿಗೆ ಹೋಗಿದ್ದಾನೆ, ಯಾಕೆ ತಲೆ ಮರೆಸಿಕೊಂಡಿದ್ದಾನೆ ಎಲ್ಲ ನಿನಗೆ ಗೊತ್ತು. ನಾನೇನೂ ಹೊಸತಾಗಿ ಹೇಳಬೇಕಿಲ್ಲ" ಅಮ್ಮ ಅವನನ್ನು ಮಧ್ಯದಲ್ಲೇ ತಡೆದಳು– "ದೇವರು ಒಳ್ಳೆಯದು ಮಾಡಲಿ. ನಾವು ಬರುವುದಿಲ್ಲ ನೀವು ಹೋಗಿ." ಹಾಗೆ ಹೇಳುವಾಗ ಅಮ್ಮನ ಕಣ್ಣುಗಳು ನಿಶ್ಚಲವಾಗಿರುವಂತೆ ಕಂಡಿತು. ಗದ್ದೆಯ ಅಂಚಿನಲ್ಲಿ ಮುಳುಗುತ್ತಿದ್ದ ಸೂರ್ಯ ತನ್ನ ಕೊನೆಯ ಕಿರಣವನ್ನು ಹಾಯಿಸಿ ಅಮ್ಮನ ಓಲೆಯನ್ನು ಕೆನ್ನೆಯ ಪಾರ್ಶ್ವವನ್ನು ಬೆಳಗಿಸಿದ. ವಾಸುಮಾಮ ಇನ್ನೂ ನಿಂತಿರುವಂತೆಯೇ ಅವಳು ಬಗ್ಗಿ ಬಟ್ಟೆ ಜಾಲಿಸತೊಡಗಿದಳು.

"ಬೇಜಾರಾಗಬೇಡ ಅಕ್ಕ, ಹೆಣ್ಣಿಗೆ ಒಂದೋ ಕಟ್ಟಿಕೊಂಡವನು ನಿಲ್ಲಬೇಕು, ಇಲ್ಲ ಜೊತೆಗೆ ನಿಲ್ಲಲಿಕ್ಕೆ ತವರಾದರೂ ಇರಬೇಕು, ನೀನು ಅವನೇ ಹೆಚ್ಚು ಅಂತ ನಮ್ಮ ಜಾತಿ ಜನ ಬಿಟ್ಟು ಅವನ ಹಿಂದೆ ಹೋದೆ, ಈಗ ಅವನು ಇನ್ನೇನೋ ಹೆಚ್ಚು ಅಂದುಕೊಂಡು ಕಾಡಿಗೆ ಹೋಗಿ ಕೂತಿದ್ದಾನೆ. ನೀನೇ ಹೇಳು ಮೊದಲು ಅವರವರ ಸಂಸಾರ ನೆಟ್ಟಗೆ ಕಟ್ಟಿಕೊಳ್ಳಲು ಬಾರದೇ ಇರೋರು, ಈ ಸಮಾಜ ಉದ್ಧಾರ ಮಾಡ್ತೀನಿ ಅಂತ ಹೋದರೆ ಹೇಗೆ? ಏನನ್ನು ಉದ್ಧಾರ ಮಾಡ್ಲಿಕ್ಕೆ ಈ ಅವ..."

"ಪುಟ್ಟಿ, ನೀರು ಹೊಡಿ" ಅವನು ಮಾತಾಡುತ್ತಿರುವಂತೆಯೇ ಅಮ್ಮ ತಲೆ ಎತ್ತದೆ ಹೇಳಿದಳು. ಢಣ್ ಢಣ್ ಢಣ್... ಪುಟ್ಟಿ ಇದ್ದೆಲ್ಲ ಶಕ್ತಿ ಹಾಕಿ ಜೋರಾಗಿ ಪಂಪ್ ಹೊಡೆಯತೊಡಗಿದಳು. ಬಕೀಟಿನಲಿ ನೀರು ತುಂಬಿ ಸುರಿಯುತ್ತಿದ್ದರೂ...

□□□

ಹೃದಯವೆಂಬ ಮಧುಪಾತ್ರೆ

ಇದೇ ಈಗ ಸುರಯ್ಯಾ ಇಲ್ಲಿಂದ ಎದ್ದು ಹೋಗಿದ್ದಾಳೆ. ಪಾಪ ಅವಳ ಮನಸಿನಲ್ಲಿ ನಿಜಕ್ಕೂ ಏನಿತ್ತು? ಮಾತಿನ ನಡುವೆ "ಪ್ರೇಮವೆಂಬುದು ಯಾವಾಗ ಯಾರ ಮೇಲೆ ಹುಟ್ಟುತ್ತದೆ. ಎಲ್ಲಿ ನೆಲೆಯಾಗುತ್ತದೆ ಎಂಬುವುದನ್ನು ಯಾರಿಂದಲೂ ನಿಖರವಾಗಿ ಹೇಳೋದಕ್ಕಾಗಲ್ಲ ಅಕ್ಕ" ಅಂದಿದ್ದಳು. ಹಾಗೆ ಹೇಳುವಾಗ ಅವಳ ಕಂಗಳು ಹನಿಗೂಡಿದ್ದವೇ? ದೇವರೇ! ಬದುಕಿನಲ್ಲಿ ನಡೆದ ಅನಿರೀಕ್ಷಿತ ಆಘಾತಗಳ ನಡುವೆ, ಕೈಯಲ್ಲಿದ್ದ ತುತ್ತಿನ ಬಟ್ಟಲು ಕೆಳಚೆಲ್ಲಿ ಹೋಯಿತಲ್ಲಾ ಎಂಬ ಸಂಕಟದಲ್ಲಿ ಇರುವಾಗ ಬಾಚಿ ತಬ್ಬಿ ಪಕ್ಕ ಕುಳ್ಳಿರಿಸಿಕೊಂಡು ತುತ್ತುಣಿಸುವ ಕೈಯೊಂದು ಒದಗಿಬರುವುದೆಂದರೆ ಆ ಸಾಂತ್ವನಕೆ ಏನೆಂದು ಹೆಸರಿಡಬೇಕು? ಅಂಥದ್ದೊಂದು ಸಾಂತ್ವನವನ್ನು ಕೊಟ್ಟ ಹೃದಯಗಳಿಗೆ ಕೊಳ್ಳಿಯಿಡುವ ಕೆಲಸ ಮಾಡುತ್ತಿರುವ ನನಗೇನು ಹೇಳಬೇಕು?

ಸುರಯ್ಯಾ "ನಿಮ್ಮ ಮನಸಿನಲೇನಿದೆ ಹೇಳಿ" ಅಂದಿದ್ದಳು. ಅವಳಿಗೆ ಏನೆಂದು ಉತ್ತರಿಸಬೇಕಿತ್ತು ತಾನು? ಮೊದಲಿಗೆ ಅವಳೇಕೆ ಹಾಗೆ ಕೇಳಿದಳು? ಏನಾದರೂ ಸುಳುಹು ಸಿಕ್ಕಿತೆ ಅವಳಿಗೆ? ಅಮ್ಮಿಗೆ? ಸಲೀಮಣ್ಣನಿಗೆ? ಸಲೀಮಣ್ಣ ನನ್ನ ಬಗ್ಗೆ ಏನಂದುಕೊಂಡಿರಬಹುದು? ಅಮ್ಮಿ? ಅಂದು ರಂಜಾನಿನ ಔತಣಕೂಟಕ್ಕೆ ಹೋದವಳ ತಲೆಗೆ ಎಣ್ಣೆ ಹಚ್ಚಿ ಮುಡಿ ಬಾಚಿ ಜಡೆ ಹಾಕಿ ಕೆನ್ನೆ ಹಿಂಡಿದ ಅಮ್ಮಿ? ಒಂದುವೇಳೆ ಅಂದಿನ ಆ ಔತಣಕೂಟಕ್ಕೆ ನಾ ಹೋಗದೇ ಇರುತ್ತಿದ್ದರೆ ಇದೆಲ್ಲ ಸಂದರ್ಭ ಬರುತ್ತಲೇ ಇರಲಿಲ್ಲವೇನೋ. ಛೆ, ಯಾಕಾದರೂ ಹೋದೆನೋ ಎಂದು ಇತ್ತೀಚೆಗೆ ನಾನು ಕಳವಳಿಸದ ರಾತ್ರಿಗಳೇ ಇರಲಿಲ್ಲ.

ಎಲ್ಲ ಈ ಅಪ್ಪನಿಂದ, ಇಲ್ಲವಾದರೆ ಈ ಬಸುರಿ ಹೊಟ್ಟೆ ಹೊತ್ತುಕೊಂಡು ಅಲ್ಲಿತನಕ ನಡಕೊಂಡು ಹೋಗುವ ಯಾವ ಆಸಕ್ತಿ ಇತ್ತು ನನಗೆ? ಹೋಗಲಿ ಯಾರನ್ನಾದರೂ ಕಾಣುವ ತವಕವಾದರೂ ಇತ್ತೆ? ಅದೂ ಇಲ್ಲ. ನನಗೆ ನಿಜಕ್ಕೂ ಯಾರನ್ನೂ ಕಾಣಬೇಕಿರಲಿಲ್ಲ.

ಅದರಲ್ಲೂ ಅಲ್ಲಿಗೆ, ಆ ಬೀದಿಗೆ ಮತ್ತೊಮ್ಮೆ ಹೋಗಲಿಕ್ಕೆ ಕಿಂಚಿತ್ತೂ ಮನಸ್ಸಿರಲಿಲ್ಲ. ಆದರೆ ಅಪ್ಪ ಒತ್ತಾಯಿಸಿದ್ದ. "ಚಿನ್ನಿ ಸುಮ್ಮನೆ ಹೋಗಿ ಬಾ. ಒಂದರ್ಧ ಘಂಟೆ ಅಷ್ಟೇ. ಅವನು ಮೂರ್ಮೂರು ಸಲ ಬಂದು ಹೇಳಿ ಹೋಗಿದ್ದಾನೆ. ಹೋಗದೇ ಇದ್ದರೆ ತುಂಬ ಬೇಜಾರು ಮಾಡ್ಕೋತಾನೆ" ಎಂದು ಕೈ ಹಿಡಿದು ಗೋಗರೆದಿದ್ದ.

"ಇದೊಂದು ಪಂಚಾತ್ಕೆ ಇಲ್ದೇ ಇದ್ದಿದ್ರೆ ನಾನೇ ಹೋಗಿರುವೆ, ಆದ್ರೆ ಯಾವ್ದು ಮುಖ್ಯ ಹೇಳು? ನೀ ಖುಷಿಯಾಗಿ ಹೋಗ್ಬಾಮ್ಮ, ನಾ ಎಲ್ಲ ಸರಿ ಮಾಡ್ಕೊಂಡು ಬರ್ತೀನಿ" ಅಂದಿದ್ದ.

"ಅಪ್ಪ ಯಾವ್ದೂ ಸರಿ ಹೋಗಲ್ಲ, ನೀನು ಅಲ್ಲಿಗೆ ಹೋಗ್ಬೇಡ" ನಾನು ಪ್ರಾಮಾಣಿಕವಾಗಿ ಅವನನ್ನು ತಡೆದಿದ್ದೆ. ಆದರೆ ಅವನು ತನ್ನ ನಿಲುವಿನಲ್ಲಿ ಗಟ್ಟಿಯಾಗಿದ್ದ. ಹೊರಡುವ ಮುನ್ನ ಮತ್ತೆ "ಮರೀಬೇಡ ಹೋಗ್ಬಾ" ಎಂದು ಎಚ್ಚರಿಸಿ ಹೋಗಿದ್ದ. ಅಷ್ಟಾದರೂ ನನಗೆ ಅಲ್ಲಿಗೆ ಹೋಗಬೇಕೆನಿಸಿರಲಿಲ್ಲ. ಆಮೇಲೆ ಏನೋ ಒಂದು ಹೇಳಿಕೊಂಡರಾಯ್ತು ಅಂತ ಸುಮ್ಮನೆ ಕುಳಿತಿದ್ದೆ. ಒಂದುವೇಳೆ ಸುರಯ್ಯಾ ಖುದ್ದಾಗಿ ಬಂದು ಕರಕೊಂಡು ಹೋಗಿರದೇ ಇದ್ದರೆ ನಾನು ಯಾವ ಕಾರಣಕ್ಕೂ ಅತ್ತ ತಲೆ ಹಾಕಿರುತ್ತಿರಲಿಲ್ಲ.

ಸುಮಾರು ಒಂದೂವರೆ ವರ್ಷಗಳ ಬಳಿಕ, ನಾನಿದ್ದ ಹಳೆಮನೆಯ ಕಡೆ ಹೋಗಿದ್ದೆ. ಹಾಗೆ ಅವಳೊಂದಿಗೆ ಆ ಬೀದಿಗೆ ಕಾಲಿಡುತ್ತಲೇ ಮನಸು ಕಳವಳಿಸಿತ್ತು. ನಾನು ಓಡಿ ಆಡಿ ಬೆಳೆದಿದ್ದ ಕೆಮ್ಮಣ್ಣಿನ ಬೀದಿ ಇದೀಗ ಹೊಸತಾಗಿ ಟಾರು ಹಾಕಿಸಿಕೊಂಡು ಕಪ್ಪಗೆ ಹೊಳೆಯುತ್ತ ಹೊಸ ರೂಪ ತಳೆದು ನನ್ನ ಹಳೆಯ ನೆನಪುಗಳೊಂದಿಗೆ ತಾಳೆಯಾಗದೆ ನನ್ನನ್ನು ಪೇಚಿಗೆ ಸಿಲುಕಿಸುವ ಯತ್ನದಲಿ ತೊಡಗಿತ್ತು. ಸಣ್ಣ ಮಗುವಾಗಿದ್ದಾಗ ನಾನು ಈ ಬೀದಿಯಲ್ಲೇ ಅಂಗಿ ಚೊಣ್ಣ ಹಾಕಿಕೊಂಡು ಓಡಾಡುತ್ತಿದ್ದೆನೇ? ಇದೇ ಹೆಮ್ಮಾವಿನ ಮರದ ಕೊಂಬೆಗೆ ಜೋಕಾಲಿ ಕಟ್ಟಿ ಅಪ್ಪ ನನ್ನನ್ನು ಜೀಕುತ್ತಿದ್ದನೇ? ಎಷ್ಟು ಬೇಗ ಯಾರೋ ಅವಸರದಲ್ಲಿ ಪುಟ ತಿರುಗಿಸಿದ ಹಾಗೆ ಬದುಕು ಪಲ್ಲಟಿಸಿ ಮಗುಚಿ ಬಿದ್ದಿದೆ! ಸದ್ಯಕ್ಕೆ ಕಣ್ಣೆದುರಿಗಿರುವುದು ಹೊಸತೊಂದು ಚಿತ್ರ. ನಾವಿದ್ದ ಹಳೆಯ ಕ್ವಾರ್ಟರ್ಸಿಗೆ ಮತ್ಯಾರೋ ಬಂದಿದ್ದರು. ಹಾಗೆ ಬಂದವರು ಅಮ್ಮ ಹಾಕಿದ್ದ ಹೂಗಿಡ ಬಳ್ಳಿಗಳನೆಲ್ಲ ತರಿದು ಹಾಕಿ ಅಂಗಳಕ್ಕೆಲ್ಲ ಸಿಮೆಂಟು ಹಾಕಿಸಿದ್ದರು. ಅಮ್ಮ ಮಲ್ಲಿಗೆ ಬಳ್ಳಿ ಹಬ್ಬಿಸಿದ್ದ ತಂತಿಯ ಮೇಲೆ ಬಟ್ಟೆ ಒಣ ಹಾಕಲಾಗಿತ್ತು. ಮನೆಯಂಗಳದಲ್ಲಿದ್ದ ಗುಲ್ಮೊಹರ್ ಮರವನ್ನು ಕಡಿಸಲಾಗಿತ್ತು. ಬದುಕಿನ ಇಪ್ಪತ್ತೈದು ವಸಂತಗಳನ್ನು ಅದರ ನೆರಳಿನಲ್ಲೇ ಕಳೆದಿದ್ದೆ. ಆದರೆ ಈಗ ಮರವಿಲ್ಲದ, ಹೂಗಿಡ ಬಳ್ಳಿಯಿಲ್ಲದ ಈ ಮನೆಯಲ್ಲಿ ಒಂದು ಕಾಲಕ್ಕೆ ನಾ ವಾಸವಿದ್ದೆ ಅಂದರೆ ನನಗೇ ನಂಬಲಾಗುತ್ತಿರಲಿಲ್ಲ. ಮನೆಯ ಮೂಲೆಮೂಲೆಯೂ ಹೊಸತಾಗಿ ಬಂದವರ ಬಣ್ಣ, ಭಾವ, ವಿಷಯ, ವಾಸನೆಗಳನ್ನು ಹೀರಿಕೊಂಡು ಹೊಸ ಪಾತ್ರಕ್ಕೆ ಸಜ್ಜಾಗಿದ್ದವು. ಮನೆಯ ಬಾಗಿಲು ಮುಚ್ಚಿಕೊಂಡಿತ್ತು. ಕಿಟಕಿಗಳೂ! ಅಮ್ಮ ಇರುವಾಗ ಒಂದು ದಿನವಾದರೂ ಹೀಗೆ ತಲೆಬಾಗಿಲು ಮುಚ್ಚಿದ್ದೇ ಇಲ್ಲ. ಅವಳ ಪ್ರಕಾರ ಮನೆಯೊಳಗೆ ಗಾಳಿ, ಬೆಳಕು ತಕರಾರಿಲ್ಲದೆ ಬಂದುಹೋಗಿ ಮಾಡ್ತಾ ಇರಬೇಕು. ಮನೆಗೆ ಜೀವವಿರುತ್ತೆ, ಅದು ಉಸಿರಾಡುತ್ತೆ... ಅಳುತ್ತೆ, ನಗುತ್ತೆ. ಖುಷಿಯಾಗಿಟ್ಟರೆ ಅದು ನಗುನಗುತ್ತ ನಮ್ಮನ್ನ ಖುಷಿಯಾಗಿಡುತ್ತೆ.

ಅಮ್ಮನ ಈ ಎಲ್ಲ ಭಾವುಕತೆ ನನಗೂ ಇತ್ತು. ಅದಷ್ಟೇ ಅಲ್ಲ ನೋಡಲಿಕ್ಕೂ ನಾನು ಹೂಬೇಹೂಬು ಅಮ್ಮನ ಥರವೇ. ಅಮ್ಮ ಚೆಲುವೆ. ಅಮ್ಮನದು ತಿಳಿಕಪ್ಪು ಬಣ್ಣ. ಕಣ್ಣು, ಮೂಗು, ಬಾಯಿ ಎಲ್ಲ ಚೆಂದ. ಜೊತೆಗೆ ಅವಳಿಗೆ ಸೊಂಪಾದ ಒತ್ತುಗೂದಲು ಬೇರೆ. ಬಾಚಿ ಹೆಣೆದರೆ ನಿತಂಬದ ಕೆಳಗೆ ಸರಿದು ಓಲಾಡುವಷ್ಟು ಉದ್ದ ಮತ್ತು ಘನ. ಅಂಥಾ ಅಮ್ಮ ಅದೊಂದು ದಿನ ಅಚಾನಕನೆ ಸತ್ತುಹೋಗುತ್ತಾಳೆಂದು ನಾನು ಎಂದೆಂದಿಗೂ ಯೋಚಿಸಿರಲಿಲ್ಲ. ಅದೂ ಆಕ್ಸಿಡೆಂಟಿನಲಿ! ಆ ಪರಿ ವಿರೂಪಗೊಂಡು!

ಹಾಗೆ ಅವಳು ಸುಳಿವು ಸೂಚನೆ ಕೊಡದೆ ತೀರಿಕೊಂಡ ಮೇಲೆ ಅವಳ ನೆನಪುಗಳು ಮನೆಯ ಗೋಡೆಗೋಡೆಗೂ ಅಂಟಿಕೊಂಡಿವೆಯೆನಿಸಿ ನಾನು ಅಪ್ಪ ಆ ಕ್ವಾರ್ಟರ್ಸ್ ಖಾಲಿಮಾಡಿ ಬೇರೆ ಕ್ವಾರ್ಟರ್ಸಿಗೆ ಹೊರಟುಹೋಗಿದ್ದೆವು. ಅದಾದ ಬಳಿಕ ಅದೇ ಮೊದಲು ಅತ್ತ ಹೋಗಿದ್ದೆ. ಇದೇ ಮನೆಯಂಗಳದಲ್ಲಿ ನನ್ನಮ್ಮನನ್ನು ಕಡೆಯ ಬಾರಿ ಮಲಗಿಸಲಾಗಿತ್ತೆಂದರೆ... ನಾನದನ್ನು ನಂಬಬೇಕಿತ್ತು! ಅಮ್ಮ ಕೆತ್ತಿಹೋಗಿದ್ದ ರೂಪಶಿಲೆಯೀಗ ಭಗ್ನಗೊಂಡು, ಹೊಸತಾಗಿ ಉಳಿಯೇಟು ತಿಂದು ಬಹುಪಾಲು ಬದಲಾಗಿ ಹೋಗಿತ್ತು.

ಬದುಕೆಂದರೆ ಹೀಗೇ ಇರಬೇಕು.

"ಚಿನ್ನಿಮಾ, ಮೆಲ್ಲಗೆ ಬನ್ನಿ, ಹಳೇದೆಲ್ಲ ನೆನಪಿಸಿಕೋಬೇಡಿ" ಅನ್ನುತ್ತಲೇ ಸ್ವಾಗತಿಸಿದ ಸಲೀಮಣ್ಣ. ಬಹುಶಃ ನಾನೇ ಕೊನೆಗೆ ಹೋದವಳಿರಬೇಕು. ಮನೆಯವರೆಲ್ಲರ ಜೊತೆ ನಾನು ಊಟಕ್ಕೆ ಕೂತಿದ್ದೆ. ಎದುರಿಗೆ ಸಲೀಮಣ್ಣ ಮತ್ತು ಸಾಹಿಲ್, ಇತ್ತ ನಾನು ಸುರಯ್ಯಾ. ನಾನು ಸಾಹಿಲ್‌ನನ್ನು ಅದೇ ಮೊದಲ ಬಾರಿಗೆ ನೋಡಿದ್ದೆ. ಅವನಿಗೆ ಆಕರ್ಷಕ ನಗುವಿತ್ತು. ಪ್ರಶಾಂತವಾದ ಕಣ್ಣುಗಳಿದ್ದವು. ಅವನ ನೋಟಕ್ಕೆ ಒಂದು ಆಳವಿತ್ತು.

"ಇವ್ನು ಸಾಹಿಲ್, ನನ್ನ ಅಕ್ಕನ ಮಗ, ಸ್ವಲ್ಪ ದಿನ ಇಲ್ಲೇನೋ ಕೆಲಸ ಅಂತೆ ಹಾಗೆ ಬಂದಿದಾನೆ" ಅಮ್ಮಿ ಪರಿಚಯಿಸಿದ್ದಳು.

"ಇವ್ನು ಬಹಳ ಒಳ್ಳೇ ಆರ್ಟಿಸ್ಟ್ ಚಿನ್ನಿಮಾ, ಈಗ ನಿಮ್ಮನ್ನ ನೋಡಿದಾನಲ್ಲ. ಹಾಗೇ ಅಸಲು ಬರೆದುಬಿಡ್ತಾನೆ ಅಷ್ಟು ಚೆಂದ" ಸಲೀಮಣ್ಣನ ದನಿಯಲ್ಲಿ ಅಭಿಮಾನವಿತ್ತು. ಅವನು ಸಂಕೋಚದಿಂದ ಕತ್ತೆತ್ತಿ ನೋಡಿ ನಕ್ಕಂತೆ ಮಾಡಿದಾಗ ಸುರಯ್ಯಾ ಅವನ ಕಣ್ಸೆರೆ ಹಿಡಿದು ನಕ್ಕಿದ್ದಳು. ಮತ್ತೆ ಅದೂ ಇದೂ ಮಾತಾಡುತ್ತ ಊಟ ಶುರುವಾಗಿತ್ತು. ಅವರ ಮಾತಿನಿಂದ ಸಲೀಮಣ್ಣನ ಮನಸಿನಲ್ಲಿ ಸುರಯ್ಯಾಳನ್ನು ಸಾಹಿಲ್‌ಗೆ ಕೊಟ್ಟು ಮದುವೆ ಮಾಡಬೇಕೆಂಬ ಆಶಯವಿರುವುದು ತಿಳಿಯಬಂದಿತ್ತು. ಊಟದ ಮಧ್ಯೆ ಅಮ್ಮಿ "ಚಿನ್ನಿಮಾ, ಚೆನ್ನಾಗಿ ಊಟ ಮಾಡಮ್ಮಾ. ನಿನ್ನ ಅಮ್ಮ ಇದ್ದಿದ್ದರೆ ಈ ಹೊತ್ತಿಗೆ ಹೇಗೆ ನೋಡಿಕೊಂಡಿರ್ತಾ ಇದ್ದರೋ ಏನೋ... ಅಪ್ಪನ ಕೈಲಿ ಎಷ್ಟಾಗುತ್ತೆ ಹೇಳು, ಆದರೂ ಹೀಗೆಲ್ಲ ಆಗಬಾರದಿತ್ತು, ನಿನ್ನ ಜೀವನದಲ್ಲಿ... ಇನ್ನಾದರೂ ಅಲ್ಲಾಹುವಿನ..." ದನಿಯಲ್ಲಿ ಕರುಣೆಯನ್ನು ತುಂಬಿಕೊಂಡು ಮಾತುಗಳನ್ನ ಹರಿಸತೊಡಗಿದ್ದಳು. ಸಲೀಮಣ್ಣನೂ ಹೌದು ಹೌದೆಂಬಂತೆ ತಲೆದೂಗುತ್ತ ಕೈಯನ್ನು ಬಿರಿಯಾನಿ ತಟ್ಟೆಯೊಳಗೆ ಆಡಿಸುತ್ತ ಲೊಚ್ ಲೊಚ್ ಅನ್ನುತ್ತಿದ್ದ. ಸುರಯ್ಯಾಳ ಬೆರಳುಗಳು ತಟ್ಟೆಯೊಳಗೆ ಸ್ತಬ್ಧವಾಗಿದ್ದರೆ, ನನ್ನಿಂದ ಏನೂ ಮಾತಾಡುವುದು ಸಾಧ್ಯವಾಗಿರಲಿಲ್ಲ.

ಆಗ ಎದ್ದಿದ್ದ ಸಾಹಿಲ್! ಅರ್ಧಕ್ಕೇ ಊಟ ಬಿಟ್ಟು! ಅಮ್ಮಿ ಗಾಬರಿಗೊಂಡು ಅವನ ಹಿಂದೆಯೇ ಹೋಗಿದ್ದಳು, ಸಲೀಮಣ್ಣ ಏನು ಮಾಡಬೇಕೆಂದು ಹೊಳೆಯದೆ ಕಕ್ಕಾಬಿಕ್ಕಿಯಾಗಿದ್ದ.

"ಅಲ್ಲ, ಔತಣಕೆ ಕರೆದ ಹೆಣ್ಣುಮಗಳಿಗೆ ಸರಿಯಾಗಿ ಊಟ ಮಾಡಕ್ಕೆ ಬಿಡಬಾರ್ದಾ? ಸುಮ್ಮನೆ ಅವಳ ನೋವನ್ಯಾಕೆ ಕೆದಕ್ತೀಯ" ಸಾಹಿಲ್ ಕೋಣೆಗೆ ಹೋದವನು ಆದಷ್ಟು ಸಣ್ಣಗೆ, ಆದರೆ ಹರಿತವಾಗಿ ಕೇಳಿದ್ದು ಆ ಸಣ್ಣ ಮನೆಯೊಳಗೆ ಸ್ಪಷ್ಟವಾಗಿಯೇ ಕೇಳಿಸಿತ್ತು. ಅಮ್ಮಿ ಅವನನ್ನು ಸಮಾಧಾನಿಸಿ ಊಟ ಒಳಗೇ ಒಯ್ದಿದ್ದಳು. ಸಲೀಮಣ್ಣ ಸಣ್ಣಗೆ ತುಟಿಕಚ್ಚಿಕೊಂಡು ಒಡನೇ ತಮ್ಮ ಬೆರಳುಗಳಿಗೂ ಬಾಯಿಗೂ ಚಾಲನೆ ಕೊಟ್ಟಿದ್ದ. ಸುರಯ್ಯಾ ಮೆಲ್ಲಗೆ ನನ್ನ ಕೈ ಅದುಮಿದ್ದಳು. ಅಂತೂ ಬಿರಿಯಾನಿ ಖಾಲಿಯಾಗತೊಡಗಿತ್ತು.

ಊಟ ಮುಗಿದ ಮೇಲೆ ನಾನು ಸುರಯ್ಯಾ ಮನೆಯ ಹಿಂಬದಿಯಿದ್ದ ಕೈತೋಟದಲ್ಲಿ ತುಸುಹೊತ್ತು ಕುಳಿತಿದ್ದೆವು. ನಾವು ಸಣ್ಣವರಿದ್ದಾಗ ದಿನಾಲು ಸಂಜೆ ಎಲ್ಲರೂ ಇಲ್ಲಿಯೇ ಒಟ್ಟಾಗಿ ಕುಳಿತು ಅದೂ ಇದೂ ಕತೆ ಮಾತಾಡುತ್ತ ಚಾ ಕುಡಿಯುವುದಿತ್ತು. ಮತ್ತೆ ಅದೆಷ್ಟೋ ದಿನಗಳ ಬಳಿಕ ಅಲ್ಲಿ ಕುಳಿತು ಚಾ ಕುಡಿದಿದ್ದೆ. ಹದವಾಗಿ ಶುಂಠಿ ಬೆರೆಸಿದ ಉತ್ಕೃಷ್ಟ ಚಾ. ನಮಗೆ, ಅದರಲ್ಲೂ ಅಮ್ಮನಿಗೆ ಅಮ್ಮಿಯ ಕೈಯ ಚಾ ಅಂದರೆ ಅಷ್ಟೊಂದು ಪ್ರೀತಿಯಿತ್ತು. ಮತ್ತೆ ಅಮ್ಮನ ನೆನಪಾಗಿ ಕಣ್ತುಂಬಿಕೊಂಡಿದ್ದೆ. "ಚಿನ್ನಿಮಾ, ಬಸುರಿ ಹುಡುಗಿ ಹಾಗೆಲ್ಲ ಕಣ್ಣೀರು ಹಾಕಬಾರ್ದು. ಎಲ್ಲಿ ಕಣ್ಣೊರೆಸಿಕೋ" ಅಮ್ಮಿ ತಾನೇ ನನ್ನ ಕಣ್ಣೊರೆಸಿ, ಜಡೆ ಬಿಚ್ಚಿ, ಎಣ್ಣೆ ಹಚ್ಚಿ ಮತ್ತೆ ಚೆಂದಗೆ ಜಡೆಬಾಚಿ ಕಟ್ಟಿ ಕೆನ್ನೆ ಹಿಂಡಿದ್ದಳು. ಮುಖ ತೊಳೆಸಿ, ಕಾಡಿಗೆಯಿಟ್ಟು ಸುರಯ್ಯಾಳನ್ನು ಜೊತೆ ಮಾಡಿ ಮನೆಗೆ ಕಳಿಸುವ ಹೊತ್ತು. "ಅಯ್ಯೋ, ನಮ್ಮನೇಲಿ ಕುಂಕುಮ ಇಲ್ಲವೇ" ಎಂದು ಪೇಚಾಡಿದ್ದಳು. ಅಮ್ಮ ಹೋದ ಮೇಲೆ ಅದೇ ಮೊದಲ ಸಲ ಅಮ್ಮನಂಥದ್ದೇ ಕೈ ಸ್ಪರ್ಶವನ್ನು ಅನುಭವಿಸಿದ್ದೆ.

ನಿಜ ಹೇಳಬೇಕೆಂದರೆ ಸಲೀಮಣ್ಣನ ಮನೆಯವರು ನಮಗೆ ಹೊರಗಿನವರಲ್ಲ ಎಂಬಷ್ಟು ಹತ್ತಿರದವರು. ಅದರಲ್ಲೂ ಸಲೀಮಣ್ಣ ಮತ್ತು ಅಪ್ಪ ಪರಸ್ಪರ ತುಂಬ ಆತ್ಮೀಯರಾಗಿದ್ದರು. ಯಾವ ನೆಲೆಯಿಂದ ನೋಡಿದರೂ ಒಂದು ಸಮಾನಾಂತರ ರೇಖೆಯಲ್ಲಿ ಮೂಡದ ಇವರು ಯಾವ ಬಿಂದುವಿನಲ್ಲಿ ಹೀಗೆ ಕನೆಕ್ಟ್ ಆಗುತ್ತಾರೆಂದು ನಾನೇ ಎಷ್ಟೋ ಸಲ ಯೋಚಿಸುವುದಿತ್ತು. ಎಷ್ಟೋ ವರ್ಷಗಳ ಕಾಲ ಅಕ್ಕಪಕ್ಕದ ಕ್ವಾರ್ಟರ್ಸ್‌ನಲ್ಲಿ ಇದ್ದು ಒಟ್ಟಿಗೇ ಬೆಳೆದವರು, ಕಾಲಾಂತರದಲ್ಲಿ ಸಲೀಮಣ್ಣ ಸ್ವಂತ ಫ್ಲ್ಯಾಟ್ ತೆಗೆದುಕೊಂಡರೂ ಸ್ವಲ್ಪೇ ದಿನದಲ್ಲಿ ಅದನ್ನ ಬಾಡಿಗೆಗೆ ಬಿಟ್ಟು ಕ್ವಾರ್ಟರ್ಸಿಗೇ ವಾಪಸ್ಸಾಗಿದ್ದರು.

"ಅದೊಂಥರ ಬೆಂಕಿಪೊಟ್ಟಣದ ಒಳಗೆ ತುರುಕಿದಂಥಾ ಅನುಭವ ಮೇಷ್ಟ್ರೇ, ಉಸಿರು ಹಿಡಕೊಂಡ ಹಾಗೆ ಅನಿಸೋಕೆ ಶುರುವಾಗೋಯ್ತು. ಸರಿ, ಇರೋ ತಂಕ ಇಲ್ಲಿರೋದು, ಆಮೇಲೆ ಮಕ್ಕಳ ಮದುವೆ ಮತ್ತೊಂದು ಆಗಿ ರಿಟೈರ್ ಆಗೋ ಹೊತ್ತಿಗೆ ಇಲ್ಲಿಂದ ಹೋಗೋದು" ಅನ್ನುತ್ತ ವಾಪಸ್ಸಾದ ಸಲೀಮಣ್ಣ ತಾವಿದ್ದ ಕ್ವಾರ್ಟರ್ಸಿನ ಗೋಡೆಗಳನ್ನು ತಡವಿ ತಡವಿ ಅಕ್ಕರೆಯಿಂದ ಮಕ್ಕಳಂತೆ ನೇವರಿಸುತ್ತ ಅಪ್ಪನೊಂದಿಗೆ ಮಾತಾಡಿದ್ದು ಇವತ್ತಿಗೂ ಕಣ್ಣಿನಲ್ಲಿ ನಿಂತ ಸ್ಥಿರಚಿತ್ರ.

ಹಾಗೆ ನೋಡಿದರೆ ನಮ್ಮದೂ ಹೆಚ್ಚುಕಮ್ಮಿ ಅದೇ ಅಭಿಪ್ರಾಯವಾಗಿತ್ತು. ಆದರೆ ಅಮ್ಮನ ಸಾವು ಎಲ್ಲವನ್ನೂ ತಲೆಕೆಳಗು ಮಾಡಿ, ನಾವು ಅತೀವ ಸಂಕಟದಿಂದ ಅಲ್ಲಿಂದ ಹೊರಡುವಂತೆ ಮಾಡಿತ್ತು. ಹಾಗೆ ಹೋದವಳಿಗೆ ಮತ್ತೆಂದೂ ಅಮ್ಮನಿಲ್ಲದ ಈ ಬೀದಿಗೆ ಬರುವ ಮನಸ್ಸೇ ಆಗಿರಲಿಲ್ಲ. ಸಾಲದ್ದಕ್ಕೆ ಅಪ್ಪ ಬೇರೆ, ಅಮ್ಮನ ಸಾವಿನ ದುಃಖ ಆರುವ ಮೊದಲೇ ಒಂದು ಕಡೆ ಸಂಬಂಧ ಹುಡುಕಿ ನನ್ನ ಮದುವೆಯನ್ನೂ ಮಾಡಿ ಮುಗಿಸಿಬಿಟ್ಟಿದ್ದ. ಅವನ ಪ್ರಕಾರ, ನಾನು ಹೊಸಬದುಕಿಗೆ ತೆರೆದುಕೊಂಡಷ್ಟೂ ಅಮ್ಮನನ್ನು ಮರೆತು ಮತ್ತೆ ಹಳೆಯ ಲವಲವಿಕೆಯನ್ನು ಮರಳಿ ಪಡೆಯಬಹುದಿತ್ತು. ಆದರೆ ಹಾಗೆ ಎಂದಿಗೂ ಆಗಲಿಲ್ಲ. ಈಗಲಾದರೂ ಅಷ್ಟೇ! ಮತ್ತೆ ರಾಜಿ ಪಂಚಾತ್ಕೆಗೆ ಹೋಗಿದ್ದ ಅಪ್ಪ ಅವಮಾನಿತನಾಗಿ ವಾಪಸ್ಸಾಗಿದ್ದ. ಮರಳಿ ಬಂದವನು "ಅವರು ಮನುಷ್ಯರೇ ಅಲ್ಲ ತಾಯಿ, ಹೇಗಮ್ಮ ಇದ್ದೆ ಇಷ್ಟು ದಿನ ಅಲ್ಲಿ?" ಎಂದು ಗದ್ಗದಿತನಾಗಿದ್ದ. ತಾನು ಅವಸರಿಸಿ ಸರಿಯಾಗಿ ವಿಚಾರಿಸದೇ ಹೆಣ್ಣು ಕೊಟ್ಟುಬಿಟ್ಟೆನೋ ಎಂಬ ಕಳವಳ ಅವನನ್ನು ಕಾಡತೊಡಗಿತು. ಹೇಗಾದರೂ ಇದನ್ನು ಸರಿಪಡಿಸಿಬಿಡಬೇಕೆಂದು ಅವನೂ ತನ್ನೆಲ್ಲ ಪ್ರಯತ್ನ ಹಾಕಿದ್ದ. ಆದರೆ ಹೇಗೆ ಮಾತಾಡಿ ನೋಡಿದರೂ ಸಂಬಂಧ ಸುಧಾರಿಸಿಕೊಳ್ಳದೆ ಒಂದೂವರೆ ವರ್ಷದ ದಾಂಪತ್ಯ ಕಡೆಗೂ ಕೊನೆಯಾಗಿತ್ತು, ಸಾಲದಕ್ಕೆ ಹೊಟ್ಟೆಯಲ್ಲಿ ಜೀವತಳೆದ ಮಗು ಬೇರೆ. ಅಪ್ಪನ ಹೆಗಲೇರಿದ ಚಿಂತೆಯ ಪರಿಮಾಣ ದೊಡ್ಡದಿತ್ತು. ನನಗೂ!

ಇದ್ದುದರಲ್ಲಿ ಒಂದೇ ಸಮಾಧಾನವೆಂದರೆ ಸಲೀಮಣ್ಣನ ಮನೆಗೆ ನಾನು ಮೊದಲಿಗಿಂತ ಹತ್ತಿರವಾಗಿದ್ದೆ. ಸುರಯ್ಯಾ ಸಮಯ ಸಿಕ್ಕಾಗಲೆಲ್ಲ ಬಂದು ಜೊತೆಗಿರುತ್ತಿದ್ದಳು. ಯಾವಾಗಲೂ ನನ್ನನ್ನು ಖುಷಿಯಾಗಿಡಲು ಏನಾದರೊಂದು ಮಾಡುತ್ತಿದ್ದಳು. ಹಾಗೆ ನೋಡಿದರೆ ನನ್ನನ್ನು ಪೇಂಟಿಂಗ್ ಕಲಿತುಕೊಳ್ಳುವಂತೆ ಒತ್ತಾಯಿಸಿದವಳೂ ಅವಳೇ ಆಗಿದ್ದಳು. ಜೊತೆಗೆ "ಬಣ್ಣಗಳ ಲೋಕಕ್ಕೊಂದು ಸೆಳೆತವಿದೆ, ಒಂದು ಬಾರಿ ಬಣ್ಣಗಳೊಡನೆ ಆಡುವುದನ್ನೂ ಗೆರೆಗಳೊಂದಿಗೆ ಮಾತಾಡುವುದನ್ನೂ ನೀವು ಕಲಿತುಬಿಟ್ಟರೆ ಅದಕ್ಕಿಂತ ಉತ್ತಮ ಗೆಳೆಯನೇ ಬೇಕಾಗುವುದಿಲ್ಲ" ಎಂದು ಸಾಹಿಲ್ ಕೂಡ ಒತ್ತಾಯಿಸಿದ್ದ. ದಿನಾ ಅವನೇ ಮನೆಗೆ ಬಂದು ಹೇಳಿಕೊಡುವುದಾಗಿ ಹೇಳಿದವನು ಅದನ್ನು ಪಕ್ಕಾ ಕಾಯ್ದುಕೊಂಡಿದ್ದ. ಒಮ್ಮೊಮ್ಮೆ ಸುರಯ್ಯಾಳೂ ಜೊತೆಗೆ ಬರುವುದಿತ್ತು. ಆದರೆ ಪೇಂಟಿಂಗ್ ಕಲಿಯತೊಡಗಿದವಳು ನಿಧಾನಕ್ಕೆ ಸಾಹಿಲ್‌ನೆಡೆಗೆ ಸೆಳೆಯುತ್ತ ಹೊರಟಿದ್ದು ಮಾತ್ರ ನನ್ನ ನಿಯಂತ್ರಣವನ್ನೇ ಮೀರಿ ನಡೆಯುತ್ತಿದ್ದ ಘಟನೆ ಒಂದಾಗಿತ್ತು. ಬಹುಶಃ ಅವನೂ...

ಇಲ್ಲವಾದರೆ ನನ್ನ ಡ್ರಾಯಿಂಗ್ ಬುಕ್ಕಿನ ಕೊನೆಯ ಪೇಜಿನಲ್ಲಿ ನನ್ನದೊಂದು ಚಿತ್ರ ಬಿಡಿಸಿ ಅದರ ಕೆಳಗೆ ಹೀಗೊಂದು ಸಾಲುಗಳನ್ನ ಬರೆದಿರುತ್ತಿರಲಿಲ್ಲ.

ಈ ಹೃದಯ ಮಧುಪಾತ್ರೆಯೇ ಆಗಿದ್ದರೆ ಅದೀಗ ತುಂಬಿದೆ...

ನಿನ್ನ ತುಟಿಗಳಿಗಾಗಿ ಮಾತ್ರವೇ ತವಕಿಸುತ್ತಿರುವ ಈ ನಿಷ್ಕಳಂಕ ಮದಿರೆಗೆ

ನಿನ್ನ ದಾಹವನು ಮೀಸಲಿಡು...

ಅಂದು, ಕಾರ್ತಿಕ ಮಾಸದ ಮೊದಲನೇ ಸೋಮವಾರವಾಗಿತ್ತು. ನನಗೆ ಕಾರ್ತಿಕದ ಸಂಜೆಗಳೆಂದರೆ ಮೊದಲಿಂದಲೂ ಇಷ್ಟ. ಅಮ್ಮ ಇರುವ ತನಕವೂ ನಾನು ಅಮ್ಮ ಕೂಡಿ ಮನೆತುಂಬ ಹಣತೆಯಿಟ್ಟು ಖುಷಿಪಡುತ್ತಿದ್ದೆವು. ಅಮ್ಮನಿಲ್ಲದ ಮೇಲೆ ಇದೇ ಮೊದಲ ಸಲ ನಾನು ಒಬ್ಬಳೇ ಇದರಲ್ಲಿ ತೊಡಗಿಸಿಕೊಂಡಿದ್ದೆ. ಬಹಳ ದಿನಗಳ ಬಳಿಕ ಅಮ್ಮನದೇ ಒಂದು ಸೀರೆ ಉಟ್ಟುಕೊಂಡಿದ್ದೆ. ತೋಟದಲ್ಲಿ ದಂಡಿಯಾಗಿದ್ದ ಮಲ್ಲಿಗೆ ಹೂಗಳನು ಹರಿದು ಮಾಲೆಕಟ್ಟಿ ಮುಡಿದುಕೊಂಡಿದ್ದೆ. ಹೃದಯದಲ್ಲಿ ಯಾವುದೋ ಖುಷಿ ಊಟೆಯೊಡೆಯುತ್ತಿರುವುದರ ಬೆಳಕು ಕಂಗಳಲಿ ಮಿಂಚಾಗಿ ಇಣುಕಿತ್ತು. ಅಂದು ನಾನು ಮನೆಯನ್ನು ಇನ್ನಿಲ್ಲದಂತೆ ಸಜ್ಜುಗೊಳಿಸಿದ್ದೆ. ಅಂಗಳದ ರಂಗೋಲಿ ಎಂದಿಗಿಂತಲೂ ಚಂದವಿತ್ತು. ಮನೆಯ ಹೊಸಲಿಂದ ತೊಡಗಿ, ಮನೆಯ ತಿಟ್ಟಿಗೆ, ಕಿಟಕಿ ಗೂಡಿಗೆ, ಕಾಪೋಂಡಿನ ಗೋಡೆಗೆ ಎಲ್ಲ ಕಡೆಗೂ ಪುಟ್ಟ ಪುಟ್ಟ ಹಣತೆಯಿಟ್ಟು ದೀಪ ಹಚ್ಚಿದ್ದೆ. ಹಾಗೆ ಸಜ್ಜುಗೊಳಿಸುವಾಗ, ರಂಗೋಲಿಗೆ ಬಣ್ಣ ತುಂಬುವಾಗ, ಅದರ ಒಂದೊಂದು ಗೆರೆಗಳನು ಕೂಡಿಸುವಾಗ, ಹಣತೆಗಳನು ಜೋಡಿಸಿಕೊಂಡು ದೀಪ ಮುಟ್ಟಿಸುವಾಗ... ಆ ಅಷ್ಟೂ ಘಳಿಗೆಗಳಲ್ಲೂ ನಾನು ಸಾಹಿಲ್‌ನನ್ನೇ ಧ್ಯಾನಿಸುತ್ತಿದ್ದೆ. ಹಾಗೆ ದೀಪವಿಡುವ ಹೊತ್ತಿಗೆ ಸರಿಯಾಗಿ ಅವನೂ ಬಂದಿದ್ದ. ಕೈಗಳಲ್ಲಿ ದೀಪದ ತಟ್ಟೆ ಹಿಡಿದುಕೊಂಡು ಅವನನ್ನು ಎದಿರುಗೊಂಡವಳನ್ನು ಅವನು ಹೊಸತಾಗಿ ನೋಡಿದಂತೆ ನೋಡಿದ. ಅವನ ಕಣ್ಣುಗಳಲ್ಲಿ ಅಪಾರ ಮೆಚ್ಚುಗೆಯಿತ್ತು. ಅದನ್ನೂ ಮೀರಿದ ಆರಾಧನೆಯಿತ್ತು. ಅಂದು ಅವನು ನನಗೆ ಪೇಂಟಿಂಗ್ ಕಲಿಸುವ ಮಾತೇ ಆಡಿರಲಿಲ್ಲ. ಸ್ವಲ್ಪ ಹೊತ್ತು ಅಪ್ಪನೊಡನೆ ಅದೂ ಇದೂ ಮಾತಾಡಿ ಹೊರಟು ಹೋಗಿದ್ದ. ಅದರ ಮರುದಿವಸ ಸಂಜೆ ನಾನು ಡ್ರಾಯಿಂಗ್ ಬುಕ್ ತೆರೆದರೆ ಅಲ್ಲಿತ್ತು ನನ್ನ ಚಿತ್ರ ಮತ್ತು ಈ ಕವಿತೆ.

ಆ ಸಾಲುಗಳನ್ನು ಓದಿದಾಗ ನಾನು ಇನ್ನಿಲ್ಲದಂತೆ ಪುಳಕಗೊಂಡಿದ್ದೆ. ಎದೆ ಪಟಪಟನೆ ಹೊಡೆದುಕೊಂಡು, ಹೊಟ್ಟೆಯ ಮೇಲೆ ಸಣ್ಣಗೆ ಬೆವರು ಮೂಡಿತ್ತು. ಒಳಗೆ ಮಗು ಒದ್ದು ಹಿಂದೆಯೇ ಕಣ್ಣಿನಲಿ ಛಳ್ ನೀರು.

ಈ ಬದುಕೆಂಬ ಮೋಹಕ್ಕೆ ಎಷ್ಟೊಂದು ಮುಖಗಳು!

ಅವನ ಆ ಚಿತ್ರಕ್ಕಾಗಲೀ ಕವಿತೆಗಾಗಲೀ ನಾನು ಯಾವೊಂದು ಉತ್ತರವನ್ನೂ ಕೊಟ್ಟಿರಲಿಲ್ಲ. ಆದರೆ ಮರುದಿನ ಅವನು ಬಂದ ಒಡನೇ ಕೆಂಪೇರಿಸಿಕೊಂಡ ಕೆನ್ನೆಗಳೂ, ಹೊಳೆದ ಕಣ್ಣುಗಳೂ ಅವನ ಕಣ್ಣು ತಪ್ಪಿಸಿರಲಿಕ್ಕುಂಟೆ? ಗೊತ್ತಿಲ್ಲ. ಅಂತೂ ನಾನು ಸಾಹಿಲ್‌ನ ಸಾನ್ನಿಧ್ಯವನ್ನು ಬಹುವಾಗಿ ಬಯಸತೊಡಗಿದ್ದೆ. ಸಾಹಿಲ್‌ನೆಡೆಗೆ ಸೆಳಕೊಂಡು ಹೋಗಬಾರದೆಂಬ ಅರಿವು ನನ್ನೊಳಗೆ ಎಷ್ಟೇ ಜಾಗೃತವಾಗಿದ್ದರೂ, ಅದನ್ನು ಮೀರಿ ಹರಿಯುವ ಪ್ರೇಮದ ಹರಿವು ನನ್ನನ್ನು ಕಂಗೆಡಿಸುತ್ತಿತ್ತು. ದಿಕ್ಕುತಪ್ಪಿದ ನಾವೆಗೆ ಸಿಕ್ಕ ಅನಾಮಿಕ ತೀರದ ಹಾಗೆ, ಬದುಕು ಅವನನ್ನು ಆಪ್ತವಾಗಿ ಅಪ್ಪಿಕೊಂಡಿತ್ತು. ಆದರೆ ಇದು ಎಲ್ಲಿಯವರೆಗೆ? ಸುರಯ್ಯಾಳ ಗಂಡನಾಗುವವನ ಮೇಲೆ ನನ್ನದೇನು ಮೋಹ? ಇದು ಎಷ್ಟು ಸರಿ? ಅವನೆಡೆಗೆ ಉಕ್ಕುತ್ತಿದ್ದ ತಾಪ ಹೆಚ್ಚಿದಷ್ಟೂ, ನನ್ನೊಳಗೆ ಪ್ರಶ್ನೆಗಳ ಮೇಲೆ ಪ್ರಶ್ನೆಗಳು ಹೆಡೆಬಿಚ್ಚಿ ನಾನು ಪರಿತಪಿಸುವಂತೆ ಮಾಡುತ್ತಿದ್ದವು.

ಅಂಥದ್ದೊಂದು ದಿನದಲ್ಲೇ ಸುರಯ್ಯಾ ನನ್ನನ್ನು ಕಾಣಲೆಂದು ಬಂದವಳು ಮಾತಿನ ನಡುವೆ "ನಿಮ್ಮ ಮನಸ್ಸಿನಲ್ಲೇನಿದೆ ಅಂತ ಹೇಳಿಬಿಡಿ ಅಕ್ಕ. ಒಳಗೇ ಇಟ್ಟುಕೊಂಡು ಕೊರಗುವುದು ಯಾರಿಗೂ ಒಳ್ಳೆಯದಲ್ಲ" ಎಂದು ಸೂಚ್ಯವಾಗಿ ಹೇಳಿಹೋಗಿದ್ದಳು. ಬಹುಶಃ ನೇರವಾಗೇ ಹೇಳಿದ್ದಳು. ಅವಳು ಹಾಗೆ ಕೇಳುವಾಗ, ಹೇಳುವಾಗ... ನಾನು ಮಾಲು ಸಮೇತ ಸಿಕ್ಕಿಬಿದ್ದ ಕಳ್ಳನಂತೆ ಮಾತು ಕಳೆದುಕೊಂಡು ಕುಳಿತಿದ್ದೆ.

ಅವಳು ಹೋದಮೇಲೂ ಅವಳು ಕೇಳಿದ ಅದೇ ಪ್ರಶ್ನೆಯನ್ನು ಹೊರಳಿಸಿ ಮರಳಿಸಿ ನನ್ನನ್ನು ನಾನೇ ಕೇಳಿಕೊಳ್ಳುತ್ತ ಕುಳಿತಿದ್ದೇನೆ. ಸುರಯ್ಯಾ ಯಾಕೆ ಹಾಗೆ ಕೇಳಿದಳು? ಸಾಹಿಲ್ ಏನಾದರೂ ಹೇಳಿದನೆ, ಒಂದು ವೇಳೆ? ಹೇಳಿದ್ದರೆ ಹಾಗೆ ಏನು ಹೇಳಿದ್ದಾನೆ? ಹಿಂದಿನ ದಿನದ ಸಂಜೆ ಬಂದಿದ್ದಾಗ ಅವನು ಎಂದಿನಂತೆಯೇ ಇದ್ದ. ಯಾವುದೂ ಹೆಚ್ಚಿಲ್ಲ, ಕಡಿಮೆಯಿಲ್ಲ... ಅದೇ ಮೋಹಕ ಕಣ್ಣುಗಳಿಂದ ಮೌನವಾಗಿ ಮಾತಾಡುತ್ತ ಎಂದಿನಂತೆಯೇ ಪೇಂಟಿಂಗ್ ಕಲಿಸಿದ್ದ. ರಾತ್ರಿ "ಗುಡ್‌ನೈಟ್" ಮೆಸೇಜು ಕಳಿಸುವಾಗ ಸಹ ಯಾವ ಏರುಪೇರೂ ಕಂಡಿರಲಿಲ್ಲ.

ಬೆಳಗ್ಗೆ "ಗುಡ್‌ಮಾರ್ನಿಂಗ್" ಮೆಸೇಜ್ ಕೂಡ ಹಾಕಿದ್ದನಲ್ಲವೇ?

ಸುರಯ್ಯಾ ಬೆಳಗ್ಗೆ ಬಂದು ಹಾಗೆ ಒಗಟಿನಂತೆ ಮಾತಾಡಿ ಹೋದದ್ದೇ ನಾನು ಒಂದೇ ಹಾರಿಗೆ ಹೋಗಿ ಫೋನೆತ್ತಿಕೊಂಡು ಅವನಿಗೆ ಕರೆ ಮಾಡಿದ್ದೆ. ಫೋನ್ "ನಾಟ್ ರೀಚೇಬಲ್" ಅನ್ನತೊಡಗಿತ್ತು. ಮೆಸೇಜು ಹಾಕಿದ್ದೆ, ಉಹೂಂ ಅದೂ ತಲುಪಲಾರದೆ ಉಳಿದಿತ್ತು. ಒಂದು ಮಾತು ಕೂಡ ಹೇಳದೆ ಇವನೆತ್ತ ಹೋದ? ಅಥವಾ ಹೇಳುವುದು ಜರೂರಿ ಅಲ್ಲವೋ ಏನೋ... ನಾನೇ ಏನೇನಾದರೂ ಕಲ್ಪಿಸಿಕೊಂಡು ಅವನೆಡೆಗೆ ವಾಲಿಕೊಂಡೆನೋ...

ಈಗ ಎಂದೂ ಇಲ್ಲದಂತೆ ಸುರಯ್ಯಾ ಅದೇನದು ಮನಸ್ಸಿನಲ್ಲಿರೋದನ್ನ ಹೇಳಿ ಅಂದಿದ್ದಾಳೆ? ನಿಜಕ್ಕೂ ನಾ ಏನೆಂದು ಹೇಳಬೇಕು? ಮೊದಲು ಅವನ ಮನಸಿನಲ್ಲಿ ಏನಿದೆಯೆಂದು ತಿಳಿದುಕೊಳ್ಳದೆ ನಾನಾದರೂ ಏನು ಹೇಳಬಲ್ಲೆ? ಅದರಲ್ಲಿ ತಿಳಿಯಲಿಕ್ಕೇನಿದೆ? ಹಾಗೆ ನೋಡಿದರೆ... ಮೊದಲೇ ನಿಶ್ಚಯವಾಗಿದ್ದ ಜೋಡಿಯೊಂದರ ನಡುವೆ ಅಡ್ಡವಾಗಿ ಹೊಕ್ಕವಳು ನಾನಲ್ಲವೇ? ಅದೆಲ್ಲ ಭಾವನೆಗಳನ್ನು ನನ್ನೊಳಗೇ ಮುಚ್ಚಿಟ್ಟುಕೊಂಡು ಎಲ್ಲವನ್ನೂ ಅಲ್ಲಗಳೆದುಬಿಟ್ಟರೆ ಸಮಸ್ಯೆ ಮುಗಿದೇ ಹೋಗುತ್ತದೆಯಲ್ಲ, ಯಾಕೆ ಚಿಂತಿಸಬೇಕು? ಅಷ್ಟಕ್ಕೂ ಅವನು ತಾನಾಗೇ ಏನನ್ನಾದರೂ ಹೇಳಿದ್ದಾನ್ಯೇ? ಅಸಲು ಸುರಯ್ಯಾ ಕೇಳಿದ್ದು ಇದನ್ನೇನಾ ಅಥವಾ ಬೇರೇನಾದರೂ ವಿಷಯವಾ ಹೇಗೆ? ಹಾಗಿರುವಾಗ, ಅದು ಹೇಗೆ ನಾನೇ ನಾನಾಗಿ ಹೋಗಿ ಇದು ಹಾಗಲ್ಲ ಹೀಗೆ ಅನ್ನುವುದು? ಅಷ್ಟಕ್ಕೂ ಈ ಸಾಹಿಲ್ ಎಲ್ಲಿ? ಅವನ ಜೊತೆ ಮಾತಾಡಬೇಕು, ಏನಾದರೊಂದು ಮಾತಾಡಿದರೆ ಇದಕ್ಕೊಂದು ಸ್ಪಷ್ಟತೆ ಸಿಗುತ್ತಿತ್ತು. ಅವನ ಜೊತೆ ಮಾತಾಡದೆ ನನಗೆ ಏನು ಮಾತಾಡಲೂ ಭಯ, ಯಾರೊಡನೆ ಮಾತಾಡಲೂ ಭಯ, ಅದರಲ್ಲೂ ಸುರಯ್ಯಾಳೊಂದಿಗೆ!

ಮನಸ್ಸು ಹುಣ್ಣಿಮೆ ಕಡಲಿನಂತೆ ಹುಚ್ಚಾಗಿತ್ತು.

ನಾನು ಸಂಜೆಯಾಗುವುದನ್ನೇ ಕಾಯುತ್ತ ಕುಳಿತಿದ್ದೆ. ಸಾಹಿಲ್ ಎಂದೂ ಹೆಚ್ಚಿಗೆ ಫೋನ್ ಮಾಡುವುದೋ, ಮೆಸೇಜ್ ಮಾಡುವುದೋ ಮಾಡುತ್ತಿರಲಿಲ್ಲ. ಆದರೆ ಸಂಜೆ ಬರುವುದಿಲ್ಲವಾದರೆ ಮಾತ್ರ ಫೋನಿಸಿ ವಿಷಯ ಮುಟ್ಟಿಸುತ್ತಿದ್ದ. ಇಲ್ಲ ಮೆಸೇಜ್ ಆದರೂ ಹಾಕುತ್ತಿದ್ದ. ಆದರೆ ಇಲ್ಲೀ ತನಕ ಅವನಿಂದ ಯಾವುದೇ ಮೆಸೇಜ್ ಬಂದಿರಲಿಲ್ಲ. ಅಲ್ಲಿಗೆ, ಅವನು ಸಂಜೆ ಬರುತ್ತಾನೆ, ನಿಶ್ಚಯ ಬರುತ್ತಾನೆ. ಅವನ ಜೊತೆ ಸುಮ್ಮನೆ ಸಹಜವಾಗಿ ಮಾತಾಡಬೇಕು, ಅವನ ಮನಸಿನಲ್ಲೇನಿದೆಯೆಂದು ಮೊದಲು ನಂಗೆ ಸ್ಪಷ್ಟ ತಿಳಿಯಬೇಕು. ನಾನು ಹಾಗೂ ಹೀಗೂ ಮನಸ್ಸನ್ನು ಸಮಾಧಾನಿಸಿಕೊಂಡು ಅವನು ಬರುವುದನ್ನೇ ಕಾಯುತ್ತಿದ್ದೆ. ಆಗ ಕೇಳಿಸಿತ್ತು ಗೇಟಿನ ಸಪ್ಪಳ! ಆ ಸದ್ದು ನನ್ನೊಳಗೆ ಪಾತರಗಿತ್ತಿಗಳನು ಹಾರಬಿಟ್ಟಿತು. ಹೃದಯವೇ ಬಾಯಿಗೆ ಬಂದಂತೆ! ಎಂಥದೋ ಅಳುಕು, ಎಂಥದೋ ಪುಳಕ. ನಾನು ಧಾವಂತದಿಂದ ಹೊರಬಾಗಿಲಿಗೆ ಓಡಿದ್ದೆ. ನೋಡಿದರೆ ಸಲೀಮಣ್ಣ ಮತ್ತು ಅಮ್ಮಿ! ನನ್ನ ಮುಖ ಗಾಬರಿಯಲಿ ಬಿಳಿಚಿಕೊಂಡು ಬೆಳ್ಳಗಾಗಿತ್ತು.

"ಚಿನ್ನಿಮಾ, ಅಪ್ಪ ಇಲ್ಲವಾ?" ಸಲೀಮಣ್ಣ ಕೇಳಿದ್ದ. ನಾನು ತಡಬಡಾಯಿಸಿಕೊಂಡು ಏನನ್ನಾದರೂ ಹೇಳುವ ಮೊದಲೇ ಅವರ ದನಿ ಕೇಳಿ ಅಪ್ಪ ತಾನೇ ಹೊರಗೆ ಬಂದಿದ್ದ. ನಾನು ಮೌನವಾಗಿ ಒಳಗೆ ಸರಿದಿದ್ದೆ. ಇವರೇಕೆ ಈಗ ಬಂದಿದ್ದಾರೆ? ನಾನು ಹೆದರಿದೆ, ನಡುಗುವ ಕೈಗಳಿಂದ ಸಾಹಿಲ್‌ಗೆ ಫೋನಾಯಿಸಿದೆ. ಅದು ಇನ್ನೂ ನಾಟ್ ರೀಚೇಬಲ್ ಅನ್ನುತ್ತಿತ್ತು. ಬಂದವರು ಏನನ್ನು ಮಾತಾಡಲು ಬಂದಿರಬಹುದು? ಹಾಗೆಲ್ಲ ಅವರು ಸುಮ್ಮಸುಮ್ಮನೆ ಮನೆಕಡೆ ಬರುವವರಲ್ಲ ಕಾರಣವಿಲ್ಲದೆ. ಅದೂ ಹೀಗೆ ಒಟ್ಟಿಗೆ? ಬಂದವರು ನನ್ನನ್ನು ನೋಡಿ "ಹೇಗಿದ್ದೀಯ" ಅಂತ ಕೂಡ ಕೇಳಲಿಲ್ಲ ಅಲ್ಲವಾ? ನೇರ, "ಅಪ್ಪ ಇಲ್ಲವಾ" ಅಂತ ವ್ಯಾವಹಾರಿಕ ಪ್ರಶ್ನೆ ಕೇಳಿದ್ದಾರೆ. ಅಲ್ಲಿಗೆ ಅವರಿಗೆ ನನ್ನ ಮೇಲೆ ಮುನಿಸಾಗಿರಬೇಕು. ಈಗ ಅವರು ಅಪ್ಪನಲ್ಲಿ ಏನು ಹೇಳುತ್ತಿರಬಹುದು? "ನಿಮ್ಮ ಮಗಳನ್ನು ಸ್ವಲ್ಪ ಕಂಟ್ರೋಲಿನಲ್ಲಿಡಿ" ಅನ್ನುತ್ತಾರಾ? ಅಥವಾ, "ಇದೇನಿದು? ಏನೋ ಬೇಸರದಲ್ಲಿದ್ದಾಳೆ ಅಂತ ಪೇಂಟಿಂಗ್ ಅದೂ ಇದೂ ಕಲಿತುಕೊಳ್ಳಲಿ ಅಂತ ಅಂದುಕೊಂಡರೆ ನಿಮ್ಮ ಮಗಳು ಅದೇನು ಮೋಡಿ ಮಾಡಿದಳೋ... ನಮ್ಮ ಸಾಹಿಲ್ ಸುರಯ್ಯಾಳನ್ನ ಬೇಡ ಅಂತಿದಾನೆ" ಅನ್ನುತ್ತಾರಾ? ಅಥವಾ, "ಇದೇ ತಿಂಗಳು ಸುರಯ್ಯಾಗೂ ಸಾಹಿಲ್‌ಗೂ ಮದುವೆ, ನೀವು ಬರಲೇಬೇಕು" ಅನ್ನುತ್ತಾರಾ? ನನ್ನನ್ನು ಹೊರಗೆ ಕಂಡಾಗ ಅವರು ನಿಜಕ್ಕೂ ಹೇಗೆ ಮಾತಾಡಿದರು? ದನಿಯಲ್ಲೇನಾದರೂ ಒಡಕಿತ್ತೆ? ಇದ್ದಂತೇ ಇತ್ತು... ಅವರ ಮಗಳಿಗೆ ಬರಬೇಕಾದ ಸಂಬಂಧಕೆ ಅಡ್ಡಕಲ್ಲು ಬಿದ್ದಹಾಗೆಂದು ಅವರಿಗೆ ಅನಿಸಿರಬೇಕಲ್ಲವೆ? ಅನಿಸದೇ ಉಂಟೆ? ಆದರೆ ಈಗ ಏನಾಗಿದೆ ಅಂಥದ್ದು? ಈಗಲೂ ಏನಿಲ್ಲ, ಏನೂ ಆಗಿಲ್ಲ, ನನಗೆ ಸಾಹಿಲ್ ಇಷ್ಟವಾದ. ಇಷ್ಟವಾದ ಅಷ್ಟೇ! ನನ್ನ ಎಲ್ಲೆಯ ಪರಿಮಿತಿ ನಂಗೆ ಗೊತ್ತಿಲ್ಲವೇ? ನಾವು ಯಾವತ್ತಾದರೂ ಪ್ರೀತಿಯ ಮಾತಾಡಿದೆವೆ? ಕುಂಚ ಹಿಡಿಯುವಾಗ ಅವನ ಬೆರಳು ಸೋಕಿ, ಮುದಗೊಂಡಿಲ್ಲವೆಂಬುದು ಸುಳ್ಳು, ಅದರಾಚೆಗೆ ಅವನ ಸಾನ್ನಿಧ್ಯದಲ್ಲಿ, ಹೃದಯ ಉಲ್ಲಾಸದಿಂದ ಅರಳಲಿಲ್ಲ ಅನ್ನುವುದು ಸುಳ್ಳು. ಅವನು ಹೊರಡುವಾಗ, ಅವನ ಹೆಗಲಿಗೆ ಜೋತುಕೊಂಡಂತೆ ನನ್ನ ಜೀವ ಅವನ ಹಿಂದೆಯೇ ಓಡಿಲ್ಲವೆಂಬುವುದೂ ಸುಳ್ಳು.

ಆದರೆ ಅವನ ಮನಸಿನಲಿ, ನಿಜಕ್ಕೂ ಏನಿದೆಯೆಂಬುವುದು ನನಗೆ ಗೊತ್ತೆ? ಅವನು ಬಿಡಿಸಿದ ನನ್ನ ಚಿತ್ರ ಮತ್ತು ಅದರಡಿಯಲ್ಲಿ ಬರೆದ ಸಾಲುಗಳು ನಿಜವೇ ಅನ್ನುವುದಾದರೆ ಅದು ಪ್ರೇಮವೇ? ಅಷ್ಟೇ?! ಅಷ್ಟನ್ನು ಬರೆದುಬಿಟ್ಟ ಮಾತ್ರಕ್ಕೆ ಅದು ಪ್ರೇಮವಾಯ್ತೆ? ಇವತ್ತಿಗೆ, ಈ ಕ್ಷಣಕ್ಕೂ ನನಗೆ ಅವನೆಂದರೆ ಇಷ್ಟವೇ... ಆದರೆ ಇದಕ್ಕೆ ಭವಿಷ್ಯವನ್ನು ಬರೆವ ಕುರಿತು ನಾನು ಯೋಚಿಸಲಿಲ್ಲ. ಯೋಚಿಸಲು ನನಗೆ ಹೆದರಿಕೆ. ಅವನು ನನ್ನಿಂದ ದೂರಾದ ಮೇಲೆ, ನಾನು ಏನಾಗಿಬಿಡುತ್ತೀನೋ ನನಗೆ ತಿಳಿಯುತ್ತಿಲ್ಲ, ಅವನು ಎಂದಾದರೊಂದು ದಿನ ನನ್ನನ್ನು ತೊರೆದು ಹೋಗಿಬಿಡಬಹುದೆಂದು ತಿಳಿದೂ ಅವನತ್ತ ನೆರೆಯಲ್ಲಿ ಸಿಕ್ಕ ಗರಿಕೆಯಂತೆ ಹೊಡಕೊಂಡು ಹೋಗಿದ್ದು ನನ್ನದೇ ತಪ್ಪು. ಈಗ ಸದ್ಯದ ಪರಿಸ್ಥಿತಿಯನ್ನ ಎದುರುಗೊಳ್ಳದೆ ದಾರಿಯಂತೂ ಇರಲಿಲ್ಲ. ನನ್ನನ್ನು ಹೀಗೆ ಏಕಾಕಿಯಾಗಿ ತಪಿಸಲು ಬಿಟ್ಟು ಹೋದ ಸಾಹಿಲ್‌ನ ಅಸೂಕ್ಷ್ಮತೆಯ ಬಗ್ಗೆ ಮೊದಲ ಬಾರಿಗೆ ಬೇಸರವೆನಿಸಿತು. ಅವನಿಗೆ ನನ್ನ ಮೇಲೆ ಕಿಂಚಿತ್ತೂ ಕಾಳಜಿಯಿಲ್ಲವೇ? ರೇಗಿತು... ಬಹುಶಃ ಇವರೇ ಅವನಿಲ್ಲದ ಹೊತ್ತು ನೋಡಿಕೊಂಡು ಮಾತಾಡಲು ಬಂದರೋ... ಮನಸು ಮನಸನ್ನು ಸಮಾಧಾನಿಸಿತು.

ಅಂತೂ ನಾನು ನನ್ನೆಲ್ಲ ಹೋರಾಟಗಳನ್ನು ನನ್ನೊಳಗೇ ಸ್ಥೈರಿಸಿಕೊಂಡು, ಬಲು ಕಷ್ಟದಿಂದ ಕಾಫಿ ಮಾಡಿಕೊಂಡು, ಮೆಲ್ಲಗೆ ಹೊರಾಂಗಣಕ್ಕೆ ಬಂದಿದ್ದೆ. ನನ್ನೊಳಗಿನ ತಾಕಲಾಟ ಮಗುವನ್ನು ತಲುಪಿತೋ ಏನೋ ಅದು ಚಡಪಡಿಸಿ ಒದೆಯಿತು. ಅದರ ಹಿಂದೆಯೇ, ನೋವಿಗೋ, ದುಗುಡಕ್ಕೋ, ಭಯಕ್ಕೋ ಕಣ್ಣಲ್ಲಿ ನೀರು ತೆರೆಗಟ್ಟಿ ಕಣ್ಣು ಮಂಜಾಯಿತು.

ಅಷ್ಟಾದರೂ ನಾನು ಅದೆಲ್ಲವನ್ನೂ ನಿತ್ತರಿಸಿಕೊಂಡು, ಹಾಗೇ ಮುಂದುವರಿದಿದ್ದೆ. ಆಗ ಬಿತ್ತು ಕಿವಿಗೆ! ಸಲೀಮಣ್ಣನ ದನಿ.

"ಮೇಷ್ಟ್ರೇ, ನೀವು ಯೋಚಿಸಿ, ಚಿನ್ನಿಮಾ ಹತ್ತಿರ ಮಾತಾಡಿ ನಂತರವೇ ಹೇಳಿ. ನಮ್ಮ ಚಿಕ್ಕ ಮಗಳನ್ನ ಸಾಹಿಲ್‌ಗೆ ಕೊಡುವಾಂತ ಇದ್ದದ್ದು ನಿಜ, ಆದರೆ ಅವನು ನಮ್ಮ ದೊಡ್ಡ ಮಗಳನ್ನ ಇಷ್ಟಪಟ್ಟಿದ್ದಾನೆ."

□□□

ಜಯರಾಮ ಹುಚ್ಚನಾದ ಕಥೆ

ಎಂದಿನಂತಾಗಿದ್ದರೆ ಇಷ್ಟು ಹೊತ್ತಿಗೆ ರೇಣು ಮುಂಗೈಯನ್ನು ಸೆರಗಿಗೆ ಒರೆಸಿಕೊಳ್ಳುತ್ತ, ಕೈಬಳೆ ಕಿಂಕಿಣಿಸುತ್ತ ರೂಮಿಗೆ ಬರುವ ಹೊತ್ತು. ಆದರೆ ಅದು ಎಂದಿನಂತಲ್ಲದ ಒಂದು ದಿನವಾದ್ದರಿಂದ ರೇಣು ಇನ್ನೂ ರೂಮಿಗೆ ಬಂದಿರಲಿಲ್ಲ. ಹಾಗೆ ರೂಮಿಗೆ ಬರಲು ಅವಳು ಮೊದಲಿಗೆ ಆ ಮನೆಯಲ್ಲೇ ಇರಲಿಲ್ಲ. ಹಕ್ಕಿಗಳು ಗೂಡಿಗೆ ಮರಳುವ ಮುಸ್ಸಂಜೆ ಹೊತ್ತು ಮುಖ ಧುಮ್ಮಿಸಿಕೊಂಡು ಮನೆಯ ಮೆಟ್ಟಿಲಿಳಿದು ಹೋದವಳು ಇನ್ನೂ ಇಷ್ಟು ಹೊತ್ತಾದರೂ ಕಡೇಪಕ್ಷ ಫೋನಿಗೆ ಸಹ ಸಿಕ್ಕಿರಲಿಲ್ಲ. ಅವಳು ಹಾಗೆ ಹೋಗಬಹುದು ಅನ್ನುವುದು ಹಾಗಿರಲಿ, ಸ್ವತಃ ತಾನೇ ಒಂದು ದಿನ, ತನ್ನೊಳಗಷ್ಟೇ ಉಳಿಸಬಯಸಿದ್ದ ಆ ದುಃಸತ್ಯವನು ಹಾಗೆ ಬಯಲುಗೊಳಿಸಿಬಿಡುತ್ತೇನೆಂಬ ಕನಸನ್ನೂ ಕಂಡಿರದ ಜಯರಾಮ ಈಗ ಏನು ಮಾಡಿ ಇದನ್ನೆಲ್ಲ ಸರಿ ಪಡಿಸುವುದೆಂದು ತಿಳಿಯದೆ ಹೈರಾಣಾಗಿ ಕುಳಿತಿದ್ದ. ಯಾಜಿಗೆ ಫೋನು ಹಚ್ಚಿ ಮಾತಾಡುವ ಅನಿಸಿತ್ತಾದರೂ ಅವನಿಗೆ ಇದನ್ನೆಲ್ಲ ಹೇಗೆ ವಿವರಿಸುವುದೆಂದು ಹೊಳೆಯದೆ ಕಂಗಾಲಾಗಿದ್ದ. "ಛೆ, ಎಂಥ ಕೆಲಸವಾಗಿ ಹೋಯ್ತು. ಎಲ್ಲ ಆ ಸತ್ತವನಿಂದ ಆದದ್ದು. ಹಾಳಾದವನು, ಹೇಳುವುದನ್ನು ನನ್ನ ಜೊತೆಗೂ ಹೇಳಿರಬಾರದಿತ್ತೆ, ಅದೆಂಥದ್ದು ಅವಳ ಜೊತೆ ಮಾತ್ರವೇ ಹೇಳುವುದು? ಅದನ್ನು ನನಗೂ ಹೇಳಿರುತ್ತಿದ್ದರೆ ಹೀಗಾಗುತ್ತಿತ್ತೇ? ಹೋಗಲಿ ಇವಳಾದರೂ ಅದರ ಬಗ್ಗೆ ಹೇಳಿರಬಾರದಿತ್ತೆ? ಆದರೀಗ ಅವನು ನನಗೆ ಹೇಳಿದನೋ ಬಿಟ್ಟನೋ ಅನ್ನುವುದು ಮುಖ್ಯವಾಗಿ ಉಳಿದಿಲ್ಲ, ಸುಮ್ಮನೆ ಕುಳಿತು ಮಾತನಾಡಿ ಮುಗಿಸಬೇಕಾಗಿದ್ದ ವಿಷಯವನ್ನು ಅನಗತ್ಯವಾಗಿ ಈ ಮಟ್ಟಕ್ಕೆ ತಂದವನು ನಾನೇ! ಇಲ್ಲವಾದರೆ ವರ್ಷಗಳ ಕಾಲ ತನ್ನೊಳಗಷ್ಟೇ ಬಿಗಿದಿಟ್ಟಿದ್ದ ಬಿರುಗಾಳಿಯಂಥದ್ದನ್ನ ಯಾಕಾದರೂ ಬಿಚ್ಚಬೇಕಿತ್ತು! ಛೆ" ಎಂದು ಜಯರಾಮ ಕಳವಳಿಸಿದ. ಅವಳು ಒಂದು ಸಣ್ಣ ತುರುಸನ್ನೂ ಎತ್ತಿಕೊಳ್ಳದೆ ಉಟ್ಟಬಟ್ಟೆಯಲಿ ಕೈಗೂಸನ್ನೆತ್ತಿಕೊಂಡು ಮನೆಯಿಳಿದು ಹೊರಡುವಾಗ ತಾನು

ಒಂದುಕ್ಷಣ ಅಧೀರನಾಗಿದ್ದ ಜಯರಾಮ ಹಿಂದೆಯೇ ಸೆಟೆದುಕೊಂಡು ಅದೇ ಹಳೆಯ ಬಿರುಸಿನಲ್ಲಿ "ಏಯ್ ಸುಮ್ಮನೆ ಇದನ್ನೆಲ್ಲ ದೊಡ್ಡದು ಮಾಡಬೇಡ ಬಿಡು, ಮುಚ್ಕೊಂಡು ಒಳಗೆ ಹೋಗು" ಎಂದು ಕೈ ಹಿಡಿದು ಎಳೆದಿದ್ದ. ಆಗ ಅವಳು ಕೈಯನ್ನು ಕೊಡವಿದ ಬಗೆಗೆ, ನಿಕೃಷ್ಟವಾಗಿ ತಿರುಗಿ ನೋಡಿದ ರೀತಿಗೆ, ಅವಳು ಆಡಿದ್ದ ಮಾತಿಗೆ ಅವನು ನಿಂತಲ್ಲೇ ಕಲ್ಲಾಗಿದ್ದ. ತುಸು ಹೊತ್ತು ಹಾಗೆಯೇ ದಂಗಾಗಿ ನಿಂತವನು ಮತ್ತೆ ಸಾವರಿಸಿಕೊಂಡು "ಸೊಕ್ಕು ಸೂಳೆಗೆ! ಸಾಯಲಿ ಹೋಗಿ. ಅವಳ ಗುಟ್ಟು ಒಡೆಯಿತೆಂದು ತಪ್ಪಿಸಿಕೊಂಡು ಹೋಗ್ತಿದಾಳೆ ರಂಡೆ. ಹೋದರೆ ಹೋಗಲಿ, ಈಗ ಏನುಂಟು ಅವಳ ಹತ್ತಿರ ಸಾಕ್ಷಿ. ಏನೋ ಹೇಳಿಕೊಂಡು ಸಾಯಲಿ. ಯಾರು ನಂಬುತ್ತಾರೆ, ನಂಬಿದರೆ ತಾನೇ ನನ್ನ ಗಂಟೇನು ಹೋಯಿತು, ಇನ್ನು ಅವಳ ಅಸಲಿ ಕತೆ ಹೇಳಿದರೆ ಅವಳ ಮುಖಕ್ಕೆ ಉಗಿದು ಹೊರಗೆ ಹಾಕುತ್ತಾರೆ ಸತ್ತವಳನ್ನು. ಎಲ್ಲಾದರು ಹೋಗಿ ಸಾಯಲಿ" ಎಂದು ತುಳಸೀಕಟ್ಟೆಗೆ ಒದ್ದು, ಅವಳು ಹೋದ ಕಡೆಗೆ ಮುಖ ಉದ್ದ ಮಾಡಿ ಉಗಿದು ಧಡಧಡ ನಡೆದು ತನ್ನ ಹೋಟೆಲ್ಲಿಗೆ ಹೋಗಿ ಗಲ್ಲೆಯಲ್ಲಿ ದೊಪ್ಪನೆ ಕೂತಿದ್ದ. ಹಾಗೆ ಕೂರುವಾಗ ಅವನ ಮುಖ ಕೆಂಪಗೆ ಉರಿಯುತ್ತಿತ್ತು. ಅವಳು ಹಾಗೆ ಇಳಿದುಹೋದ ಸೊಕ್ಕಿಗೆ ಆ ಅವನು ಕೊಟ್ಟಿರಬಹುದಾದ ಕುಮ್ಮಕ್ಕೇ ಕಾರಣವಿರಬೇಕೆಂಬುದು ಅವನಿಗೆ ನಿಸ್ಸಂಶಯವಾಗಿ ಹೊಳೆದಿತ್ತು. "ಥೂ, ಎಲ್ಲ ಬಿಟ್ಟು ಈ ಇವಳಿಗಾಗಿ, ತಾನು ಏನೆಲ್ಲ ಮಾಡಿಲ್ಲ! ಹೂವಿನಂಥವಳನ್ನು ಒಂದಿಷ್ಟೂ ಬಾಡದಂತೆ ನೋಡಿಕೊಳ್ಳಬೇಕೆಂದಲ್ಲವೇ ತಾನು ಏನನ್ನೂ ಮಾಡಿದವನು? ಅದನ್ನೇ ಅವಳೆದುರಿಗೆ ಆಡಿತೋರಿಸಿದೆ, ಅದಕ್ಕಿಷ್ಟು ಕೋಪವೇ?" ಮದುವೆಗೆ ಮುನ್ನ ಅದೆಷ್ಟೋ ಜನ ಅವಳನ್ನು ತರುವುದು ಬೇಡವೆಂದೇ ಹೇಳಿದ್ದರು. ಆದರೆ ಹಾಗೆ ಹೇಳಿದವರ ಮುಖಕ್ಕೆ ಹೊಡೆಯುವಂತೆ ಮದುವೆ ಮಾಡಿ ಕರೆತಂದಿದ್ದ ಜಯರಾಮ. ಅವಳ ಅಪರೂಪದ ಚೆಲುವನ್ನು ಕಂಡು ಕಣ್ತುಂಬಿಕೊಂಡವರೂ ಕರುಬಿದವರೂ ಊರ ತುಂಬ ಇದ್ದಾರೆಂಬುವುದು ಜಯರಾಮನಿಗೆ ತಿಳಿದಷ್ಟೂ ಅವನ ಹೃದಯ ಹೆಮ್ಮೆಯಿಂದ ಬೀಗುತ್ತಿತ್ತು. ಅಂಥ ಅವಳು ಹೀಗೆ ಮಾಡಬಹುದೇ? ಇದನ್ನೇ ಕೇಳಿದ್ದ ಜಯರಾಮ. ಹಾಗೆ ಕೇಳುವಾಗ, ರಂಡೆ ಅನ್ನುವಾಗ, ನಿನ್ನನ್ನು ತಂದು ತಪ್ಪುಮಾಡಿದೆ ಅನ್ನುವಾಗ, ಊಹೂಂ ಆಗೆಲ್ಲ ರೇಣು ತಿರುಗಿ ಒಂದೂ ಮಾತಾಡದೆ ಅಡುಗೆಕೋಣೆಯ ಗೋಡೆಗೊರಗಿ ಕೂತು ಕಣ್ಣೀರಿಳಿಸುತ್ತಿದ್ದಳು. ಅವಳ ಕಣ್ಣೀರನ್ನು ಕಿಂಚಿತ್ತೂ ಪರಿಗಣಿಸದೆ, ಅವಳು ಹೇಳಹೊರಟ ಯಾವ ಸಮಜಾಯಿಷಿಗೂ ಕಿವಿಗೊಡದೆ ಜಯರಾಮ ಹರಿತ ಮಾತುಗಳನ್ನು ಅವಳತ್ತ ಎಸೆಯುತ್ತಿದ್ದರೆ ಅವಳು ಘಾಸಿಗೊಂಡ ಎಳೆಯ ಜಿಂಕೆಯಂತೆ ಅಸಹಾಯಕಳಾಗಿ ನೆಲಕ್ಕೊರಗಿದ್ದಳು. ಅಂಥ ಅವಳು ಪುಟಿದೆದ್ದು ತನ್ನನ್ನು ನಿಕೃಷ್ಟವಾಗಿ ನೋಡಿ, ಅದಕ್ಕಿಂತಲೂ ನಿಕೃಷ್ಟವಾಗಿ ಜರಿದು, ತಾನೊಂದು ಕ್ಷುದ್ರಜಂತುವೇನೋ ಎಂಬಂತೆ ಹೇಸಿಕೊಂಡು, ಮತ್ತೆಂದೂ ತಿರುಗಿ ಬಾರೆನೆಂಬಂತೆ ಹೊರಟುಹೋದಳೆಂಬುವುದನ್ನು ಅರಿತುಕೊಳ್ಳಲು, ಜಯರಾಮನಿಗೆ ಹೊತ್ತಿಳಿದು ರಾತ್ರಿಯಾಗಬೇಕಾಯಿತು. ತಾನು ಗಲ್ಲೆಯಲ್ಲಿ ಆವರಿಸಿಕೊಂಡು ಕುಳಿತಿದ್ದರೂ ಯಾರು ಬರುತ್ತಿದ್ದಾರೆ, ಯಾರು ಹೋಗುತ್ತಿದ್ದಾರೆ, ಕೆಲಸದ ಹುಡುಗರು ಏನು ಮಾಡುತ್ತಿದ್ದಾರೆ. ಯಾರಾದರೂ ತನ್ನ ಈ ಉರಿಮುಖವನ್ನು ಕೂಲಂಕಷ ನೋಡುತ್ತಿದ್ದಾರಾ? ಅವರ ಕಣ್ಣಿಗೆ ನಾ ಹೇಗೆ ಕಾಣುತ್ತಿದ್ದೇನೆ? ಊಹೂಂ ಜಯರಾಮನಿಗೆ ಯಾವುದರ ಮೇಲೂ ಗಮನ ಕೊಡುವುದು ಸಾಧ್ಯವಾಗಿರಲಿಲ್ಲ. ಹೋಟೆಲಿನ ಕಡೆಯ ಗಿರಾಕಿಯೂ ಬಂದು ಹೋದ

ಮೇಲೆ, ಹುಡುಗರು ಮೇಜು ಖುರ್ಚಿ ಎತ್ತಿಟ್ಟು ಗುಡಿಸಲು ನಿಂತದ್ದೂ ಜಯರಾಮನಿಗೆ ಗೊತ್ತಾಗಿರಲಿಲ್ಲ. ಯಾವತ್ತೂ ರಾತ್ರಿಯ ಊಟ ಮನೆಯಲ್ಲೇ ಮಾಡುವವನು, ಹುಡುಗರೂ ಅವನ ಊಟದ ಕಡೆ ಗಮನಕೊಟ್ಟಿರಲಿಲ್ಲ. ಆದರೆ ರಾತ್ರಿ ಘಂಟೆ ಹತ್ತಾದರೂ ಇನ್ನೂ ಗಲ್ಲೆಯಲ್ಲಿ ಕುಳಿತಿದ್ದ ಜಯರಾಮನನ್ನು ಕಡೆಗೆ ಹುಡುಗರೇ ಎಚ್ಚರಿಸಿ ಎಬ್ಬಿಸಿ ಮನೆಗೆ ಕಳಿಸಿದ್ದರು. ಅಲ್ಲಿಂದ ಎದ್ದು ಎಂಥದ್ದೋ ಕಡುರೇಜಿಗೆಯಲ್ಲಿರುವವನಂತೆ ಕುರ್ಚಿಯನ್ನು ಬಿರುಸಿನಿಂದ ಹಿಂತಳ್ಳಿ ರಭಸವಾಗಿ ಹೆಜ್ಜೆಗಳನ್ನು ಬೀಸುತ್ತ ಮನೆ ತಲುಪಿದ ಜಯರಾಮನನ್ನು ಬಿರುಗತ್ತಲು ಎದುರುಗೊಂಡಿತ್ತು. ಪ್ರತಿದಿನವೂ ತಪ್ಪದೆ ದೀಪ ಬೆಳಗಿಸಿಕೊಳ್ಳುತ್ತಿದ್ದ ತುಳಸೀಕಟ್ಟೆ ಒಡತಿಯ ಸುಳಿವಿಲ್ಲದೆ ಮುಗುಮ್ಮಾಗಿರುವಂತೆ ಕಂಡಿತ್ತು. ಕತ್ತಲಿನಲ್ಲಿ ಮುಳುಗಿ ದೆವ್ವದಂತೆ ಕುಳಿತಿದ್ದ ಮನೆಯನ್ನು ಕಂಡು ಅವನ ಎದೆಯೊಳಗೆ ಸಣ್ಣಗೆ ಅಳುಕಾದರೂ ಒಂದಿಷ್ಟೂ ಬಿಗು ಸಡಿಲಿಸಿಕೊಳ್ಳದೆ ಉಡಾಫೆಯಿಂದ ಮೆಟ್ಟಿಲೇರಿ ವರಾಂಡದ ದೀಪ ಹಾಕಿದ ಜಯರಾಮನಿಗೆ ದೀಪ ಹಾಕಿದ ಮೇಲೆ ಅಳುಕು ಕಡಿಮೆಯಾಗುವ ಬದಲು ಹೆಚ್ಚೇ ಆಗಿತ್ತು. ಸಾವರಿಸಿಕೊಂಡು ಒಳಗೆ ಹೋದವನಿಗೆ ಮನೆಯನ್ನು ಕವಿದಿದ್ದ ಅಸಹಜ ಮೌನ ಮತ್ತು ಅಪರಿಚಿತ ವಾಸನೆಯಲ್ಲಿ ಇಡೀ ಮನೆಯೇ ಹೊಸತಾಗಿ ಕಂಡು ಸಣ್ಣಗೆ ಬೆವರು ಬಿಟ್ಟಿತ್ತು. ತನ್ನದೇ ಆದರೂ ತನ್ನದಲ್ಲವೆನಿಸುತ್ತಿರುವ ಮೌನ ಹೊದ್ದುಕೊಂಡ ಮನೆಯ ಖಾಲಿತನದಲ್ಲಿ ಅಷ್ಟುಹೊತ್ತು ಹೃದಯದೊಳಗೆ ಕಹಿಯಾಗಿ ಕ್ರೋಡೀಕರಿಸಿದ ಸಿಟ್ಟು ಮೆಲ್ಲಗೆ ಕರಗತೊಡಗಿತ್ತು. ಎಂದಿನಂತಿಲ್ಲದ ಇಂದಿನ ವಾಸ್ತವತೆ ಅವನ ಅರಿವಿಗೆ ನಿಧಾನಕ್ಕೆ ನಿಲುಕತೊಡಗಿತ್ತು. ಸಾಲದ್ದಕ್ಕೆ ಅಷ್ಟೂ ವರ್ಷಗಳೂ ಅವನೆದೆಯೊಳಗೆ ಹೂತಿಟ್ಟು ಕಾಪಾಡಿದ್ದ ಬಿರುಗಾಳಿ ಬೇಡಿ ಕಡಿದುಕೊಂಡು ಹೊರಬಿದ್ದದ್ದು, ಎಲ್ಲೋ ಹೋಗಿ ಕಳೆದುಹೋಗದೆ ವಾಪಸ್ಸು ತನ್ನೆದೆಗೇ ಮರಳಿ, ಹೊಸತಾದ ವೇಗ ಪಡೆದುಕೊಂಡು ಎದೆಯ ಒಳಗೂ ಹೊರಗೂ ಸೆಳೆ ಸೆಳೆದು ಬೀಸುತ್ತ ಅಬ್ಬರ ಹೆಚ್ಚಿಸಿಕೊಳ್ಳತೊಡಗಿತ್ತು. ಅದು ಮತ್ತೂ ಹೆಚ್ಚಾದದ್ದು ಮಾತ್ರ ಆ ಅವನ ಅಮ್ಮ ಫೋನಿಸಿದಾಗಲೇ! ಮೊದಲು ಫೋನು ರಿಂಗಣಿಸಿದಾಗ ಎಲ್ಲೋ ರೇಣುವೇ ಮಾಡಿರಬೇಕೆನಿಸಿ ಸಿಟ್ಟಿನಿಂದ ಸ್ವಲ್ಪ ಹೊತ್ತು ಸುಮ್ಮನೇ ಕುಳಿತವನು ಕಡೆಗೆ ತಡೆಯಲಾರದೆ ಫೋನೆತ್ತಿದ್ದ. ಫೋನೆತ್ತಿ "ಹಲ್ಲೋ" ಅನ್ನುವಾಗ ಅವನ ದನಿ ಗೊಗ್ಗರಾಗಿರುವುದು ಸ್ವತಃ ಅವನ ಗಮನಕ್ಕೇ ಬಂದಿತ್ತು. ಆದರೆ ಆ ಕಡೆ ಮಾತಾಡುತ್ತಿದ್ದವರಿಗೆ ಅದರ ಅರಿವೇನೂ ಆದಂತಿರಲಿಲ್ಲ. ಫೋನು ರಿಸೀವ್ ಆಗಿದ್ದೇ ಆಕೆ "ಕೊಡಪ್ಪ ರೇಣುಗೆ" ಅಂದವರು ಹಾಗೇ ಮುಂದುವರಿಸುತ್ತ, "ಅದೇನೋ ನಿಮ್ ರೇಣು ಊರಲ್ಲಿ ಒಂದು ಹುಡುಗಿ ಇದಾಳಂತಲ್ಲಪ್ಪ, ಇವ್ನೇನೋ ಬಹಳ ಇಷ್ಟ ಪಟ್ಟುಬಿಟ್ಟಿದಾನಂತೆ ನೋಡು. ನಾನೇನೋ ಮೊದ್ಲು ಈ ಪ್ರೀತಿಗೀತಿ ಎಲ್ಲ ಬೇಡಾಂತ ಹೇಳಿದ್ದೆ. ಆದ್ರೆ ರೇಣುಗೆ ಸ್ವಂತದೋರು ಅಂತ ಗೊತ್ತಾದ್ಮೇಲೆ ಸ್ವಲ್ಪ ನಿರಾಳ ಆಯ್ತು. ಇವ್ನೇನೋ ದಿನಾ ಹೋಗಿ ರೇಣು ತಲೆ ತಿಂತಿದಾನಂತೆ ಅಮ್ಮನ ಜೊತೆ ಮಾತಾಡಿ ಮಾತಾಡಿ ಅಂತ... ಅದ್ಕೇ ಮಾಡ್ದೆ. ಹುಡ್ಗಿ ಬಗ್ಗೆ ಇನ್ನೊಂಚೂರು ಹೆಚ್ಚಿಗೆ ವಿಚಾರಿಸುವಾಂತ..." ಇನ್ನೂ ಏನೇನೋ... ಏನೇನೋ... ಆಕೆ ಮಾತಾಡುತ್ತಲೇ ಇದ್ದರೆ ಜಯರಾಮ ಕುಸಿದಿದ್ದ. ಹಾಗಾದರೆ ಅವರಿಬ್ಬರೂ ಅದನ್ನೇ ಮಾತಾಡುತ್ತಿದ್ದರೋ? ಇಷ್ಟು ಸಣ್ಣ ವಿಚಾರವೇ! ಥೋ ನಾನೇ ತಪ್ಪು ತಿಳಿದೆನೋ, ತಿಳಿದದ್ದೆಲ್ಲ ಸಾಯಲಿ ಹಾಗೆಲ್ಲ ಯಾಕೆ ಬಯ್ಯಬೇಕಿತ್ತು? ಬಯ್ದಿದ್ದೂ ಸಾಯಲಿ ಕಡೆಗೆ ಅದನ್ನೂ ಯಾಕೆ ಹೇಳಬೇಕಿತ್ತು... ತಲೆಯಲ್ಲಿ ಬೆಳಕು ಮೂಡಿದವನಂತೆ

ಜಯರಾಮ ಒಡನೆಯೇ ರೇಣುವಿನ ಮನೆಗೆ ಫೋನು ಹಚ್ಚಿದ್ದ. ಆದರೆ ರೇಣು ಮಾತಿಗೆ ಸಿಕ್ಕಿರಲಿಲ್ಲ. ಅವಳ ಅಣ್ಣ ಫೋನೆತ್ತಿಕೊಂಡವನು, "ಏನಾಯ್ತು ಭಾವ? ರೇಣು ನೋಡಿದ್ರೆ ಏನೋ ಜಗಳ ಮಾಡ್ಕೊಂಬಂದಂಗಿದಾಳೆ, ಕೇಳಿದ್ರೆ ಏನೂ ಹೇಳಲ್ಲಾಂತಾಳೆ, ಸತ್ರೂ ವಾಪಸ್ ಹೋಗಲ್ಲ ಅಂತಾಳೆ. ನಂಗಂತೂ ಒಂದೂ ಅರ್ಥ ಆಗ್ತಿಲ್ಲ. ಆದ್ರೆ ಅದು ಏನೇ ಇರ್ಲಿ, ರೇಣು ತಾನಾಗಿ ಹೊರಟ್ರೆ ಉಂಟು, ನಾನಂತೂ ಹೋಗು ಅನ್ನುವುದಿಲ್ಲ. ಯಾಕೆಂದ್ರೆ ಕಾರಣ ಇಲ್ದೆ ಅವಳು ಏನೂ ಮಾಡೋಳಲ್ಲ, ನಿಮ್ಮದೇನಿದೆಯೋ ಅವ್ಳೊಪ್ಪಿದ್ರೆ ಮಾತಾಡಿ ನೋಡಿ, ನಾನಂತೂ ಮಧ್ಯ ಬರಲ್ಲ. ಆದ್ರೆ ನನ್ತಂಗಿಗೆ ಏನಾದ್ರೂ ಹೆಚ್ಚುಕಮ್ಮಿ ಆಗೋ ಥರ ಆಯ್ತೋ ಆಮೇಲೆ ಅಷ್ಟೇ ನೋಡಿ" ಅಂದಿದ್ದ. ಜಯರಾಮನಿಗೆ ಗೊತ್ತಿತ್ತು, ರೇಣು ಅಂದರೆ ಆ ಮನೆಯ ಪ್ರಾಣ. ಮದುವೆಯಾಗಿ ಕಳಿಸಿಕೊಡುವಾಗ ಅಮ್ಮನಿಗಿಂತಲೂ ಹೆಚ್ಚಾಗಿ ಅತ್ತವನು ಅವಳ ಅಣ್ಣ. "ನನ್ನ ತಂಗಿ ಕಣ್ಣಲ್ಲಿ ಯಾವ್ದೇ ಕಾರಣಕ್ಕೂ ನೀರಾಕಿಸ್ಬೇಡಿ ಭಾವ, ಹೂ ಥರ ಸಾಕಿದೀವಿ" ಅಂತ ಅತ್ತಿದ್ದ. ಅವನು ಹಾಗೆ ಅಳುವುದನ್ನ ನೋಡಿಯೋ, ಇಲ್ಲ ರೇಣುವಿನ ಗುಣಕ್ಕೇ ಮನಸೋತಳೋ ಅಮ್ಮ ರೇಣುವನ್ನು ಮಗಳಿಗಿಂತ ಹೆಚ್ಚಾಗಿ ನೋಡಿಕೊಂಡಿದ್ದಳು. ತಾನಾದರೂ ಹಾಗೆಯೇ, ಅವಳನ್ನು ರಾಣಿಯಂತೆ ಮೆರೆಸಬೇಕು ಅಂದುಕೊಳ್ಳುತ್ತಿದ್ದ. ಆದರೆ ಅದು ಯಾವುದೋ ದುಷ್ಟ ಘಳಿಗೆಯಲ್ಲಿ ಸಂದೇಹದ ಗುಂಗು ಹೊಕ್ಕುಬಿಟ್ಟಿತ್ತು ಮನಸಿಗೆ. ಆದರೆ ಅವಳು ಹೋದದ್ದು ತಾನು ಸಂದೇಹ ಪಟ್ಟೆನೆಂದೇನಲ್ಲ, ಒಬ್ಬ ಯಃಕಶ್ಚಿತ್ ಮನುಷ್ಯನ ಇಂಥ ಸಣ್ಣತನಗಳನ್ನು ಅರ್ಥಮಾಡಿಕೊಳ್ಳಲಾರದಷ್ಟು, ಕ್ಷಮಿಸಲಾರದಷ್ಟು ಅವಿವೇಕಿಯಲ್ಲ ರೇಣು. ಅವಳು ಹೋದ ಕಾರಣವೇ ಬೇರೆ. ಆ ಕಾರಣದಿಂದಾಗಿಯೇ ಬಹುಶಃ ಅವಳಿನ್ನೆಂದಿಗೂ ಮರಳಿ ಬರಲಾರಳು ಅನಿಸಿ ಜಯರಾಮ ಫೋನಿಟ್ಟು ಸುಮ್ಮನೆ ಕುಳಿತ.

ಗೋಡೆಯ ಮೇಲಿನ ಗಡಿಯಾರದ ಮುಳ್ಳುಗಳು ಓಡುತ್ತಿದ್ದರೂ ಸಮಯ ಮಾತ್ರ ಸರಿಯದೇ ಕಾಲು ಮುರಿದುಕೊಂಡು ಮಲಗಿಬಿಟ್ಟಿದೆಯೇನೋ ಎಂಬಂತಹ ಒಂದು ಸ್ತಬ್ಧತೆಯೊಂದು ಅಲ್ಲಿ ನೆಲೆಯೂರಿತ್ತು. ಅದೇ ಮನೆ, ಅದೇ ಸೋಫಾ, ಅದೇ ಶೆಲ್ಫು, ಅವೇ ಹಳೆಯ ವಸ್ತುಗಳೊಂದಿಗೆ ಉಸಿರಾಡುತ್ತಿರುವ ತಾನೊಬ್ಬನಿದ್ದರೂ ಇಡೀ ಮನೆಯೇ ಖಾಲಿಯಾಗಿದೆಯೆಂಬಂತೆ ಅವನಿಗೆ ಅನಿಸತೊಡಗಿತ್ತು. ಮನೆಯ ಅವವೇ ವಸ್ತುಗಳು ಗೋಡೆಯ ಮೇಲೆ ಮೂಡಿಸಿರುವ ಅವೇ ಹಳೆಯ ನೆರಳುಗಳನ್ನು ಇದೇ ಮೊದಲಬಾರಿ ಕಾಣುತ್ತಿರುವೆನೋ ಎಂಬಂತೆ ಅವನು ಬೆಚ್ಚಿದ. ಈ ನೆರಳುಗಳ ಮೇಲಿನ ಭಯ ಅವನದ್ದು ಇಂದು ನಿನ್ನೆಯದಲ್ಲ. ಸಣ್ಣವಯಸ್ಸಿನಲ್ಲಿ ಪುಟ್ಟ ಪಾಪ ಆಗಿದ್ದಾಗ ಅವನು ಹೀಗೆಯೇ ರಾತ್ರಿಯಾದರೆ ಬೆಚ್ಚುತ್ತಿದ್ದ. ಅಮ್ಮ ಹಚ್ಚಿಡುತ್ತಿದ್ದ ದೊಡ್ಡಲಾಂದ್ರದ ಬೆಳಕಿನಲ್ಲಿ ಮನೆಯಲ್ಲಿ ಜೋಡಿಸಿಟ್ಟಿದ್ದ ಸಾಮಾನು ಸರಂಜಾಮುಗಳು, ನಡುಮನೆಯಲ್ಲಿ ಓಡಾಡುವ ದೊಡ್ಡವರು, ಎಲ್ಲೋ ನೆಲುವಿನ ಮೇಲೆ ಕುಳಿತಿದ್ದು ಸಟ್ಟನೆ ಕೆಳನೆಗೆವ ಬೆಕ್ಕು, ಅಲ್ಲಿಲ್ಲಿ ಓಡಾಡುವ ಜೇಡ ಗೋಡೆಯ ಮೇಲೆ ನೆರಳು ಮೂಡಿಸುತ್ತಿದ್ದರೆ ಪುಟ್ಟ ಜಯರಾಮ ಬೆಚ್ಚುತ್ತಿದ್ದ. ಎಲ್ಲಿ ಅವಕ್ಕೆ ಜೀವ ಬಂದು ನನ್ನ ಕತ್ತು ಹಿಂಡಿಬಿಡುತ್ತವೋ ಎಂಬ ಭಯದ ಸೆಳಕೊಂದು ಅವನ ಕರುಳಿನಾಳದಲ್ಲಿ ಹುಟ್ಟಿ, ಅವನು ಆಗೆಲ್ಲ ಅಮ್ಮನ ಸೆರಗಿನೊಳಗೆ ಮುಖ ಮರೆಸಿಕೊಂಡು ಅವಳ ಸಪೂರ ಹೊಟ್ಟೆಗೆ ಒತ್ತಿಕೊಂಡು ಮಲಗುತ್ತಿದ್ದ. ದೊಡ್ಡವನಾಗುತ್ತ ಆಗುತ್ತಾ ತನಗೇ ತಿಳಿಯದಂತೆ

ಕರಗಿ ಹೋಗಿದ್ದ ಆ ಭಯ ಇಂದು ಹೀಗೆ ಒಬ್ಬಂಟಿಯಾಗಿ ಕುಳಿತಿರುವಾಗ ಹಠಾತ್ತನೆ ಇಲ್ಲೇ ಎಲ್ಲೋ ಪಕ್ಕದಲ್ಲೇ ಇದ್ದಂತೆ "ಇದೋ ಬಂದೆ" ಎಂದು ಎದುರಿಗೆ ಬಂದು ನಿಂತಿತ್ತು. ಅದು ಸಾಲದೆಂಬಂತೆ ಕಿಟಕಿಯಿಂದ ಬೀಸುತ್ತಿದ್ದ ಗಾಳಿಗೆ ತಂತಿಯ ಮೇಲೆ ಒಣಹಾಕಿದ್ದ ಬಟ್ಟೆಗಳೋ, ಪುಸ್ತಕದ ಹಾಳೆಗಳೋ, ತೊಟ್ಟಿಲಿಗೆ ಸಿಲುಕಿಸಿದ್ದ ಬಣ್ಣದ ಬಲೂನು, ಗೆಜ್ಜೆ ಗುಚ್ಛವೋ ಅಂತೂ ಯಾವುದೋ ಒಂದು ಅಲ್ಲಾಡಿ ತಾನು ಅವುಗಳತ್ತ ಗಮನ ಕೊಡದೇ ಇದ್ದರೂ ಅವು ಅವನ ಗಮನವನ್ನು ತಮ್ಮತ್ತ ಸೆಳೆಯಲು ಕಸರತ್ತು ಹೂಡುತ್ತಿರುವಂತೆ ಕಂಡು ಅವನಿಗೆ ಆ ಕ್ಷಣ ಎಂದಿಲ್ಲದಷ್ಟು ತೀವ್ರವಾಗಿ ಅಮ್ಮನ ನೆನಪಾಗಿ ಕೊರಳ ಸೆರೆಯುಬ್ಬಿ ಗಂಟಲು ಕಟ್ಟಿತು. ಎದೆಯೊಳಗೆ ಹಿಂಡುವ ನೋವು. ಒಂದಿಷ್ಟು ನೀರು ಕುಡಿದರೆ ತುಸು ಲೇಸಾದೀತೇನೋ ಅನ್ನಿಸಿ ಅವನು ಟೀಪಾಯ್ ಮೇಲಿದ್ದ ಹೂಜಿಯನ್ನೆತ್ತಿದರೆ ಅದು ಖಾಲಿ! ಜಯರಾಮನಿಗೆ ರೇಗಿತು. "ಥತ್ತೇರಿ, ಇದ್ನಾ..." ಜಯರಾಮ ಮುಂದೆ ಮಾತಾಡದೆ ಅದನ್ನೆತ್ತಿ ಗೋಡೆಯತ್ತ ಬಿಸುಟಿದ್ದ. ಅದು ಸದ್ದು ಮಾಡುತ್ತ ಕೆಳಗೆ ಉರುಳುವಾಗ ಅವನು ಚೀರಿದ. ಯಾರ ಮೇಲೆ ರೇಗಬೇಕೆಂದು ನಿರ್ದಿಷ್ಟ ಹೊಳೆಯದೆ ಸುಮ್ಮನೆ ಚೀರಿದ. ಅಲ್ಲಿಂದ ಧಡಧಡನೆ ಎದ್ದು ಅಡುಗೆ ಮನೆಗೆ ಹೋಗಿ ಮೈಯೆಲ್ಲ ಚೆಲ್ಲಿಕೊಂಡು ಗಟಗಟ ನೀರು ಕುಡಿದ. ಅಷ್ಟೇ ವೇಗದಲ್ಲಿ ನಡೆದು ಬೆಡ್ರೂಮಿಗೆ ಹೋಗಿ ಧಡಾರನೆ ಬಾಗಿಲು ಹಾಕಿಕೊಂಡ. ಓಹ್ ಹತ್ತು ಹೆಜ್ಜೆಯಲ್ಲಿ ಮನೆ ಮುಗಿದು ಹೋಯ್ತು, ಆದರೆ ಇದನ್ನು ಪಡೆಯಲು ತಾನು ಏನೆಲ್ಲವನ್ನು ಕಳೆದುಕೊಳ್ಳಬೇಕಾಯ್ತು. ಜಯರಾಮ ಮತ್ತೆ ಮೊದಲಿಗೇ ಬಂದು ನಿಂತ.

ಎಷ್ಟು ದೊಡ್ಡ ಮನೆ! ಇಡೀ ಊರಿಗೇ ದೊಡ್ಡದು. ಇಪ್ಪತ್ತು ಕೋಣೆಗಳಿದ್ದ, ಕಲ್ಲುಹಾಸಿನ, ಕಲ್ಲುಕಂಬದ, ಮರದ ಭಾವಣಿಯ ನಾಡಹೆಂಚಿನ ಮನೆ. ಮಳೆಗಾಲದಲ್ಲಿ ಬೆಚ್ಚಗೆ ಬಿಸಿಲು ಕಾಲದಲ್ಲಿ ತಣ್ಣಗಿರುವಂತೆ ಅದನ್ನು ವಿನ್ಯಾಸಗೊಳಿಸಲಾಗಿತ್ತು. ಒಂದೊಂದು ಕೋಣೆಗೂ ಒಳ್ಳೆಯ ಕಲಾತ್ಮಕತೆಯುಳ್ಳ ಅಗಲ ಕಿಟಕಿಗಳಿದ್ದವು. ಕಂಬಗಳಲ್ಲಿ ಸುಂದರವಾದ ಕೆತ್ತನೆಗಳಿದ್ದವು. ಅಂಗಳದಲ್ಲಿ ದೊಡ್ಡ ಬಾವಿ. ಬೇಕಷ್ಟು ಹೂ ಮರಗಳು. ಮನೆಯ ಹಿಂಬದಿಗೆ ತೋಟ. ತೋಟದ ಕೊನೆಗೆ ಶಂಕರೀಬೆಟ್ಟದಿಂದ ಧುಮುಕುವ ಸಣ್ಣ ಝರಿ. ಸ್ವಲ್ಪ ತಳ್ಳಿ ಹೋದರೆ ಬೆಟ್ಟದ ಬುಡಕ್ಕೆ ಅಂಟಿಕೊಂಡ ಗದ್ದೆ. ಗದ್ದೆ ಬಿಟ್ಟರೆ ಇನ್ನು ಬೆಟ್ಟ, ಬೆಟ್ಟವೇ ಕೊನೆ. ಊರಿಗೆ ತನ್ನ ಮನೆಯೇ ಕೊನೆಯದು. ತನ್ನ ಮನೆಯೇ ದೊಡ್ಡದು. ಬಹುಶಃ ಅಮ್ಮನ ಕಾಲದಲ್ಲಿ ಇದ್ದಂತೆ ಎಲ್ಲರೂ ಒಟ್ಟಿಗೇ ಕೂಡುಕುಟುಂಬದಲ್ಲೇ ಇದ್ದಿದ್ದರೆ ಹೀಗಾಗುತ್ತಿದ್ದಿರಲಿಕ್ಕಿಲ್ಲ. ಆದರೆ ಒಂದು ಕಾಲದಲ್ಲಿ ಇಪ್ಪತ್ತು ಮೂವತ್ತು ಜನ ಒಟ್ಟಿಗೇ ಬಾಳುತ್ತಿದ್ದ ಮನೆ ಕಾಲಾಂತರದಲ್ಲಿ, ಒಬ್ಬೊಬ್ಬರಾಗಿ ಕಳಚಿಕೊಂಡು ಬೇರೆಯಾಗಿ, ದೂರವಾಗಿ ಮರೆಯಾದ ಮೇಲೆ ಕಡೆಗೆ ತಮಗೇ ಅಂತ ಆ ದೊಡ್ಡ ಮನೆ, ಅದಕ್ಕೊತ್ತಿಕೊಂಡಿದ್ದ ತುಂಡು ಭೂಮಿ ಮಾತ್ರವೇ ಉಳಿದಿತ್ತು. ಜೊತೆಗೆ ಹಳೆಯ ನೆನಪಿನ ಕೊಂಡಿಯಾಗಿ ಉಳಿದುಕೊಂಡಿದ್ದ ವಯಸ್ಸಾದ ಅಮ್ಮ ಮದುವೆಯಾಗಿ ಇಪ್ಪತ್ತು ವರ್ಷಗಳ ಬಳಿಕ ಹುಟ್ಟಿದ್ದ ಒಬ್ಬನೇ ಒಬ್ಬ ಮಗನೆಂಬ ಕಾರಣಕ್ಕೆ ಜಯರಾಮ ಅಪ್ಪ ಅಮ್ಮನ ಅತಿಮುದ್ದನ್ನು ಬಳುವಳಿಯಾಗಿ ಪಡೆದಿದ್ದ. ಜಯರಾಮ ಹೆಚ್ಚು ಓದಲಿಲ್ಲ. ಅವನು ಹೆಚ್ಚೇನೋ ಓದಿ, ದೊಡ್ಡ ಆಫೀಸರಾಗಬೇಕೆಂಬ ಕನಸೆಲ್ಲ ಅವನ ಅಮ್ಮ ಅಪ್ಪನಿಗೂ ಇರಲಿಲ್ಲ. ಇದ್ದ ಇಷ್ಟಗಲ ಭೂಮಿಯಲ್ಲಿ ಬರುವುದು ಹೊಟ್ಟೆಬಟ್ಟೆಗೆ ಹೊಂದಿಸುವಷ್ಟಂತೂ

ಇತ್ತು. ಇನ್ನು ಯಾರ ಹಂಗಿಗೂ ಬೀಳದ ತಮ್ಮದೆಂಬ ಮನೆಯೂ ಇತ್ತು. ಒಂದುವೇಳೆ ಭೂಮಿ ಪಾಲು ಮಾಡಿಕೊಳ್ಳದೆ ಎಲ್ಲರೂ ಒಟ್ಟಿಗೇ ಇದ್ದಿರುತ್ತಿದ್ದರೆ ಇದು ರಾಜಬಾಳ್ವೆ. ಆದರೆ ಒಂದು ಹಂತದಲ್ಲಿ ಎಲ್ಲರೂ ಅವರವರ ಪಾಲು ಪಡೆಯಲು ನಿಂತಾಗ ಅಮ್ಮ "ಮನೆ ನಮ್ಮ ಪಾಲಿಗೆ ಬಿಟ್ಟುಬಿಡಿ. ತಲೆಮಾರುಗಳ ಮನೆ, ಒಡೆಯುವುದು ಬೇಡ. ನಮಗಿರುವುದು ಒಬ್ಬ ಮಗ, ತುಂಡು ಜಮೀನು ಸಾಕು, ಮನೆ ನಮಗೇ ಇರಲಿ" ಎಂದು ರಚ್ಚೆ ಹಿಡಿದು ಮನೆ ಉಳಿಸಿಕೊಂಡಿದ್ದಳು. ಅಂಥಾ ಅವಳು ಕೊಂಚ ಕಾಲದ ಬಳಿಕ ಸ್ವಂತ ಮಗನೇ ಮನೆ ಮಾರುತ್ತೇನೆಂದು ಹೇಳಿದರೆ ಹೇಗೆ ತಾನೇ ಒಪ್ಪಿಯಾಳು? ಉಹೂಂ ಅಮ್ಮ ಒಪ್ಪಿರಲಿಲ್ಲ.

ಜಯರಾಮನಿಗಾದರೂ ಈ ಮನೆ ಮಾರುವ ಹುಚ್ಚು ತಾನಾಗಿ ಥಟ್ಟಂತ ಹುಟ್ಟಿಕೊಂಡದ್ದಂತೂ ಆಗಿರಲಿಲ್ಲ. ಅವನ ಗೆಳೆಯ ಯಾಜಿ, ತನ್ನ ಒಂದು ಪಾಲು ಜಮೀನು ಮಾರಿ ಆ ಹಣದಲ್ಲಿ ಅಂಗಡಿಯಿಟ್ಟು ದೊಡ್ಡ ಮನುಷ್ಯನಾದ ಮೇಲೆ, ಅವನು ಬುಲೆಟ್ ಗಾಡಿ ಕೊಂಡು ಗುಡುಗುಡಿಸುತ್ತ ಓಡಾಡತೊಡಗಿದ ಮೇಲೆ, ಅವನ ಹೆಂಡತಿ ಮದುವೆಗೊಂದು ಮುಂಜಿಗೊಂದು ಹೊಸಬಗೆಯ ಡಿಸೈನಿನ ಆಭರಣ ತೊಟ್ಟು ಬರತೊಡಗಿದ ಮೇಲೆ, ಅವನು ಅಪ್ಪ ಅಮ್ಮನನ್ನು ಆಗಾಗ್ಗೆ ಅಲ್ಲಿಲ್ಲಿ ಪ್ರವಾಸ, ತೀರ್ಥಕ್ಷೇತ್ರ ದರ್ಶನವೆಂದು ಮುತುವರ್ಜಿಯಿಂದ ಕಳಿಸತೊಡಗಿದ ಮೇಲೆ, ಅವನ ಬೆರಳು ಬೆರಳಿಗೆ ಹೊಸಹೊಸ ಉಂಗುರ ಬಿದ್ದ ಮೇಲೆ, ಕತ್ತಿನಲ್ಲಿ ಕಿರುಬೆರಳಿನ ಗಾತ್ರಕ್ಕೆ ಚಿನ್ನದ ಚೈನು ತೂಗಿದ ಮೇಲೆ... ಜಯರಾಮನ ಕನಸುಗಳು ಮೆಲ್ಲಗೆ ಮೊಳಕೆಯೊಡೆಯತೊಡಗಿದ್ದೇ ಆವಾಗ! ತನ್ನ ಅತಿಸುಂದರಿ ಹೆಂಡತಿ ಅದೇ ಮಾಸಿದ ಒಂಟಿ ಹರಳಿನ ಓಲೆ, ಕರಿಮಣಿ ಸರ ಹಾಕಿಕೊಂಡು, ಮಾಂಜಿದ ಹಳೇ ಸೀರೆಯಲ್ಲಿ ತನ್ನ ಅಷ್ಟು ದೊಡ್ಡ ಮನೆಯನ್ನು ಗುಡಿಸಿ ತೊಳೆದು ಒಪ್ಪ ಮಾಡುತ್ತ, ಕೊಟ್ಟಿಗೆಯಲ್ಲಿ ಸೆಗಣಿ ಬಾಚುತ್ತ, ಜಮೀನಿನಲ್ಲಿ ಸಮನಾಗಿ ಬಿಸಿಲು ಮಳೆಯೆನ್ನದೆ ದುಡಿಯುತ್ತ ಬದುಕು ನೂಕುತ್ತಿದ್ದರೆ ಅತ್ತ ಅಮ್ಮ ಮನೆ ತೋಟ ಗದ್ದೆಯೆಂದು ದುಡಿಯುತ್ತಲೇ ತನ್ನ ಪಾಲಿನ ಬಹಳಷ್ಟು ಬದುಕನ್ನ ಬಾಳಿ ಮುಗಿಸಿಬಿಟ್ಟಿದ್ದಾಳೆ. ತನ್ನ ಒಟ್ಟು ಬದುಕಿನಲ್ಲಿ ಶಂಕರೀಬೆಟ್ಟದ ದೇವಿಗುಡಿ ಬಿಟ್ಟರೆ ಅದರಾಚೆಗೆ ಬೇರೇನನ್ನೂ ನೋಡಿರದ ಅಮ್ಮ, ತನ್ನ ತವರು ಬಿಟ್ಟರೆ ಹೊರಗೆಲ್ಲೂ ಹೋಗದೆ ಊರಿನೊಳಗೇ ಉಳಿದು ಹೋದ ಹೆಂಡತಿ, ತನ್ನ ಮನೆ, ಜಮೀನು, ಯಾಜಿಯ ಅಂಗಡಿ ಬಿಟ್ಟರೆ ಹೆಚ್ಚೇನೂ ಕಾಣದ ತಾನು... ಜಯರಾಮನಿಗೆ ತಾನು ಹುಟ್ಟಿದಾಗ ಅಪ್ಪನ ನೇರ್ಪಿನಲ್ಲಿಯೇ ಚೆನ್ನಾಗಿದ್ದೆ. ಬೆಳೆಯುತ್ತ ಬೆಳೆಯುತ್ತ ತಾನು ಏನನ್ನೂ ಮಾಡದೆ ಉಳಿದು, ಕಡೆಗೀಗ ಬದುಕು ನಿಂತ ನೀರಿನಂತಾಗಿಬಿಟ್ಟಿದೆ ಎಂದು ಬಲವಾಗಿ ಅನಿಸತೊಡಗಿತ್ತು. ಬದುಕಿಗೊಂದು ಚಾಲನೆ ಕೊಡುವಂಥ ಯಾವ ಶಕ್ತಿಯೂ ಒದಗಿ ಬಾರದೆ, ಹೋಗಲಿ ಒಂದು ಮಗುವಾದರೂ ಆಗಬಾರದೇ ಎಂದು ಆಸೆಪಟ್ಟು ಹಂಬಲಿಸಿ, ದೈವ ಭೂತಕ್ಕೆಲ್ಲ ಹರಸಿಕೊಂಡೂ ಫಲ ಕಾಣದೆ ಕಡೆಗೆ ಪೇಟೆಗೆ ಹೋಗಿ ಡಾಕ್ಟರನ್ನು ಕಂಡರೆ, ಏನೇನೋ ಟೆಸ್ಟ್‌ಗಳನ್ನು ಮಾಡಿಸಿ, ಎಲ್ಲ ಸರಿ ಮಾಡಿ ಕೊಡುತ್ತೇವೆ, ಬೇಗ ಮಗುವಾಗುತ್ತದೆ ಏನೂ ಚಿಂತೆ ಬೇಡ ಆದರೆ ಇಷ್ಟು ಖರ್ಚಾಗುತ್ತದೆ ಎಂದು ಲಕ್ಷಗಳ ಬಿಲ್ ಮುಂದಿಟ್ಟಿದ್ದರು. ಒಂದು ಮಗು ಮಾಡಿಕೊಳ್ಳುವ ಕಾರ್ಯಕ್ಕೆ ಇಷ್ಟೊಂದು ರೇಟ್ ಇರಬಹುದೆಂಬ ಕಲ್ಪನೆಯೇ ಇರದ ಇಬ್ಬರೂ ಹತಾಶರಾಗಿ ಅಲ್ಲಿಂದ ಎದ್ದು ಬಂದಿದ್ದರು. "ಅದೆಲ್ಲ ಸಮಯ ಬಂದಾಗ

ಆಗೇ ಆಗುತ್ತದೆ ಮಗೂ, ನೀ ಒಟ್ಟೂ ತಲೆಕೆಡಿಸಿಕೋಬೇಡ. ನಂಗೆ ಮಾತ್ರ ಏನು, ಇವನು ಹುಟ್ಟಿದ್ದು ಮದ್ವೆಯಾಗಿ ಹದಿನೈದೋ ಇಪ್ಪತ್ತೋ ವರ್ಷ ಆದ್ಮೇಲೆ" ಎಂದು ನಗುತ್ತ ಇಬ್ಬರನ್ನೂ ಸಂತೈಸಿದ್ದ ಅಮ್ಮ ರೇಣುವಿನ ಪಾಲಿಗೆ ಹೆತ್ತಮ್ಮನಿಗಿಂತಲೂ ಹೆಚ್ಚು. ಹೊಲ, ಗದ್ದೆ ತೋಟ ಮನೆ ಎಂದು ಬಿಡುವಿಲ್ಲದೆ ಒಟ್ಟಿಗೇ ಸೇರಿಕೊಂಡು ಕೆಲಸ ಮಾಡುವ ಅತ್ತೆ ಸೊಸೆ ಸಂಜೆಯಾದರೆ ಮಿಂದು ಶಂಕರೀದೇವಿಯ ಗುಡಿಗೆ ಹೋಗಿ ಬರುತ್ತಿದ್ದರು. ಇನ್ನು ಜಯರಾಮ ಸ್ವಲ್ಪ ಹೊತ್ತು ಯಾಜಿಯ ಅಂಗಡಿಗೆ ಹೋಗಿ ಕಾಲ ಕಳೆದು ಮರಳುತ್ತಿದ್ದ. ಮರುದಿನ ಮತ್ತೆ ಇದೇ ಹೀಗೇ ಇಂಥದ್ದೇ ಒಂದು ದಿನವಾಗಿ ಮೈತಳೆದು ಮುಗಿಯುತ್ತಿತ್ತು. ಆರಕ್ಕೇರದ ಮೂರಕ್ಕಿಳಿಯದ ಅದೇ ಬದುಕು ಒಂದು ನಿರ್ದಿಷ್ಟ ಗತಿಯಲ್ಲಿ ಸಾಗುತ್ತಿದ್ದ ಹೊತ್ತಿನಲ್ಲೇ ಜಯರಾಮನಿಗೆ ಚಡಪಡಿಕೆ ತರುವಂಥ ಘಟನೆಯೊಂದು ನಡೆದುಬಿಟ್ಟಿತ್ತು. ಅದು ಅವನ ಬದುಕನ್ನು ಹಾಗೇ ತಲೆಕೆಳಗು ಮಾಡಿ ಮೂರುಸುತ್ತು ಸುತ್ತಿ ಮೂರುದಾರಿ ಕೂಡುವಲ್ಲಿ ತಂದು ನಿಲ್ಲಿಸಿಬಿಟ್ಟಿತ್ತು.

ಎಷ್ಟೇ ಮಿತ್ರನಾದರೂ ತನ್ನೊಂದಿಗೇ ತನ್ನಂತೆಯೇ ಬದುಕುತ್ತಿದ್ದ ಯಾಜಿಯ ಹಠಾತ್ ಬೆಳವಣಿಗೆಯನ್ನು ಕಂಡು ತನ್ನೊಳಗೇ ಸಣ್ಣಗೆ ಕರುಬುತ್ತ ಒಂದು ವೇಳೆ ತಮ್ಮ ಶತ್ರು ಚೆನ್ನಾಗಿ ಬದುಕುವುದನ್ನೂ ಸಹಿಸುವ ಮನಸು ಅದೇಕೆ ತಮ್ಮ ಖಾಸಾ ಮಿತ್ರರು ತಮಗಿಂತ ಚೆನ್ನಾಗಿ ಬದುಕುವುದನ್ನು ಸಹಿಸುವುದಿಲ್ಲ ಎಂದು ಒಳಗೊಳಗೇ ಅಚ್ಚರಿಪಟ್ಟುಕೊಳ್ಳುತ್ತ, ಆದರೆ ಹಾಗೆ ತನಗೆ ಹೊಟ್ಟೆಕಿಚ್ಚು ಹುಟ್ಟಿದ್ದರೂ ಅದು ಅವನನ್ನು ದಹಿಸುವಂಥದ್ದಂತೂ ಅಲ್ಲ. ಅವನು ಚೆನ್ನಾಗಿ ಬದುಕಿದರೆ ತನಗೆ ಸಂತೋಷವೇ ಎಂದು ತನ್ನೊಳಗೇ ಸಮರ್ಥಿಸಿಕೊಳ್ಳುತ್ತ ಹಾಗೂ ಹೀಗೂ ಬದುಕು ತಳ್ಳುತ್ತಿದ್ದ ಜಯರಾಮನೆದುರು ಅಂದೊಮ್ಮೆ ಯಾಜಿ ಒಂದು ಅನಿರೀಕ್ಷಿತ ಆಫರ್ ಇಟ್ಟಿದ್ದ. ಅದನ್ನು ಕೇಳಿ ಒಂದು ಕ್ಷಣ ಜಯರಾಮನಿಗೆ ಕೈ ಕಾಲೇ ಆಡಿರಲಿಲ್ಲ. ಬಂದ ಆಫರನ್ನು ಹಾಗೇ ಹಾರಿ ಹಿಡಿದು ಎದೆಗವಚಿಕೊಂಡು ಅದೇ ಹುಟ್ಟಿದ ಕೂಸಿನಂತೆ ಜೋಪಾನ ಮನೆಗೆ ತಂದಿದ್ದ ಜಯರಾಮ. ಇನ್ನು ಇಷ್ಟು ದಿನವಾದರೂ ಅವನು ಆ ದಿನವನ್ನು ಮರೆತಿರಲಿಲ್ಲ. ಅಂದು ಮನೆ ತಲುಪಿ ಕೈ ಕಾಲು ತೊಳೆದುಕೊಂಡು ಒಳಗೆ ಹೋಗುತ್ತಿದ್ದಂತೆಯೇ ಟವೆಲ್ ತಂದ ಹೆಂಡತಿ ಎಂದಿಗಿಂತಲೂ ತುಂಬ ಚಂದ ಕಂಡಿದ್ದಳು. ಎಂದಿನಂತೆಯೇ ಮೂವರೂ ಕಾಫಿ ಖಾರದವಲಕ್ಕಿ ತಿನ್ನಲು ಕುಳಿತಾಗ ಜಯರಾಮ ಉಲ್ಲಾಸದಿಂದ ಯಾಜಿ ಕೊಟ್ಟ ಆಫರಿನ ಬಗ್ಗೆ ಮಾತೆತ್ತಿದ್ದ. ಅದನ್ನು ಕೇಳುತ್ತಿದ್ದಂತೇ ಅಮ್ಮ ತುಟಿಗಿಟ್ಟಿದ್ದ ಕಾಫಿಯನ್ನು ಬಾಯಿ ಸುಟ್ಟುಕೊಂಡವಳಂತೆ ಮಡಿಲಿಗೆ ಚೆಲ್ಲಿಕೊಂಡಿದ್ದಳು. "ಏಯ್ ಹುಚ್ಚೇನೋ ನಿನಗೆ? ಅದೇನೋ ಅಂತಾರಲ್ಲ, ಅರಸನ ಕೂಳಿನ ಆಸೆಗೆ ವರ್ಷದ ಕೂಳು ಕಳಕೊಂಡರು ಅಂತ. ಹಾಗೆ ಆಗುತ್ತೆ ಅಷ್ಟೇ. ನಿನಗೀಗ ಇಲ್ಲಿ ಏನೋ ಕೊರತೆ? ಇಂಥ ಬದುಕು ಸಿಗಲಿಲ್ಲವಲ್ಲಾಂತ ಎಷ್ಟೋ ಜನ ಕರುಬಿ ಸಾಯ್ತಾ ಇದಾರೆ, ನೀನೂ ಇದ್ದೀಯ ನೋಡು! ಮೊದಲು ಆ ಯಾಜಿಗೆ ಇದೆಲ್ಲ ನಮಗೆ ಆಗಿ ಬರುವುದಿಲ್ಲ ಅಂತ ಹೇಳಿ ಬಾ" ಎಂದು ಗದರಿಸಿದ್ದಳು. ಅಮ್ಮ ಒಪ್ಪಲಿಕ್ಕಿಲ್ಲ ಎಂದು ಜಯರಾಮ ಮೊದಲೇ ಊಹಿಸಿದ್ದ. ಅವಳು ತಮ್ಮ ಪಾಲಿಗೆಂದು ಪಡೆದುಕೊಂಡದ್ದು ಮನೆಯನ್ನು ಮಾತ್ರ ಎಂಬುವುದೇನೋ ನಿಜವೇ ಆದರೂ ನಿಂತ ಏಟಿಗೆ ಲಕ್ಷಗಳನ್ನು ಗಳಿಸಿ ಕೊಡಬಹುದಾದ ಆಫರೊಂದನ್ನು ಹೀಗೆ ಥಟ್ಟೆಂದು ಕಡ್ಡಿ ಮುರಿದಂತೆ ನಿರಾಕರಿಸಿಬಿಡುತ್ತಾಳೆಂದು ಅವನು ಅಂದುಕೊಂಡಿರಲಿಲ್ಲ.

ಅವನು ಮೆಲ್ಲಗೆ ಹೆಂಡತಿಯ ಮುಖ ನೋಡಿದ್ದ. ಅವಳು ಕುತೂಹಲದಿಂದ ಬೆಳಗುತ್ತಿರುವಂತೆ ಕಂಡಿದ್ದಳು. "ಅಮ್ಮ ಏನು ಸುಮ್ಮನೆ ಎತ್ತಿಕೊಟ್ಟುಬಿಡುವುದು ಅಂತಲಾ? ಇಪ್ಪತ್ತೈದು ಮೂವತ್ತು ಲಕ್ಷ! ಅದನ್ನೆಲ್ಲ ನಾವು ಜೀವನದಲ್ಲಿ ನೋಡ್ತೀವ ಯಾವತ್ತಾದ್ರೂ? ಎಷ್ಟು ವರ್ಷ ಹೀಗೆ ಆರಕ್ಕೇರದೆ ಮೂರಕ್ಕಿಳಿಯದೆ ಬದುಕುವುದು? ಇದೂ ಒಂದು ಬದುಕಾ? ಸುಮ್ಮನೆ ಇರುವ ಮೂರು ಜನಕ್ಕೆ ಇಷ್ಟು ದೊಡ್ಡ ಮನೆ ಯಾಕೆ? ಇದರ ಒಂದೊಂದು ರೂಮೂ ಗುಡಿಸಿ ತೊಳೆದು ಮಾಡಿಯೇ ನೀವಿಬ್ಬರೂ ಸೊರಗಿ ಸುಣ್ಣ ಆಗ್ತೀರಿ, ಇನ್ನು ಆ ಜಮೀನಿಂದ ಏನು ಅಂಥದ್ದು ಬರಲಿಕ್ಕಿದೆ. ಇದೆಲ್ಲ ಮಾರಿ ಬರುವ ಹಣದಲ್ಲಿ ಹೋಟೆಲು ಹಾಕುವ, ನಮಗೆ ಆಗುವಷ್ಟು ಚಂದದ ಸಣ್ಣ ಮನೆ ಸದ್ಯಕ್ಕೆ. ನಾಳೆ ಹೋಟೆಲು ಚೆನ್ನಾಗಿ ಓಡಿದ ಮೇಲೆ ದೊಡ್ಡಕ್ಕೆ ಬೇರೆ ಮನೆ ಕಟ್ಟಿಸಿದರಾಯ್ತು" ಅಂದಿದ್ದ. ಅದನ್ನು ಕೇಳುವಾಗ ರೇಣುವಿನ ಮುಖ ಇನ್ನಷ್ಟು ಹೊಳೆದಂತೆ ಅವನಿಗೆ ಕಂಡಿತ್ತು. ಆದರೆ ಅಮ್ಮ, ಉಹೂಂ ಅಮ್ಮನ ಮುಖದಲ್ಲಿ ಒಂದು ಗೆರೆಯೂ ಸಡಿಲಗೊಂಡಿರಲಿಲ್ಲ, ಬದಲಿಗೆ ಇನ್ನಷ್ಟು ಗಂಟು ಕೂಡಿಕೊಂಡಿದ್ದವು. "ಇಲ್ಲಿ ನೋಡು ಜಯ್ರಾಮು, ಇದು ನೀನು ಅಂದುಕೊಂಡ ಹಾಗೆ ಲಕ್ಷ ಗಳಿಸಿ ಕೊಡೋ ವಸ್ತು ಅಲ್ಲ. ಇದು ನಮ್ಮ ತಲೆಮಾರು ತಲೆಮಾರು ಕಂಡು ಬಂದಿರುವ ದೊಡ್ಡ ಮನೆ. ಇವತ್ತೂ ನಮ್ಮ ಹಿರೀಕರ ಆತ್ಮಗಳು ಇಲ್ಲೇ ಸುತ್ತಾಡಿಕೊಂಡಿವೆ. ನಮ್ಮ ಒಳ್ಳೆದು ಕೆಟ್ಟದು ನೋಡ್ಕೋತವೆ. ನೀನು ಸುಮ್ಮನೆ ಅವಸರಕೆ ಬಿದ್ದು ಸಲ್ಲದ ಕೆಲಸ ಮಾಡಬೇಡ" ಎಂದು ಹೇಳಿ ಒಳಗೆ ಎದ್ದು ಹೋಗಿದ್ದಳು. ಜಯರಾಮನಿಗೆ ಸಿಟ್ಟು ಬಂದಿತ್ತು. "ರೇಣು ಏನಾದ್ರೂ ಹೇಳು, ಅಮ್ಮನಿಗೆ ಬುದ್ಧಿ ಇಲ್ಲ. ಇವತ್ತು ನಮ್ಮ ಕುಟುಂಬದವ್ರು ಯಾರಾದ್ರೂ ಈ ಮನೆಗೆ ಕಚ್ಕೊಂಡು ಕೂತ್ಕೊಂಡಿದ್ದಾರಾ? ಅವರವರು ಸಿಟಿಗೆ ಹೋಗಿ, ಹೊಟೆಲ್ಲು, ಅಂಗಡಿ, ವ್ಯಾಪಾರ, ಸರಕಾರಿ ಕೆಲಸ ಅಂತ ಅವರವರಿಗೆ ಆಗಿದ್ದು ಮಾಡಿಕೊಂಡು ಸುಖವಾಗಿ ಸಂತೋಷವಾಗಿ ಇದ್ದಾರೆ. ನಾನು ನೀನೇ ಇಲ್ಲಿ ಈ ಹಳ್ಳಿಯೊಳಗೆ ಸಾಯ್ತಾ ಇರೋದು. ಏನಿದೆ ಈ ಹಳ್ಳಿಯೊಳಗೆ? ನೀನೊಂಚೂರು ಅಮ್ಮನಿಗೆ ಅರ್ಥ ಮಾಡ್ಸು. ಎಷ್ಟು ವರ್ಷ ಹೀಗೆ ಬದುಕೋದು? ನೀನೂ ನಾಲ್ಕು ನಗನಟ್ಟು ಹಾಕ್ಕೋಬಾರ್ದಾ? ಅದಿರ್ಲಿ, ಈಗ ನಮ್ಮ ಕೈಲೂ ನಾಕು ಕಾಸು ಬಂದರೆ, ನಮಗೆ ಮಕ್ಕಳಾಗದ್ದಕ್ಕೆ ಟ್ರೀಟ್ಮೆಂಟ್ ಮಾಡಿಸಬಹುದು ನೋಡು, ದುಡ್ಡಿಲ್ಲಾಂದ್ರೆ ಏನುಂಟು ಹೇಳು? ನಿಧಾನಕ್ಕೆ ಅಮ್ಮನಿಗೆ ಅರ್ಥ ಮಾಡ್ಸು" ಅಂದಿದ್ದಷ್ಟೇ, ಅಮ್ಮ ಎದ್ದು ಹೋಗಿದ್ದವಳು ಸಟಸಟನೆ ನಡೆದುಬಂದು ಅಷ್ಟೇ ವೇಗದಲ್ಲಿ ನೆಲದ ಮೇಲೆ ಕುಕ್ಕರಿಸಿದಂತೆ ಕೂತು "ನಾನು ಜೀವಂತ ಇರುವ ತನಕ ಈ ಮನೆ ಮಾರ್ಲಿಕ್ಕೆ ಬಿಡಲ್ಲ ಕಣೋ, ಇದು ನೀನು ಸಂಪಾದಿಸಿದ್ದಲ್ಲ, ನಮ್ಮ ಪೂರ್ವಿಕರ ಮನೆ, ಇದನ್ನು ಯಾವತ್ತೂ ನಾ ಮಾರ್ಲಿಕ್ಕೆ ಕೊಡಲ್ಲ, ಈ ನೆಲದ ಮೇಲಾಣೆ" ಎಂದು ನೆಲಕ್ಕೆ ಬಡಿದು ಬಂದ ವೇಗದಲ್ಲೇ ಎದ್ದು ಮರಳಿ ಹೋಗಿದ್ದಳು. ಅಮ್ಮ ಬಂದ ರೀತಿ, ಅವಳು ತಟ್ಟನೆ ಕೂತು, ನೆಲಕ್ಕೆ ಬಡಿದು ಆಣೆಯಿಟ್ಟು ಅದೇ ವೇಗದಲ್ಲಿ ಎದ್ದು ನಡೆದು ಹೋದ ಬಗೆಯನ್ನು ನೋಡಿ ಈ ಜನ್ಮದಲ್ಲಿ ಅಮ್ಮ ಸಾಯಲಿಕ್ಕಿಲ್ಲ ಎಂದು ಅವನಿಗೆ ಅನಿಸಿಬಿಟ್ಟಿತ್ತು. ಒಂದು ಕ್ಷಣ ಅವನು ಪೆಚ್ಚಾಗಿದ್ದ. ಅಮ್ಮ ಎಂದಿಗೂ ಜ್ವರ, ತಲೆನೋವು ಎಂದು ನರಳಿದವಳಲ್ಲ. ಹೊಲದಲ್ಲಿ ಸಮನಾಗಿ ದುಡಿದವಳು. ಇಳಿವಯಸ್ಸಿನಲ್ಲೂ ಅವಳ ಚಿಮ್ಮುವ ಆರೋಗ್ಯ ಮೊದಲ ಸಲ ಅವನಿಗೆ ಭಯ ಹುಟ್ಟಿಸಿತ್ತು. ಹಾಗೊಂದು ಕೆಟ್ಟ ಆಲೋಚನೆ ತನ್ನ ತಲೆಯೊಳಗೆ ಬಂದಿದ್ದಕ್ಕೇ ಅವನಿಗೆ ವಿಪರೀತ ಯಾತನೆಯಾಗಿತ್ತು. ಭಗವಂತ ಕ್ಷಮಿಸು

ಕ್ಷಮಿಸು ಎಂದುಕೊಳ್ಳುತ್ತ ಕೆನ್ನೆ ಬಡಿದುಕೊಂಡು ನಿದ್ರೆಯಿಲ್ಲದೆ ಸುಮ್ಮನೆ ಮಲಗಿದ್ದ. ಅವತ್ತು ಹೋದ ನಿದ್ರೆ ಇವತ್ತಿನ ತನಕವೂ ಮರಳಿ ಬಂದಿಲ್ಲವೇನೋ ಎಂಬ ಸತ್ಯ ತೋಚುವಾಗ, ಇದನ್ನೆಲ್ಲ ಯಾವ ಪುರುಷಾರ್ಥಕ್ಕಾಗಿ ಮಾಡಿದೆನೋ ಎಂದು ಹಲುಬುವಂತಾಗುತ್ತಿತ್ತು.

ಹಾಗೆ ನೋಡಿದರೆ ಈ ಯೋಚನೆ ಅವನಿಗೆ ಇವತ್ತಲ್ಲ, ವರ್ಷಗಳಿಂದ ಕಾಡುತ್ತಿರುವಂಥ ಒಂದು ವಿಷಯವಾಗಿತ್ತು. ಅವನು ಆ ಯೋಚನೆಯನ್ನು, ಅದು ಹುಟ್ಟಿಸುತ್ತಿದ್ದ ನೋವನ್ನು, ಹೀಗ್ಹೀಗೆ ಎಂದು ವಿವರಿಸಲಾರದ ಒಂದು ನಿರಂತರ ದಿಗಿಲನ್ನು ಹಾಗೂ ಹೀಗೂ ಮೂಟೆಕಟ್ಟಿ ಮುಚ್ಚಿ ಹೃದಯದ ಕಪಾಟಿನಲ್ಲಿಟ್ಟು ಭದ್ರಪಡಿಸಿದ್ದ. ಅದು ಆಗಾಗ ಎದ್ದು ಹೊಡಮರಳಿ ತನ್ನ ಇರುವಿಕೆಯನ್ನು ಪ್ರಸ್ತುತ ಪಡಿಸುತ್ತಿದ್ದರೆ ಅವನು ಆದಷ್ಟು ಅದನ್ನು ಮೆಟ್ಟಿ ನಿಲ್ಲಲು ಪ್ರಯತ್ನಿಸುತ್ತಿದ್ದ. ದಿನ ರಾತ್ರಿ ಹಗಲು... ಸದಾ...

ಅಮ್ಮ ಒಪ್ಪುತ್ತಿಲ್ಲವೆಂದು ಯಾಜಿಗೆ ಹೇಳಿ ಬಂದಾಗಿನಿಂದ ಅವನ ಹೃದಯ ಕ್ಷುದ್ರ ರಣರಂಗವಾಗಿ ಬದಲಾಗಿಬಿಟ್ಟಿತ್ತು. ಒಂದುಕಾಲಕ್ಕೆ ನೆಮ್ಮದಿಯ ಸೂರಿನಂತೆ ಕಾಣುತ್ತಿದ್ದ ಮನೆ ಅನಾವಶ್ಯಕವಾಗಿ ತಮ್ಮೆಲ್ಲ ಶ್ರಮ ಮತ್ತು ಶ್ರದ್ಧೆಯನ್ನು ಬೇಡುತ್ತ ಖಾಲಿ ಮಲಗಿರುವ ವೃದ್ಧನಂತೆ ಕಾಣುತ್ತಿತ್ತು. ಇನ್ನು ಆ ನೆಲವೋ ಎಷ್ಟು ಸೆಣೆದರೂ ಹಸಿವು ನೀಗಿಸಲಾರದ ಬತ್ತಿದ ಮೊಲೆಗಳಂತೆ ಕಾಣಿಸತೊಡಗಿತ್ತು. ಇದೆಲ್ಲದರ ಮೇಲೆ ಮೊದಲಿಗಿಂತಲೂ ಹೆಚ್ಚು ಹುಮ್ಮಸ್ಸಿನಲ್ಲಿ ಒಂದಿಷ್ಟೂ ದಣಿಯದೆ ಕೆಲಸ ಹೊಂಚಿಕೊಂಡು ಓಡಾಡುತ್ತಿದ್ದ ಅಮ್ಮ ಪಾಳುಕೋಟೆಯ ಕಾವಲಿಗೆ ನಿಂತ ಮುದಿಸರ್ಪದ ಹಾಗೆ ಕಾಣಿಸುತ್ತಿದ್ದಳು. ಇದೊಂದನ್ನು ಮಾರಿಬಿಟ್ಟರೆ ತಾವು ಎಷ್ಟು ಚೆನ್ನಾಗಿರಬಹುದು ಎಂದು ಯೋಚಿಸಿದಷ್ಟೂ ಅವನ ಹೃದಯ ಆಸೆಯಲ್ಲಿ ಕುದ್ದು ಹಣ್ಣಾಗುತ್ತಿತ್ತು. ಒಂದು ಸಣ್ಣ ಅಳತೆಗೆ ಆಗುವಷ್ಟು ಮನೆ, ಹೋಟೆಲು, ಕಾರು, ಕೆಲಸಕ್ಕೆ ಆಳುಕಾಳು, ಲಕ್ಷಣವಾಗಿ ಮನೆಯಲ್ಲಿ ದೀಪಗಳಂತೆ ಬೆಳಗುತ್ತ ಇರಬಹುದಾದ ಅಮ್ಮ ಮತ್ತು ಅವಳು... ಓಹ್ ಹೊಸಬದುಕು ಮತ್ತು ಹಣ ಅಂತಸ್ತಿನ ಹೆಚ್ಚಳದಿಂದ ಅವಳ ಸೌಂದರ್ಯ ನೂರ್ಮಡಿಸಬಹುದು. ರಾತ್ರಿಗಳ ನಮ್ಮ ಏಕಾಂತದಲ್ಲಿ ಅವಳು ಎಂಥಾ ಒಳ್ಳೆಯ ಬದುಕು ಕಟ್ಟಿದಿರಿ ಎಂದು ಅಷ್ಟೊಂದು ಹೆಮ್ಮೆಯಿಂದ ನನ್ನೆದೆಯಲ್ಲಿ ಮುಖಮರೆಸಿ ಅಪ್ಪಿ ಹಿಡಿದು ಹಾಗೇ ಬಿಗಿಗೊಳಿಸಬಹುದು! ಕೆಲವೇ ದಿನಗಳಲ್ಲಿ ನಮ್ಮ ಏಕಾಂತಕ್ಕೆ ಭಂಗತರುವ ಸುಂದರ ಮಗನೊಬ್ಬ ಹುಟ್ಟಿಬಿಟ್ಟರೆ, ನಾಳೆ ನಾನೂ ಒಬ್ಬ ಹೆಮ್ಮೆಯ ಯಜಮಾನನಾಗಬಹುದು. ಆದರೆ ಎಲ್ಲದಕ್ಕೂ ಈ ಅಮ್ಮನೊಂದು ಮನಸು ಮಾಡಬೇಕು, ಅವನು ಮತ್ತೆ ಮತ್ತೆ ಅಮ್ಮನನ್ನು ಮನವೊಲಿಸಲು ಯತ್ನಿಸಿ ಸೋಲುತ್ತಿದ್ದ. ಅಂಥದ್ದೊಂದು ತಳಮಳದಲ್ಲಿ ಅವನು ಹೊರಳಾಡುತ್ತಿರುವಾಗಲೇ ಅದೊಂದು ದಿನ ಅವನ ಪಾಲಿಗೆ ತುರ್ತಾಗಿ ಬೇಕಿದ್ದ ಮಾರ್ಗದರ್ಶನವೊಂದು ಸಿಕ್ಕಿಬಿಟ್ಟಿತ್ತು. ಅದು ಯಾವ ನತದೃಷ್ಟ ಘಳಿಗೆಯಲ್ಲಿ ಅವನು ಆ ಮಾತಿಗೆ ಕಿವಿಗೊಟ್ಟು ತನ್ನ ಅದೃಷ್ಟದ ಬಾಗಿಲು ತೆರೆಯ ಹೊರಟನೋ ಅಂದೇ ಅದು ಅವನ ಪಾಲಿಗೆ ಶಾಶ್ವತವಾಗಿ ಮುಚ್ಚಿಹೋಗಿತ್ತು.

ಕಡೆಗೂ ಅಂದುಕೊಂಡಂತೆ ಮನೆ ಜಮೀನು ಮಾರಿ ಲಕ್ಷಗಳನ್ನು ಜೇಬಿಗಿಳಿಸಿಕೊಂಡ ಜಯರಾಮನಿಗೆ ಸಂಸಾರ ಸಮೇತ ಪಟ್ಟಣಕ್ಕೆ ಬಂದು ನೆಲೆ ನಿಲ್ಲಲು ಅವನ ಮನೆಯನ್ನು

ಕೊಂಡ ಸುಧಾಕರ ಶೆಟ್ಟಿಯೇ ಸಹಾಯ ಮಾಡಿದ್ದ. ಸದ್ಯಕ್ಕೆ ಬಾಡಿಗೆ ಮನೆಯಲ್ಲಿದ್ದುಕೊಂಡು ಹೋಟೆಲೊಂದನ್ನು ಗುತ್ತಿಗೆಗೆ ಪಡೆದು ನಡೆಸುವುದು ಎಂಬ ಯೋಜನೆಯನ್ನು ಸುಧಾಕರ ಶೆಟ್ಟಿಯೇ ಸೂಚಿಸಿದ್ದ. ಅದರಂತೆಯೇ ತಾನೇ ಮುಂದೆ ನಿಂತು ಹೋಟೆಲನ್ನೂ ಗೊತ್ತು ಮಾಡಿಕೊಟ್ಟಿದ್ದ. ಆದರೆ ಅಂದುಕೊಂಡಷ್ಟು ಸಲೀಸಲ್ಲ ಇದು ಎನ್ನುವುದು ಜಯರಾಮನಿಗೆ ಕೆಲಸಕ್ಕೆ ಇಳಿದೊಡನೆಯೇ ಅರಿವಿಗೆ ಬಂದಿತ್ತು. ಅಂದುಕೊಂಡ ವೇಗದಲ್ಲಿ ಯಾವುದೂ ಕೈ ಹತ್ತುವಂತೆ ಕಂಡಿರಲಿಲ್ಲ. ತಮ್ಮದೇ ಸ್ವಂತದ ದೊಡ್ಡ ಮನೆಯಲ್ಲಿ, ಕೇಳುವವರಿಲ್ಲದೆ, ಹೇಳುವವರಿಲ್ಲದೆ ಸ್ವತಂತ್ರವಾಗಿ ಬದುಕಿದವರಿಗೆ ಮೊದಲಬಾರಿಗೆ ಬಾಡಿಗೆ ಮನೆಯ ಸಂಕಷ್ಟಗಳು ಅನುಭವಕ್ಕೆ ಬಂದಿದ್ದವು. ಅಮ್ಮ ಆಡುತ್ತಿದ್ದ ಪ್ರತಿಯೊಂದು ಮಾತೂ, ಅವಳು ಕೊಡುತ್ತಿದ್ದ ಅಷ್ಟೂ ಸಲಹೆಗಳು ಒಂದುಕಾಲದಲ್ಲಿ ಕೆಲಸಕ್ಕೆ ಬಾರದ ರದ್ದಿಯಂತೆ ಕಂಡ ಅವೇ ಮಾತುಗಳು ಇಂದು ಯಾರೋ ಉಪ್ಪು ಕಾಗದ ತೆಗೆದುಕೊಂಡು ಉಜ್ಜಿ ಹೊಳಪಿಸಿದ್ದಾರೋ ಎಂಬಂತೆ ಫಳಫಳ ಹೊಳೆಯುತ್ತ ಅವನ ತಲೆಯಲ್ಲಿ ಮಿಂಚು ಹೊಡೆಸುತ್ತಿದ್ದವು. ಇಷ್ಟು ಸಾಲದೆಂಬಂತೆ ಅವನು ತನ್ನೊಳಗೆ ಹೂಂಕರಿಸುವ ಬಿರುಗಾಳಿಯೊಂದನ್ನು ಮಡಚಿ ಕಟ್ಟಿಡಬೇಕಾಗಿ ಬಂದದ್ದು ಮಾತ್ರ ಅದಕ್ಕಿಂತಲೂ ದಾರುಣವಾದುದಾಗಿತ್ತು. ಹಾಗೆ ಭದ್ರಪಡಿಸಿದ ಭಾರವೊಂದನ್ನು ಇಂದಿನವರೆಗೂ ಯಾರಲ್ಲೂ ಹಂಚಿಕೊಳ್ಳದೆ ತಾನೊಬ್ಬನೇ ಹೊತ್ತು ಸಂಭಾಳಿಸಿದವನು ಎಂದೂ ಇಲ್ಲದಂತೆ ಇಂದೇಕೆ ಅದನ್ನು ಹೊರಬಿಡಬೇಕಿತ್ತು! ಹೋಗಲಿ ಆ ಭಾರವನ್ನು, ಬಿರುಗಾಳಿಯಂಥ ಅದರ ವೇಗವನ್ನು ಇಷ್ಟು ದಿನ ಅದನ್ನು ಅದು ಹೇಗೆ ಹೊತ್ತು ನಡೆದೆನೆಂಬ ಸಂಕಟವನ್ನು ಇವರಿಗೆಲ್ಲ ಹೇಗೆ ಹೇಳಬಲ್ಲೆ ತಾನು? ಮತ್ತು ತನಗೇ ತಿಳಿಯದಂತೆ ತನ್ನ ಒಳಗೊಬ್ಬ ಕಲ್ಲುಮನಸಿನ ರಕ್ಕಸ ಅಡಗಿದ್ದನು ಎಂಬುವುದನ್ನು ಇವರಿಗೆ ಹೇಗೆ ವಿವರಿಸಬಲ್ಲೆ? ಯಾವಾಗ ಸ್ವತಃ ನನ್ನನ್ನು ನಾನೇ ನಂಬಲಾರದೆ ಹೋದೆನೋ ಅಂದಿನಿಂದಲೇ ನನಗೆ ಎಲ್ಲದರ ಮೇಲೆ, ಎಲ್ಲರ ಮೇಲೆ ನಂಬಿಕೆ ಹೊರಟು ಹೋಯಿತೆಂಬುವುದನ್ನು ಹೇಗೆ ಅರ್ಥ ಮಾಡಿಸಲಿ? ಹೋಗಲಿ ಅದನ್ನೆಲ್ಲ ನಿಂತು ಕೇಳುವ ತಾಳ್ಮೆಯಾದರೂ ಯಾರಿಗಿದೆ? ಅಷ್ಟಕ್ಕೂ ಈಗ ಅದನ್ನೆಲ್ಲ ನಂಬಿ ನಂಬದೆ ಯಾರಿಗೇನಾಗಬೇಕಿದೆ? ಹೋಗಲಿ, ಅವರ್ಯಾರೋ ನಂಬಿದರು ಅಥವಾ ಹಾಗೆ ನಟಿಸಿದರೂ ನನ್ನ ಈ ಪ್ರಕ್ಷುಬ್ಧ ಒಳಗನ್ನು ನಿಜಕ್ಕೂ ಸಮಾಧಾನಿಸಬಲ್ಲರೆ? ಎಂದಿಗಾದರೂ? ಜಯರಾಮ ಕಳವಳಿಸಿದ. ಆ ಅಪರರಾತ್ರಿಯಲ್ಲಿ ತಾನೊಬ್ಬನೇ ಕಳವಳಿಸುತ್ತಿರುವ ತಲ್ಲಣದ ಹೊತ್ತಿನಲ್ಲಿ ಅವನಿಗೆ ಯಾಜಿಗೆ ಕರೆ ಮಾಡಿ ಎಲ್ಲವನ್ನೂ ಹೇಳಿಕೊಂಡುಬಿಡಬೇಕೆನಿಸಿತು, ಆದರೆ ಆ ಯೋಚನೆ ಹೊಳೆದ ಹಿಂಬದಿಗೇ ಅವನ ಒಳಮನಸ್ಸು ಆ ಪ್ರಸ್ತಾಪವನ್ನು ನಿರಾಕರಿಸಿತು.

ಯಾಜಿ ಅಸಲಿಗೆ ಒಳ್ಳೆಯವನಾ ಕೆಟ್ಟವನಾ ಎಂಬುದರ ಕುರಿತು ಇವತ್ತು ಈ ಹೊತ್ತಿನ ತನಕವೂ ಜಯರಾಮನಿಗೆ ಗೊಂದಲವಿತ್ತು. ಯಾಕೆಂದರೆ ಗುತ್ತಿಗೆಗೆ ಹೋಟೆಲ್ ನಡೆಸುತ್ತ ಪಟ್ಟಣದಲ್ಲಿ ಲಾಸ್ ಆಗುತ್ತ ಕುಳಿತಿದ್ದವನನ್ನು ಯಾಜಿಯೇ ಮರಳಿ ಊರಿಗೆ ಕರೆ ತಂದಿದ್ದ. ಊರಿನಲ್ಲೇ ಸ್ವಲ್ಪ ಜಾಗ ಕೊಂಡು ಸಣ್ಣ ಮನೆ ಕಟ್ಟಿ, ಒತ್ತಿಗೇ ಒಂದು ಹೋಟೆಲ್ ಕಟ್ಟಿ ಹೊಸಬದುಕು ಶುರುಮಾಡುವಂತೆ ಉತ್ತೇಜಿಸಿದ್ದ. ಈ ನಿಟ್ಟಿನಲ್ಲಿ ಯೋಚಿಸುವಾಗ ಯಾಜಿ

ಒಳ್ಳೆಯವನೆನಿಸುತ್ತಿದ್ದ. ಆದರೆ ಯಾವಾಗ ತನ್ನ ಹೊಸ ಹೋಟೆಲ್ ವ್ಯಾಪಾರಕ್ಕೆ ಖಿದ್ದು ಸುಧಾಕರ ಶೆಟ್ಟಿಯಿಂದಲೇ ಕಲ್ಲು ಬಿತ್ತೋ, ಆಗ ಜಯರಾಮ ಕುಸಿದು ಹೋಗಿದ್ದ. ಆ ಸಮಯದಲ್ಲೂ ಯಾಜಿಯೇ ಅವನ ಜೊತೆಗೆ ನಿಂತು ಸಮಾಧಾನಿಸಿದ್ದನಾದರೂ ಜಯರಾಮನ ಅಂತರಾಳದಲ್ಲಿ, ಯಾಜಿ ಹೊರಗಿನಿಂದ ತನಗೇನೇ ಸಹಾಯ ಮಾಡಿದರೂ ಅವನು ಎಲ್ಲೋ ತನ್ನೊಳಗೇ ನನ್ನ ಈ ಕಷ್ಟಕಾಲವನ್ನು ಕಂಡು ಖುಷಿಪಡುತ್ತಿದ್ದಾನೆ ಎಂದೆನಿಸಿಬಿಟ್ಟಿತ್ತು. ಆದರೆ ಹಾಗೆ ಅನಿಸಿದರೂ ಜಯರಾಮ ಅವನ ಸ್ನೇಹ ಕಡಿದುಕೊಂಡಿರಲಿಲ್ಲ. ಹೇಗೆ ತಾನು ಯಾಜಿಯನ್ನು ನೋಡಿ ಒಳಗೊಳಗೇ ಕರುಬುತ್ತಿದ್ದನೋ, ಹಾಗೊಂದು ವಿವರಿಸಲಾರದ ಹೊಟ್ಟೆಯುರಿ ಮನುಷ್ಯನಾದವನಿಗೆ ಬರುವುದು ಸಹಜವೆಂದು ಅವನು ವಿಶಾಲವಾಗಿ ಯೋಚಿಸಿ ಗೆಳೆಯನನ್ನು ಮನ್ನಿಸಲು ಯತ್ನಿಸುತ್ತಿದ್ದ. ಅಷ್ಟಕ್ಕೂ ಅವನು ನನ್ನ ಸೋಲು ಕಂಡು ಖುಷಿಪಡುತ್ತಿದ್ದಾನೆಂಬುದಕ್ಕೆ ಪುರಾವೆಯಾದರೂ ಏನಿದೆ? ಹಾಗೆ ನೋಡಿದರೆ ಊರಿಗೂರೇ ಒಂದು ಬಗೆಯಲ್ಲಿ ಖುಷಿಪಡುತ್ತಿದೆ. ಮೊದಲು ತನಗೆ ಟೈಮ್ ಸರಿ ಇಲ್ಲ, ಟೈಮ್ ಸರಿ ಇಲ್ಲದಿದ್ದರೆ ಯಾರು ಏನು ಮಾಡಬೇಕು? "ಮುಖ್ಯ ನನಗೆ ಟೈಮ್ ಸರಿ ಇಲ್ಲ ಕಣೋ" ಹಾಗಂತ ಜಯರಾಮ ತನ್ನನ್ನು ಸಮಾಧಾನಿಸಿಕೊಳ್ಳುತ್ತಿದ್ದರೆ ಯಾಜಿ ಅದನ್ನು ಆದಷ್ಟು ಅಚ್ಚೆಯಿಂದ ಹೌದುಹೌದೆಂದು ಒಪ್ಪಿಕೊಂಡು ಜಯರಾಮನ ಸಮಾಧಾನಕ್ಕೆ ತನ್ನಿಂದಾದಷ್ಟು ಸಹಾಯ ಮಾಡುತ್ತಿದ್ದ. ಇಲ್ಲವಾದರೆ ತಾನು ಪಟ್ಟಣ ಸೇರಿ ಕೆಟ್ಟು, ಮತ್ತೆ ಊರು ಸೇರಿ, ಹಾಗೂ ಹೀಗೂ ಮನೆ ಕಟ್ಟಿ, ಸಣ್ಣದೊಂದು ಹೋಟೆಲನ್ನೂ ಕಟ್ಟಿ ಅದನ್ನು ಮುನ್ನಡೆಸಿಕೊಂಡು ಹೋಗಲು ಶುರು ಮಾಡಿದ್ದೇ ಮಾಡಿದ್ದು, ತನ್ನ ದೊಡ್ಡ ಮನೆ ಕೊಂಡ ಸುಧಾಕರ ಶೆಟ್ಟಿ ಇಷ್ಟುದಿನ ಅದನ್ನು ತಟ್ಟಿ ಮುಟ್ಟಿ ರಿಪೇರಿ ಮಾಡಿಸುತ್ತಿದ್ದವನು ಅದೊಂದು ದಿನ ಕಲ್ಲುಮನೆ ಹೋಮ್‌ಸ್ಟೇ ಎಂಬ ದೊಡ್ಡ ಬೋರ್ಡು ತಗುಲಿಸಿ, ದಾರಿ ದಾರಿಯಲ್ಲಿ ಹೋರ್ಡಿಂಗ್ ನಿಲ್ಲಿಸಿ, ಜಯರಾಮನ ಮನೆಯ ಅಂತಸ್ತು ಹೆಚ್ಚಿಸಿ, ದೊಡ್ಡ ಮಟ್ಟದ ವ್ಯಾಪಾರಕ್ಕಿಳಿಯಬೇಕಾ? ಅದೂ ಸಾಲದೆಂಬಂತೆ ಅದೊಂದು ಯಾವುದೋ ಟಿವಿ ಚಾನೆಲ್ಲಿನವರು ಬಂದು ಶಂಕರೀದೇವಿಯ ಗುಡಿಯ ಬಗ್ಗೆ ಡಾಕ್ಯುಮೆಂಟರಿಯೊಂದನ್ನು ಮಾಡಿ, ಅದರ ವಿಶೇಷತೆಯ ಬಗೆ ಇದ್ದದ್ದು ಇಲ್ಲದ್ದು ಎಲ್ಲ ಹೇಳಿ, ಇಡೀ ಬೆಟ್ಟಕ್ಕೇ ಒಂದು ಸಂಜೀವಿನಿ ಶಕ್ತಿಯಿದೆಂದು ಬಿಂಬಿಸಿ, ಬೆಟ್ಟದಿಂದ ಧುಮುಕುವ ಜಲಪಾತದಲ್ಲಿ ಮಿಂದರೆ ಸರ್ವರೋಗ, ಸಕಲ ಪಾಪ ಪರಿಹಾರವೆಂದು ಹೇಳಿ, ಇದನ್ನೆಲ್ಲ ಹೌದುಹೌದು ಎಂದು ಕೆಲವರು ಫಲಪ್ರಾಪ್ತರಂತೆ ಕ್ಯಾಮರಾದ ಮುಂದೆ ಇನ್ನಿಲ್ಲದಂತೆ ಸಮರ್ಥಿಸಿಕೊಂಡು ಅಂತೂ ಇಂತೂ ಬೆಟ್ಟದ ಬುಡದಲ್ಲಿ ಯಾರ ಸುದ್ದಿಗೂ ಇಲ್ಲದೆ ಯಾರ ಕಣ್ಣಿಗೂ ಬೀಳದೆ ಇದ್ದ ಪುಟ್ಟ ಊರಿಗೆ ವಿಪರೀತ ಪ್ರಚಾರ ದೊರಕಿಸಿಕೊಡಬೇಕಾ? ಅಂತೂ ಹೀಗೊಂದು ಬೆಳವಣಿಗೆ ಶುರುವಾಗಿದ್ದೇ ಊರು ಪ್ರವಾಸಿಗರನ್ನು ಸೆಳೆಯತೊಡಗಿ, ಬರುವವರೆಲ್ಲ, ಊರಿನ ಮೊದಲಿಗಿದ್ದ ಜಯರಾಮನ ಪುಟಾಣಿ ಹೋಟೆಲನ್ನು ದಾಟಿಕೊಂಡು ಭರ್ರನೆ ಸಾಗಿ, ಕಲ್ಲುಮನೆ ಹೋಮ್‌ಸ್ಟೇ ಕಂ ರೆಸ್ಟುರಾಂಟಿನ ಅಂಗಳಕ್ಕೆ ಹೋಗಿ ಇಳಿಯುತ್ತಿದ್ದರೆ, ಜಯರಾಮನ ಬ್ಯುಸಿನೆಸ್ ಆಲ್ಮೋಸ್ಟ್ ಮಕಾಡೆ ಮಲಗಿತ್ತು. "ಇವನಿಗೆ ಯಾಕಪ್ಪ ಈ ಮನೆ" ಎಂಬ ಸಂದೇಹ ಜಯರಾಮನಿಗೆ ಮನೆ ಮಾರುವುದಕ್ಕೂ ಮುಂಚೆ ಹುಟ್ಟಿಯೇ ಹುಟ್ಟಿತ್ತು. ಹಾಗಂತ ಅವನು ಯಾಜಿಯಲ್ಲಿ ಕೇಳಿಯೂ ಕೇಳಿದ್ದ. "ಅಂವ ಆಲ್ರೆಡಿ ಇಲ್ಲಿ ಭಟ್ರ ಆಸ್ತಿ

ತಗಂಡಿದಾನೆ ಕಣ, ಬಹುಶಃ ಈಗ ವಾಸಕ್ಕೆ ಒಳ್ಳೆದೊಂದು ಮನೆ ಇದ್ರೆ ಒಳ್ಳೇದನಿಸಿರ್ಬೇಕು ಅದ್ಕೆ ತಗಂತಿದಾರೆ ಬಿಡು, ಇನ್ನೇನಿರುತ್ತೆ ಹಣ ಇರೋರಲ್ವಾ, ಏನಾದ್ರೊಂದು ಖಯಾಲಿ ಅವ್ರಿಗೆ, ನಮಿಗೆಂಥಕೆ ಬಿಡು" ಅಂದಿದ್ದ ಯಾಜಿ. ಅವತ್ತಿಗೆ ಅವನ ಮಾತು ಸರಿಯೆಂತಲೂ ಅನಿಸಿತ್ತು. ಆದರೆ ಅವನು ತನ್ನದೇ ಮನೆ ಕೊಂಡು ತನ್ನೆದುರೇ ಆ ಮನೆಯನ್ನು ಹೋಟೆಲ್ ಆಗಿ ಡೆವಲಪ್ ಮಾಡುವಾಗ ಮತ್ತು ಆ ಹೊಸ ಹೋಟೆಲಿನ ದೆಸೆಯಿಂದ ತನ್ನ ಪುಟ್ಟದಾದ ಹೋಟೆಲಿಗೆ ಸರಿಯಾದ ಏಟು ಬೀಳುವಾಗ ತಾನು ಅದನ್ನು ಹೇಗೆ ತಾಳಿಕೊಳ್ಳಬೇಕು ಎಂದು ಜಯರಾಮನಿಗೆ ಅರ್ಥವೇ ಆಗಿರಲಿಲ್ಲ. ಯಾಜಿಯೊಡನೆ ಈ ಕುರಿತು ಮಾತಾಡುವಾಗ ಅವನ ಗಂಟಲು ಕಟ್ಟಿತ್ತು "ಅಲ್ಲ, ನಮಗೆ ಈ ಐಡಿಯಾ ತೋಚಲೇ ಇಲ್ಲವಲ್ಲೋ ಛೇ, ಬಡ್ಡಿಮಗ ಎಲ್ಲಿಂದ್ಲೋ ಬಂದು ನಮ್ಮೂರಲ್ಲಿ ಲಾಭ ಮಾಡ್ಕೊಂಡು ಹೋಗ್ತಾನಲ್ಲ, ನಾವು ನೋಡು ಎಷ್ಟು ದಡ್ಡರಿದೀವಿ ಅಂತ."

"ಛೆ, ನಾನಂತೂ ಅವ್ನು ಹೀಗ್ಮಾಡ್ಬೋದು ಅನ್ಕಂಡಿರ್ಲಿಲ್ಲ ಕಣ, ಮನೆ ಕೇಳುವಾಗ, ವಾಸಕ್ಕೆ ಅಂತಲೇ ಕೇಳಿದ್ರಪ್ಪ ಆಮೇಲೆ ಹೀಗೆ ಮಾಡಿದ್ದಾರೆ, ಈಗ ಏನು ಮಾಡ್ಲಿಕ್ಕೆ ಬರ್ತದೆ ಛೇ, ಬೇಜಾರಾಗೋಯ್ತು ನಂಗೂ" ಎಂದು ಉತ್ತರಿಸಿದ ಯಾಜಿಯ ಮಾತುಗಳಲ್ಲಿ ಜಯರಾಮ ನಿಜವಾದ ಕಕ್ಕುಲಾತಿಯನ್ನು ಹುಚ್ಚನಂತೆ ಹುಡುಕಿದ್ದ. ಇದೆಲ್ಲ ಅವನಿಗೆ ಮೊದಲೇ ಗೊತ್ತಿತ್ತೇನೋ ಎಂದು ಅವನಿಗೆ ಪದೇ ಪದೇ ಅನಿಸುತ್ತಲೇ ಇತ್ತು. "ನನಗೆ ಡೌಟ್ ಇತ್ತು. ಏನಪ್ಪ ಮಾಡ್ತಾನೆ ಇಷ್ಟು ದೊಡ್ಡ ಮನೆ ತಕ್ಕೊಂಡು ಅಂತ, ಆದ್ರೆ ಹೀಗೆ ಮಾಡ್ಬಹುದು ಅಂತ ಗೊತ್ತಿರ್ಲಿಲ್ಲ. ಏನ್ಮಾಡ್ತೀಯ ದುಡ್ಡಿರೋನು, ದುಡ್ಡಿಂದ ದುಡ್ಡು ಮಾಡ್ತಾನೆ, ನಮ್ಮತ್ರ ಎಲ್ಲಿತ್ತು ದುಡ್ಡು" ಜಯರಾಮ ತನ್ನನ್ನು ಸಮಾಧಾನಿಸಿಕೊಳ್ಳುವ ಮಾತಾಡಿದ್ದ. ಆಗ ಜಯರಾಮನ ದನಿ ಎಷ್ಟು ಕುಂದಿತ್ತೆಂದರೆ ಅದು ತನ್ನ ದನಿಯೆಂದೇ ಅವನಿಗೆ ಅನಿಸಿರಲಿಲ್ಲ. ಆದರೆ ಆ ಮಾತನ್ನು ಯಾಜಿ ಕರಾರುವಾಕ್ಕಾಗಿ ಅನುಮೋದಿಸಿ ಗೆಳೆಯನ ಮನಸಿಗೆ ಗೆಲುವು ತುಂಬಲು ಯತ್ನಿಸಿದ್ದ. "ನಿಜ ಕಣೊ, ನಮ್ಮತ್ರ ಹಣ ಇತ್ತ? ಹಾಗೇ ಬರೀ ಮನೆ ಇಟ್ಕೊಂಡು ಅದನ್ನ ಹೋಮ್‌ಸ್ಟೇ ಮಾಡ್ಲಿಕ್ಕೆ ಬರ್ತಿತ್ತ? ಎಲ್ಲದಿಕ್ಕೂ ಬಂಡವಾಳ ಬೇಕಲ್ಲಪ್ಪ, ಬ್ಯಾಕಪ್ ಮನಿಯೂ ಬೇಕು, ಹೋಗ್ಲಿ ಬಿಡು, ಈಗ ನಮಗೇನಾಗಿದೆ, ಬಂದೋರೆಲ್ಲ ಅಲ್ಲಿಗೇ ಹೋಗ್ತಾರ? ಸ್ವಲ್ಪ ಜನ ನಮ್ಮ ಕಡೆಗೂ ಬರ್ತಾರೆ. ನೀನು ಬೇರೆ ಯೋಚನೆ ಬಿಟ್ಟು ಒಳ್ಳೆಯ ಅಡುಗೆ ಮಾಡಿಸಿ ಹಾಕೋ ಕಡೆ ಗಮನ ಕೊಡು. ರುಚಿ ಇತ್ತಂದ್ರೆ ಗಿರಾಕಿಗಳು ಬಂದೇ ಬರ್ತಾರೆ" ಅಂದಿದ್ದ. ಜಯರಾಮನಿಗೆ ಈ ಮಾತುಗಳು ಅದೆಷ್ಟೋ ಸಮಾಧಾನ ತಂದುಕೊಟ್ಟರೂ, ತಾನು ಇದೆಲ್ಲದರಿಂದಾಗಿ ಏನೇನೆಲ್ಲ ಕಳಕೊಂಡಿದ್ದೇನೆಂದು ಯೋಚಿಸುವಾಗ ಅವನ ಹೃದಯ ಒಂದುಕ್ಷಣ ಬಡಿತವನ್ನೇ ನಿಲ್ಲಿಸಿ, ಭಾರ ಹೇರುತ್ತಿತ್ತು. ಆಗೆಲ್ಲ ಅವನು ಎಲ್ಲಿ ತಾನು ಎದೆಯೊಡೆದು ಸತ್ತುಹೋಗುತ್ತೀನೋ ಎಂಬ ಭಯದಲ್ಲಿ ಆ ನೋವನ್ನು ಕಟ್ಟಿ ಹಾಕಿ ಮೆಟ್ಟಿ ನಿಲ್ಲಲು ನೋಡುತ್ತಿದ್ದ. ಅದು ಮತ್ತೂ ಬಿರುಸಾಗಿ ಎದ್ದುನಿಲ್ಲಲು ನೋಡುತ್ತಿತ್ತು. ಒಡನೆಯೇ ಜಯರಾಮ, ಅದನ್ನು ಅಲ್ಲೇ ಆಗಲೇ ಹೊಸಕಿಹಾಕಲು ನೋಡುತ್ತಿದ್ದ, ಅದು ಸಾಧ್ಯವಾಗದೆ ಅವನು ಮರಳಿ ಅದನ್ನು ಎದೆಯ ಕಪಾಟಿನಲ್ಲಿ ಭದ್ರಪಡಿಸಲು ಹೆಣಗುತ್ತಿದ್ದ. ಒಂದೇ ಒಂದೇನೆಂದರೆ ಅದನ್ನು ಅವನು ದಿನದ ಇಪ್ಪತ್ನಾಲ್ಕು ಘಂಟೆಗಳೂ ಎಡೆಬಿಡದೆ ಮಾಡುವಂತಾಗುತ್ತಿತ್ತು. ಹೋಗಲಿ ಇದು ಇಷ್ಟಕ್ಕೇ

ಮುಗಿಯಿತೆ ಎಂದರೆ ಖಂಡಿತಾ ಇಲ್ಲ. ಅದೊಂದು ದಿನ ಅನಿರೀಕ್ಷಿತವಾಗಿ ಸುಧಾಕರ ಶೆಟ್ಟಿ ಸಪತ್ನೀಕನಾಗಿ ಮನೆಗೆ ಬಂದು, ಅದೇ ಗರ್ಭಿಣಿಯಾಗಿದ್ದ ರೇಣುವಿನ ಉಡಿತುಂಬಿ, ಇಬ್ಬರೂ ತನ್ನ ಹೋಮ್‌ಸ್ಟೇಗೆ ಬಂದು ಹೋಗಬೇಕೆಂದು ಆಹ್ವಾನಿಸಿದ್ದ. "ಎಲ್ಲ ನಿಮ್ಮದೇ, ಎಲ್ಲ ನಿಮ್ಮದೇ, ನೀವು ಬರಬೇಕು" ಎಂದು ಕೈ ಹಿಡಿದು ಕರೆದಿದ್ದ. ಅವನ ಹೆಂಡತಿ "ನನ್ನ ಒಡಹುಟ್ಟಿದವರಂತೆ ನೀವು. ದಯವಿಟ್ಟು ಬಂದು ಆಶೀರ್ವಾದ ಮಾಡಬೇಕು" ಅಂದಿದ್ದಳು. ಜಯರಾಮ ಇಲ್ಲವೆನ್ನಲಾಗದೇ ಹೋಗಿದ್ದ. ಬೇರೆ ದಾರಿಯಿಲ್ಲದೆ ಹೆಂಡತಿ ತುಂಬು ಗರ್ಭಿಣಿಯೆಂಬ ಒಂದು ನೆಪ ಒಡ್ಡಿ ಅವಳನ್ನು ಮನೆಯಲ್ಲೇ ಬಿಟ್ಟು ಯಾಜಿಯೊಡನೆ ಜಯರಾಮ ಮರಳಿ ಆ ಮನೆಗೆ ಹೋಗಿದ್ದ, ತಾನು ಹುಟ್ಟಿ ಬೆಳೆದು ದೊಡ್ಡವನಾಗಿ ಬದುಕು ಮಾಡಿದ ಅದೇ ಮನೆಗೆ. ಅದೇ ಮನೆ ಅದೇ ಅಂಗಳ. ತಾನು ಓಡಿಯಾಡಿ ಬೆಳೆದ ಅದೇ ಓಣಿ, ಹಟ್ಟಿಯಲ್ಲಿ ಹೆಗಲು ಚಾಚಿಕೊಂಡು ಬೆಳೆದು ನಿಂತಿದ್ದ ಸಂಪಿಗೆ ಹೂ ಮರ... ಜಯರಾಮನ ಕಂಗಳು ತುಂಬಿಬಂದಿದ್ದವು. ಇದೇ ಮರದ ಕೆಳಗಲ್ಲವೇ ಅಮ್ಮ ತನ್ನ ಹೊರೆಗೂದಲಿಗೆ ಸಂಪಿಗೆ ಎಣ್ಣೆ ಹಚ್ಚಿ ನಿಧಾನಕ್ಕೆ ಬಾಚಿ ಸಿಕ್ಕು ಬಿಡಿಸಿಕೊಳ್ಳುತ್ತಿದ್ದದ್ದು? ಅಮ್ಮನಿಗೆ ಸಂಪಿಗೆ ಹೂಗಳೆಂದರೆ ಅದೇನೋ ಪ್ರೀತಿ. ಅವಳ ದೇವರ ಪೂಜೆಯಲ್ಲಿ ಸಂಪಿಗೆ ಹೂವಿನ ಕಾಲದಲ್ಲಿ ತಾನೇ ಮರಹತ್ತಿ ಒಂದು ಹೂವೂ ಕೆಳಬೀಳಿಸದೆ ಜೋಪಾನ ಕಿತ್ತು ತರುತ್ತಿದ್ದ ನೆನಪಾಯಿತು ಜಯರಾಮನಿಗೆ. ಅವಳು ದೇವರ ಮೇಲಿನ ಹೂಗಳನ್ನು, ಕೆಳಗೆ ಬಿದ್ದ ಹೂಗಳನ್ನು ಯಾವನ್ನೂ ಬಿಸುಟುತ್ತಿರಲಿಲ್ಲ. ಹಾಗೇ ಒಣಗಿಸಿ ತೆಂಗಿನೆಣ್ಣೆಯೊಳಗೆ ಹಾಕಿ ಬಿಸಿಲಿನಲ್ಲಿಟ್ಟು ಕಾಯಿಸಿ, ಅದೇ ಎಣ್ಣೆಯನ್ನು ಬಳಸುತ್ತಿದ್ದಳು. ಸಂಪಿಗೆ ಹೂವಿನ ಕಾಲ ಮುಗಿದ ಮೇಲೂ ಅವಳ ಎಣ್ಣೆಯ ದೆಸೆಯಿಂದಾಗಿ ಅವಳ ಮೈಯಿಂದ ಹೂವಿನ ವಾಸನೆ ಹೊರಡುತ್ತಿತ್ತು. ಅದೂ ಸಾಲದೆಂಬಂತೆ ಅವಳು ದೇವರ ದೀಪದೆಣ್ಣೆಗೂ ಸಂಪಿಗೆ ಹೂಗಳನ್ನು ಬೆರೆಸಿ ದೀಪ ಉರಿಸಿದರೆ ಮಧುರ ಸುವಾಸನೆ ಮನೆಯಿಡೀ ತುಂಬುತ್ತಿತ್ತು. ಪ್ರತಿದಿನ ಸಂಜೆ ಇದೇ ಸಂಪಿಗೆ ಮರದ ಕೆಳಗೆ ಕುಳಿತು ಹೂವು ಕಟ್ಟಿ ಶಂಕರೀದೇವಿಯ ಗುಡಿಗೆ ಒಯ್ಯುತ್ತಿದ್ದಳು ಅಮ್ಮ. ಅವಳು ಸಾಯುವ ಮುನ್ನಾದಿನ ಕೂಡ ಇದೇ ಮರದ ಕೆಳಗೆ ಕುಳಿತು ಹೂಕಟ್ಟಿದ್ದಳು. ರೇಣುವಿನ ಜಡೆ ಬಾಚಿ ಹೆಣೆದು ಹೂಮುಡಿಸಿದ್ದಳು. ಕಡೆಗೆ ಅಮ್ಮ ಸತ್ತಮೇಲೆ ಇದೇ ಅಂಗಳದಲ್ಲಿ ಅವಳನ್ನು ಮಲಗಿಸಲಾಗಿತ್ತು. ಅವಳನ್ನು ಮೀಯಿಸಿ, ಅವಳ ಉದ್ದ ಜಡೆಯನ್ನು ಕೊನೆಯ ಬಾರಿಗೆ ಸಂಪಿಗೆ ಎಣ್ಣೆ ಹಾಕಿ ಬಾಚಿ ಅವಳ ಪುಟ್ಟ ದೇಹದ ಮೇಲೆ ಮಲಗಿಸಲಾಗಿತ್ತು. ಅಮ್ಮನ ಮುಚ್ಚಿದ್ದ ಕಂಗಳು, ಏನೋ ಹೇಳಲು ಹೊರಟು ಸುಮ್ಮನಾದವಳಂತೆ ಅರೆ ತೆರೆದಿದ್ದ ಬಾಯಿ, ಗಂಟಲ ಸೆರೆಯುಬ್ಬಿತ್ತೇನೋ ಎಂಬಂತೆ ಬಿಗಿದುಕೊಂಡಿದ್ದ ಗಂಟಲು, ಅಮ್ಮ ಮೌನ ಹೊದ್ದುಕೊಂಡ ಶೋಕತಪ್ತ ಹೂವಿನಂತೆ ಕಾಣುತ್ತಿದ್ದಳು. ಜಯರಾಮ ಆ ನೆನಪನ್ನು ಮನದಿಂದ ನೂಕಿ ತಳ್ಳಲೆತ್ನಿಸಿ ಸೋತ. ಅವನ ಕಾಲುಗಳು ನಿಂತಲ್ಲೇ ಭಾರ ಹೆಚ್ಚಿಸಿಕೊಂಡು ಕಿತ್ತಿಡಲಾರದಷ್ಟು ಮರಗಟ್ಟಿ ಹೋಗಿದ್ದವು. ತಾನು ಉಸಿರಾಡುತ್ತಿದ್ದೇನೆ ಹೊರತು ನನ್ನೊಳಗೀಗ ಜೀವವೇ ಇಲ್ಲವೆಂಬಂತಹ ಖಾಲಿ ಭಾವ ಅವನನ್ನು ಆವರಿಸಿಕೊಂಡಿತ್ತು. "ಬನ್ನಿ ಬನ್ನಿ ಒಳಗೆ, ನಿಮ್ಮದೇ ಮನೆ, ನಿಮ್ಮದೇ ಎಲ್ಲ" ಸುಧಾಕರಶೆಟ್ಟಿ ಎಷ್ಟು ವಿಶಾಲ ನಗುವಿನೊಂದಿಗೆ ಎಷ್ಟು ಹಾರ್ದಿಕವಾಗಿ ಸ್ವಾಗತಿಸಿದಾಗ ಆ ನಗುವನ್ನು ಹಿಂಬಾಲಿಸಿ ಮನೆಯೊಳಗೆ ಹೋದದ್ದು ತಾನಲ್ಲ ತನ್ನ ಪ್ರೇತವೆಂಬಂತೆ ಜಯರಾಮನಿಗೆ ಭಾಸವಾಗಿತ್ತು. ಅವನು ದೂರನಿಂತು

ಸುಧಾಕರ ಶೆಟ್ಟಿಯನ್ನು ಹಿಂಬಾಲಿಸುತ್ತಿರುವ ಪ್ರೇತವನ್ನು ಗಮನಿಸಿ ನೋಡತೊಡಗಿದ್ದ. ಪ್ರೇತ, ತನ್ನೆಲ್ಲ ಪ್ರೇತ ಕಳೆಯೊಂದಿಗೆ ಎಲ್ಲೋ ಗಾಳಿಯಲ್ಲಿ ಹೆಜ್ಜೆಗಳನ್ನಿಡುತ್ತ, ಪರವಶಕ್ಕೊಳಗಾದ ಹಾಗೆ ತೇಲುತ್ತ ಅವನ ಹಿಂದೆ ನಡೆದು ಛೇರಿನ ಮೇಲೆ ಕುಳಿತಿತ್ತು. ಪಕ್ಕದಲ್ಲಿ ಯಾಜಿ ನೀರಿಗೆ ಮುಳುಗಿಸಿ ಎತ್ತಿದ ಬೆಕ್ಕಿನ ಹಾಗೆ ಬಿಳಿಚಿಕೊಂಡು ಕುಳಿತಿದ್ದ. ಅವರ ಎದುರು ಬಗೆಬಗೆಯ ತಿಂಡಿ ಕಾಫಿಗಳ ಸತ್ಕಾರವಿಟ್ಟು ಸುಧಾಕರಶೆಟ್ಟಿ ಎಲ್ಲ ನಿಮ್ಮದೇ ಎಲ್ಲ ನಿಮ್ಮದೇ ಅನ್ನುತ್ತ ನಿಂತಿದ್ದ. ಆಗ ನೋಡಿತು ಪ್ರೇತ...! ಎದುರಿನ ಗೋಡೆಯಲ್ಲಿ ದೊಡ್ಡದಾಗಿ ಹಿಗ್ಗಿಸಿ ಇರಿಸಿದ್ದ ತನ್ನ ಅಪ್ಪ ಅಮ್ಮನ ಫೋಟೋ! ಕೆಳಗೆ ಗೂಡಿನಲ್ಲಿ ಉರಿಯುತ್ತಿದ್ದ ಮಂಗಲದೀಪ, ಫೋಟೋಗೆ ತೊಡಿಸಿದ್ದ ಸಂಪಿಗೆ ಎಸಳು ಬೆರೆತ ಮಲ್ಲಿಗೆ ಹಾರ, ಅದೆಲ್ಲಕ್ಕಿಂತ ಹೆಚ್ಚಾಗಿ ಕೆಳಗೆ ಸುಂದರ ಅಕ್ಷರಗಳಲ್ಲಿ ಬರೆದಿದ್ದ ಆ ಹೃದಯಸ್ಪರ್ಶಿ ಸಾಲುಗಳು "ಅಪ್ಪ ಅಮ್ಮನ ಆಶೀರ್ವಾದ..." ಅದನ್ನು ನೋಡಿದ್ದೇ ಪ್ರೇತ ಗಿರಗಿರನೆ ಸುತ್ತಿ, ತಲೆ ಚಚ್ಚಿಕೊಂಡು, ಚಿಟ್ಟನೆ ಚೀರಿ ಸಳಸಳನೆ ಹರಿದು ಹಾರಿ ರಿವ್ವನೆ ಜಯರಾಮನ ಹೃದಯದೊಳಕ್ಕೆ ನುಗ್ಗಿಬಿಟ್ಟಿತು. ಮೇಲಿಂದ ಎತ್ತಿಹಾಕಿದಂತೆ ಜಯರಾಮನಿಗೆ ಧಿಕ್ ಅನಿಸಿ ಅವನ ದೇಹ ನಡುಗಿತು. ಅದರ ಮರುಕ್ಷಣವೇ ತಾನು ಅಲ್ಲೇ ಮರಗಟ್ಟಿ ಶಿಲೆಯಾಗಿಬಿಟ್ಟಿದ್ದ. ಕಡೆಗೂ ಸುಧಾಕರಶೆಟ್ಟಿಯ ಆತಿಥ್ಯ ಮುಗಿಸಿ ಅದು ಹೇಗೆ ಅಲ್ಲಿಂದ ಎದ್ದು ಬಂದನೆಂಬುವುದನ್ನು ಖುದ್ದು ಜಯರಾಮನಿಂದಲೇ ಅರಿಯಲಾಗಲಿಲ್ಲ. ದಾರಿಯುದ್ದಕ್ಕೂ ಅವನು ಮೌನವಾಗಿ ದೇವರೊಡನೆ ಸಂಭಾಷಣೆಗಿಳಿದಿದ್ದ. ಅತೀವ ಆರ್ತಸ್ವರದಲ್ಲಿ ಅವನು ದೇವರಲ್ಲಿ ನ್ಯಾಯಯುತವಾದ ನಾನಾ ಪ್ರಶ್ನೆಗಳನ್ನು ಎತ್ತಿದ್ದ.

ಭಗವಂತ, ನನ್ನನ್ನು ಇಷ್ಟೊಂದು ಮೂಢನಾಗಿ ಮುಟ್ಠಾಳನನ್ನಾಗಿ ಮಾಡಿದ ಸದುದ್ದೇಶವೇನು ದೇವರೇ? ಇಂಥ ಸುಧಾಕರಶೆಟ್ಟಿಗಳಿಗೆ ನಾನು ಉಪಯೋಗಕ್ಕೆ ಬರಲಿ ಎಂದೆ? ಅಥವಾ... ನಿನ್ನ ಆಟದ ಬೊಂಬೆಗಳಲ್ಲಿ ಒಂದಷ್ಟು ಮುಟ್ಠಾಳ ಗೊಂಬೆಗಳೂ ಇರಬೇಕೆನ್ನುವುದು ನಿನ್ನ ನಿಯಮವೇ? ಸರಿ ಹಾಗೇ ಅಂದುಕೊಳ್ಳುವ, ಆದರೆ ಯಾಕೆ ಅದಕ್ಕೆ ನನ್ನನ್ನೇ ಆಯ್ದುಕೊಂಡೆ? ಈ ಶೆಟ್ಟಿಯನ್ನೇ ಆಯ್ದುಕೊಂಡಿದ್ದರೆ ಏನಾಗುತ್ತಿತ್ತು? ಅವನು ಕಾಲಕಾಲಕ್ಕೂ ಸುಖವಾಗಿರುವಂತೆಯೂ, ನನ್ನಂಥವನು ಹೀಗೆ ಬೇಯುತ್ತ ಸಾಯುತ್ತ ಬದುಕಬೇಕೆಂಬುವುದನ್ನೂ ನೀನು ಯಾವ ಮಾಪನವಿಟ್ಟು ಅಳೆದು ನಿರ್ಧರಿಸಿದೆ? ಈಗ ಈ ಹೊರಲಾರದ ಭಾರವನ್ನು ನಾನೊಬ್ಬನೇ ನಿರಂತರವಾಗಿ ಹೊತ್ತು ಸಾಗುತ್ತಿದ್ದೇನಲ್ಲ, ಅದನ್ನು ಸಂಭಾಳಿಸುವುದು ಎಷ್ಟು ಕಷ್ಟವೆಂದು ನಿನಗೆ ಗೊತ್ತಿದೆಯೆ? ನಿನಗೆ ಗೊತ್ತಿಲ್ಲದ್ದಲ್ಲ, ನೀನು ಹೃದಯವನ್ನು ನೋಡಬಲ್ಲವನು. ಆದರೆ ಇಂದಲ್ಲದಿದ್ದರೆ ಮತ್ತೆ ಎಂದಿಗಾದರೂ ಸಿಡಿಯಲು ಸಿದ್ಧವಿರುವ ಅಗ್ನಿಪರ್ವತವೊಂದು ನನ್ನೆದೆಯನ್ನು ಸುಡುತ್ತ ಕುಳಿತಿರುವುದು ಹೊರಗಿರುವ ಯಾರಿಗಾದರೂ ಗೊತ್ತಿದೆಯೇ? ನಾನು ನನ್ನೊಳಗೊಂದು ಅಶಾಂತ ಬಿರುಗಾಳಿಯನ್ನು ಬಂಧಿಸಿಟ್ಟಿದ್ದೇನೆಂದು ಗೊತ್ತಿದೆಯೆ? ಹೋಗಲಿ ಯಾರಿಗೆ ಏನು ಹೇಳಿ ಪೂರೈಸುವುದು? ಅಸಲು ಹೇಳಿ ಏನು ಸುಖ? ಎಲ್ಲರೂ ಅವರವರ ಪಾಲಿಗೆ ತಿಳಿದದ್ದು ಹೇಳುತ್ತಾರೆ. "ಜಯರಾಮ, ನೀ ಏನೇ ಹೇಳು ಮನೆ ಮಾರ್ಬಾರ್ದಾಗಿತ್ತು ಕಣೋ, ಈಗ ನೋಡು ನಿನ್ನ ಹೋಟೆಲ್ ಮುಚ್ಚಿಹೋಯ್ತು. ಶೆಟ್ಟಿ ಹೋಟೆಲ್ ಶುರುವಾಯ್ತು. ಸ್ವಲ್ಪಾದ್ರೂ ಬುದ್ಧಿ ಬೇಡ? ನೀನು ಸುಮ್ನೆ ಗುತ್ತಿಗೆಗೆ ಕೊಡ್ಬೇಕಿತ್ತಾ ಮಡೆಯ." ಜಯರಾಮ ಇದನ್ನೆಲ್ಲ

ಕೇಳಿಯೂ ಕೇಳದಂತೆ ಸುಮ್ಮನಿರಲು ತುಂಬ ಕಷ್ಟ ಪಡುತ್ತಿದ್ದ. "ಇಂಥ ಉಪದೇಶಗಳನ್ನೆಲ್ಲ ಕೊಡುತ್ತಿರುವ ನೀವು ನಾನು ಮನೆ ಮಾರುವ ಹೊತ್ತಿಗೆ ಎಲ್ಲಿ ಸತ್ತಿದ್ದಿರೋ" ಎಂದು ಅವರ ಮುಖಕ್ಕೆ ಹೊಡೆಯುವಂತೆ ಕೇಳಬೇಕೆಂದು ಅವನಿಗೆ ಬಾಯಿ ರಪರಪ ಅನ್ನುತ್ತಿತ್ತು. ಅವನು ಅವಡುಗಚ್ಚಿ ಅದನ್ನು ನುಂಗುತ್ತಿದ್ದ. ಹೋಗಲಿ ಇದನ್ನೆಲ್ಲ ಕೇಳಿಯೂ ನನ್ನ ಕಿವಿಗೇಕೆ ಬೆಂಕಿಬಿದ್ದು ನಾನು ಕಿವುಡನಾಗಲಿಲ್ಲ ಎಂದು ಸಹ ಅವನು ಆಲೋಚಿಸುವುದಿತ್ತು. ಏನು ಹೇಳಿದ ಆ ಶೆಟ್ಟಿ "ದೊಡ್ಡವರು ಹಿರಿಯರು ನಮಗೆ ಮಕ್ಕಳಿಗೆ ದಾರಿ ಮಾಡಿಕೊಡಬೇಕು, ಆಗಲೇ ಅವರು ಹಿರಿಯರು ಅನಿಸಿಕೊಳ್ಳೋದು. ಅವ್ರು ಅವ್ರ ಪಾಲಿನ ಬದುಕನ್ನ ಮುಕ್ಕಾಲುವಾಸಿ ಬದುಕಿ ಮುಗಿಸಿದ್ದಾರೆ, ಅವರಿಗೆ ಸರಿಕಂಡಂತೆ. ಈಗ ನಮ್ಮ ಸರದಿ. ನಮಗೆ ಇರೋದು ಒಂದೇ ಬದುಕು, ಇದ್ರಲ್ಲಿ ಖುಷಿಯಾಗಿ ಬದುಕಿ ಮುಗಿಸಿದರೆ ಮುಗೀತು. ಇಷ್ಟೇ ಸಿಗೋದು ನಮ್ಮ ಪಾಲಿಗೆ. ಇದೇ ನಿಜ. ಇದೊಂದೇ ನಮ್ಮ ಪಾಲಿಗೆ ಈ ಜನ್ಮದಲ್ಲಿ ಒದಗಿರುವಂಥದ್ದು, ಇದರಾಚೆಗೆ ಮುಂದೆ ಏನು ಅನ್ನುವುದು ನಾವು ಕಾಣದ ಒಂದು, ಅದನ್ನ ನಂಬಿಕೊಂಡು ಕೂರುವುದುಂಟಾ? ಇದ್ರಲ್ಲಿ ಈ ಸಿಕ್ಕಿರೋ ಬದುಕಲ್ಲಿ ನಮ್ಮ ದಾರಿ ನಾವೇ ಹುಡುಕ್ಕೋಬೇಕು ಜಯ್ರಾಮ, ಒಂದ್ವೇಳೆ ಯಾರಾದ್ರೂ ನಮ್ಮ ಸುಖ ಸಂತೋಷದ ದಾರಿಗೆ ಅಡ್ಡ ನಿಂತಿದಾರಾ, ನಾವು ಹುಷಾರಾಗಿ ಅವರನ್ನ ಸರಿಸಿ ದಾರಿ ಮಾಡಿಕೋಬೇಕು, ಆಪತ್ತಿಗೆ ಪಾಪವಿಲ್ಲ ಅಲ್ವಾ?" ಭಗವಂತ! ಹೀಗೆ ಹೇಳಿದ ಅದೇ ಸುಧಾಕರಶೆಟ್ಟಿ ಇವತ್ತು ನನ್ನದೇ ಅಪ್ಪ ಅಮ್ಮನ ಫೋಟೋ ಹಾಕಿಕೊಂಡು ಹಿರಿಯರ ಆಶೀರ್ವಾದ ಅನ್ನುತ್ತಿದ್ದಾನೆ. ಅದೇ ನಾನು!? ಹುಟ್ಟಿದಾಗಿನಿಂದ ತೊಡಗಿ, ಮದುವೆಯಾದ ಮೇಲೂ ಅಮ್ಮನ ಸೆರಗಿನಲ್ಲೇ ಕೈ ಬಾಯಿ ಒರೆಸುತ್ತ ಬಂದವನು ಕಡೆಗೆ ಎಂಥಾ ದಾರಿಯನ್ನ ಆಯ್ದುಕೊಂಡೆ, ಇದಕ್ಕೆ ಕ್ಷಮೆಯುಂಟೆ ದೇವರೆ ಎಂದಿಗಾದರೂ? ಜಯರಾಮ ತನ್ನೊಳಗೇ ಅಳುತ್ತಿದ್ದ. ಯಾವುದನ್ನು ಪಡೆಯಲು ಎಲ್ಲವನ್ನೂ ತುಳಿದುಹಾಕಿ ಓಡಿದನೋ ಕಡೆಗೆ ಅದು ಅಷ್ಟೊಂದು ಮೌಲ್ಯವುಳ್ಳದ್ದೇ ಅಲ್ಲವೆಂದು ಸ್ಪಷ್ಟವಾಗಿ ಅನಿಸಿಬಿಟ್ಟಾಗ ಆ ಯಾಮಾರುವಿಕೆಯನ್ನು ಹೇಗೆ ಸ್ವೀಕರಿಸಬೇಕು? ತನ್ನದೇ ಮೌಢ್ಯವನ್ನು ಹೇಗೆ ಮನ್ನಿಸಬೇಕು? ಬರಿಯ ಮೌಢ್ಯವಾದರೆ ಮನ್ನಿಸಬಹುದೋ ಏನೋ, ಅದಕ್ಕೆ ಮೋಹವೊಂದರ ಲೇಪವಿತ್ತೆಂಬುದನ್ನು ಹೇಗೆ ನಿರಾಕರಿಸದೇ ಇರಬೇಕು? ಸಾಲದ್ದಕ್ಕೆ ಇದೆಲ್ಲವನ್ನೂ ಎಲ್ಲರಿಂದಲೂ ಮುಚ್ಚಿಟ್ಟು ಮೇಲೆ ನಗುವಿನ ತೆರೆಯೆಳೆದು ಹೇಗೆ ನಟಿಸಬೇಕು? ಹಾಗೆ ನಟಿಸಿದರೂ ಒಳಗೆ ಎಡೆಬಿಡದೆ ಕುದಿವ ದಾವಾನಲವನ್ನು ಹೇಗೆ ಸಹಿಸಬೇಕು? ಎಲ್ಲೋ ಇರಬಹುದು ಯಾರೋ ಒಬ್ಬಿಬ್ಬರು ಮಹಾನುಭಾವರು, ಏನೇ ಮಾಡಿದರೂ ದಕ್ಕಿಸಿಕೊಳ್ಳಬಲ್ಲವರು. ಆದರೆ ಒಬ್ಬ ಸಾಧಾರಣ ಸಾಮಾನ್ಯ ಮನುಷ್ಯನಿಗೆ ಇದು ಸಾಧ್ಯವಿಲ್ಲ, ಅದರಲ್ಲೂ ಜಯರಾಮನಂಥ ಜಯರಾಮನಿಗೆ ಅದು ಎಂದಿಗೂ ಸಾಧ್ಯವಿಲ್ಲ.

ಅಂದಿನ ಆ ದಿನವನ್ನು ಜಯರಾಮ ಎಂದಿಗೂ ಮರೆಯಲಾರ. ರಾತ್ರಿ ಊಟಕ್ಕೆ ಕುಳಿತಾಗ ಅಮ್ಮ ಪಾಯಸ ಬಡಿಸಿದ್ದಳು. ಕುಂಬಳಕಾಯಿಯ ಪಾಯಸ, ಕುಂಬಳಕಾಯಿ ಹದವಾಗಿ ಬೆಂದು ಬೆಣ್ಣೆಯಂತೆ ಕರಗಿತ್ತು. ಒಂದಿಷ್ಟೂ ಅಳತೆ ಮೀರದ ಸಿಹಿ, ನಾಲಿಗೆಗೆ ಹಿತವಾಗುವಷ್ಟು ತೂಕದ ತುಪ್ಪ. ಅಮ್ಮನ ಪಾಯಸಕ್ಕೆ ಅದೆಷ್ಟು ರುಚಿಯಿತ್ತು. ಅಷ್ಟಾದರೂ ಅದು ಗಂಟಲಲ್ಲಿ ಇಳಿಯದೆ ಮುಷ್ಕರ ಹೂಡುತ್ತಿತ್ತು. "ಯಾಕೋ ಜಯ್ರಾಮ, ಮುಖ ಸಪ್ಪಗಿದೆ. ಸರಿಯಾಗಿ

ಊಟ ಮಾಡೋ, ಎಲ್ಲ ಚಿಂತೆ ಬಿಟ್ಟುಬಿಡೋ, ನಮಗೆ ದೇವ್ರು ಎಲ್ಲ ಕೊಟ್ಟಿದ್ದಾನೆ. ಅಳ್ಳಿ ಅಳ್ಳಿ ಕೊಟ್ಟಿದ್ದಾನೆ, ನೆಮ್ಮದಿಯಾಗಿ ಬದುಕು ಮಾಡೋ..." ಎಂದು ಅಕ್ಕರೆಯಿಂದ ಹೇಳಿದ್ದಳು. ಅವನಿಷ್ಟದ ಪಾಯಸವನ್ನು ಇನ್ನಷ್ಟು ತಿನ್ನು, ಇನ್ನಷ್ಟು ತಿನ್ನು ಎಂದು ಜುಲುಮೆ ಮಾಡಿ ಬಡಿಸಿದ್ದಳು. ನಂತರ ಸೊಸೆಯೊಂದಿಗೆ ಸೇರಿ ಮನೆಯ ಕಸ, ಮುಸುರೆ ಮಾಡಿ, ಹಿತ್ತಲಿಗೆ ಹೋಗಿ ಒಮ್ಮೆ ಕೊಟ್ಟಿಗೆಯಲ್ಲಿ ಹಸುಕರು ಸ್ವಸ್ಥವೇ ಎಂದು ನೋಡಿ, ಕೋಳಿಗೂಡಿನ ಬಾಗಿಲು ಭದ್ರವಾಗಿದೆಯೇ ಎಂದು ಪರಿಶೀಲಿಸಿ, ನಾಯಿಯನ್ನು ಕರೆದು "ಎಚ್ಚರ ಇದೀಯೇನೋ ಭದ್ರ?" ಎಂದು ಕುಶಾಲು ಮಾಡಿ, ಅಡುಗೆ ಮನೆಯಲ್ಲಿ ಹಾಲು, ಮೊಸರು ಸರಿಯಾಗಿ ಮುಚ್ಚಿಟ್ಟಿದೆಯೇ ಎಂದು ಮತ್ತೊಮ್ಮೆ ನೋಡಿ, ನಡುಮನೆಯ ದೀಪಕ್ಕೆ ಮತ್ತೆ ಎಣ್ಣೆ ಎರೆದು, ಬತ್ತಿ ಸಣ್ಣದು ಮಾಡಿ ತನ್ನ ಕೋಣೆಗೆ ಮಲಗಲು ಹೋಗಿದ್ದಳು.

ಅವಳ ಕೋಣೆ ಪೂರ್ವಕ್ಕಿತ್ತು. ಮಂಚದ ಬಲಕ್ಕೆ ಒಂದು ಪುಟ್ಟ ಸ್ಟೂಲಿನ ಮೇಲೆ ಸದಾ ಒಂದು ತಂಬಿಗೆ ನೀರು, ಎರಡು ಬಾಳೆ ಹಣ್ಣು, ದೇವರನಾಮದ ಪುಸ್ತಕ. ಮಂಚದ ಇನ್ನೊಂದು ಬದಿಗೆ, ತೀರ ಕಿಟಕಿಯ ಬಳಿಯಲ್ಲಿ ಅಪ್ಪ ಕೂರಲು ಬಳಸುತ್ತಿದ್ದ ಒಂದು ಹಳೆಯ ಕಾಲದ ಬೆತ್ತದ ಕುರ್ಚಿ. ಅದರ ಕಾಲಿನ ಬಳಿ ಒಂದು ಮಣೆ. ಹಿಂದೆಲ್ಲ ಅಪ್ಪ ಸುಸ್ತಾಗಿ ಬಂದು ಅಲ್ಲಿ ಕುಳಿತರೆ ಅಮ್ಮ ಮಣೆಯ ಮೇಲೆ ಕುಳಿತು ಅಪ್ಪನ ಕಾಲು ಒತ್ತುತ್ತಿರುತ್ತಿದ್ದಳು. ಈಗಲೂ ಎಂದಾದರೂ ಅವಳ ಮನಸಿಗೆ ಆಯಾಸವೆನಿಸಿದಾಗ ಅವಳು ಆ ಮಣೆಯ ಮೇಲೆ ಕುಳಿತು ಕುರ್ಚಿಯ ಮಡಿಲಿಗೆ ತಲೆಯಾನಿಸುತ್ತಿದ್ದಳು. ಆಗೆಲ್ಲ ಜಯರಾಮನಾಗಲೀ, ರೇಣುವಾಗಲೀ ಅಮ್ಮನಿಗೆ ಕೊಂಚವೂ ತೊಂದರೆ ಮಾಡಲು ಹೋಗುತ್ತಿರಲಿಲ್ಲ. ಆದರೆ ಮೊದಲೆಲ್ಲ ಎಂದಾದರೊಮ್ಮೆ ಕಾಣಸಿಗುತ್ತಿದ್ದ ಈ ದೃಶ್ಯ ಜಯರಾಮ ಮನೆ ಮಾರುವ ಸುದ್ದಿ ಎತ್ತಿದಾಗಿಲಿನಿಂದ ಹೆಚ್ಚಾಗಿ, ಕಡೆಗೆ ನಿತ್ಯದ ಪರಿಪಾಠವಾಗಿಬಿಟ್ಟಿತ್ತು. ಅಮ್ಮ ಕೆಲಸ ಮುಗಿಸಿ ತನ್ನ ಕೋಣೆಗೆ ಹೋದದ್ದೇ ಮೊದಲ ಕೆಲಸವಾಗಿ ಮಣೆಯ ಮೇಲೆ ಕುಳಿತು ಕುರ್ಚಿಗೆ ತಲೆಯಾನಿಸುವುದನ್ನು ರೇಣು ಕಂಡು ಜಯರಾಮನಲ್ಲಿ ಹೇಳಿಕೊಂಡಿದ್ದಳು. ಅದನ್ನು ಕೇಳಿ ಅವನಿಗೆ ವಿಪರೀತ ಕಸಿವಿಸಿಯಾಗಿತ್ತು. ಅಮ್ಮ ಹೀಗೆಲ್ಲ ಮಾಡಿ ತನ್ನನ್ನು ಸಂಕಟದಲ್ಲಿ ಸಿಲುಕಿಸುವ ಪ್ರಯತ್ನ ಮಾಡುತ್ತಿದ್ದಾಳೆ ಅನಿಸಿ ಅವನಿಗೆ ರೇಗಿತ್ತು. ಆ ಕ್ಷಣದಲ್ಲಿ ಅಮ್ಮ ಪರಮ ಸ್ವಾರ್ಥಿಯಂತೆ ಕಂಡಿದ್ದಳು.

ಅಂದು ಹಾಗೆಯೇ ಊಟಮುಗಿಸಿ ತಾನು ರೂಮಿಗೆ ಬಂದು ಮಲಗಿದ ಜಯರಾಮನ ಮನಸು ಎಂದಿಗಿಂತಲೂ ಅಸ್ವಸ್ಥವಾಗಿತ್ತು. ರೇಣು ಸೆರಗಿಗೆ ಕೈಗೆ ಒರೆಸಿಕೊಳ್ಳುತ್ತ, ಹದವಾಗಿ ಕಾಯಿಸಿ, ಜೇನುತುಪ್ಪ ಬೆರೆಸಿದ ಹಾಲು ತಂದಾಗ ಜಯರಾಮ ಗೋಡೆಗೆ ಒರಗಿ ಎಲ್ಲೋ ಶೂನ್ಯವನ್ನು ನೋಡುತ್ತ ಕುಳಿತಿದ್ದ. ಸಾಮಾನ್ಯವಾಗಿ ರೇಣು ಕೆಲಸ ಮುಗಿಸಿ ಕೋಣೆಗೆ ಬರುವಷ್ಟರಲ್ಲಿ ಜಯರಾಮ ಸಣ್ಣಗೆ ತೂಕಡಿಸುತ್ತಿರುತ್ತಿದ್ದ. ಆದರೆ ಈಗ್ಗೆ ಕೆಲದಿನಗಳ ಹಿಂದೆ ಅವನ ನಿದ್ರೆ ಹಾರಿ ಹೋಗಿತ್ತು. ಅದರಲ್ಲೂ ಅಂದಿನ ಆ ದಿನ ಸುಧಾಕರಶೆಟ್ಟಿಯೊಡನೆ ಮಾತಾಡಿ ಬಂದದ್ದೇ ಅವನ ತಲೆಯಲ್ಲಿ ನಾನಾ ತರದ ಯೋಚನೆಗಳು ಧಿಮಿಕಿಟ ಅನ್ನುತ್ತಿದ್ದವು. ರೇಣು ಬಂದವಳು ಟೀಪಾಯ್ ಮೇಲೆ ಹಾಲಿನ ಲೋಟವಿಟ್ಟು, ಸೀರೆ ಸಡಿಲ ಮಾಡಿ ನೆಲುವಿಗೆ ಹಾಕಿ, ಒಳಲಂಗ ಮತ್ತು ಬ್ಲೌಸಿನಲ್ಲಿ ಅವನ ಪಕ್ಕ ಮಲಗಿದ್ದಳು.

ಎಂದಿನಂತಾದರೆ ಅವಳ ಬೆನ್ನಿನ ಮೇಲೆ ಅವನ ಕೈಯಾಡಬೇಕು. ಅದು ಹೇಗೆ ಆಡುತ್ತದೆ ಎಂಬುದರ ಮೇಲೆಯೇ ಅವಳಿಗೆ ಇವತ್ತು ಅವನು ಸುಸ್ತಾಗಿದ್ದಾನಾ, ಆಸೆಗೊಂಡಿದ್ದಾನಾ, ನಿದ್ದೆ ತೂಗುತ್ತಿದ್ದಾನಾ ಎಂಬುವುದು ತಿಳಿದು ಹೋಗುತ್ತಿತ್ತು. ಆದರೆ ಅಂದು ಅವನ ಕೈಗಳು ಸ್ತಬ್ಧವಾಗಿದ್ದವು. ಯಾವುದೋ ಆಳವಾದ ಚಿಂತನೆಯಲ್ಲಿ ಅವನು ಕಳೆದುಹೋದಂತೆ ಅವಳಿಗೆ ಭಾಸವಾಗಿತ್ತು. "ಯಾಕೆ ಇಷ್ಟು ಮನಸಿಗೆ ಹಚ್ಚಿಕೊಳ್ತೀರಿ. ಈಗ ನಮಗೆ ಏನು ಕಡಿಮೆಯಾಗಿದೆ ಅಂತ? ಎಲ್ಲ ಆ ಯಾಜಿಗೆ ಹೇಳಬೇಕು, ಮನಸಿನಲ್ಲಿ ಸಲ್ಲದ ಆಸೆ ತುಂಬಿ ನಿಮ್ಮ ನೆಮ್ಮದಿ ಕೆಡಿಸಿದ. ಗಪ್ಪ ಮಲಗಿ ಈಗ. ಇದಕ್ಕಿಂತ ಹೆಚ್ಚೇನೂ ನಮಗೆ ಬೇಡ" ಎಂದು ಎದ್ದು ಕುಳಿತು ಅವನ ಕಾಲೊತ್ತಲು ತೊಡಗಿದ್ದಳು. ಜಯರಾಮ ಮಾತಾಡಿರಲಿಲ್ಲ. ಎಷ್ಟೋ ಹೊತ್ತಿನ ಬಳಿಕ "ನೀನು ಮಲಗು" ಎಂದು ಹೇಳಿ ಮೌನವಾಗಿ ಕಣ್ಣು ಮುಚ್ಚಿಕೊಂಡಿದ್ದ. ಆದರೆ ಆ ನಡುರಾತ್ರಿಯ ಮೌನ ಬಿರುಗಾಳಿಯೊಂದರ ಆರಂಭದ ಮೊದಲ ಜಾಮದ ಹಾಗೆ ಒಟ್ಟೊ ಹುಸಿಯಾಗಿತ್ತು. ಅದರಂತೆಯೇ, ಇನ್ನೇನು ಬೆಳಕು ಹರಿಯುವ ಹೊತ್ತಿಗೆ ಜಯರಾಮ ಧಿಗ್ಗನೆದ್ದಿದ್ದ. "ಜಾರುತ್ತಿರುವ ವಯಸ್ಸು ಓಡುತ್ತಿರುವ ಕಾಲ, ಮುಗಿಯುತ್ತಿರುವ ಬದುಕು. ಇಂಥ ಸಮಯದಲ್ಲೂ ಜಾಗೃತನಾಗದಿದ್ದರೆ ಆಮೇಲೆ ಪೋಕಾಲಕ್ಕೆ ಏನು ಸಿಕ್ಕಿ ಏನು ಫಲ? ಆಯಾಯ ವಯಸ್ಸಿನಲ್ಲಿ ಅಂಥಂಥದು ಸಿಕ್ಕಿದರೆ ಅನುಭವಿಸುವುದಕ್ಕೂ ಒಂದು ಇದು ಇರುತ್ತದೆ" ಸುಧಾಕರಶೆಟ್ಟಿಯ ಅನುಭವದ ಮಾತುಗಳು ಅವನ ಒಳಗಿವಿಯಲ್ಲಿ ಮರುಕಳಿಸಿದವು. ಎದೆಯನ್ನು ತಬ್ಬಿಕೊಂಡಿದ್ದ ರೇಣುವಿನ ಕೈಗಳನ್ನು ಸರಿಸಿ, ಒಂದೇ ನಡೆಯಲ್ಲಿ ಸೀದ ಅಮ್ಮನ ಕೋಣೆಗೆ ಹೋಗಿ ನಿಂತಿದ್ದ. ಹೋಗಿ ಒಂದೇ ಅಮುಕು! ಅಪ್ಪನ ಈಸಿಚೇರಿನ ಮೇಲಿದ್ದ ತಲೆದಿಂಬನ್ನೆತ್ತಿ ಅಮ್ಮನ ಮುಖಕ್ಕೆ ಇಟ್ಟು ಅಮುಕಿದನೋ ಇಲ್ಲವೋ, ಅಮ್ಮ ಕೊಸರಿಕೊಂಡು ಕಣ್ಣು ಬಿಟ್ಟು "ಜಯರಾಮ ಜಯರಾಮ" ಅಂದಿದ್ದಳು. ಅದೇ ಆಗಿನ್ನೂ ತೆಳ್ಳಗೆ ಸೂರ್ಯನ ಬೆಳಕು ಹಾದು ಬರುತ್ತಿತ್ತು. ಅಮ್ಮ ತನ್ನನ್ನು ಕಂಡಳೋ ಇಲ್ಲವೋ, ಅವಳ ಕಣ್ಣು ಬಿಟ್ಟದ್ದು ಬಿಟ್ಟಂತೆ ಹಾಗೇ ನಿಂತುಕೊಂಡುಬಿಟ್ಟಿತ್ತು. ತೆರೆದ ತುಟಿ ಹಾಗೇ ಮಾತು ನುಂಗಿ ಸ್ತಬ್ಧವಾಗಿಬಿಟ್ಟಿತ್ತು. ಜಯರಾಮ ಗಾಬರಿಯಿಂದ ಅಮ್ಮನ ಮುಖವನ್ನು ಅದೆಷ್ಟು ಬಾರಿ ಅಮುಕಿದನೋ! ಬೆವರು ಕಿತ್ತು ಹರಿದು, ಎದೆ ಬಡಿತ ತಮಟೆಯಂತಾಗಿ ಎಷ್ಟೋ ಹೊತ್ತಿನ ಬಳಿಕ ಅವನು ದಿಂಬಿನಿಂದ ಕೈ ಎತ್ತಿ ಹೊರಗೆ ನೋಡಿದ್ದ. ಹಾಗೆ ನೋಡಿದಾಗ, ಅಷ್ಟೊ ಹೊತ್ತು ಅದೆಲ್ಲವನ್ನೂ ಬಿಟ್ಟಗಣ್ಣಿನಿಂದ ನೋಡುತ್ತಿದ್ದ ಕಾಗೆಯೊಂದು ಇವನ ಕಣ್ಣು ಕೂಡಿದ್ದೇ ಅನಿಷ್ಟವೊಂದನ್ನು ಕಂಡ ಹಾಗೆ ಪುರ್ರನೆ ಹಾರಿ ಹೋಗಿತ್ತು. ಜಯರಾಮ ಶಿಲೆಯಾಗಿದ್ದ. ಅದು ಹಾಗೆ ಹಾರುವಾಗ, ಅದು ಕುಳಿತಿದ್ದ ಟೊಂಗೆ ಒಮ್ಮೆ ಕೆಳಕ್ಕೆ ಜಗ್ಗಿದಂತೆ ಬಾಗಿ ಮತ್ತೆ ಮೇಲೆ ಚಲಿಸಿ, ಮತ್ತೊಮ್ಮೆ ಕೆಳ ತೂಗಿ, ಆಮೇಲೆ ಸ್ಥಿರವಾಗಿ ನಿಂತುಕೊಂಡಿತ್ತು. ಅದು ಮಾತ್ರವಲ್ಲ, ಸುತ್ತಲಿನ ಇಡೀ ಪರಿಸರದಲ್ಲಿ ಹಠಾತ್ತನೆ ಒಂದು ಸ್ತಬ್ಧತೆ ಏರ್ಪಟ್ಟು ಅಲ್ಲಿ ಆವರೆಗೂ ಜೀವಂತವಿದ್ದ ಅಷ್ಟೂ ಚಲನೆ ಒಟ್ಟಾಗಿ ಜಮೆಗೊಂಡು ಜಯರಾಮನ ಎದೆಯೊಳಗೆ ನುಗ್ಗಿ ಅಲ್ಲೇ ಶಾಶ್ವತವಾಗಿ ಸ್ಥಿರಗೊಂಡು ನಿಂತುಬಿಟ್ಟಿತ್ತು. ಅದು ಮೌನವಾಗಿದ್ದಾಗ ಹಿಮದಂತೆ ಕೊರೆದರೆ, ಎದ್ದು ಸದ್ದು ಮಾಡತೊಡಗಿದರೆ ಬಿರುಗಾಳಿಯ ವೇಗ ಪಡೆಯುತ್ತಿತ್ತು. ಒಮ್ಮೆ ಅಗ್ನಿಪರ್ವತದಂತೆ ಕಂಡರೆ ಮತ್ತೊಮ್ಮೆ ಕಡಲ ಹೆದ್ದೆರೆಗಳಂತೆ ಮೊರೆಯುವ ಆ ಭಾವವನ್ನು ಇಂಥದ್ದೇ ಪ್ರಕಾರವೆಂದು ಜಯರಾಮ ಎಂದಿಗೂ ಅರ್ಥೈಸಲಾರದೇ ಹೋಗಿದ್ದ. ಅಮ್ಮನ

ಸಾವಿನೊಂದಿಗೆ ಅವನು ಹಗಲಿನ ಗೆಲುವನ್ನೂ, ನೆಮ್ಮದಿಯ ನಿದ್ರೆಯನ್ನೂ ಒಟ್ಟಿಗೇ ಕಳೆದುಕೊಂಡಿದ್ದ. ಆಮೇಲಿನಿಂದ ಅವನು ರಾತ್ರಿ ಮಲಗಿರುವಾಗ ಯಾರೋ ಬಂದು ಎದೆಯ ಮೇಲೆ ಕುಳಿತು ಕತ್ತು ಹಿಸುಕುತ್ತಿರುವ ಹಾಗೆ ಕನಸಾಗುತ್ತಿತ್ತು. ಒಮ್ಮೊಮ್ಮೆ ಅಮ್ಮ ಬಂದು ಮೆಲುವಾಗಿ ತಟ್ಟಿ ಎಬ್ಬಿಸಿ "ಜಯರಾಮ, ಯಾರೋ ನನ್ನನ್ನು ಕೊಲ್ಲುತ್ತಿದ್ದಾರೆ ಬಂದು ನೋಡೋ" ಎಂದು ಗೋಗರೆಯುವಂತೆ ಕಾಣುತ್ತಿತ್ತು. ಒಮ್ಮೊಮ್ಮೆ ತಾನು ಎಲ್ಲೋ ಗುರ್ತಿಲ್ಲದ ಬಯಲಿನಲ್ಲಿ ದಾರಿ ತಪ್ಪಿ ಅಲೆಯುತ್ತಿರುವಂತೆ, ಯಾರೋ ತನ್ನನ್ನು ಅಟ್ಟಿಸಿಕೊಂಡು ಬರುತ್ತಿರುವಂತೆ, ಎಷ್ಟು ದಮ್ಮು ಕಟ್ಟಿಕೊಂಡು ಓಡಿದರೂ ತನ್ನ ನತದೃಷ್ಟ ಕಾಲುಗಳಿಂದ ಓಡಲಾಗದೇ ಹೋಗುತ್ತಿರುವಂತೆ, ತಾನು ಅಷ್ಟು ಜೋರಾಗಿ ಕಾಪಾಡಿ ಎಂದು ಕಿರುಚುತ್ತಿದ್ದರೂ ತನ್ನ ದನಿ ಹೊರಬಾರದಂತೆ...! ಜಯರಾಮ ನಿದ್ರೆಯಲಿ ಬೆಚ್ಚುತ್ತ ಬೆವರುತ್ತ, ಉಸಿರು ಹಿಡಿದುಕೊಂಡು ಕಣ್ತೆರೆಯುತ್ತಿದ್ದ. ಆಮೇಲಿನಿಂದ ಅವನಿಗೆ ನಿದ್ರೆ ಹತ್ತುವುದೇ ಒಂದು ದೊಡ್ಡ ಸವಾಲಾಗಿಬಿಡುತ್ತಿತ್ತು. ಕಣ್ಮುಚ್ಚಿದರೆ ಅಮ್ಮ ನುಸುಳಿಬರುತ್ತಿದ್ದಳು. ಕಣ್ತೆರೆದು ತಾರಸಿ ನೋಡುತ್ತ ಮಲಗಿರುವಾಗಲೂ ಅಮ್ಮ ನೆನಪಿಗೆ ಬರುತ್ತಿದ್ದಳು. ಅಮ್ಮನೆಂದರೆ ಅಮ್ಮ ಮಾತ್ರವಲ್ಲ, ಬಾಲ್ಯಕಾಲದಲ್ಲಿ ತಾನು ಶಂಕರೀನದಿಯಲ್ಲಿ ಈಜುತ್ತಿದ್ದದ್ದು, ಬೆಟ್ಟದ ಗುಡಿಯಲ್ಲಿ ಸುಮ್ಮನೆ ತಪಸ್ಸಿಗೆ ಕೂರುತ್ತಿದ್ದದ್ದು, ಮನೆಯ ಬದಿಗೇ ಬೆಟ್ಟದಿಂದ ಧುಮುಕುತ್ತಿದ್ದ ಝರಿಯಲ್ಲಿ ಮೀಯುತ್ತಿದ್ದದ್ದು, ಎತ್ತರವಾದ ಮೇಲೆ ದಿನಾ ಅಮ್ಮನ ಹೆಗಲಿಗೆ ಹೆಗಲು ಮುಟ್ಟುತ್ತಾ ಎಂದು ಅಳತೆ ನೋಡಿದ್ದು, ಹಾಗೆ ಒಂದು ದಿನ ಅಮ್ಮನಿಗಿಂತ ಎತ್ತರವಾಗಿದ್ದೇನೆ ಅನಿಸಿದಾಗ ಹೇಗೆ ಕುಣಿದು ಕುಪ್ಪಳಿಸಿದ್ದು, ಅಂಥಾ ತಾನು ಬೆಳೆಯುತ್ತ ಬೆಳೆಯುತ್ತ ನಿಜಕ್ಕೂ ದೊಡ್ಡವನಾದ ಮೇಲೆ ಹೇಗೆ ತನ್ನ ಕಣ್ಣಿನಲ್ಲೇ ಸಣ್ಣವನಾಗಿಬಿಟ್ಟದ್ದು– ಈ ಬಾಲ್ಯದ ನೆನಪುಗಳು ಯಾಕಾದರೂ ಬಂದು ನನ್ನನ್ನು ಕಾಡುತ್ತವೋ! ಭಗವಂತ ಬಹುಶಃ ನನ್ನನ್ನು ಜೀವಂತ ಶೂಲಕ್ಕೇರಿಸಲೇ ಇರಬೇಕು. ಹೇಗಿದ್ದ ಬದುಕು ಹೇಗಾಗಿಬಿಟ್ಟಿತು! ಅದು ಮಾತ್ರವಲ್ಲ. ಇವತ್ತಿನ ತನಕವೂ ಅಮ್ಮ ತಾನು ಉಸಿರುಗಟ್ಟಿಸಿದ್ದರಿಂದ ಸತ್ತಳು ಎಂದು ಅವನಿಗೆ ಅನಿಸುತ್ತಿರಲಿಲ್ಲ. ಬಹುಶಃ ಅವಳು ನಾನು ಕೊಲ್ಲುವ ಮೊದಲೇ ಸತ್ತು ಹೋಗಿದ್ದಳು. ಅಮ್ಮ ಕಡೆಘಳಿಗೆಯಲ್ಲಿ ತನ್ನನ್ನೇ ಕೂಗಿದ್ದಳು. ಆದರೆ ತನ್ನನ್ನು ಕಂಡೊಡನೇ ಅವಳ ತುಟಿಗಳು ನಿಶ್ಚೇಷ್ಟವಾಗಿದ್ದವು. ಅಲ್ಲಿಗೆ ನಾನು ಕೊಲ್ಲುವ ಮೊದಲೇ ಅವಳು ಸತ್ತುಹೋಗಿದ್ದಳು! ಬಹುಶಃ ಅವಳನ್ನು ಉಸಿರುಗಟ್ಟಿಸಿ ಕೊಂದಿದ್ದರೂ ಅಮ್ಮ ಸಹಿಸಿರುತ್ತಿದ್ದಳು. ಅವಳು ತನ್ನನ್ನು ಕೊಲ್ಲುತ್ತಿರುವವನು ತನ್ನ ಮಗನೇ ಎಂಬ ಆಘಾತದಲ್ಲಿ ಎದೆಯೊಡೆದು ಸತ್ತಳು. ಇದು ಎಲ್ಲದಕ್ಕಿಂತಲೂ ದಾರುಣ! ಆ ಸತ್ಯವನ್ನು ಜಯರಾಮ ಎಂದಿಗೂ ಅಲ್ಲಗಳೆಯಲಾರದವನಾಗಿದ್ದ. ಮಾತ್ರವಲ್ಲ, ಅಮ್ಮನ ಸಾವಿನೊಂದಿಗೆ ಆತ ಎಲ್ಲದರ ಮೇಲೆ ನಂಬಿಕೆಯನ್ನೂ ಕಳೆದುಕೊಂಡಿದ್ದ. ಮೊದಲಿಗೆ ಅವನಿಗೆ ಸ್ವತಃ ತನ್ನ ಮೇಲೆಯೇ ನಂಬಿಕೆಯಿರಲಿಲ್ಲ. ಹಾಗಿರುವಾಗ ರೇಣುವಿನ ಮೇಲೆ ನಂಬಿಕೆ ಹುಟ್ಟುವುದು ಎಂದಿಗೂ ಶಕ್ಯವಿರಲಿಲ್ಲ. ತನ್ನೊಳಗಿದ್ದಂತೇ ಎಲ್ಲರೊಳಗೂ ಒಬ್ಬ ರಾಕ್ಷಸ ಇದ್ದೇ ಇರುತ್ತಾನೆ ಎಂದು ಅವನಿಗೆ ಯಾವಾಗಲೂ ಅನಿಸುತ್ತಿತ್ತು. ಅದು ಯಾವಾಗ ಹಣಿಯುವುದೋ ಎಂದು ಭಯವಾಗುತ್ತಿತ್ತು. ತಾನು ಮಾಡಿದ ಪಾಪ ಕರ್ಮಗಳೆಲ್ಲ ತನ್ನನ್ನು ಈ ಜನ್ಮದಲ್ಲೇ ಹಿರಿದು ಮುಗಿಸಿಬಿಡುತ್ತವೆ ಅನಿಸುತ್ತಿತ್ತು. ಇದನ್ನೆಲ್ಲ ತೊರೆದು ಎಲ್ಲಿಗಾದರೂ ಓಡಿಹೋಗಿಬಿಡಬೇಕು ಎಂದೆನಿಸುತ್ತಿತ್ತು. ಆದರೆ ಹಾಗೆಲ್ಲ ನಿಂತ ನಿಲುವಿನಲ್ಲಿ ಓಡುವುದಾದರೂ ಎಲ್ಲಿಗೆ ಎಂಬ

ಹತಾಶೆಯಲ್ಲಿರುವಾಗಲೇ ಅವಳು ಹಾಗೆ, ಅಷ್ಟು ಹತ್ತಿರ ನಿಂತು, ಅವನೊಂದಿಗೆ ಕಿಸಿಕಿಸಿ ಮಾತಾಡುತ್ತಿದ್ದಳು, "ಭೋಸುಡಿ!" ಬಾಯ್ತೆರೆದಿದ್ದೇ ಜಯರಾಮ ಅವಳನ್ನು ಭೋಸುಡೀ ಅಂದಿದ್ದ. ಆಮೇಲೆ ಎಷ್ಟೆಲ್ಲ ಬಯ್ದ. "ತರುವಾಗಲೇ ಅಂದರು, ಮುಂಡೇರ ಮನೆ ಹೆಣ್ಣು ತರಬೇಡ, ರಂಡೇರಿರ್ತಾರೆ ಅಂತ, ಆದರೂ ತಂದೆ" ಅಂದ. "ಸೂಳೆ ನೀನು" ಅಂದ. ಉಹೂಂ... ಕಣ್ಣೀರು ಹರಿಸುತ್ತ ಕುಳಿತ ಹೊರತು, ರೇಣು ಒಂದೂ ಮಾತಾಡಿರಲಿಲ್ಲ. ಅವಳು ತಿರುಗಿ ಜಗಳಾಡಿದ್ದರೆ, ಬಹುಶಃ ಇದು ಹೀಗಾಗುತ್ತಿರಲಿಲ್ಲವೇನೋ! ಅವಳ ಮೌನವೇ ಕೆಣಕಿತೇನೋ ಛೆ! ಜಯರಾಮ ಮಿಡುಕಿದ. "ಏ ಹಾಳಾದವಳೇ, ನಾನೂ ನೀನೂ ಚೆನ್ನಾಗಿರ್ಬೇಕು, ನಿನ್ನ ರಾಣಿ ಥರ ಮೆರೆಸ್ಬೇಕು, ಅದೇನು ಖರ್ಚಾದರೂ ಆಗಿ ಸಾಯ್ಲಿ. ಮೊದ್ಲು ನಮಗೊಂದು ಮಗು ಹುಟ್ಬೇಕು, ಅದಕ್ಕೆ ಟ್ರೀಟ್ಮೆಂಟ್ ಕೊಡಿಸ್ಬೇಕು ಅಂತೆಲ್ಲ ಲೆಕ್ಕ ಹಾಕಿ, ಪರಂಪರೆಯ ಮನೆ ಮಾರಿದ್ನಲ್ಲೇ ಭೋಸುಡಿ! ಜೀವ ಕೊಟ್ಟ ಅಮ್ಮ ಅಡ್ಡ ನಿಂತಳು ಅಂತ ನಿನಗಾಗಿ ಅವ್ಳನ್ನೇ ಕೊಂದುಬಿಟ್ನಲ್ಲೇ ನಾನು! ಥೇ... ನೀನು ನೋಡಿದ್ರೆ ಇಲ್ಲಿ ಚಕ್ಕಂದ ಆಡ್ತಾ ಇದೀಯಾ? ಎಂಥಾ ಸೂಳೆ ನೀನು! ನಂಗೆ ಹೀಗಾ ಮೋಸ ಮಾಡೋದು? ನಿಜ ಬೊಗಳು, ಮಗು ನಂದಾ ಅವಂದಾ?" ಎಂದು ಝಾಡಿಸಿ ಒದ್ದಿದ್ದ. ಆ ಮಾತು ಕೇಳಿದ್ದೇ ಅಲ್ಲೀ ತನಕ ಅಳುತ್ತಿದ್ದ ರೇಣು ಆ ಕ್ಷಣವೇ ಅಳು ನಿಲ್ಲಿಸಿಬಿಟ್ಟಿದ್ದಳು. ಒಂದುಕ್ಷಣ ಕಲ್ಲಿನಂತೆ ನಿಂತವಳು ಕಣ್ಣೊರೆಸಿಕೊಂಡು "ಇಕಾ, ನಾಳೆ ನನ್ನ ಮಗು ನಿನ್ನ ಜೊತೆ ಬೆಳೆದು, ನಿನ್ನ ಹಾಗೇ ಕಡೆಗಾಲದಲ್ಲಿ ನನ್ನ ತಲೆಮೇಲೆ ಕಲ್ಲು ಎತ್ತಿ ಹಾಕಿ ಕೊಂದಾತು, ಬೇಡಪ್ಪ ಸಾಕು, ಈಗ್ಲೇ ಹೊರಟೆ ಇಲ್ನೋಡು, ಈ ಉಟ್ಟ ಸೀರೆ ಹೊರ್ತು ಒಂದು ಹನಿ ಇಲ್ಲಿಂದ ಒಯ್ಯಲ್ಲ ನಾನು, ನಿನ್ನ ಪಾಪದ ಹಣ ನನಗೆ ಬೇಡ" ಎಂದವಳೇ ತಾಳಿ ಬಿಚ್ಚಿ ಬಿಸುಟು, ಆಭರಣ ಬಿಚ್ಚಿಹಾಕಿ ಮಗುವನ್ನೆತ್ತಿಕೊಂಡು ಮೆಟ್ಟಿಲಿಳಿದೇಬಿಟ್ಟಿದ್ದಳು. ಹಾಗೆ ಇಳಿವ ಮುನ್ನ, "ಇಲ್ನೋಡು, ಮಗು ಅವಂದಾ, ನಿಂದಾ ಅನ್ನೋದಕ್ಕೆಲ್ಲ ನಿನ್ನಂಥವನಿಗೆ ಯಾವ ಸಮಜಾಯಿಷಿನೂ ಕೊಡಬೇಕಿಲ್ಲ ನಾನು, ಈ ಮಗು ನಂದು ಅಷ್ಟೇ" ಎಂದು ಹೇಳಿ ಹೊರಟೇ ಹೋಗಿದ್ದಳು.

ಅಂದು, ಹೊತ್ತಲ್ಲದ ಹೊತ್ತಲ್ಲಿ ಜಯರಾಮ ಮನೆಗೆ ಬಂದಾಗ ರೇಣು ಹಾಗೆ ಹತ್ತಿರಕೆ ನಿಂತು ಪಕ್ಕದಮನೆಯ ಯುವಕನೊಂದಿಗೆ ಮಾತಾಡುತ್ತಿದ್ದುದನ್ನು ಕಾಣುವಾಗ ಜಯರಾಮನ ಕೋಪ ಭುಗಿಲ್ಲೆಂದಿತ್ತು. ಅದೇನೂ ಆಗ ಆ ಹೊತ್ತಿನಲ್ಲಿ ಹುಟ್ಟಿಕೊಂಡ ಕೋಪವಂತೂ ಆಗಿರಲಿಲ್ಲ. ಬಹಳ ದಿನಗಳಿಂದ ಅವರಿಬ್ಬರೂ ತುಸು ಹೆಚ್ಚೇ ಹತ್ತಿರವಾಗಿ ಮಾತಾಡಿಕೊಳ್ಳುತ್ತಾರೆ, ಕೆಲವೊಮ್ಮೆ ಕಣ್ಣಿನಲ್ಲೇ ನಗುತ್ತಾರೆ. ಅವರಿಬ್ಬರ ನಡುವೆ ತನಗೆ ಗೊತ್ತಿಲ್ಲದ ಏನೋ ಗುಟ್ಟಿದೆಯೆಂದು ಅವನಿಗೆ ಯಾವಾಗಲೂ ಅನಿಸುತ್ತಿತ್ತು. ಆದರೆ ಅದನ್ನು ಹೇಗೆ ಕೇಳುವುದು, ಏನೆಂದು ಶುರುಮಾಡುವುದೆಂಬ ಗೊಂದಲವೊಂದು ಹಿಡಿತಕ್ಕೆ ಸಿಗದ ಗಂಟಲ ಕೆರೆತದಂತೆ ಅವನನ್ನು ಕಿರಿಕಿರಿ ಮಾಡುತ್ತಲೇ ಇತ್ತು. ಅಂಥದ್ದರಲ್ಲಿ ಅದೇ ಮೊದಲ ಸಲ ಆಕೆ ಅಷ್ಟೊಂದು ಹತ್ತಿರ ನಿಂತು ಏನೋ ಗುಟ್ಟಿನಂತೆ ಮಾತಾಡುತ್ತಿದ್ದಳು. ಅದೂ ಸಾಲದ್ದಕ್ಕೆ ಇವನನ್ನು ಕಂಡದ್ದೇ ಅವನು "ಅಣ್ಣ ಬಂದ್ರು, ನಾ ಮತ್ತೆ ಬರ್ತೀನಿ" ಎಂದು ಅವಳ ಕಿವಿಯ ಬಳಿ ಬಾಗಿ ಹೇಳಿ ಅವಸರದಿಂದೆಂಬಂತೆ ಓಡಿ ಹೋಗಿದ್ದ. ಜಯರಾಮನ ಹೃದಯ ಕುದ್ದು ಮರಳಿತ್ತು. ಅಷ್ಟೂ ದಿನ ತಡೆಹಿಡಿದ ಎಲ್ಲ ಕೋಪವೂ ಬಯ್ಗುಳವಾಗಿ

ಹೊರಬಿದ್ದಿತ್ತು. ಆದರೆ ಅವಳನ್ನು ಬಯ್ದಿದ್ದೂ ಅವನಿಗೆ ಸಾಕಾಗಿರಲಿಲ್ಲ. ಅವಳಿಗೆ ಶರಂಪರ ಹೊಡೆಯಬೇಕು ಅಂದುಕೊಂಡಿದ್ದ, ಒದ್ದು ನಡ ಮುರಿಯಬೇಕು ಅಂದುಕೊಂಡಿದ್ದ. ಬದಲಿಗೆ ಹೆಚ್ಚೆಂದರೆ ಅವಳು ಅಳಬಹುದು, ಬಯ್ಯಬಹುದು, ಜಗಳಾಡಬಹುದು, ಕಡೆಗೆ ಕಾಲು ಹಿಡಿದು ದುಃಖಿಸಬಹುದು ಅಂದುಕೊಂಡಿದ್ದ. ಏನೇ ಆದರೂ ಅವಳು ಮನೆ ಬಿಟ್ಟು ಹೋಗಬಹುದೆಂದು ಅಂದುಕೊಂಡಿರಲಿಲ್ಲ. ಅದೂ ಹೀಗೆ! ತಾನೊಬ್ಬ ಅವಳ ಬದುಕಿನಲ್ಲಿ ಇರಲೇ ಇಲ್ಲವೇನೋ ಎಂಬಷ್ಟು ತಣ್ಣಗೆ! ಜಯರಾಮ ನಿಟ್ಟುಸಿರಾದ. ಬಹುಶಃ ಇದು ಕಡೆಯದು, ತನ್ನ ದೌರ್ಭಾಗ್ಯದಲ್ಲಿ ಇದೇ ಕಡೆಯದು, ಇನ್ನು ಆಗಲಿಕ್ಕೇನಿದೆ ಇದಕ್ಕಿಂತ? ಜಯರಾಮನಿಗೆ ಬಿಕ್ಕಿ ಬಿಕ್ಕಿ ಅತ್ತರೆ ಹೇಗೆ? ಅನಿಸಿತು. ಆದರೆ ಅವನ ಕಂಗಳಿಂದ ಹನಿನೀರು ಕೂಡ ಹನಿಯಲಿಲ್ಲ. ತನ್ನ ಮೇಲೆ ಇನಿತಾದರೂ ಕರುಣೆ ಇಲ್ಲದ ಹೊರತು ಕಣ್ಣೀರು ಹನಿಯುವುದಿಲ್ಲವೆಂದು ಜಯರಾಮನಿಗೆ ಗೊತ್ತಿರಲಿಲ್ಲ. ಮುಂದೆ ಏನು ಮಾಡಬೇಕೆಂದು ತೋಚದೆ ಅವನು ಬಿಗಿದುಕೊಂಡು ಕೂತ. ಅವನ ಮುಖದ ಗೆರೆಗಳು ಆಳವಾಗಿ, ತುಟಿ ಓರೆಯಾಗಿ, ಕಣ್ಣುಗಳು ಹಿಂಜಿ ಸಣ್ಣದಾಗಿ, ಹುಬ್ಬು ಗಂಟುಗೂಡಿ, ಮುಷ್ಟಿ ಬಿಗಿದು... ಜಯರಾಮ ಅವಡುಗಚ್ಚಿ ಗಪ್ಪ ಕುಳಿತ.

ಆ ಹೊತ್ತಿಗೆ, ಕಿಟಕಿಯಿಂದ ಬೀಸಿದ ಗಾಳಿಯ ಓಘಕ್ಕೆ ಗೋಡೆಯಲ್ಲಿ ಮೂಡಿದ್ದ ನೆರಳುಗಳು ಅಲ್ಲಾಡತೊಡಗಿದ್ದವು. ಅವನ ಕಣ್ಣಿನಲ್ಲಿ ಅವು ನಾನಾ ಆಕಾರ ಪಡೆದು ಅವನತ್ತ ಚಲಿಸತೊಡಗಿದ್ದವು. ಆದರೂ ಜಯರಾಮ ಅಲ್ಲಾಡದೇ ಕೂತ. ಇವು ನನ್ನನ್ನು ಈಗಲೇ ಮುಗಿಸಿಬಿಡಲಿ, ಈ ಎಲ್ಲ ವೇದನೆಗೂ ಇಂದೇ ಈ ಕ್ಷಣವೇ ಮುಕ್ತಿ ಸಿಗಲಿ ಎಂದುಕೊಂಡು ತನ್ನ ಅಂತ್ಯವನ್ನು ಎದುರು ನೋಡುತ್ತ ಕಣ್ಣುಮುಚ್ಚಿ ಕುಳಿತ. ಕಣ್ಮುಚ್ಚಿ ಕುಳಿತರೆ ಯೋಚನೆಗಳು ಬರಲಾರವೆಂಬ ಯಾವುದೇ ನಂಬಿಕೆ ಇರದಿದ್ದರೂ ಯಾವ ಯೋಚನೆಯೂ ತನಗಿನ್ನು ಬರಬಾರದೆಂಬಂತೆ ಆದಷ್ಟು ಬಿಗಿಯಾಗಿ ಕಣ್ಮುಚ್ಚಿ ಕುಳಿತ. ಹಾಗೆ ಅದೆಷ್ಟು ಹೊತ್ತು ಕುಳಿತನೋ... ಆಯಾಸದಲ್ಲಿ ನಿದ್ರೆ ಹೋದನೋ... ಅವನ ಹೃದಯದ ಕುದಿತ ನಿಲುಗಡೆಯ ಒಂದು ಹಂತಕ್ಕೆ ಬಂದಿತ್ತೋ ಏನೋ... ಆಗ ಕೂಗಿತ್ತು ಕಾಗೆ!

ಕ್ರಾ ಕ್ರಾ... ಕ್ರಾ ಕ್ರಾ... ಒಂದು ಏಕತ್ರ ಲಯದಲ್ಲಿ. ಸೀದಾ ತಲೆಯ ಮೇಲೆ ಸುತ್ತಿಗೆಯಿಂದ ಹೊಡೆದ ಹಾಗೆ. ಜಯರಾಮ ದಿಗಿಲುಗೊಂಡು ಬೆಚ್ಚಿ ಕಣ್ತೆರೆದಿದ್ದ. ಹೊರಗೆ ಬೆಳಕಾಗಿತ್ತು. ಸೂರ್ಯನ ಎಳೆಯ ಕಿರಣಗಳು ಕಿಟಕಿಯಿಂದ ತೂರಿ ಬಂದು ನೆಲದ ಮೇಲೆ ಹೂವಿನಂತೆ ಚೆಲ್ಲಿದ್ದವು. ಗೋಡೆ ಬಿಳುಪಾಗಿ ಸ್ವಚ್ಛವಾಗಿತ್ತು. ಕನಸಿನಂತೆ ಮುಗಿದ ಕಳೆದ ರಾತ್ರಿ, ಬೆಳಕಾದ ಒಡನೇ ಮತ್ತೆ ವಾಸ್ತವತೆಯನ್ನು ಅವನ ಕಣ್ಣೆದುರು ತಂದು ನಿಲ್ಲಿಸಿತ್ತು. ಬೆಡ್ರೂಮಿನಲ್ಲಿ ಕವಿದಿರುತ್ತಿದ್ದ ಮಗುವಿನ ಆಪ್ತ ವಾಸನೆ, ಮನೆಯೊಳಗೆ ಇಷ್ಟು ಹೊತ್ತಿಗೆಲ್ಲ ಹರಡಿಕೊಂಡಿರುತ್ತಿದ್ದ ಧೂಪ, ಅಗರಬತ್ತಿಯ ಪರಿಮಳ, ದೇವರಮನೆಯಲ್ಲಿ ಬೆಳಗಿರುತ್ತಿದ್ದ ದೀಪ, ಅಡುಗೆಮನೆಯಿಂದ ಹೊರಡುತ್ತಿದ್ದ ಘಮಘಮಿಸುವ ಕಾಫಿಯ ಘಮ... ಪಾತ್ರೆ ಪರಡಿಗಳ ಸದ್ದು, ಬಚ್ಚಲಿನಲಿ ರೇಣು ಸ್ನಾನ ಮಾಡಿ ಹೋದ ಪರಿಮಳ... ನಿತ್ಯದಂತಾದರೆ ಇದು ರೇಣು ಸುಪ್ರಭಾತ ಶ್ಲೋಕ ಹಚ್ಚಿಟ್ಟು ಬೆಳಗಿನ ಕೆಲಸಗಳಲ್ಲಿ ತೊಡಗಿಕೊಳ್ಳುವ ಹೊತ್ತು. ಆದರೆ ಇದೀಗ ಮನೆಯನ್ನು ಮೌನ ಮುತ್ತಿಕೊಂಡಿತ್ತು, ಕಾಗೆಯ ಕರ್ಕಶ ಕೂಗಿನ ಹೊರತು.

ಜಯರಾಮನಿಂದ ಕಾಗೆಯ ಕೂಗನ್ನು ಕೇಳಲಾಗಲಿಲ್ಲ. ಮೊದಲೇ ಕೆಟ್ಟಿದ್ದ ನೆಮ್ಮದಿಯನ್ನು ಆ ಕೂಗು ಮತ್ತೂ ಹಾಳುಗೆಡವುತ್ತಿರುವಂತೆ ಅವನಿಗೆ ಅನಿಸತೊಡಗಿತ್ತು. ಅವನು ಸರಸರ ಎದ್ದು ಹೋಗಿ ಕಲ್ಲೆತ್ತಿ ಕಾಗೆಯತ್ತ ಬೀಸಿ ಒಗೆದ. ಕಾಗೆ ಅವನತ್ತ ನೋಡಿ ಬೇರೆ ಟೊಂಗೆಯೇರಿ ಕುಳಿತು ಕ್ರಾ ಕ್ರಾ ಅಂದಿತು. ಜಯರಾಮ ತುಸು ಅಧೀರನಾಗಿದ್ದ. ಅದು ಅವನನ್ನು ನೋಡಿದ ರೀತಿಯಲ್ಲಿ ಮತ್ತು ತನ್ನನ್ನು ಉದಾಸೀನ ಮಾಡಿ ಬೇರೆ ಟೊಂಗೆಯೇರಿ ಕುಳಿತು ಮತ್ತೆ ತನ್ನನ್ನೇ ನೋಡುತ್ತ ಕೂಗಿದ ಬಗೆಯಲ್ಲಿ ಏನೋ ಮರ್ಮವಿದೆಯೆಂದು ಅವನಿಗೆ ಅನಿಸಿಬಿಟ್ಟಿತ್ತು. ಇದು ಒಂದು ವೇಳೆ ಅದೇ ಕಾಗೆಯೋ!? ಅಂದು ಅಮ್ಮನ ಸಾವಿನ ದಿನ ನನ್ನನ್ನು ಕಂಡು ಮುಖ ತಿರುಗಿಸಿಕೊಂಡು ಹೋದ ಕಾಗೆ? ಜಯರಾಮ ಕಲ್ಲೆತ್ತಿ ರಪರಪ ಬೀಸಿ, "ತೊಲಗು ಶನಿಯೇ" ಎಂದು ಶಪಿಸಿದ. ಕಾಗೆ ಕುಪ್ಪಳಿಸುತ್ತ ಇನ್ನೂ ಎತ್ತರಕ್ಕೆ ಏರಿ ಕುಳಿತು ಕ್ರಾ ಕ್ರಾ ಅಂದಿತು. ಹಾಗೆ ಕೂಗುವಾಗ ಅದು ಎಲೆಗಳ ಸಂದಿನಿಂದ ಇಣುಕಿ ಮತ್ತೆ ತನ್ನತ್ತಲೇ ನೋಡಿದಂತೆ ಅನಿಸಿ ಜಯರಾಮ ಮತ್ತೂ ಗಾಬರಿಗೊಂಡ. ಕಾಗೆ ಕೂಗುವುದನ್ನು ನಿಲ್ಲಿಸಲಿಲ್ಲ. ಸ್ವಲ್ಪೇ ಹೊತ್ತು, ಒಂದು ಎರಡಾಗಿ ಹತ್ತಾಗಿ ನೂರಾಗಿ ಕಾಗೆಗಳ ಮೇಳವೇ ಅಲ್ಲಿ ಜಮೆಯಾಗಿತ್ತು. ಅವೆಲ್ಲವೂ ಹಾಗೆ ತನ್ನ ಕುರಿತೇ ಚರ್ಚಿಸುತ್ತಿವೆಯೇನೋ ಅನಿಸಿ ಜಯರಾಮನ ನೆತ್ತಿ ಬಿಸಿಯಾಯಿತು. ಮುಖಕ್ಕೆ ರಕ್ತ ನುಗ್ಗಿ ಕಿವಿಗಳು ಕೆಂಪಾದವು. ಮೈಯಿಡೀ ಜ್ವರವೇರಿದಂತೆ ಕಾದು ನರನರಗಳು ಹುರಿಗೊಂಡವು. ಅವನು ಅಸಹನೆಯಿಂದ ಕಲ್ಲೆತ್ತಿ ಎತ್ತಿ ಕಾಗೆಗಳತ್ತ ಬೀಸಿದ. "ಹೋಗಿ ಹೇಳಿ ಸಾಯಿರೋ ದುಷ್ಟ ಕಾಗೆಗಳಾ... ಊರಿಗೇ ಹೇಳಿರೋ, ಇವನು ಕೊಲೆಗಾರ ಅಂತ. ಹೋಗಿ ಸಾರಿಕೊಂಡು ಬನ್ನಿ. ಸಾಕ್ಷಿ ನೀವು ಮಾತ್ರ ಅಲ್ಲವಾ, ಹೋಗಿ ಹೇಳಿರೋ, ಹೇಳಿ ಹೋಗಿ" ಎಂದು ಕಿರುಚಿದ.

ಅವನು ಕಿರುಚುವುದನ್ನು, ಕಲ್ಲೆಸೆಯುವುದನ್ನು, ಓಡುವುದನ್ನು, ಶಪಿಸುವುದನ್ನು ಜನ ಬೀದಿಯಲ್ಲಿ ನಿಂತು ನೋಡಿದರು. "ಎಂಥ ಮಾರಾಯ, ಹುಚ್ಚುಗಿಚ್ಚು ಹಿಡೀತೇನೋ ನಿಂಗೆ?" ತಿಳಿದವರು ಕೇಳೇ ಕೇಳಿದರು. ಹಾಗೆ ಕೇಳಿದವರನ್ನು ನೋಡಿ ಅವನು ಈ ಹಿಂದೆಂದೂ ನಗದ ರೀತಿಯಲ್ಲಿ ಸೊಟ್ಟಗೆ ನಕ್ಕ. ಅಂದು ಮೊದಲಾದ್ದು ಆಮೇಲಿಂದ ಜಯರಾಮ ಯಾರ ಅಂಕೆಗೂ ಸಿಗದೆ, ಯಾರೊಂದಿಗೂ ಮಾತಿಗೆ ನಿಲ್ಲದೆ ಆಗಾಗ ಬೀದಿಯಲ್ಲಿ ಒಬ್ಬಂಟಿ ಮಾತಾಡುತ್ತ ಕಾಗೆಗಳಿಗೆ ಕಲ್ಲು ಹೊಡೆಯುವುದನ್ನು ದಿನವೂ ಊರಿನ ಜನ ಕಂಡರು. ಜಯರಾಮ ಹುಚ್ಚನಾದ್ದು ಹೀಗೆ.

□□□

ಹಸಿವು

"ಅಕ್ಕ, ಏನ್ಮಾಡ್ತಾ ಇದೀರ?" ಎಂದಿನಂತೇ ಭರತ ಒಳಬರುತ್ತಾ ಬಾಗಿಲಿನಿಂದಲೇ ಕೂಗಿಕೊಂಡು ಬಂದಿದ್ದ. ನಾನು ಒಳಗೆ ಬೆಳಗಿನ ನಾಷ್ಟಾದ ತಯಾರಿಯಲ್ಲಿದ್ದೆ. ಒಳಗೆ ಸುಕ್ಕಿ ಮತ್ತು ದೇವ ಇನ್ನೂ ನಿದ್ರೆಯಲ್ಲಿದ್ದರು. "ಭರತಾ, ಹಾಗೇ ಹೋಗಿ ಒಂದು ಪ್ಯಾಕ್ ಹಾಲು ತಂದುಬಿಡೋ, ಅಲ್ಲೇ ಶೆಲ್ಫ್‌ಲಿ ಕಾಸಿದೆ ನೋಡು, ತಗೊಂಡು ಹೋಗು" ನಾನು ಒಳಗಿನಿಂದಲೇ ಕೂಗಿದ್ದೆ. ಭರತ ಬಂದ ವೇಗದಲ್ಲೇ ಹೊರಟು ಹೋದದ್ದು ಅವನ ಹೆಜ್ಜೆಯ ಸದ್ದಿನಿಂದ ತಿಳಿದಿತ್ತು.

ನನ್ನ ಕುರಿತಾಗಿ ಇಲ್ಲಿಯವರೆಗೆ ಒಂದೇ ಒಂದು ಪ್ರಶ್ನೆ ಕೇಳದೆ ದಿನವೂ ಒಮ್ಮೆಯಾದರೂ ಬಂದು ಮಾತಾಡಿಸಿಕೊಂಡು ಹೋಗುವ ಒಂದೇ ಒಂದು ಆತ್ಮೀಯ ಜೀವವೆಂದರೆ ಭರತ. ಈ ಅಪಾರ್ಟ್‌ಮೆಂಟಿಗೆ ಬಂದ ಹೊಸತರಲ್ಲಿ, ಎದುರು ಮನೆಯ ದೊಡ್ಡ ಕುಂಕುಮದ ಹೆಂಗಸು ಮೊದಲನೆಯ ದಿನವೇ ಆತ್ಮೀಯವಾಗಿ ನಕ್ಕು ಮಾತಾಡಿಸಿದ್ದಳು. ಅವಳ ಕಂಗಳಲ್ಲಿ ತಮ್ಮ ಮನೆಯ ಎದುರಿಗೆ ಹೊಸತಾಗಿ ಬರುತ್ತಿರುವವವರ ಕುರಿತು ಇರಬೇಕಾದ ಸಹಜ ಕುತೂಹಲದ ಆಚೆಗೆ ಮುಖ್ಯ ಪ್ರಶ್ನೆಯೇ ನಮ್ಮ ಸಂಬಂಧದ ಕುರಿತಾಗಿತ್ತು. ಯಾವ ಕೋನದಿಂದ ನೋಡಿದರೂ ಅಣ್ಣ ತಂಗಿ ಎಂದೆನಿಸಿದ, ಗಂಡ ಹೆಂಡತಿ ಎಂದೂ ಅನಿಸದ, ಕೇವಲ ಗೆಳೆಯರಷ್ಟೇ ಇರಬಹುದೇನೋ ಅನಿಸುವ ಅದರಲ್ಲೂ ಎರಡು ಸುಂದರ ಯುವಕರ ಜೊತೆ ಒಬ್ಬೇ ಒಬ್ಬ ಸುಂದರ ಹೆಣ್ಣುಮಗಳು ಸಿಂಗಲ್ ಬೆಡ್ರೂಮ್ ಅಪಾರ್ಟ್‌ಮೆಂಟ್‌ಗೆ ಬರುವುದೆಂದರೆ? ಮತ್ತು ಅವರು ಹೀಗೆ ಒಟ್ಟಿಗೇ ವಾಸಿಸುವುದೆಂದರೆ?

ಇದೆಲ್ಲ ಪ್ರಶ್ನೆಗಳನ್ನೂ ಮರುದಿನ ಖುದ್ದು ಕೇಳಲಿಕ್ಕೆಂದು, ಬೆಳಗ್ಗೆ ಸುಕ್ಕಿ ಮತ್ತು ದೇವ ಕೆಲಸಕ್ಕೆ ಹೋದ ಬೆನ್ನಿಗೇ ಎದುರು ಮನೆಯ ಅದೇ ಕುಂಕುಮದ ಹೆಂಗಸು ಹಿಂದಿನ ದಿನದ ಆತ್ಮೀಯ ನಗೆಯ ನಕಲೊಂದನ್ನು ಮುಂದಿರಿಸಿಕೊಂಡು ಬಾಗಿಲು ತಟ್ಟಿದ್ದಳು.

"ಹೊಸ ಮನೆ ಸೆಟ್ ಆಯ್ತಾ? ಊರಿಗೆ ಹೊಸಬರಾ? ಲೋಕಲ್ ಮಾರ್ಕೆಟ್ ಎಲ್ಲಿದೆ ಗೊತ್ತಾ?" ಹೀಗೆ ಎರಡ್ಮೂರು ಸರಳ ಪ್ರಶ್ನೆಗಳಿಂದ ತೊಡಗಿ ಸೀದಾ ಅವಳು ಕೇಳಬೇಕೆಂದುಕೊಂಡು ಬಂದಿದ್ದ ಮುಖ್ಯ ಪ್ರಶ್ನೆಗೆ ಕೈ ಹಾಕಿದ್ದಳು. "ನೀವು ಯಾರ್ಯಾರಿಗೆ ಯಾರ್ಯಾರು ಏನೇನಾಗಬೇಕು? ನಿಮ್ಮ ನಿಜ ಸಂಬಂಧವೇನು? ಯಾರು ಎಲ್ಲಿ ಮಲಗುವುದು? ಬಾಥ್ರೂಮಿಗೆ ಹೋಗಬೇಕಾದರೆ ಹೇಗೆ? ಇಬ್ಬರು ಗಂಡಸರೊಂದಿಗೆ ಒಬ್ಬಳೇ ಹೆಣ್ಣು, ಇದೆಲ್ಲ ತಪ್ಪೆನಿಸಲ್ಲವಾ? ಅಪ್ಪ ಅಮ್ಮ ಇದಾರಾ ಇಲ್ಲವಾ? ಮನೇಲಿ ಯಾರೂ ಏನೂ ಕೇಳಲ್ಲವಾ? ಅಥವಾ ಅವರಿಗೆ ಇದೆಲ್ಲ ಗೊತ್ತೇ ಇಲ್ಲವಾ?" ರಾತ್ರಿಯೇ ಕೂತು ಇಷ್ಟೆಲ್ಲ ಪ್ರಶ್ನೆಗಳನ್ನೂ ಜೋಡಿಸಿಟ್ಟುಕೊಂಡಿರುವವಳಂತೆ ನಿರರ್ಗಳವಾಗಿ ಕೇಳುತ್ತಲೇ ಹೋಗಿದ್ದಳು... ಆಗ ಬಂದಿದ್ದ ಭರತ! "ಆಂಟಿ ಇಲ್ಲಿದೀರಾ? ನಿಮ್ಮನ್ನೇ ಹುಡುಕಿಕೊಂಡು ಬಂದೆ, ಅಂಕಲ್ ಪರ್ಸ್ ಮರ್ತು ಹೋಗಿದಾರಂತೆ, ಕೆಳಗೆ ವೈಟ್ಮಾಡ್ತಾ ನಿಂತಿದಾರೆ, ಹೋಗಿ ಕೊಟ್ಟುಬಿಡಿ" ಅಂದಿದ್ದ. ಆಕೆ ಭರತನೆಡೆಗೆ ಅಸಹನೆಯ ನೋಟವೊಂದನ್ನು ಬೀರುತ್ತ ಎದ್ದು ಹೋದವಳು, ಹೋಗುತ್ತಾ ಬಾಗಿಲನ್ನು ಧಡಾರನೆ ಎಳೆದು ಮುಚ್ಚಿ ಏನೋ ಗೊಣಗಿದ ಹಾಗಿತ್ತು. ಆಕೆ ಹೋದೆಡೆ ನಿಸ್ಸಹಾಯಕವಾಗಿ ನೋಡುತ್ತ ನಿಂತಿದ್ದ ನನ್ನನ್ನು ನೋಡಿದ ಭರತ, "ಅಕ್ಕ, ಇದಕ್ಕೆಲ್ಲ ತಲೆ ಕೆಡಿಸಿಕೋಬೇಡಿ, ಅವರು ಹಾಗೇ! ಎಲ್ಲ ವಿಚಾರ ತಿಳಕೋಬೇಕು, ಮತ್ತದನ್ನು ಉಪ್ಪುಕಾರ ಬೆರೆಸಿ, ಒಗ್ಗರಣೆ ಹಾಕಿ, ನಾಲ್ಕು ಮನೆಗೆ ಹಂಚಬೇಕು, ಇದೇ ಕೆಲಸ. ಇನ್ಮೇಲೆ ಇವರ ಜೊತೆ ಹೆಚ್ಚಿಗೆ ಇಟ್ಕೋಬೇಡಿ" ಅಂದಿದ್ದ. ಅದೇ ಮೊದಲ ಭೇಟಿ, ಅವತ್ತಿಂದ ಇಲ್ಲಿಯವರೆಗೆ ನಮ್ಮ ಕುರಿತಾಗಿ ಏನೊಂದೂ ಪ್ರಶ್ನೆ ಕೇಳದ, ಯಾವತ್ತೂ ಅದೇ ಆತ್ಮೀಯತೆಯಿಂದ ಮಾತಾಡುವ ಭರತನೆಂದರೆ ನನಗೆ ವಿಶೇಷ ಅಚ್ಚುಮೆಚ್ಚು.

ಅವನ ಕುರಿತು ಸುಕ್ಕಿಗೂ ದೇವನಿಗೂ ಅಷ್ಟೇ ಪ್ರೀತಿಯಿತ್ತು. ಮೊದಲ ಬಾರಿ ಅವನ ಕುರಿತು ಪ್ರಸ್ತಾಪಿಸುವಾಗ "ಏಯ್ ಹುಚ್ಚಿ, ಈ ಮನೆಗೆ ಸುಮ್ಮನೆ ಹುಡುಗರನ್ನೆಲ್ಲ ಕರೆತಂದು ನಂಗೆ ಥ್ರೆಟ್ ಆಗಬೇಡವೇ" ಎಂದು ನನ್ನ ಕಿವಿಯಲ್ಲಿ ಹೇಳಿ ನಕ್ಕಿದ್ದ ಸುಕ್ಕಿ. "ಇಷ್ಟೇನಾ ನಿಮ್ಮ ಪ್ರೀತಿ ಹಾಗಾದರೆ?" ನಾನೂ ಛೇಡಿಸುತ್ತ ನಕ್ಕಿದ್ದೆ. ಅವತ್ತಿಡೀ ರಾತ್ರಿ, ನಾವು ದೊಡ್ಡ ಕುಂಕುಮದ ಹೆಂಗಸು ನಮ್ಮ ಕುರಿತಾಗಿ ಏನೆಲ್ಲ ಕಲ್ಪಿಸಿಕೊಂಡಿರಬಹುದು, ಯಾರೊಂದಿಗೆ ಏನೇನು ಹೇಳಿರಬಹುದು ಅಂತೆಲ್ಲ ಮಾತಾಡುತ್ತ ನಕ್ಕಿದ್ದೆವು. ಅದಕ್ಕೆ ತಕ್ಕಂತೆ ಇಡೀ ಅಪಾರ್ಟ್‌ಮೆಂಟ್ ನಮ್ಮ ಕುರಿತಾಗಿ ಏನೋ ಒಂದು ವಿಶಿಷ್ಟ ವಾಸನೆಯನ್ನು ಗುರ್ತಿಸಿರುವಂತೆ ಒಂದು ನಿರುಪದ್ರವಿ ಅಂತರವಿಟ್ಟುಕೊಂಡೇ ಪಳಗತೊಡಗಿತ್ತು.

ಇನ್ನು ಭರತ. ಈ ಭರತನ ಅಮ್ಮ ನಮ್ಮ ಅಪಾರ್ಟ್‌ಮೆಂಟಿನ ಮನೆಗಳಲ್ಲಿ ಮನೆಗೆಲಸ ಮಾಡಲು ಬರುತ್ತಿದ್ದವಳು. ನನ್ನದೇ ವಯಸ್ಸು, ಚಿಕ್ಕವಯಸ್ಸಿಗೇ ಮದುವೆಯಾಗಿರಬೇಕು, ಭರತ ಇದ್ದ. ಒಮ್ಮೆ ಭರತನೇ ಅವಳನ್ನು ಮನೆಗೆ ಕರೆತಂದು ನನಗೆ ಪರಿಚಯ ಮಾಡಿಸಿದ್ದ. ಭರತನ ಅಮ್ಮ ಹೆಚ್ಚು ಮಾತಾಡುತ್ತಿರಲಿಲ್ಲ. ನಾನೆಷ್ಟೇ ಅವಳನ್ನು ಗೆಳತಿಯಂತೆ ಕಾಣಬಯಸಿದರೂ ಅವಳು ತನ್ನಲ್ಲೇ ಒಂದು ಎಲ್ಲೆಯನ್ನು ಗುರ್ತಿಸಿಟ್ಟುಕೊಂಡವಳಂತೆ ಯಾವಾಗಲೂ ಮಗುಮ್ಮಾಗಿಯೇ ಇರುತ್ತಿದ್ದಳು. "ಅಕ್ಕ, ಅಮ್ಮನ ಬಗ್ಗೆ ಏನೂ ಅಂದುಕೋಬೇಡಿ. ಅಪ್ಪ ಬಿಟ್ಟುಹೋದಾಗಿನಿಂದ ಹೀಗೆ ಆಗಿಬಿಟ್ಟಿದ್ದಾಳೆ. ಏನೋ ಒಂಥರ, ಎಲ್ಲೋ ಕಳೆದುಹೋದ

ಹಾಗೆ. ಅಪ್ಪನಿಗೆ ಮೊದಲೇ ಬೇರೆ ಮದುವೆ ಆಗಿತ್ತಂತೆ ಅಕ್ಕ, ಅವನು ಮುಚ್ಚಿಟ್ಟಿದ್ದ. ಪಾಪ ಅಮ್ಮ, ಅವನು ಪ್ರೀತಿ ಪ್ರೇಮ ಅಂತೆಲ್ಲ ಹೇಳಿ ಯಾಮಾರಿಸಿ ಮದ್ವೆ ಮಾಡ್ಕೊಂಡು, ಈಗ ನಮ್ಮನ್ನ ಬಿಟ್ಟು ಹೋಗಿದ್ದಾನೆ. ಇನ್ನು ಮನೇಲಿ ಬೇರೆ ಅಜ್ಜ ದಿನಾ ಬಯ್ತಾ ಇರ್ತಾನೆ, ಸುಮ್ಮನೆ ಬದುಕು ಹಾಳು ಮಾಡಿಕೊಂಡಿದ್ದಾಳೇಂತ. ಇಷ್ಟು ಸಾಲದೂಂತ ಈಗ ಇನ್ನೊಬ್ಬ ಬೇರೆ ಅಮ್ಮನ ಬೆನ್ನು ಬಿದ್ದಿದಾನೆ. ಅದಕೇ ಅಮ್ಮ ಗಾರ್ಮೆಂಟ್ ಫ್ಯಾಕ್ಟರಿ ಕೆಲಸ ಬಿಟ್ಟು, ಮನೆಕೆಲಸಕ್ಕೆ ಇಳಿದಿದಾಳೆ. ಆದ್ರೆ ಇಲ್ಲೂ ಅವಳ ಮನಸು ಇದೆ ಅಂತ ಅನಿಸೋದೇ ಇಲ್ಲ. ನಂಜೊತೆಗೂ ಸರೀಗೆ ಮಾತಾಡಲ್ಲ. ನಿಜ್ವಾಗ್ಲೂ ಅವಳ ಮನಸಲ್ಲಿ ಏನಿದ್ಯೋ ಏನೋಂತ ನಂಗೆ ತುಂಬ ಯೋಚನೆಯಾಗುತ್ತೆ ಅಕ್ಕ" ಅಂದಿದ್ದ. ಹಾಗನ್ನುವಾಗ ಅವನ ದನಿ ಭಾರವಾಗಿತ್ತು.

ಇನ್ನೂ ಬರೇ ಹನ್ನೆರಡು ಮುಗಿದು ಹದಿಮೂರರ ಹೊಸ್ತಿಲಿನಲ್ಲಿರುವ ಹುಡುಗ. ಕಳೆಕಳೆಯಾಗಿ ಶಾಲೆಗೆ ಹೋಗಿಬರುತ್ತ, ಆಡುತ್ತ ಕುಣಿಯುತ್ತ ಖುಷಿಯಾಗಿರಬೇಕಾದ ವಯಸ್ಸು. ಆದರೆ ತನಗೆ ತೀರದ ಯೋಚನೆ ಅನ್ನುತ್ತಾನೆ. ಶಾಲೆಗೆ ಹೋಗುತ್ತಾನಾದರೂ ಹೃದಯ ಓದಿನಲಿ ನಿಂತ ಹಾಗೆ ಕಾಣುವುದಿಲ್ಲ. ಅಪ್ಪನ ನೆನಪೆಂದರೆ, ಅವನಿಗೆ ಅಪ್ಪ ಕುಡಿದು ಬಂದು ತನ್ನನ್ನೂ ಅಮ್ಮನನ್ನೂ ಹೊಡೆಯುತ್ತಿದ್ದುದೇ ಆಗಿತ್ತು. ಹಾಗೆ ಹೊಡೆತ ಬಡಿತ ತಿನ್ನುತ್ತ, ಅವನ ಮೂದಲಿಕೆಗಳನ್ನೂ ಕೇಳುತ್ತ, ಅಮ್ಮ ಯಾಕಾದರೂ ಅವನ ಜೊತೆಗಿರಬೇಕೆಂದು ಭರತನಿಗೆ ಆಗಾಗ ಅನಿಸುವುದಿತ್ತು. "ಅಮ್ಮ ನಾವು ಅಜ್ಜಿಮನೆಗೆ ಹೋಗಿ ಅಲ್ಲೇ ಇರುವ ಬಾಮ್ಮ" ಎಂದು ಕರೆಯುವ ಭರತನ ಮಾತಿಗೆ ಅಮ್ಮ ಮೌನವಾಗಿರುತ್ತಿದ್ದಳು. ಅವಳಾದರೂ, ಮನೆಯವರ ಮಾತನ್ನು ಕೇಳದೆ, ತಾನು ಪ್ರೇಮಿಸಿದವನ ಹಿಂದೆ ಬಂದವಳು. ಈಗ ಯಾವ ಮುಖ ಹೊತ್ತುಕೊಂಡು ಹೋದಾಳು? ಅದೂ ತನಗೆ ಗಂಡನ ಹಿಂಸೆ ತಡೆಯಲಾಗುತ್ತಿಲ್ಲವೆಂದು?

ಅವಳು ತನ್ನ ದುಃಖವನ್ನು ಹಲ್ಲುಕಚ್ಚಿ ಸಹಿಸುತ್ತಲೇ ಬಂದಿದ್ದಳು. ಹಾಗಿರುವಾಗಲೇ ಅದೊಮ್ಮೆ ತವರಿಗೆ ಮರಳಿ ಹೋಗಲೇಬೇಕಾದ ದಿನವೊಂದು ಕಡೆಗೂ ಬಂದು ಬಿಟ್ಟಿತ್ತು.

ಒಂದು ಬೆಳ್ಳನೆ ಮುಂಜಾನೆ ತೆಳ್ಳಗೆ ಬೆಳ್ಳಗೆ ಲಕ್ಷಣವಾಗಿದ್ದ ಹೆಂಗಸೊಬ್ಬಳು, ಜೊತೆಗೆರಡು ಮಕ್ಕಳನ್ನೂ, ನಾಲ್ಕೈದು ಜನರನ್ನೂ ಒಟ್ಟುಮಾಡಿಕೊಂಡು ಬಂದು ಮನೆಯ ಬಾಗಿಲು ತೆಗೆಯುವುದನ್ನೇ ಕಾದುಕೂತವರಂತೆ ಕೂತು, ತಲೆಮರೆಸಿಕೊಂಡಿದ್ದ ಕಳ್ಳನೊಬ್ಬನನ್ನು ಹಿಡಿದು ಹಾಕುವಂತೆ, ಥೇಟ್ ಹಾಗೆಯೇ ಅಪ್ಪನನ್ನು ಹೆಡೆಮುರಿಗೆ ಕಟ್ಟಿ ಹಿಡಿದುಹಾಕಿದ್ದರು. ಅಮ್ಮನೆದುರು ಸದಾ ದರ್ಪದೌಲತ್ತು ತೋರುತ್ತ, ಕಣ್ಣರಳಿಸುತ್ತಿದ್ದ ಅಪ್ಪ ಆ ಅವರ ಕೈಯೊಳಗೆ ಸಿಲುಕಿ ಕುಂಯ್ ಕುಂಯ್ ಅನ್ನುತ್ತಿದ್ದ. ಅವರು ಅಮ್ಮನನ್ನೂ ಎಳೆದು ದೂಡಿ ಮಾಡಿದ್ದರು. ಅಳುತ್ತಿದ್ದ ಅಮ್ಮನ ಮುಖವನ್ನು ಬಿರುಸಾಗಿ ಸೆಳೆದು "ರಂಡೆ ರಂಡೆ ಇನ್ನೆಷ್ಟು ಸಂಸಾರ ಹಾಳ್ಮಾಡಿದ್ದೀಯೇ?" ಎಂದು ತಿವಿದ ನೆನಪು ಭರತನಿಗೆ. ಅಕ್ಕಪಕ್ಕದ ಮನೆಯವರೆಲ್ಲ ನಿಂತು ನೋಡುತ್ತಿರುವಂತೆಯೇ ಆ ಗುಂಪು ಅಪ್ಪನನ್ನು ಎಳೆದೊಯ್ದಿತ್ತು. ಸುತ್ತಲಿನ ಜನ ತಮ್ಮತ್ತ ಬೀರಿದ್ದ ಆ ವಿಮರ್ಶಾತ್ಮಕ ನೋಟದಲ್ಲಿ ಮೊದಲಬಾರಿಗೆ ಭರತ ವಿಪರೀತವಾಗಿ ಕುಗ್ಗಿ ಹೋಗಿದ್ದ. ಅಪ್ಪ ಕುಡಿದು ಬಂದು ಹೊಡೆದು ಮನೆಯಿಂದ ಹೊರಹಾಕಿದಾಗ ಕೂಡ ಇಷ್ಟು

ಬೇಸರವಾಗಿರಲಿಲ್ಲ. ಇದು ಬೇರೆಯದೇ ಬಗೆಯ ಬೇಸರ, ಬೇರೆಯದೇ ತರದ ನೋವು. ಅಸಲಿಗಿದು ಅವಮಾನ ಎಂದು ಭರತನಿಗೆ ಅರಿವಾಗಿತ್ತು.

ಎಂಥ ನೋವಿದ್ದರೂ ಸದಾ ಮುಖದಲ್ಲಿ ಸಣ್ಣದೊಂದು ನಗುವನ್ನು ಅಂಟಿಸಿಕೊಂಡು ಚುರುಕಾದ ಹೆಜ್ಜೆಗಳನ್ನಿಡುತ್ತ, ಲವಲವಿಕೆಯಿಂದಿರುವಂತೆ ಕಾಣುತ್ತಿದ್ದ ಅಮ್ಮ ಅಂದು ತನ್ನೆಲ್ಲ ಹುಮ್ಮಸ್ಸನ್ನೂ ಒಟ್ಟಿಗೇ ಕಳಕೊಂಡವಳಂತೆ ಹತಾಶಳಾಗಿದ್ದಳು. ಒಂದು, ಎರಡು, ಮೂರು, ನಾಲ್ಕು ದಿನಗಳು ಮುಗಿದು ವಾರಗಳು ಉರುಳಿ... ಅಪ್ಪ ಮರಳಿ ಬಂದಿರಲಿಲ್ಲ. ಮಾತ್ರವಲ್ಲ ಬದುಕಿನ ಲಯವೇ ಬದಲಾಗಿತ್ತು. ಸುತ್ತಲಿನ ಜನರ ನೋಟ, ಮಾತು, ಭಾವನೆ ಎಲ್ಲದರಲ್ಲೂ ಒಂದು ಸಣ್ಣ ಬದಲಾವಣೆ ಢಾಳಾಗಿ ಕಾಣಿಸತೊಡಗಿ, ಮೊತ್ತಮೊದಲ ಬಾರಿಗೆ ನಮಗೆ ಇಲ್ಲಿ ನಮ್ಮವರೆಂಬ ಯಾರೂ ಇಲ್ಲವೆಂದು ಅಮ್ಮ ಮಗ ಇಬ್ಬರಿಗೂ ಬಲವಾಗಿ ಅನಿಸಿ, ಕೊನೆಗೆ ಹತ್ತು ವರ್ಷಗಳ ಬಳಿಕ ತವರಿಗೆ ವಾಪಸ್ಸಾಗಿದ್ದರು. ಅಂತೂ ಈ ಬದುಕು ಪ್ರತಿಯೊಬ್ಬರಿಗೂ ಒಂದೊಂದು ಅಳತೆ ದುಃಖವನ್ನು ಅಳೆದುಕೊಡದೆ ಬಿಟ್ಟಿಲ್ಲ.

ಇದನ್ನೆಲ್ಲ ನನ್ನೊಡನೆ ಹೇಳಿಕೊಂಡು ತಿಂಗಳೂ ಇಲ್ಲ, ಅಷ್ಟರಲ್ಲೇ ಒಂದು ಬೆಳಗ್ಗೆ ಭರತ ಬಂದವನೇ ಕಿಚನ್ನಿಗೆ ನುಗ್ಗಿ "ಅಕ್ಕ" ಅಂದಿದ್ದ. ಅವನ ಕಣ್ಣುಗಳಲ್ಲಿ ಕೆಂಪಿನ ಛಾಯೆಯಿತ್ತು. ನೀರಿನ ಪಸೆ ಇನ್ನೇನು ಹನಿಯಲೇ ಎಂಬಂತೆ ತೇಲಿನಿಂತಿತ್ತು. ಅವನ ಮುಖದಲ್ಲಿ ಅಂಥದ್ದೊಂದು ಕಳವಳ ಈ ಹಿಂದೆ ಕಂಡ ನೆನಪೇ ಇರಲಿಲ್ಲ ನನಗೆ. ತತ್‌ಕ್ಷಣ ಅವನೊಳಗಿನ ಅಂಥದ್ದೇ ಕಳವಳ ನನ್ನ ಮುಖಕ್ಕೂ ರಾಚಿದ ಹಾಗೆ ಅನಿಸಿ ನನ್ನೊಳಗೆ ಹಲವಾರು ಪ್ರಶ್ನೆಗಳೆದ್ದಿದ್ದವು. "ಅಕ್ಕ, ಅಮ್ಮ ಹೊರಟು ಹೋಗಿದಾಳೆ. ಬಹುಶಃ ಆ ಗಾರ್ಮೆಂಟ್ ಫ್ಯಾಕ್ಟರಿಯವನ ಜೊತೆಗೇ ಇರಬೇಕು, ಇಲ್ಲಿ ನೋಡು ಪತ್ರ ಬರೆದಿಟ್ಟಿದಾಳೆ. ನಾನು ಅವಳನ್ನು ಕ್ಷಮಿಸಬೇಕಂತೆ" ಚಿಕ್ಕದೊಂದು ಪೇಪರಿನ ತುಣುಕು. ಅವನದನ್ನು ಮಡಚಿ ತೆರೆದು ಮಾಡುತ್ತ ಸುಮ್ಮನೆ ನಿಂತಿದ್ದ. ಆ ಕ್ಷಣದಲ್ಲಿ ಹಾಗೆ ನಿಂತವನನ್ನು ಎದೆಗೆ ಸೆಳೆದಪ್ಪಿಕೊಂಡು "ನಾನಿದೀನಿ ನಿಂಗೆ" ಅನ್ನಬೇಕೆನಿಸಿತ್ತು; ಮನಸಿನಲ್ಲಿ ನಾನು ಅದನ್ನೇ ಮಾಡಿದೆ. ಆದರೆ ನಿಜದಲ್ಲಿ ನನಗೆ ಕೈಕಾಲೇ ಆಡಲಿಲ್ಲ. ಮಾತಂತೂ ಶುದ್ಧ ಹೊರಡಲೇ ಇಲ್ಲ. ಮಾತು ಕೊಡುವ ಮುಂಚೆ ಯೋಚಿಸಬೇಡವೇ? ನನ್ನದೇ ಇನ್ನೂ ಸರಿಯಾಗಿ ನೆಲೆಕಾಣದ ಬದುಕು. ಅಂಥದ್ದರಲ್ಲಿ ಈ ಹೊಸ ಜವಾಬ್ದಾರಿ. ಉಹೂಂ ಮಾತು ಕೊಡುವ ಮಾತೇ ಇರಬಾರದು, ಹಾಗಂತ ಭರತನ ಮೇಲೆ ಪ್ರೀತಿ ಇಲ್ಲವೆಂದಲ್ಲ. ಅವನನ್ನು ಮೊದಲಿಗಿಂತಲೂ ಚೆಂದ ನೋಡಿಕೊಳ್ಳುತ್ತೇನೆ, ಅವನು ಶಾಲೆ ನಿಲ್ಲಿಸದಂತೆ ನೋಡಿಕೊಳ್ಳುತ್ತೇನೆ, ಅವನ ಜೊತೆ ಮೊದಲಿಗಿಂತ ತುಂಬ ಪ್ರೀತಿಯಿಂದ, ತುಂಬ ಜವಾಬ್ದಾರಿಯಿಂದ ನಡಕೊಳ್ಳುತ್ತೇನೆ, ಅವನ ಮನಸ್ಸು ನೋಯದಂತೆ ಕಾಯುತ್ತೇನೆ... ಎಲ್ಲವನ್ನೂ ನಾನು ಖಂಡಿತ ಮಾಡುತ್ತೇನೆ. ಆದರೆ... ಮ್ಮ್... ಆದರೆ ಯಾವುದೇ ಕಾರಣಕ್ಕೂ ನಾನು ಹೀಗೀಗೆ ಮಾಡುತ್ತೇನೆ, ಹೀಗೇ ಇರುತ್ತೇನೆಂದು ಅವನ ಬಳಿ ಹೇಳುವುದಿಲ್ಲ. ಮಾತು ಕೊಡುವುದಿಲ್ಲ. ಅವನೊಳಗೆ ಬಾಯ್ಮಾತಿನ ನಂಬಿಕೆ ಹುಟ್ಟಿಸುವುದಿಲ್ಲ. ಅದಕ್ಕಿಂತ ಮುಖ್ಯ, ನಾನು ಕೊಟ್ಟ ಮಾತಿನ ಅಡಕತ್ತರಿಯಲ್ಲಿ ಸಿಲುಕಬಾರದು. ಹಾಗಂತ ನಾನು ರಾತ್ರಿ ನಿದ್ರೆ ಬಾರದೆ ಹೊರಳಾಡುತ್ತ, ಬೆಳಗಿನ ನನ್ನ ಮೌನವನ್ನು ಸಮರ್ಥಿಸಿಕೊಂಡಿದ್ದೆ. ದಿನವಿಡೀ ಅದನ್ನೇ ಮಾಡಿದ್ದೆ.

"ಭರತ, ಬಾಯಿ ಸುಟ್ಟುಕೊಂಡ ಬೆಕ್ಕಿಗೆ, ಮತ್ತೆ ಹಾಲಿಗೆ ಬಾಯಿ ಹಾಕುವಾಗಲೆಲ್ಲ ಆ ನೋವು ನೆನಪಾಗಬಹುದು, ಆದರೆ ಹಸಿವೆಂಬುವುದು ನೋವಿಗಿಂತಲೂ ದೊಡ್ಡದು. ನೀನು ಅವಳನ್ನು ಕ್ಷಮಿಸಿಬಿಡು. ಎಂದಾದರೂ ತಿರುಗಿ ಬಂದಾಳು. ಅಜ್ಜ ಇದಾರಲ್ಲ, ಸದ್ಯ ಧೈರ್ಯವಾಗಿರು, ನಾವೂ ಇರ್ತೀವಿ. ಎಲ್ಲ ಸರಿ ಹೋಗುತ್ತೆ... ನೀನು ಧೈರ್ಯವಂತ ಹುಡುಗ, ಅಳಬಾರದು ಆಯ್ತಾ" ಅವನು ಹೊರಡುವ ಮುನ್ನ ಅವನ ಕೈ ಹಿಡಿದುಕೊಂಡು ಇವೇ ಮಾತುಗಳನ್ನು ಆಡಿದ್ದೆ. ಅವನಿಗೆ ಈ ಮಾತುಗಳಿಂದ ಏನನ್ನಿಸಿರಬಹುದು, ಏನು ಅರ್ಥವಾಗಿರಬಹುದು? ಅಂತೂ ಭರತ ನನ್ನ ಮಾತಿಗೆ ಪ್ರತಿಯಾಡದೆ ನೇರವಾಗಿ ನನ್ನ ಕಣ್ಣುಗಳನ್ನೇ ನೋಡುತ್ತ ಸಣ್ಣಗೆ ನಕ್ಕಿದ್ದ. ಆ ನಗುವನ್ನು ಜೀರ್ಣಿಸಿಕೊಳ್ಳಲಾರದೆ ನಿಂತಲ್ಲೇ ಒದ್ದಾಡಿದ್ದೆ. ಅದೇ ಕೊನೆ, ಅದರಾಚೆಗೆಂದೂ ಅವನು ಅಮ್ಮನ ಕುರಿತು ಯಾವೊಂದೂ ಮಾತಾಡಿರಲಿಲ್ಲ.

ಮೊದಲಿನಂತೇ ನಿತ್ಯ ಮನೆಗೆ ಬರುವ, ಹೋಗುವ. ಮನೆ, ಮನೆಗೆ ಪೇಪರ್ ಹಾಕುವ, ಆಗೀಗ ಶಾಲೆಗೂ ಹೋಗುವ, ಅವನ ಅಜ್ಜನ ಜೊತೆ ಮಾರ್ಕೆಟ್ಟಿಗೆ ಹೋಗುವ, ಅಜ್ಜ ಮೊದಲಿನಂತೆ ಮೂಟೆ ಹೊತ್ತರೆ ಇವನಿಗೆ ಅಲ್ಲೇನಾದರೂ ಕೈ ಕೆಲಸ. ಭರತ ಬಹುಬೇಗನೇ ಈ ಬದಲಾವಣೆಗಳಿಗೆ ಒಗ್ಗಿಕೊಂಡಂತಿತ್ತು. ಯಾವುದೇ ವಿಷಯವಾಗಿರಲಿ, ಅದು ಒಗ್ಗಬೇಕೆಂದರೆ ಮೊದಲು ಅದನ್ನು ಒಪ್ಪಿಕೊಳ್ಳಬೇಕು. ಒಮ್ಮೆ ಒಪ್ಪಿಕೊಂಡರೆ ಮುಗಿಯಿತು, ಒಗ್ಗುವುದು ಸುಲಭ. ಆದರೆ ಹಾಗೆ ಎಲ್ಲವನ್ನೂ ಒಪ್ಪಿಕೊಳ್ಳಲು ಸಾಧ್ಯವೇ? ಹಾಗೊಂದು ವೇಳೆ ಸಾಧ್ಯವಾಗಿರುತ್ತಿದ್ದರೆ ನಾನಿಂದು ಹೀಗಿರುತ್ತಿದ್ದೆನೆ? ಅಪ್ಪ, ಅಮ್ಮ, ತಮ್ಮ, ಬಂಧುಬಳಗ ಎಲ್ಲರಿದ್ದೂ ಯಾರೊಂದಿಗೂ ಸಂಬಂಧ ಉಳಿಸಿಕೊಳ್ಳದೇ?

ಇವತ್ತಿಗೂ ಆ ದುಷ್ಟ ದಿನದ ನೆನಪು ಹಾಗೇ ಇದೆ. ರಾತ್ರಿ ನಿದ್ರೆಯಲ್ಲಿ ಎಚ್ಚರಾಗುವಾಗ "ಅಪ್ಪೀ" ಎಂದು ಕಾಲು ಬೆಸೆದು, ಸೆಳೆದು ತಬ್ಬಿ ಮುದ್ದಿಸುತ್ತಿದ್ದ ಆ ಅವಳು ಇಂದಿಗೂ ನೆನಪಾಗುತ್ತಾಳೆ. ಅವಳ ನುಣುಪಾದ ಕೊರಳಿನುದ್ದಕ್ಕೂ ಅದೆಷ್ಟು ಮುತ್ತುಗಳನ್ನು ಸುರಿಸುತ್ತಿದ್ದೆ ನಾನು! ಉಸಿರಿನೊಳಗೆ ಹೊಸೆದುಕೊಂಡು ಬಿಟ್ಟಿದ್ದೀನೇನೋ ಎಂಬಂಥ ಏಕಭಾವದಲಿ, ಜೀವದಂತೆ, ಅಲ್ಲಲ್ಲ ಜೀವಕ್ಕಿಂತ ಹೆಚ್ಚಾಗಿ ಪ್ರೇಮಿಸಿದ ಗೆಳತಿ ಕೊನೇ ಘಳಿಗೆಯಲಿ "ಏ ನಾನು ಬೈಸೆಕ್ಷುವಲ್ ಅನ್ಸುತ್ತೆ ಕಣೇ, ನಂಗೆ ಯಾಕೋ ಇದು ಇಷ್ಟವಾಗ್ತಿಲ್ಲ, ಏನೋ ಪ್ರೆಶರ್ ಕಳ್ಕೊಳೋಕೆ ಮಾಡಿದ್ದನ್ನೆಲ್ಲ ಸೀರಿಯಸ್ ಆಗಿ ತಗೋಬೇಡ" ಎಂದು ಹೇಳಿ ನನ್ನ ಮೊರೆಯನ್ನು ಒಂಚೂರೂ ಪರಿಗಣಿಸದೆ ಬಿಟ್ಟು ಹೊರಟೇಹೋಗಿದ್ದಳು. ಇದೆಲ್ಲ ಸಾಲದೆಂಬಂತೆ ಅವಳನ್ನು ಹೇಗಾದರೂ ಒಪ್ಪಿಸಿಬಿಡುತ್ತೇನೆ, ಹುಡುಗಿ ಗಾಬರಿಗೊಂಡಿದ್ದಾಳೆ, ಮನೆಯಲ್ಲೇನೋ ಸಮಸ್ಯೆಯಾಗಿರಬೇಕು ಎಂದೆಲ್ಲ ನಾನು ತಯಾರಿ ಮಾಡಿಕೊಳ್ಳುತ್ತಿದ್ದ ಸಮಯದಲ್ಲಿ ನನ್ನ ಮತ್ತು ಅವಳ ಇಂಟಿಮೇಟ್ ಮಾತುಕತೆಗಳ ಜಾಡುಹಿಡಿದ ತಮ್ಮ ಅದನ್ನು ಸಾಕ್ಷಿಸಮೇತ ಬಹಿರಂಗಗೊಳಿಸಿಬಿಟ್ಟಿದ್ದ. ನಾನು ಅಂಡು ತೊಳೆದು ಬೆಳೆಸಿದ ಹುಡುಗ, ಅಮ್ಮ ಅಪ್ಪನೆದುರಿಗೆ ನಿಂತು ನನ್ನ ಕುರಿತು ಹೇಗೆ ಅಬ್ಬರಿಸಿ ಮಾತಾಡಿದ್ದ. ಮೊಬೈಲು ಮುಖಕ್ಕೆ ಎಸೆದು "ಏನೇ ಇದೆಲ್ಲ ರಂಡೆ?" ಅಂದಿದ್ದ. ರಂಡೆ! ಚೋಟುದ್ದ ಹುಡುಗನಿಗೆ ಎಷ್ಟೊಂದು ಧೈರ್ಯ! ಅವನ ಕಣ್ಣಲ್ಲಿ ನಾನು ಅಷ್ಟೊಂದು ಅಲ್ಪಳಾಗಿದ್ದೆ, ಕ್ಷುಲ್ಲಕಳಾಗಿದ್ದೆ.

ಅದಕ್ಕೇ ಆ ಧೈರ್ಯ! ಅಮ್ಮ ಅಪ್ಪ ಇಬ್ಬರೂ ಮಾತು ಕಳಕೊಂಡು ಮೂಕವಾಗಿದ್ದರು. ಅಪ್ಪ ತಾನು ಹುಟ್ಟಿಸಿದ್ದರಲ್ಲೇ ಎಂಥದ್ದೋ ಲೋಪವಾಗಿರಬೇಕೇನೋ ಎಂಬಂತೆ ನಿಂತಲ್ಲೇ ಮರಗಟ್ಟಿಹೋಗಿದ್ದರೆ, ಅಮ್ಮನಿಗೆ ತಾನು ಆಸೆಯಿಂದ ಮಗುವೆಂದು ಬೆಳೆಸಿದ್ದು ನಿಜದಲ್ಲಿ ಒಂದು ಅಸಹ್ಯಕರ ಕ್ಷುದ್ರಜೀವಿಯಂತೆ ಕಂಡಿರಬೇಕು. ಇಲ್ಲವಾದರೆ ಈ ವಿಷಯ ಕಿವಿಗೆ ಬಿದ್ದಾಕ್ಷಣ ಅಲ್ಲೇ ಹಾಲಿನಲ್ಲೇ ವಾಂತಿ ಮಾಡಿಕೊಂಡು ತಲೆ ಚಚ್ಚಿಕೊಂಡು ಅಳುತ್ತಿದ್ದಳೇ? ಹತಾಶೆಯಿಂದ ಅಸಹಾಯಕರಾಗಿ ಕುಸಿದಂತೆ ಕಂಡ ಅಮ್ಮ ಅಪ್ಪನ ಎದುರು ಅವರ ಅಸಲು ಗಂಡುಮಗನಂತೆ ಅದೆಷ್ಟು ದರ್ಪದಿಂದ ಮಾತಾಡುತ್ತಿದ್ದ ತಮ್ಮನ ಬಾಯಿಂದ ಅತಿ ತುಚ್ಛವಾದ ಮಾತುಗಳು ಪುಂಖಾನುಪುಂಖವಾಗಿ ಹೊರಬೀಳುತ್ತಿದ್ದರೆ ಯಾರಾದರೂ ತಡೆದರೆ? ಅದು ಹೇಗೆ ತಡೆಯುತ್ತಾರೆ? ಹಾಗೆಲ್ಲ ಹೊಲಸು ಮಾತಾಡುವುದು ತಪ್ಪೆ? ಉಹುಂ ಅದೆಲ್ಲ ತಪ್ಪೇ ಅಲ್ಲ. ಅದು ಮಾನವ ಸಹಜ ಅಭಿವ್ಯಕ್ತಿ, ಆದರೆ ನನ್ನದು ಹಾಗಲ್ಲ... ಹಾಗಲ್ಲವಂತೆ. ಸೈಲಿಂಗ್ ಅಗೇನ್ಸ್ಟ್ ದಿ ಟೈಡ್ಸ್ ವಿಲ್ ಡ್ರೌನ್ ಯು ಡೌನ್. ಯಾರೊಬ್ಬರೂ ನನ್ನ ಮಾತು ಕೇಳುವಂತೆಯೇ ಇಲ್ಲ, ಕೇಳುವುದು ಸಾಧ್ಯವೂ ಇರಲಿಲ್ಲ. "ಥೂ ನೀನು ನನ್ನ ಮಗಳೇ ಅಲ್ಲ, ಮನೆ ಬಿಟ್ಟು ಹೋಗು" ಕಡೆಗೂ ಅಪ್ಪ ಮಾತಾಡಿದ್ದ, ಮನಸು ಒಡೆದುಹೋಗಿತ್ತು.

ಎಲ್ಲ ದಾರಿಗಳೂ ಏಕಕಾಲಕ್ಕೆ ಮುಚ್ಚಿಕೊಂಡ ಹಾಗೆ, ಕೈಯಲ್ಲಿದ್ದ ಎಲ್ಲವೂ ಕಳೆದು ಹೋದ ಹಾಗೆ ಇದ್ದಕ್ಕಿದ್ದಂತೆ ಅಪಾರ ಖಾಲಿತನ ತೋರಿ, ಕಳೆದುಕೊಳ್ಳಲಿಕ್ಕೆ ಮತ್ತೇನೂ ಇಲ್ಲವೆನ್ನಿಸಿ, ಕಡೆಗೆ ಅದನ್ನೇ ನೆಪವಾಗಿಸಿಕೊಂಡು ಭಂಡ ಧೈರ್ಯದಲಿ ಊರು ಬಿಟ್ಟು ಬೆಂಗಳೂರಿಗೆ ಹೊರಟಿದ್ದೆ ನಾನು. ಬದುಕು ಕ್ರೂರಿಯಷ್ಟೇ ಅಲ್ಲ, ಕರುಣಾಮಯಿ ಕೂಡ.

ನಿಜ ಹೇಳಬೇಕೆಂದರೆ, ಅದೊಂದು ಹುಚ್ಚುಕುದುರೆ. ಅದು ಕೆನೆಯುತ್ತದೆ, ಓಡುತ್ತದೆ, ಸೆಣಸುತ್ತದೆ. ಇದ್ದಕ್ಕಿದ್ದಂತೆ ಗಕ್ಕನೆ ಎಲ್ಲೋ ಒಂದೆಡೆ ಒಲ್ಲೆನೆಂದು ಕದಲದೆ ನಿಂತುಬಿಡುತ್ತದೆ. ಮುಂದೆಲ್ಲೋ ಮುಗ್ಗರಿಸಿ ಬೀಳುತ್ತದೆ, ಏಳುತ್ತದೆ... ಎಲ್ಲೆಲ್ಲಿಗೋ ಒಯ್ಯುತ್ತದೆ... ಕಡೆಗೊಮ್ಮೆ ಮಲಗಿಬಿಡುತ್ತದೆ. ಕುದುರೆ ಮಲಗಿತೆಂದರೆ ಸತ್ತ ಹಾಗೆ.

ಓಹ್ ಚಮತ್ಕಾರಿ ಬದುಕು.

ಇಲ್ಲವಾದರೆ, ಕಣ್ಣುಕಟ್ಟಿಕೊಂಡು ಬೆಂಗಳೂರಿಗೆ ಬಂದಿಳಿದವಳಿಗೆ ಸುಕ್ಕಿ ಮತ್ತು ದೇವ ಹೇಗೆ ಸಿಗಬೇಕಿತ್ತು? ಎಲ್‌ಜಿಬಿಟಿಯ ಯಾವುದೋ ಸಮಾವೇಶದಲ್ಲಿ ಸಿಕ್ಕಿದವರು, ಇಂದು ತನ್ನನ್ನು ಅವರದೇ ಮನೆಯವಳನ್ನಾಗಿಸಿಕೊಂಡು ಒಂದು ನೆಲೆ ಕೊಟ್ಟಿದ್ದಾರೆ. ಇದ್ಯಾವ ಋಣಾನುಬಂಧ? ನಾನಿಲ್ಲವೇ ಹೀಗೆ ಇಲ್ಲಿ ಹೊಸ ಬದುಕಿನೊಂದಿಗೆ?

ನನ್ನಂತೆ, ಭರತನಂತೆ, ಅವನ ಅಜ್ಜನಂತೆ, ಸುಕ್ಕಿ, ದೇವನಂತೆ, ತನ್ನ ದಾರಿಯೇ ಸರಿಯೆಂದು ನಡೆಯುವ ಅಪ್ಪ-ಅಮ್ಮ, ಕುಂಕುಮದ ಹೆಂಗಸು? ಅವರಿಲ್ಲವೆ? ಎಲ್ಲರದೂ ಒಂದೊಂದು ದಾರಿ, ಒಂದೊಂದು ಮಜಲು... ಆದರೆ ಎಲ್ಲರನ್ನೂ ಏಕಸೂತ್ರದಲ್ಲಿ ಅಪ್ಪಿ ಹಿಡಿದಿರುವ ಬದುಕಿಗೊಂದು ಸೂತ್ರವಂತೂ ಇರಲೇಬೇಕು. ಯಾವುದಿರಬೇಕು ಆ ಸೂತ್ರ? ಪ್ರೇಮವೇ? ಉಹೂಂ ಅಲ್ಲ, ಆಸೆಯೆ? ಅದೂ ಅಲ್ಲ. ಹಾಗಾದರೆ ಹಸಿವು? ಹಸಿವೇ? ಮ್ಮ್... ಬಹುಶಃ ಹಸಿವು. ಹೌದು ಹಸಿವೆಯೇ. ಪ್ರೀತಿ, ಪ್ರೇಮ, ಕಾಮ, ಪದವಿ, ಅಧಿಕಾರ, ಸುಖ,

ಸಂತೋಷ, ಹಣ, ಆಸ್ತಿ, ಅಂತಸ್ತು, ಕೀರ್ತಿ, ಕಡೆಗೆ ವೈರಾಗ್ಯ ಕೂಡ... ಎಲ್ಲವೂ, ಎಲ್ಲವೂ ಒಂದಲ್ಲ ಒಂದು ಬಗೆಯ ಹಸಿವೆಯೇ. ಹೊರಗೆ ಹತ್ತು ಹಲವು ಬಣ್ಣದಲ್ಲಿ ಕಂಡುಬರುವ ಬದುಕಿನ ನಿಜವಾದ ಬಣ್ಣ ಹಿನ್ನೆಲೆಯಲ್ಲಿ ಒಂದೇ.

ನಾನು ಯೋಚನೆಯಲ್ಲಿ ಕಳೆದು ಹೋಗಿದ್ದೆ, ಎಂದಿನಂತೆ.

ಆಗ ಮರಳಿದ್ದ ಭರತ.

"ಅಕ್ಕ, ತಗೊಳ್ಳಿ ಹಾಲು, ಬೇಗ ಒಂದು ಟೀ ಹಾಕಿ. ಸಿಕ್ಕಾಪಟ್ಟೆ ಸುಸ್ತು."

"ಏನಾಯ್ತೋ, ಬೆಳಗ್ಗೇನೇ ಸುಸ್ತು ಅಂತಿದೀಯ?" ನೋಡಿದರೆ ಅವನ ಮುಖ ನಿಜಕ್ಕೂ ಬಾಡಿತ್ತು.

"ಅಕ್ಕ ಬೆಳಗ್ಗೆ ಮೂರೂವರೆಗೇ ಎದ್ದು ದನ ಕಡಿಯುವಲ್ಲಿಗೆ ಕೆಲಸಕ್ಕೆ ಹೋಗಿದ್ದೆ, ಅಬಟ್ಯಾರ್‌ಗೆ."

"ದನ ಕಡಿಯಲಾ? ಅಲ್ಲೇನೋ ನಿಂಗೆ ಕೆಲಸ?" ನಾನು ಹೆಚ್ಚುಕಡಿಮೆ ಚೀರಿದ್ದೆ.

"ದನ ಕಡಿಯೋ ಕೆಲಸ ಅಕ್ಕ. ದನ, ಕುರಿ ಎಲ್ಲ."

"ಅಯ್ಯೋ ಭಗವಂತ, ಅಲ್ಲಿ ನಿನ್ನಂಥ ಚಿಕ್ಕ ಹುಡುಗನಿಗೇನು ಕೆಲಸವೋ..."

"ಸಿಕ್ಕಾಪಟ್ಟೆ ಕೆಲಸ ಅಕ್ಕ, ಒಂದಾ ಎರಡಾ..."

"ಏ... ಏನೋ ನೀನು, ಇಂಥ ಕೆಲಸಕ್ಕೆಲ್ಲ ಹೋಗ್ತೀಯಲ್ಲೋ... ಛೇ! ಎಲ್ಲಬಿಟ್ಟು ಇದೇ ಕೆಲಸ ಸಿಕ್ಕಿದ್ದಾ ನಿಂಗೆ, ಥೂ ಬೇಜಾರಾಗ್ತಿಲ್ವೇನೋ ನಿಂಗೆ? ಹೋಗಿ ಹೋಗಿ ಎಂಥಾ ಕೆಲ್ಸ ಮಾಡಿದೀಯ ಛೇ" ನನ್ನ ದನಿ ಥರಗುಟ್ಟುತ್ತಿತ್ತು.

"ಮತ್ತೆ ಅಕ್ಕ ಬೇಜಾರಾಗ್ದೆ? ಭಾಳ ಬೇಜಾರಲಿದೀನಿ ನಾನು. ನೀವೇ ಹೇಳಿ, ಸಣ್ಣ ಹುಡುಗ ನಾನು, ಎಷ್ಟು ಕೆಲಸ ಇತ್ತು ಗೊತ್ತಾ! ಆಗ್ತಾನೇ ಇದ್ದಿಲ್ಲ. ಆದ್ರೂ ಅಷ್ಟು ಕೆಲಸ ಮಾಡಿದೀನಿ. ನಾಲ್ಕು ದನ, ಎರಡು ಆಡು ಹದ ಮಾಡ್ಬೇಕೂಂದ್ರೆ ಸುಮ್ನೆನಾ ಅಕ್ಕ? ಸ್ವಲ್ಪಾದರೂ ಕರುಣೆ ಬೇಡ ಅವರಿಗೆ? ಇದೋ ಬರೀ ನೂರು ರೂಪಾಯಿ ಕೊಟ್ಟಿದಾರೆ. ತುಂಬ ಬೇಜಾರಾಗೋಯ್ತು ಅಕ್ಕ, ಅಳುನೇ ಬಂದ್ಬಿಡ್ತು. ಅವರಿಗೇನು ಗೊತ್ತು... ನನ್ನ ಕಷ್ಟ. ಅಜ್ಜನಿಗೂ ಎರಡ್ದಿನದಿಂದ ಹುಷಾರಿಲ್ಲ, ನಿನ್ನೆ ಮಧ್ಯಾಹ್ನದಿಂದ ನಾವು ಊಟನೂ ಮಾಡಿಲ್ಲ ಗೊತ್ತಾ?" ಅಂದ. ಆವೇಶಕ್ಕೋ, ಹತಾಶೆಗೋ ಅವನ ದನಿ ಕಟ್ಟಿ ಗೊಗ್ಗರಾಯಿತು.

ನನ್ನ ಕಂಗಳಿಂದ ಕೆಳಗಿಳಿಯಲು ಹವಣಿಸಿ ನಿಂತಿದ್ದ ಕಣ್ಣೀರು ಆ ಕ್ಷಣ ಅಲ್ಲೇ ಹರಳುಗಟ್ಟಿತು. ನಾನು ಅವನನ್ನು ಸೆಳೆದು ತಬ್ಬಿಕೊಂಡೆ. ಭರತ ಸಣ್ಣಗೆ ನಡುಗುತ್ತಿದ್ದ.

ನಾನೂ...

□□□

ನಿರಾಕರಣೆ

ಗೋಧೂಳೀ ಸಮಯ. ಅಲ್ಲೆಲ್ಲೋ ಕಣ್ಣೆಟುಕದ ದೂರದಲಿ ಮುಳುಗುತ್ತಿದ್ದ ಸೂರ್ಯ ತನ್ನ ನಡೆಹಾದಿಗೆ ಕೆಂಪುಚೆಲ್ಲಿ ಹೋಗಿದ್ದ. ಅಲ್ಲಲ್ಲಿ ತೇಲುತ್ತಿದ್ದ ಬಿಳಿಮೋಡಗಳು ಹೊಂಬಣ್ಣ ತಳೆದು ಹೊಳೆಯುತ್ತ ರಾತ್ರಿಯ ವಿಹಾರಕ್ಕೆ ಸಜ್ಜಾಗುತ್ತಿದ್ದವು. ಗೂಡಿಗೆ ಮರಳುತ್ತಿದ್ದ ಹಕ್ಕಿಕೊಕ್ಕರೆಗಳ ಹಿಂಡು ಕೆಂಪು ಹಿನ್ನೆಲೆಯ ಕ್ಯಾನ್ವಾಸಿನ ಮೇಲೆ ಬಗೆ ಬಗೆ ಚಿತ್ತಾರಗಳನ್ನು ಬರೆದು ಎತ್ತಲೋ ಜಾರಿ ಹೋಗುತ್ತಿದ್ದವು. ಹುಲ್ಲು ಬಾಣೆಯ ಎಡಬದಿಗೆ ಅನಾಮತ್ತಾಗಿ ಹರಡಿಕೊಂಡಿದ್ದ ಆಲದ ಮರದಲ್ಲಿ ಹಕ್ಕಿಪಕ್ಷಿಗಳ ಕುಶಲ ಪರಿಶೀಲನೆ... ತ್ವರಿತವಾಗಿ ನಡೆದಿತ್ತು. ಅಂದಿನ ತುತ್ತು ತುಂಬಿಸಿಕೊಂಡು ಸುಸೂತ್ರವಾಗಿ ಮನೆ ಸೇರಿದ ಅವು ತಂತಮ್ಮ ಅನುಭವಗಳನ್ನು ಹಂಚಿಕೊಳ್ಳುತ್ತ ರಾತ್ರಿ ಕವಿಯುವ ಮೊದಲು ಮಾತುಕಥೆ ಮುಗಿಸಿ.. ಹೊಸಬೆಳಗಿಗೆ ತೆರೆದುಕೊಳ್ಳುವ ತರಾತುರಿಯಲ್ಲಿರುವಂತೆ ಕಾಣುತ್ತಿತ್ತು. ಬಾಣೆಯನ್ನು ಸುತ್ತುತ್ತಿದ್ದ ಕುಳಿಗಾಳಿ ಅದಿನ್ನೂ ಒಂದು ದೊಡ್ಡ ಹಿಂಡು ದನಕರುಗಳು ಇಲ್ಲಿ ಮೇಯುತ್ತಿದ್ದವೆಂಬುದರ ಸಾಕ್ಷಿಯೆಂಬಂತೆ ತನ್ನೊಳಗೆ ಕರಗಿಸಿಕೊಂಡ ಅವುಗಳ ಮೈಘಮವನ್ನು ಬಯಲು ಮಾಡುತ್ತಿತ್ತು. ಅಲ್ಲೇ ಎಲ್ಲೋ ಹತ್ತಿರದಲಿ ಸುರಗಿ ಮರವೊಂದು ಭರಪೂರ ಹೂ ತಳೆದು ಪರಿಮಳವನು ಬಿತ್ತರಿಸುತ್ತಿತ್ತು. ತೋಟದೊಳಗೆಲ್ಲೋ ಕಟ್ಟಿದ ಕಾಡುಜೇನು ತುಂಬಿ ಚೆಲ್ಲುತ್ತಿದೆಯೆಂಬ ಗುಟ್ಟನ್ನು ಸುಳಿಗಾಳಿ ಹಿಡಿದುಕೊಟ್ಟಿತ್ತು. ಗಾಳಿಯ ಸೆಳವಿಗೆ ಸೋತ ಬಿದಿರ ಗುತ್ತಿ ಮೆಲುವಾದ ಸುನಾದ ಹೊಮ್ಮಿಸುತ್ತಿತ್ತು. ಅದರ ಜೊತೆಗೆ ಬಾಣೆಯ ಆ ತುದಿಯಲಿ ಗುಡಿಸಲು ಕಟ್ಟಿಕೊಂಡು ಬದುಕುತ್ತಿದ್ದ ಒಂಟಿ ಮುದುಕನೊಬ್ಬನ ಗುಡಿಸಲಿನಿಂದ ಮೇಲೇಳುತ್ತಿದ್ದ ತೆಳ್ಳನೆ ಹೊಗೆಯೂ, ಹೊಗೆ ಸುರುಳಿಯೊಳಗೆ ಸಿಲುಕಿಕೊಂಡ ಸುಟ್ಟ ಮೀನಿನ ಘಮವೂ ಗಾಳಿಯಲಿ ತೇಲಿ... ಬಾಣೆಯ ಈ ತುದಿಯಲಿ ಕುಳಿತ ಒಕ್ಕುವಿನ ನೆತ್ತಿಯ ಮೇಲೆ ಸುತ್ತುತ್ತ ಅವನನ್ನು ಮುಟ್ಟಿ ನೋಡುತ್ತಿದ್ದವು.

ಅದಿನ್ನೂ ದಿನದ ಒಟ್ಟೂ ಕೆಲಸ ಮುಗಿಸಿ, ತೆಳ್ಳಗೆ ಬೆವರಿದ ಮೈ ಹೊತ್ತು ಸ್ನಾನಕೆ ಹೊರಟ ಹೆಣ್ಣಿನ ಹಾಗೆ ಚೆಲುವಾಗಿ ಪರಿಮಳಿಸುತ್ತ ಹೊರಟಿರುವ ಸಂಜೆಯ ಸೊಬಗನ್ನು ಸಂಪೂರ್ಣವಾಗಿ ಆಸ್ವಾದಿಸಲಾರದೆ, ಅಲ್ಲಗಳೆಯಲೂ ಆಗದೆ... ಬಿಮ್ಮನೆ ಕುಳಿತಿದ್ದ ಒಕ್ಕು.

ಅವನ ಮನಸು ಎಲ್ಲೋ ಕಳೆದು ಹೋಗಿತ್ತು. ವಾರದಿಂದ ಅವ್ವಿ ಮಾತಾಡುವುದನು ಸಂಪೂರ್ಣ ನಿಲ್ಲಿಸಿ ಸುಮ್ಮನೆ ಕುಸುಕುಸು ಅಳುತ್ತಿದ್ದಳು. ಅಂಗಡಿಗೆ ಬಂದವರೆಲ್ಲ ಅವನ ಕಡೆ ಅತಿ ತುಚ್ಛವೆಂಬ ನೋಟವೊಂದನ್ನು ರವಾನಿಸಿ ಹೋಗುತ್ತಿರುವಂತೆ ಅವನಿಗನಿಸಿತ್ತು.

"ನಿನ್ನ ಮುಖಕ್ಕೆಲ್ಲ ಇಷ್ಟು ಅಹಂಕಾರ ಇರಬಹುದೆ?" ಎಂದು ಅವರೆಲ್ಲ ಕೇಳದೇ ಕೇಳುತ್ತಿದ್ದಾರೆಂಬುದು ಅವನಿಗೆ ತೀವ್ರವಾಗಿ ಅನಿಸಿತ್ತು.

ಒಕ್ಕುವಿನ ಹೆಸರು ಅದಲ್ಲ... ಬಾಲಕೃಷ್ಣನಂತ ಚೆಂದದ ಮಗು ಬೇಕೆಂದು ಹಂಬಲಿಸಿ ಹೆತ್ತ ಒಂದೇ ಮಗು ಅವನು. ಒಂದುಕಾಲಕ್ಕೆ ಅವನಿಗೆ ಮುಕುಂದನೆಂಬ ಚೆಂದದ ಹೆಸರಿತ್ತು. ಮಗುವೂ ಅಷ್ಟೇ ತುಂಟ... ಕೃಷ್ಣನಷ್ಟೇ! ಆಡು, ಓಡು... ಕುಣಿ, ನಲಿ... ಬಾಲಕೃಷ್ಣನನು ಒರಳಿಗೆ ಕಟ್ಟುವುದುಂಟೇ? ವರುಷಗಳ ಹಂಬಲಕೆ ದಕ್ಕಿದ ಬೆಳಕಿನಂತ ಮಗು... ಅದು ನಡೆದ ದಾರಿಯಲಿ ಬೇಲಿಯಿದ್ದರೆ ಅದನ್ನೇ ಕಿತ್ತು ತಾಯಿ ದಾರಿ ಮಾಡಿಕೊಟ್ಟಾಳು. ಯಾವ ಎಗ್ಗುಸಿಗ್ಗಿಲ್ಲದ... ಸ್ವಚ್ಛಂದ ಬದುಕು. ಅಂಥ ಚೆಂದದ ದಿನಗಳಲ್ಲೊಮ್ಮೆ ನಡೆದ ಅನಾಹುತವೊಂದರಲ್ಲಿ ಮುಕುಂದನೆಂಬ ಮುಕುಂದ ಒಕ್ಕಣ್ಣನಾಗಿ ಬದಲಾಗಬೇಕಾಯ್ತು. ಅದೇ ಒಕ್ಕಣ್ಣನೆಂಬ ಹೆಸರು ಕಡೆಗೆ ಊರ ಬಾಯಲಿ ಸಿಲುಕಿ ನೆಗ್ಗಿ ಮೊಟಕಾಗಿ 'ಒಕ್ಕು'ವಾಗಿ ಬದಲಾಗಿತ್ತು.

ಅದು ಆಗಿದ್ದು ಹೀಗೆ.

ಅವತ್ತು ದೀಪಾವಳಿಯಿತ್ತು. ಬೆಳಗ್ಗೆ ಮಗುವಿಗೆ ಮೈತುಂಬ ಎಣ್ಣೆಹಚ್ಚಿ ಹೊರಗೆ ಎಳೆಬಿಸಿಲಲಿ ಆಡಲು ಬಿಟ್ಟು ಅವನ ಅವ್ವಿ ಒಳಗೆ ಹಬ್ಬದಡುಗೆಯಲಿ ತೊಡಗಿದ್ದ ಸಮಯ. ಕುಣಿಕೆ ಬಿಚ್ಚಿದ ಎಳೆಹೋರಿ ಕರುವಿನಂತೆ ಮುಕುಂದ ಚೆಂಗಚೆಂಗನೆ ನೆಗೆಯುತ್ತ ಅಡುಗೆ ಮನೆಗೆ ನುಗ್ಗಿ ವಡೆ ಕರಿಯುತ್ತಿದ್ದ ತಾಯಿಯೆದುರು ಕುಕ್ಕರಗಾಲಿನಲಿ ಕುಳಿತಿದ್ದ. ಆಸೆಯಿಂದ ಕಣ್ಣರಳಿಸಿ ಕೂತ ತನ್ನ ಆಸೆ ಮಗನನ್ನೇ ಮುದ್ದುಕ್ಕಿಸಿಕೊಂಡು ನೋಡುತ್ತ ಕುಳಿತಿದ್ದಳು ತಾಯಿ. ಅವರಿಬ್ಬರೂ ಹಾಗೆ ಕುಳಿತಿರುವುದನ್ನು ಕಂಡ ಎಳೇ ಬಿಸಿಲು ಜಗುಲಿಯಲ್ಲಿ ತಡೆದು ನಿಂತು ಅವರನ್ನೇ ನೋಡುತ್ತಿತ್ತು. ತೆರೆದ ಬಾಗಿಲಿನ ಮೂಲಕ ಒಳನುಸುಳಿ ಬರುತ್ತಿದ್ದ ತಂಗಾಳಿ ಆ ಎಳೆಬಿಸಿಲಿಗೆ ಚಳಿ ಕಾಯಿಸಿಕೊಳ್ಳುತ್ತ, ಬಾಗಿಲಿಗೆ ಕಟ್ಟಿದ್ದ ತೋರಣಕೆ ಜೋತು ಹಗೂರಾಗಿ ಆಡಿಕೊಳ್ಳುತ್ತಿತ್ತು. ಹಚ್ಚಿಟ್ಟ ರೇಡಿಯೋದಲ್ಲಿ ಯಾವುದೋ ದೇವರನಾಮ ದೀಪಾವಳಿಗೆ ಒಂದು ದೈವಿಕ ಕಳೆ ಕೊಡುತ್ತ, ಇಡೀ ಮುಂಜಾವಿಗೆ ಚೆಲುವೂಡುತ್ತಿತ್ತು. ಅಂಥ ಚಂದದ ಬೆಳಗಿನ ಆ ಸುಂದರ ಘಳಿಗೆಯಲಿ ಪುಟ್ಟ ಮುಕುಂದನಿಗೆ ಅದೇನು ತೋಚಿತೋ, ಧಡಕ್ಕನೆ ಕುಳಿತಲ್ಲಿಂದ ಎದ್ದವನೇ ಅವ್ವ ತಟ್ಟಿಟ್ಟ ವಡೆಯೊಂದನ್ನೆತ್ತಿ ಕಾದ ಎಣ್ಣೆಯ ಬೋಸಿಯೊಳಗೆ ರಿವ್ವನೆ ವಗಾಸಿ ಬಿಟ್ಟಿದ್ದ. ಅದು ಅಲ್ಲಿ ಹೋಗಿ ಏನಾಗುವುದೆಂದು ನೋಡುವ ಕುತೂಹಲದಲಿ ಅದೇ ವೇಗದಲಿ ಬಗ್ಗಿ ಬಾಣಲೆಯೊಳಗೂ ಇಣುಕಿದ್ದ, ಅಷ್ಟೇ! ಛಿಲ್ಲನೆ ಹಾರಿದ ಕಾದ ಎಣ್ಣೆ

ಕಣ್ಣಿನ ಮಣಿಯನ್ನು ಚೂರು ಮಾಡಿ ಮುಖವನ್ನೇ ಸುಟ್ಟುಬಿಟ್ಟಿತ್ತು! ಅಲ್ಲಿಗೆ ಎಲ್ಲ ಮುಗಿದಿತ್ತು! ಥಳಥಳ ಹೊಳೆಯುತ್ತಿದ್ದ ಸುಂದರ ಮುಂಜಾವೊಂದು ಕಾದು ಕಪ್ಪಿಟ್ಟು ಸೀದು ಕರಕಲಾಗಿತ್ತು.

ಮುಖ ಸುಟ್ಟು, ಒಂದು ಕಣ್ಣು ಪೂರ್ಣ ಬತ್ತಿ, ಎಳೆಯ ಜೀವ ಬಸವಳಿದು, ಅಂತೂ ಇಂತೂ ಅವನ ಜೀವ ಹಿಡಿಯಲು ಅವನ ಅವ್ವಿಯೂ ಅಪ್ಪನೂ ತಪಸ್ಸಿನಷ್ಟು ಕಷ್ಟಪಟ್ಟಿದ್ದರು. ಕಡೆಗೆ ಅವನ ಗಾಯ ಮಾಯ್ದರೂ, ಮುಖದಲ್ಲಿ ಆಳಕ್ಕೆ ಕಲೆಯುಳಿದು, ತುಟಿ ಮೂಗು ವಿರೂಪಗೊಂಡು, ಮುಖದಲ್ಲಿ ಒಂದು ಸಣ್ಣ ಬೆಳಕಿಂಡಿಯಂಥ ಕಣ್ಣು ಮಾತ್ರವೇ ಉಳಿದುಕೊಂಡಿತ್ತು. ಕಂಡವರೆಲ್ಲ ಮುಕುಂದನ ತಂದೆತಾಯಿಗೆ ಸರಿಯಾಗಿ ಛೀಮಾರಿ ಹಾಕಿದ್ದರು. "ಎಂತ ಹರಕೆಗೇ ಹುಟ್ಟಲಿ, ಬೆರಕೆಗೇ ಹುಟ್ಟಲಿ. ಮಕ್ಕಳೆಂದ ಮೇಲೆ ಒಂಚೂರು ನಿಗಾನಟ್ಟು ಮಾಡಬೇಕಪ್ಪ. ಒಂಚೂರು ಕಟ್ಟುನಿಟ್ಟಿಲ್ಲ. ನಯನಾಜೂಕು ಗೊತ್ತಿಲ್ಲ. ಇದು ಯಾವತ್ತಾದ್ರೂ ಹೀಗೇ ಆಗುದಿತ್ತು" ಅಂದಿದ್ದರು. ಅವರು ಮರು ಮಾತಾಡದೆ ಅಂದಿದ್ದನ್ನು ಅನ್ನಿಸಿಕೊಂಡು ತಲೆತಗ್ಗಿಸಿದ್ದರು. ಆದರೆ ಹೀಗಾದ ಬಳಿಕ ಅವರು ಮಗನನ್ನು ಇದ್ದದ್ದೂ ಮುಚ್ಚಟೆ ಮಾಡತೊಡಗಿದ್ದರು. ನಿಂತಲ್ಲಿ ಕೂತಲ್ಲಿ ಹೋದಲ್ಲಿ ಬಂದಲ್ಲಿ ಅವರ ಅತಿ ಮುಚ್ಚಟೆಯಲ್ಲಿ ಮುಕುಂದ ಬಳಲಿದ್ದ. ಏನಾದರೊಂದು ಮಾಡಲು ಹೋಗಿ, ಏನೇನನ್ನೂ ಮಾಡಲಾಗದ ಪರಿಸ್ಥಿತಿ ಬಂದು, ಕಡೆಗವನು ಏನೆಂದರೆ ಏನನ್ನೂ ಮಾಡದೇ ಉಳಿಯುವುದೇ ವಾಸಿಯೆಂಬಂತೆ ಸುಮ್ಮಗುಳಿದಿದ್ದ. ಒಂದು ನಮೂನೆ ಮೌನ ಅವನನ್ನು ಆವರಿಸಿಕೊಂಡು, ಅವನು ಬೆಳೆಯುತ್ತಿದ್ದಂತೆ ಅವನ ಸುತ್ತಲ ಮೌನವೂ ಬೆಳೆಯತೊಡಗಿತ್ತು. ತನ್ನಮ್ಮನ ಹೊರತಾಗಿ ಉಳಿದವರೆಲ್ಲ ಯಾವುದೋ ಜನ್ಮದಲಿ ತನಗೆ ಶತ್ರುಗಳಾಗಿದ್ದರೋ ಎಂದು ಅವನಿಗೆ ಆಗಾಗ ಅನಿಸುತ್ತಿತ್ತು. ಅವನ ಕಲಸಿದ ಮುಖದತ್ತ ಕುತೂಹಲದ ನೋಟ ಹರಿಸುವವರನ್ನು ಕಂಡಾಗ ಮುಖಕ್ಕೆ ಬೀಸಿ ನಾಕು ಬಿಡಬೇಕೆನಿಸುತ್ತಿತ್ತು. ಎಷ್ಟೋ ಸಲ ಹಾಗೆ ತನ್ನನ್ನೆ ತಿರುತಿರುಗಿ ನೋಡಿದವರನ್ನ "ಏನಾದರೂ ಬೇಕಿತ್ತ?" ಅಂತ ಮುಖಕ್ಕೆ ನೇರ ಕೇಳಿಯೂ ಕೇಳಿದ್ದ. ಕೆಲವೊಮ್ಮೆ ಅವನ ಮಾತುಗಳು ಅಮ್ಮ, ಅಕ್ಕ, ಸಮಸ್ತ ಬಂಧುಬಳಗವನ್ನು ಸವರಿಕೊಂಡು ಹೋಗಿದ್ದೂ ಇತ್ತು. ಆದರೆ ಶತಪ್ರಯತ್ನಪಟ್ಟರೂ ಮನಸಿನಲಿ ಮೂಡಿದ ಅಷ್ಟೂ ಸಿಟ್ಟನ್ನು ಮುಖದ ಮೇಲೆ ತರಲಾಗದೆ ತನ್ನ ನಿರ್ವಿಕಾರ ಮುಖದ ಮಿತಿಗೆ ತನ್ನೊಳಗೇ ನೋಯುತ್ತ... ನೆಲಕ್ಕೆ ಬಗ್ಗಿ ಮಣ್ಣೆತ್ತಿ ತೂರುತ್ತಿದ್ದ. ಏನೋ ಅನ್ಯಭಾಷೆಯಲಿ ಬಡಬಡಿಸುತ್ತಿದ್ದ. ಕಡೆಗೀಗ ಆ ಎಲ್ಲವನೂ ನಿಲ್ಲಿಸಿ ಕಾಷ್ಠಮೌನಿಯಾಗಿ ಬದಲಾಗುತ್ತಿದ್ದ. ಆ ಮೌನದಲಿ ಅವನು ಯಾರೊಂದಿಗೋ ನಿರಂತರ ಸಂಭಾಷಣೆಯಲ್ಲಿರುವಂತೆ ಕಾಣುತ್ತಿದ್ದ. ಬಹುಶಃ ದೇವಲೋಕದ್ದಾಗಿರಬಹುದಾದ ಆ ಸದ್ದುಗಳು ಅವನಿಗಷ್ಟೇ ಕೇಳುತ್ತಿರಬಹುದೆಂದು ಅವನ ಅವ್ವಿ ಸಂದೇಹಿಸುತ್ತಿದ್ದಳು. ಅವನನ್ನು ಕಾಣುವ ಅನೇಕರಿಗೆ ಇಂಥದ್ದೇ ಇದೇ ರೀತಿ ಸಂದೇಹ ಹುಟ್ಟುತ್ತಿತ್ತು. ಒಮ್ಮೊಮ್ಮೆ ಅವನು ಇದ್ದಕ್ಕಿದ್ದಂತೆ ಅದಿನ್ನೂ ನಿದ್ರೆಯಿಂದೆದ್ದ ಮಗುವಿನಂತೆ ಅಮಾಯಕವಾಗಿ ನಗುವಾಗ ಎದುರಿದ್ದವರ ಹೃದಯ ಸಣ್ಣಗೆ ಒದ್ದೆಯಾಗಿ, ಥಂಡಿ ತಗುಲಿದಂತೆ ಹಗೂರಾಗಿ ನಡುಗಿದ್ದೂ ಇತ್ತು.

ಇಂಥ ಇವನಿಗೆ ಈಗ ಪರ್ವ ತುಂಬಿ ಅವನ ಅವ್ವಿ ಹೊಸ ಪೇಚಾಟದಲಿ ಸಿಲುಕಿದ್ದಳು. ಮಗ ಕಣ್ಣು ಕಳೆದುಕೊಂಡ ಕೆಲವೇ ವರ್ಷಗಳಲ್ಲಿ ಅವಳು ತನ್ನ ಗಂಡನನ್ನೂ

ಕಳೆದುಕೊಂಡಿದ್ದಳು. ಮೊದಲೇ ಒಂದು ವಯಸ್ಸು ದಾಟಿದ ಮೇಲೆ ಹುಟ್ಟಿದ ಮಗ, ಅವನೀಗ ಒಂದೊಳ್ಳೆ ವಯಸ್ಸಿಗೆ ಬರುತ್ತಿರುವಷ್ಟರಲ್ಲಿ ತಾನೂ ಮುದುಕಿಯಾಗುತ್ತ ಹೊರಟಿದ್ದಾಳೆ. ಮೊದಲಿದ್ದ ಕಸುವು, ಮನಸ್ಥೈರ್ಯ ಎರಡೂ ಈಗಿಲ್ಲ. ಅಂಥದ್ದರಲ್ಲಿ ತನ್ನ ನಂತರ ಮಗನಿಗೆ ಗತಿ ಯಾರು? ತನ್ನಂತೆ ಮುಚ್ಚಟೆ ಮಾಡುವ ಹೆಣ್ಣೊಬ್ಬಳನ್ನು ಹೇಗೆ ತರುವುದು? ಎಲ್ಲಿಂದ ತರುವುದು? ಒಕ್ಕುವಿನ ಅವ್ವಿ ಈ ಕುರಿತಾಗಿ ಪ್ರಯತ್ನ ಪಡದೇ ಉಳಿದಿರಲಿಲ್ಲ. ಆದರೆ ಯಾವ ಹುಡುಗಿಯರೂ ಇವನನ್ನು ಒಪ್ಪಿರಲೇ ಇಲ್ಲ. ವಿಚಾರ ತಲುಪಿದಾಗಲೇ ಕೆಲವರು ನಿರಾಕರಿಸಿದರು. ಕೆಲವರು ನೋಡಿದ ಮೇಲೆ ನಿರಾಕರಿಸಿದರು. ಊರಿನಲ್ಲಿ ತೋಟವಿದೆ... ಗದ್ದೆಯಿದೆ... ಮನೆಯಿದೆ... ಸುಮ್ಮನೆ ಕೂತರೂ ಫಸಲು ತೂಗುವಷ್ಟು ಫಲವತ್ತು ಮಣ್ಣಿನ ಭೂಮಿ. ಹೊತ್ತು ಹೋಗಲು ಅಂಗಡಿ. ಪಾಲಿಗೆ ಹೊಡೆದಾಡಲು ಅಣ್ಣತಮ್ಮ ಇಲ್ಲ. ಬಸಿರು ಬಾಣಂತನಕೆ ಬರಲು ಅಕ್ಕತಂಗಿ ಇಲ್ಲ. ಇದ್ದೊಬ್ಬ ಅಪ್ಪನೂ ತೀರಿಕೊಂಡಿದ್ದಾನೆ, ಇರುವುದು ಅಮ್ಮ ಮಾತ್ರ. ಅವಳು ಇರುವೆ ಕೂಡ ಹೊಸಕದಂಥ ಪಾಪದವಳು ಎಂಬೆಲ್ಲ ಪರಾಕು ಬಹುಪರಾಕುಗಳೊಂದಿಗೆ ಹೆಣ್ಣಿನ ಮನೆಗೆ ಓಲೆ ಹೋದರೂ ಯಾವುದೋ ನೆಪಕ್ಕೆ ಬಿದ್ದು ಅದು ತಿರಸ್ಕೃತವಾಗಿಬಿಡುತ್ತಿತ್ತು. ಒಕ್ಕುವಿನ ಅವ್ವಿ ನೊಂದಳು... ಬಹು ನೊಂದಳು, ಮಗನ ಎಲ್ಲ ಸಂಕಷ್ಟಕೂ ನಾನೇ ಹೊಣೆ ಅನಿಸಿ ಅವಳ ಹೃದಯ ದುಃಖದಲಿ ಉಬ್ಬಿ ಉಸಿರ ತಿತ್ತಿಗಳನು ಒತ್ತಿ ಉಸಿರುಗಟ್ಟಿಸುವುದು... ಎದೆಯೊಳಗೆ ಅವಳು ಕೂಡಿಟ್ಟ ನೋವುಗಳೆಲ್ಲ ಕರಗಿ ಕಣ್ಣೀರಾಗುವುದು... ಮಗನಿಗೆ ಏನಾದರೂ ಹೇಳಿ ಸಮಾಧಾನಿಸಬೇಕೆಂದುಕೊಂಡ ಮಾತುಗಳಾದರೂ ಕೊರಳ ಇರುಕಿನಲೇ ಸೆರೆಯಾಗಿ... ಆ ಒತ್ತಡಕೆ ಗಂಟಲೊಣಗುವುದು. ಅವನ ಜೊತೆ ಹುಡುಗರು ಒಬ್ಬೊಬ್ಬರಾಗಿ ಮದುವೆಯಾಗಿ ಮಕ್ಕಳೊಂದಿಗರೂ ಆಗುತ್ತ ಆಗೀಗೊಮ್ಮೆ ಹೆಗಲಿನ ಮೇಲೆ ಮಗುವನ್ನು ಉಪ್ಪುಮೂಟೆ ಮಾಡಿಕೊಂಡು ಅಂಗಡಿಗೆ ಬರುವುದನ್ನು ಕಾಣುವಾಗ ಅವಳ ಹೃದಯ ತತ್ತರಿಸುವುದು. ಅವಳ ಕಂಗಳಿಗೆ ಅಂಗಡಿಯ ಗಲ್ಲಾದಲ್ಲಿ ಕೂತ ಮಗ ಯಾವುದೋ ಪಾಳು ಬಿದ್ದ ವಿಗ್ರಹದಂತೆ ಕಾಣುತ್ತಿದ್ದ. ಬಹಳಷ್ಟು ಬಾರಿ ಕದಲದೆ ನಿಶ್ಚಲವಾಗಿ ಎಲ್ಲೋ ಕಳೆದುಹೋದಂತೆ ಕುಳಿತು ಅಂಗಡಿಗೆ ಬಂದವರ ಲೇವಡಿಗೂ ಗುರಿಯಾಗುತ್ತಿದ್ದ. "ಮಗನಿಗೆ ಮದ್ವೆ ಮಾಡೂದಲ್ಲ... ನೋಡಿ ಎಲ್ಲೋ ಕನ್ಸಲ್ಲಿ ಕಳ್ದೋಗಿದಾನೆ..." ಕೆಲವರು ಅವನ ಅವ್ವಿಗೆ ಸಲಹೆ ಕೊಡುತ್ತಿದ್ದರು. ಅಂಥವರಿಗೆ ಪೆಚ್ಚು ನಗುವೊಂದನ್ನ ದಾಟಿಸುವುದರ ಹೊರತು ಹೆಚ್ಚು ಆಕೆಗೂ ತೋಚುತ್ತಿರಲಿಲ್ಲ. ತಾಯಿ ಮಗನ ಈ ಸಂಕಷ್ಟ ನೋಡಿ ಹಾಗೆ ಮಾತಾಡಿದವರಲ್ಲೇ ಒಂದಿಬ್ಬರು ಹೆಚ್ಚಿಗೆ ಆಸಕ್ತಿ ತೋರಿ ಅವನಿಗಾಗಿ ಹೆಣ್ಣು ಹುಡುಕಿಯೂ ಹುಡುಕಿದರಾದರೂ ಯಾವುದೂ ಕೈಗೂಡದೇ ಹೋಗಿತ್ತು. ಆದರೆ ತೀರ ಮೊನ್ನೆ ನೋಡಿದ ಹುಡುಗಿಯನ್ನು ಮಾತ್ರ ಒಕ್ಕು ಸ್ವತಃ ತಾನೇ ನಿರಾಕರಿಸಿದ್ದ.

ಇದು ನಡೆದದ್ದು ಸರಿಯಾಗಿ ವಾರದ ಹಿಂದೆ. ಅವತ್ತು ಬೆಳಗ್ಗೆ ಬಿಸಿಲು ನೆತ್ತಿಗೇರುವ ಮೊದಲೇ ಅವರು ಪಕ್ಕದೂರಿನಲ್ಲಿದ್ದ ಆ ಮನೆಯನ್ನು ತಲುಪಿದ್ದರು. ಅವನು, ಅವನ ಅವ್ವಿ ಮತ್ತು ಕುಬೇರಣ್ಣ. ಅದೊಂದು ಪುಟ್ಟ ಮನೆ... ಮನೆಯ ಓಣಿಯ ಇಕ್ಕೆಲಗಳಲಿ ಅರಳಿನಿಂತ ಮಲ್ಲಿಗೆಯ ಹೂಗಳು ಬಿಸಿಲು ಕಾಯುತ್ತ ಹಾಯಾಗಿದ್ದವು. ಮನೆಯ ವರಾಂಡಕ್ಕಿದ್ದ ಸಣ್ಣ ಕಿಟಕಿಯೊಳಗೆ ಬಿಸಿಲು ತೂರಲೆತ್ನಿಸಿ ಸೋತು ಗೋಡೆಗೊರಗಿ ಸುಮ್ಮನೆ ಕುಳಿತಿತ್ತು. ಆ

ವರಾಂಡ ದಾಟಿದರೆ ಆಮೇಲೆ ನಡುಮನೆ, ದಾಟಿದರೆ ಅಡುಗೆಮನೆ, ದೇವರಗೂಡು, ಅದನ್ನೂ ದಾಟಿದರೆ ಹಿತ್ತಿಲು. ಮನೆಯ ಹೊರಗೆ ಅಷ್ಟು ಚೆಂದ ಬೆಳಗಾಗಿದ್ದರೂ ಮನೆಯೊಳಗೆ ಕತ್ತಲಿನದ್ದೇ ನೆರಳು, ಕತ್ತಲಿನದ್ದೇ ವಾಸನೆ. ಮನೆ ತಣ್ಣಗಿತ್ತು. ಅಗತ್ಯಕ್ಕಿಂತಲೂ ತಣ್ಣಗೆ. ಆ ತಂಪುಮನೆಯೊಳಗೂ ಒಕ್ಕು ಸಣ್ಣಗೆ ಬೆವರಿದ್ದ. ಇದಕ್ಕೆ ಮುಂಚೆಯೂ ಮೂರ್ನಾಲ್ಕು ಕಡೆ ಹೆಣ್ಣು ನೋಡಲು ಹೋಗಿ ಮುಖ ಮುರಿಸಿಕೊಂಡು ಬಂದಿದ್ದ ಒಕ್ಕುವಿನ ಎದುರಿಗೆ ಈ ಬಾರಿ ಬಂದು ನಿಂತವಳೊಬ್ಬ ಸೊಬಗಿನ ಬಂಗಾರಿಯಾಗಿದ್ದಳು. "ಎಲ್ಲ ವಿಷಯ ಮೊದಲೇ ತಿಳಿದಿದೆ... ಹುಡುಗಿ ಕಡೆಯವರು ಬಡವರು ಅನ್ನುವುದು ಬಿಟ್ಟರೆ ಒಳ್ಳೆ ಜನ. ಅಮ್ಮ ಇಲ್ಲದೆ ಬೆಳೆದ ಮಗಳು, ಕಷ್ಟ ಸುಖ ತಿಳಕೊಂಡು ನಡೆಯುತ್ತಾಳೆ" ಅಂತ ಈ ಕಡೆಗೂ ಮೊದಲೇ ಮಾತು ಸಿಕ್ಕಿತ್ತು. ಈಗ ನೋಡಿ ಹೂಮುಡಿಸಿ ಬರುವುದು, ಮುಹೂರ್ತ ನೋಡಿ ಲಗ್ನ ಅಂತಲೂ ನಿರ್ಧರಿಸಿಕೊಂಡು ಬಂದಿದ್ದರು. ಒಂದು ಕಾಫಿ ಕುಡಿದು ಹಿತ್ತಿಲಿನಲಿ ಹಬ್ಬಿಸಿದ್ದ ಸೋರೆಕಾಯಿಯ ಚಪ್ಪರದ ಕೆಳಗೆ ಎರಡು ಕುರ್ಚಿಗಳನ್ನಿಟ್ಟು ಬೇಕಾದರೆ ಹುಡುಗ ಹುಡುಗಿ ಮಾತಾಡಿಕೊಳ್ಳಲಿ ಅಂದಿದ್ದರು ಹುಡುಗಿಯ ಅಪ್ಪ. ಇದೆಲ್ಲ ಯಾವ ರಗಳೆಗಳೂ ಬೇಡವೆಂದು ಒಕ್ಕುವಿನ ಅವ್ವಿಗೆ ಅನಿಸಿತ್ತು. ಒಕ್ಕುವಿಗೂ ಹಾಗೇ ಅನಿಸಿತ್ತು. ಆದರೆ ಸಂಬಂಧ ಕುದುರಿಸಿಕೊಟ್ಟಿದ್ದ ಕುಬೇರಣ್ಣ ಇದನ್ನು ಧಾರಾಳವಾಗಿ ಸ್ವೀಕರಿಸಿ "ಇಲ್ಲಿ ನೋಡು... ನಿನ್ನ ಕುರಿತು ಎಲ್ಲ ಹೇಳಿಯೇ ಮಾತಾಡಿರೋದು. ಎಲ್ಲ ಒಪ್ಪಿಗೆ ಆಗಿರೋ ಸಂಬಂಧ... ಹುಡುಗಿ ಜೊತೆ ಚೆನ್ನಾಗಿ ಒಂದೆರಡು ಮಾತು ಆಡಿ ಬಾ... ಸಾಕು. ಹೂಮುಡಿಸಿ ಹೋಗುವ" ಎಂದು ಒಕ್ಕುವನ್ನು ಮುಂದೆ ತಳ್ಳಿದ್ದ. ಹುಡುಗಿಯ ಅಪ್ಪನೇ ನಡುಮನೆಯಿಂದ ಅಡುಗೆಮನೆ ಹಾದು ಮುಂದಾಗಿ ದಾರಿ ತೋರಿಸುತ್ತ ಹಿತ್ತಿಲಿಗೆ ಕರೆದೊಯ್ದು ಬಿಟ್ಟು ಬಂದಿದ್ದ. ಹಿತ್ತಿಲಿನಲಿ ಕಣ್ಣು ತಳ್ಳಿದಷ್ಟು ದೂರ ತೆರೆದುಕೊಂಡ ಗದ್ದೆ ಬಯಲಿತ್ತು. ಗದ್ದೆಯ ಅಂಚಿಗೆ ಚಾಚಿಕೊಂಡ ತೋಡು. ತೆರಮೆ ಸೊಪ್ಪಿನ ಜೊಂಡು... ಯಾಕೋ ಅದನ್ನು ನೋಡುತ್ತ ಒಕ್ಕು ಸಣ್ಣಗೆ ಕಸಿವಿಸಿಗೊಂಡ... ಚಪ್ಪರದಡಿಯಲ್ಲಿ ನಿಂತ ಚೆಂದದ ಹುಡುಗಿಯನ್ನು ಹೇಗೆ ಮಾತಾಡಿಸುವುದೆಂದೇ ತಿಳಿಯದೆ ಅವನ ಗಂಟಲೊಣಗಿ ಬಂತು. ಆಗ ಕೇಳಿತು ಆ ಶಬ್ದ! ಒಕ್ಕು ತಿರುಗಿ ನೋಡಿದ, ಯಾರೂ ಇಲ್ಲ! ಅದು ಎಲ್ಲಿಂದ ಹುಟ್ಟಿತೆಂದು ಅವನಿಗೆ ಗೊತ್ತಾಗಿತ್ತಾದರೂ ಅವನು ಸುತ್ತೆಲ್ಲ ನೋಡಿದಂತೆ ಮಾಡಿದ... ಬೆನ್ನಿಗೇ ಉಮ್ಮಳಿಸಿ ಬಂದ ಕಡು ವಾಸನೆ! ಅಷ್ಟೇ! ಒಕ್ಕು ನಡುಗಿ ಹೋದ. ಅವನ ಜೀವ ಭದ್ರವಾಗಿ ಮುಚ್ಚಿಟ್ಟು ಮರೆತಿದ್ದ ಕೆಟ್ಟ ನೆನಪೊಂದನ್ನು ಅನಾಮತ್ತಾಗಿ ಮಗುಚಿ ಹಾಕಿ "ಹೇಗೆ?" ಎಂಬಂತೆ ಕೇಕೆ ಹಾಕಿತು.

ಸರಿಯಾಗಿ ಐದು ತಿಂಗಳ ಹಿಂದಿರಬೇಕು. ಅವತ್ತು ತನ್ನ ಗದ್ದೆಗೆ ನೀರು ಕಟ್ಟಲು ಹೋಗಿದ್ದ ಒಕ್ಕುವಿನ ಕಣ್ಣು ಹಿಂದೆಂದೂ ಕಾಣದ ಅತಿಶಯವೊಂದನ್ನು ಕಂಡಿತ್ತು. ಅದು ಯಾರದ್ದೆಂದು ಇವತ್ತಿಗೂ ಅವನಿಗೆ ತಿಳಿದಿಲ್ಲ. ಆದರೆ ಅತಿ ಮಾಟವಾಗಿ, ಅತಿ ಬಿಳುಪಾಗಿ ಇದ್ದ ಆ ಅವುಗಳು ತಮ್ಮಣ್ಣ ಮಾಸ್ತರ ಹೆಂಡತಿಯದ್ದೇ ಇರಬೇಕೆಂದು ಅವನು ಇವತ್ತಿಗೂ ಸಂದೇಹಿಸುತ್ತಾನೆ. ಯಾವತ್ತಾದರೂ ಅವಳನ್ನು ಅಲ್ಲಿಲ್ಲಿ ಕಂಡಾಗಲೆಲ್ಲ ಅವನಿಗೆ ಅವಳ ಆ ಅವೇ ಬಿಳೀ ಕುಂಡೆಗಳು ನೆನಪಾಗುತ್ತವೆ. ಬಹುಶಃ ಅವಳು ತೋಡಿನ ಬದಿಯಲ್ಲಿ ಉಚ್ಚೆ

ಹುಯ್ಯಲೋ, ಮತ್ತೇನಕ್ಕೋ ಕೂತಿದ್ದಿರಬೇಕು. ಕೆಂಪು ಹೂಗಳ ಚಿತ್ರವಿದ್ದ ಸೀರೆಯನ್ನು ನೇರ್ಪಾಗಿ ಮೇಲೆತ್ತಿಕೊಂಡು, ಆಚೀಚೆ ಕಳ್ಳಿಯಂತೆ ನೋಡುತ್ತ ಅವಸರದಲೆಂಬಂತೆ ಕುಳಿತಿದ್ದ ಆ ಭಂಗಿ ಒಕ್ಕುವಿನ ಒಂದು ಕಣ್ಣಿನೊಳಗೆ ಬಣ್ಣವಾಗಿ ಹೊಕ್ಕು ಚಿತ್ತಾರವಾಗಿ ನಿಂತುಬಿಟ್ಟಿತ್ತು. ಅದೇ ಹೊತ್ತಿನಲ್ಲಿ ಆ ಇನ್ನೊಂದು ತಮಾಷೆಯೂ ನಡೆಯಿತು. ಯಾರೋ ರಿವ್ವನೆ ಎಸೆದ ಸಣ್ಣ ಕಲ್ಲೊಂದು ಸರಿಯಾಗಿ ಅವಳ ಹಿಂಬದಿಗೆ ಬಡಿದು ಅವಳು ಗಾಬರಿಯಾಗಿ ಹಠಾತ್ತನೆ ಅಲ್ಲಿಂದೆದ್ದು ಊರ ಕಡೆ ಓಡತೊಡಗಿದ್ದಳು. ಅವಳು ಹಾಗೆ ಓಡುವಾಗ ತೊನೆದ ಅವಳ ಜಘನವೂ, ಅವನ ಕಣ್ಣೊಳಗೆ ಇಳಿದು ನಿಂತಿತು. ಅಲ್ಲಿಗೆ ತನ್ನಂತೆಯೇ ಯಾರೋ ಮತ್ತೊಬ್ಬರೂ ಅವಳನ್ನ ಹಾಗೆ ಕದ್ದು ನೊಡುತ್ತಿದ್ದರು ಅಂತಾಯಿತು... ಅವನಿಗೆ ಆ ಮತ್ತೊಬ್ಬನ ತುಂಟತನ ಇಷ್ಟವಾಗಿತ್ತು. ಸಣ್ಣ ಕಲ್ಲು... ಎಷ್ಟು ಸರಿಯಾಗಿ ಗುರಿನೋಡಿ ಎಸೆದಿದ್ದಾನೆ! ಅದು ಅವಳಿಗೆ ತಾಕಿದಾಗ ಅವಳು ಪುಟಿದೆದ್ದು ನಿಂತಕಾಲಿನಲಿ ಓಡಿದ್ದಳು. ಅವಳ ನಡು ಕೂಡ ಸಣ್ಣಕ್ಕಿತ್ತು. ಅವತ್ತು ಹಾಗೆ ಅದನ್ನು ನೋಡಿ ಬಂದ ಮೇಲೆ ಒಕ್ಕುವನ್ನು ಹೊಸತೊಂದು ಸೆಳೆತ ಕಾಡತೊಡಗಿತ್ತು. ಹಾಗೆ ಕನಸಿನಂತೆ ಕಂಡು ಮರೆಯಾದ ಕುಂಡೆಗಳು ಕನಸಿನಲಿ ನಿತ್ಯ ಬಂದು ನಿಜಕ್ಕೂ ಕಣ್ಣುಗಳ ಮೇಲೆ ಕೂತ ಹಾಗೆ ಅನಿಸಿ ಒಕ್ಕು ಕಂಗಾಲಾಗಿದ್ದ. ಈ ಒತ್ತಡವನ್ನು ಹೇಗಾದರೂ ನೀಗಿಸುವುದೆಂಬ ತತ್ತರಕೆ ಕಡೆಗೊಮ್ಮೆ ತಾನೇ ಒಂದು ಉತ್ತರವನ್ನೂ ಹುಡುಕಿಕೊಂಡಿದ್ದ. ಅವಳೊಬ್ಬಳಿದ್ದಳು ಅಮ್ಮಣ್ಣಿ ಊರಿನಲ್ಲಿ, ಅವಳ ಬಗ್ಗೆ ಅವನು ಬೇಕಷ್ಟು ಕಥೆಗಳನ್ನ ಕೇಳಿಸಿಕೊಂಡಿದ್ದ.

ಊರಿಗಿದ್ದ ಒಂದೇ ಅಂಗಡಿಯೆಂದರೆ ಒಕ್ಕುವಿನದ್ದೇ. ಅದಕ್ಕೆ ಶಾರದ ಸ್ಟೋರ್ಸ್ ಎಂಬ ಚೆಂದದ ಹೆಸರೂ ಇಡಲಾಗಿತ್ತು. ಆದರೆ ಜನರ ಬಾಯಲ್ಲಿ ಮಾತ್ರ ಅದು ಒಕ್ಕುವಿನ ಅಂಗಡಿಯಾಗೇ ಉಳಿದಿತ್ತು. ಸೋಮವಾರದ ಸಂತೆಯ ದಿನ ಬಿಟ್ಟರೆ ಉಳಿದಂತೆ ಯಾವಾಗ ಏನು ಬೇಕೆಂದರೂ ಒಕ್ಕುವಿನ ಅಂಗಡಿಯೇ ಊರಿಗೆ ಜೀವಾಳ. ಹಾಗೊಮ್ಮೆ ಏನೂ ಕೊಳ್ಳದೇ ಇದ್ದರೂ ಈ ಅಂಗಡಿ ಊರ ಗಂಡಸರಿಗೆ ಸಂಜೆಯ ಸಮಯ ಕಳೆಯಲೊಂದು ಅಡ್ಡಾ! ಹಾಗಾಗಿ ಅನೇಕ ಮಾತುಕಥೆಗಳು ಅವನೆದುರೇ ಬೀಡುಬೀಸಾಗಿ ನಡೆದುಹೋಗುತ್ತಿದ್ದವು. ಅವನೊಬ್ಬ ಮನುಷ್ಯನೇ ಅಲ್ಲವೇನೋ ಎಂಬಂತೆ ಬಂದವರೆಲ್ಲ ಆಡಬೇಕಾದ್ದು ಆಡಬಾರದ್ದನ್ನೆಲ್ಲ ನಿಸ್ಸಂಕೋಚವಾಗಿ ಅವನೆದುರೇ ಮಾತಾಡಿ ಹೋಗುತ್ತಿದ್ದರು. ನಡುನಡುವೆ ಬೀಡಿ, ಸಿಗರೇಟು, ಗುಟ್ಕಾ, ನೀರು, ಪೇಪರು... ಗಲ್ಲಾದಲ್ಲಿ ವಿಗ್ರಹದಂತೆ ಕೂತಿರುತ್ತಿದ್ದ ಒಕ್ಕು ಇವೆಲ್ಲವನ್ನೂ ಪೂರೈಸುತ್ತಿದ್ದ. ತನ್ನ ಕಿವಿ, ಮೂಗು, ಹೃದಯ, ಮನಸು... ಒಂದು ಕಣ್ಣು ಇವೆಲ್ಲ ಕೆಲಸ ಮಾಡುತ್ತಿದ್ದರೂ ಜನರಿಗೇಕೆ ತಾನು ಗೋಚರಿಸುವುದೇ ಇಲ್ಲ? ಇದಕೆ ತನ್ನ ಮೌನ ಕಾರಣವೇ ಅಥವಾ ಇವರು ಗೋಷ್ಠಿ ಮಾಡದೇ ಬಿಟ್ಟದ್ದೇ ತನ್ನನ್ನು ಮೌನಿಯಾಗಿಸಿತೇ... ಅಥವಾ ಇವೆರಡೂ ಒಂದರೊಂದಿಗೊಂದು ಥಳಕು ಹಾಕಿಕೊಂಡು ಒಟ್ಟೊಟ್ಟಿಗೇ ಬೆಳೆಯುತ್ತಿವೆಯೆ? ಅವನು ಯೋಚನೆಗೆ ಬೀಳುತ್ತಿದ್ದ. ಯೋಚಿಸಿದಷ್ಟೂ ಇದು ಜಟಿಲವಾಗಿ ಹೆಣೆದುಕೊಳ್ಳುತ್ತಿದೆಯೆನಿಸಿ ಅವನು ಯೋಚನೆಯನ್ನು ಕತ್ತರಿಸುತ್ತಿದ್ದ. ಅವನು ಇಡೀ ಊರಿನ ಕಿವಿಯಂತಿದ್ದ. ಅವನ ಕಿಟಕಿಯಂತಅಹ ಕಣ್ಣು ಇಡೀ ಊರನ್ನೇ ತೂಗಿ ನೋಡುತ್ತಿತ್ತು. ಅಮ್ಮಣ್ಣಿಯಾದರೂ ಅದಕೆ ಹೊರತಾಗಿರಲಿಲ್ಲ.

ಅವಳು ತುಸು ಕಪ್ಪು, ಆದರೆ ಸುಂದರಿ. ಅವಳ ಬಟ್ಟಲುಕಣ್ಣುಗಳು ಚೆಂದ. ಆಗೀಗ ಇವನ ಅಂಗಡಿಗೂ ಬರುತ್ತಾಳೆ. ತಮಾಷೆಯಾಗಿ ಏನಾದರೊಂದು ಮಾತು ಎಸೆದು ಹೋಗುತ್ತಾಳೆ. ಅದರಲ್ಲಿ ಬಹುಪಾಲು ಮಾತು ಮದುವೆಯ ಕುರಿತೇ ಆಗಿರುತ್ತದೆ. ಅಂಥ ಅಮ್ಮಣ್ಣಿಗೆ ಕಾಸೊಂದು ಸರಿಯಾಗಿ ಕೊಟ್ಟರೆ ಸಾಕು, ಭೂತವನ್ನೂ ನಿವಾಳಿಸಿ ಹಾಕುತ್ತಾಳೆಂಬ ರಂಜನೆಯ ಮಾತನ್ನು ಒಕ್ಕು ಬಹಳಷ್ಟು ಸರ್ತಿ ಕೇಳಿದ್ದಾನೆ. ಅವಳ ವಿಲಾಸದ ಕುರಿತು ಊರಿನ ಗಂಡಸರು ತನ್ನ ಅಂಗಡಿ ಕಟ್ಟೆಯಲ್ಲಿ ಕುಳಿತು ಆಡಿಕೊಳ್ಳುತ್ತಿದ್ದ ಮಾತುಗಳೆಲ್ಲವನ್ನೂ ಅವನು ಗಮನವಿಟ್ಟು ಕೇಳಿಸಿಕೊಂಡಿದ್ದಾನೆ. ಹಾಗೆ ಕೇಳಿಸಿಕೊಂಡ ಅವೆಲ್ಲ ವಿವರಗಳೂ ಅವನ ಕಲ್ಪನೆಯ ಕಂಗಳಲ್ಲಿ ಜೀವ ತಳೆದು ಅವನ ಆಸೆಗೆ ಗಾಳಿಯೂಡುತ್ತ ಉರಿ ಜೋರಾಗುವಂತೆ ಮಾಡುತ್ತಿತ್ತು. ದೇಹ ಮನಸು ಬೆಂಕಿಯಲಿ ಬೆಂದು ಹಗುರಾಗಬೇಕೆಂದು ಚಿಟ್ಟೆನ್ನುತ್ತ ಕೂತಂತೆ ಅವನಿಗನಿಸುತ್ತಿತ್ತು. ಮನೆಯೊಳಗೆ ಸದಾ ಒಬ್ಬಳೇ ಹಲುಬುವ ಅಮ್ಮ ಮತ್ತು ಅವಳ ಅಸಹಾಯಕತೆಯ ಗಾಢ ವಾಸನೆ. ಕೂತಲ್ಲಿಯೇ ಕೂತು ವಯಸ್ಸಾಗಿ, ಬೇಸರಾಗಿ ಸಾವನ್ನು ಎದುರು ನೋಡುತ್ತಿರುವಂತೆ ಕಾಣುವ ಹತ್ತು ಹಲವಾರು ಹಳೆಕಾಲದ ಪಾತ್ರೆ-ಪರಡಿ, ನಾಗಂದಿಗೆ, ಯಾರೂ ತೂಗಿಕೊಳ್ಳದ ಅನಾಥ ತೂಗುಯ್ಯಾಲೆ, ಹಳೆಯ ಟ್ರಂಕು, ಬೀರು, ಹಾಸಿಗೆ! ಇವೆಲ್ಲವನ್ನೂ ಮುಳುಗಿಸಿಡಲೆಂಬಂತೆ ಮನೆಯ ನಡುಗಂಬದಲ್ಲಿ ಹುಟ್ಟಿ ಹಾಗೇ ಮೇಲೇರಿ ಮನೆಯ ಜಂತಿ ಜಂತಿಗೂ ಚಾಚಿ, ಹಾಗೇ ಗೋಡೆಗಂಟಿಕೊಂಡು ಕೆಳಗಿಳಿದು ನೆಲದ ತುಂಬೆಲ್ಲ ಹರಡಿ ಬೇರಿಳಿಸಿಕೊಂಡಿರುವ ತಣ್ಣನೆಯ ಮೌನ! ಅಂಥಾ ಮೌನದಲಿ ಈ ಬಯಕೆಯ ಕನಸುಗಳು ಅವನನ್ನು ನಿಟ್ಟುಸಿರಿಡಿಸಿ ದಣಿಸುತ್ತಿದ್ದವು. ಒಂದು ಸಣ್ಣ ಮೆಲ್ಲುಸಿರೂ ಜೋರಾಗಿ ಕೇಳುವ ಮೌನಗತ್ತಲಲಿ ಬೆಂಕಿಯಂಥ ನಿಡಿಯುಸಿರುಗಳನ್ನು ಒಕ್ಕು ಹಾರಬಿಡುತ್ತಿದ್ದ. ತನ್ನೊಳಗೇ ಹಲುಬುತ್ತ ಕೆರಳುತ್ತ ಕಡೆಗೂ ಆ ನಿರ್ಧಾರಕೆ ಬರಲು ಅವನು ಅದೆಷ್ಟು ರಾತ್ರಿ ಹಗಲುಗಳನ್ನು ಬೇಯಿಸಿದ್ದಾನೆಂದು ಒಕ್ಕು ಬರೀ ಮಾತಿನಲಿ ಹೇಳಲಾರ ಹಾಗೇ... ಅದೊಂದು ಒತ್ತಡದಲ್ಲಿ ನೆತ್ತಿಯ ಬಿಸಿ ತಾಳಲಾರದೆ, ಅದೊಂದು ರಾತ್ರಿ ಹೋಗಿ ಅವನು ಅಮ್ಮಣ್ಣಿಯ ಮನೆಯ ಬಾಗಿಲು ಬಡಿದಿದ್ದ. ಹಾಗೆ ಬಡಿಯುವಾಗ ಬಾಗಿಲಿನ ಕಟಕಟಿಸುವಿಕೆಗಿಂತ ಜೋರಾಗಿ ತನ್ನೆದೆಯೇ ಬಡಿದುಕೊಳ್ಳುತ್ತಿರುವುದನ್ನೂ, ಮೈಯೆಲ್ಲ ಬೆವರಿ ಬಾಯೊಣಗುತ್ತಿರುವುದನ್ನೂ ಹೇಗೆ ಸಂಭಾಳಿಸುವುದೆಂದು ತಿಳಿಯದೆ ಅವನು ಕಂಗಾಲಾಗಿದ್ದ. ಆದರೆ ಅಮ್ಮಣ್ಣಿ ಅದ್ಯಾವುದನ್ನೂ ಗಮನಿಸದೆ, ತೀರ ಹೊರ ಬಾಗಿಲಿಗೆ ದೀಪ ಕೂಡ ತರದೆ ಒಳಗೆ ಕರೆದಿದ್ದಳು. ಅದಾಗಲೇ ಮಲಗಲು ಹೊರಟವಳಂತೆ ಕಂಡಿದ್ದಳು. ಪೆಟ್ಟಿಕೋಟಿನ ಮೇಲೆ ಬ್ಲೌಸ್ ಮಾತ್ರವೇ ಹಾಕಿಕೊಂಡು ದೀಪದ ಕುಡಿ ಸಣ್ಣಗೆ ಮಾಡಿ ಚಾಪೆಯನ್ನೂ ಹಾಸಿದ್ದಳು. "ಇನ್ನೇನು ಮಲಗುವವಳಿದ್ದೆ" ಅಂತಲೂ ಅಂದಳು. ಒಕ್ಕು ಈಗ ಮುಂದೇನು ಮಾಡಬೇಕೆಂದು ತೋಚದೆ ತಂದಿದ್ದ ದುಡ್ಡನ್ನು ದಿಂಬಿನ ಬದಿಯಿಟ್ಟು ಒಂದೂ ಮಾತಾಡದೆ ಚಾಪೆಯ ಮೇಲೆ ದಿಗ್ಮೂಢನಂತೆ ಕುಳಿತಿದ್ದ. ಆಗ ದೀಪ ದೊಡ್ಡದು ಮಾಡಿದ್ದಳು ಅಮ್ಮಣ್ಣಿ! ಅಷ್ಟೇ! ಅವಳ ಮುಖ ಸಳ್ಳನೆ ಕೆಂಪಾಗಿತ್ತು.

ಕೋಪದಲಿ ಸಣ್ಣಗೆ ತತ್ತರಿಸಿದಂತೆ ಕಂಡಳು. "ಥತ್ತೇರಿ, ನೀನಾ? ನಿನ್ನ ಮುಖಕ್ಕೆ ಎಷ್ಟು ಧೈರ್ಯ? ನಿನಗೆ ನಾನು ಬೇಕಾಯ್ತ? ಅಯ್ಯಮ್ಮ ನಿನ್ನ ಕೊಬ್ಬೇ! ದಾಟಿಲ್ಲಿಂದ..."

ಅವಳು ಹೆಚ್ಚುಕಮ್ಮಿ ಕಿರುಚುವ ದನಿಯಲಿ ಹೇಳಿ, ಅವನನ್ನು ಹಿಂತಳ್ಳಿ, ಮುಂದಲೆ ಜಗ್ಗಿ, ಅವನ ಮುಂದೆ ಬಗ್ಗಿ ನೇರ ಅವನ ಮುಖಕ್ಕೆ ಜೋರು ಹೂಸಿದ್ದಳು.

"ಇದಾ... ನೋಡ್, ನೀನು ನನ್ನ ಹೂಸಿಗೆ ಸಮ..." ಅವಳ ಮಾತುಗಳು ಒಕ್ಕುವಿನ ಕಿವಿಯಲ್ಲಿ ಬೆಂಕಿಯಂತೆ ಇಳಿದವು.

ಒಕ್ಕು ಆ ಸದ್ದನ್ನೂ ಆ ಕಟುನಾತವನೂ ಜನ್ಮದಲಿ ಮರೆಯದಾದ.

ಹಾಗೆ ಅಲ್ಲಿಂದ ಹೊರದಬ್ಬಿಸಿಕೊಂಡು ಬಂದ ಮೇಲೆ ಎರಡು ದಿನ ಅವನು ಜ್ವರದಲ್ಲಿ ನರಳಿದ. ಮುಖದ ಮೇಲೆ ಹೂಸಿದ ಅವಳಿಗೆ ನನ್ನ ಮೇಲೆ ಎಂಥ ಹೇವರಿಕೆ ಹುಟ್ಟಿರಬೇಕೆಂಬ ಪ್ರಶ್ನೆ ಅವನನ್ನು ಕೊಂದಿತು. ಈ ಮುಖ ಇಷ್ಟೊಂದು ವಿರೂಪಗೊಳ್ಳಬೇಕಿರಲಿಲ್ಲ, ಇಲ್ಲ ಇವರ ಹೃದಯಗಳಾದರೂ...!

ಅವನು ಒಳಗೊಳಗೆ ದಹಿಸುತ್ತ, ಅದನ್ನು ಅತ್ಯಂತ ಪ್ರಜ್ಞಾಪೂರ್ವಕವಾಗಿ ನಂದಿಸಿ ಆಳ ಹೃದಯದಲಿ ಹೂತು ಅದರ ಮೇಲೆ ಕಲ್ಲಿಟ್ಟು, ಮರೆಯುವ ಯತ್ನದಲಿ ತೊಡಗಿದ. ಅಮ್ಮಣ್ಣಿ ಅದನ್ನ ಯಾರ ಜೊತೆಗಾದರೂ ಹೇಳಿದಳೋ ಇಲ್ಲವೋ... ಅಂತೂ ಜನರ ನೋಟವನು ಮೊದಲಿಗಿಂತ ಹೆಚ್ಚೇ ತಪ್ಪಿಸಿಕೊಳ್ಳುತ್ತ, ಮತ್ತಷ್ಟು ನಿಶ್ಚಲ ವಿಗ್ರಹವಾಗಿ ಬದಲಾಗುತ್ತಿದ್ದ. ಈಗಲಾದರೂ ಹಾಗೆ ವಿಗ್ರಹದಂತೆ ಬಂದು ನಿಂತವನ ಎದುರು ಮದುವೆಗೆ ಒಪ್ಪಿದ ಹುಡುಗಿ ಹೂಸು ಬಿಟ್ಟಿದ್ದಳು, ಅದೂ ಸಶಬ್ದವಾಗಿ! ಒಡನೆಯೇ ಅವನು ಅವಳಲ್ಲಿ ಒಂದೂ ಮಾತಾಡದೆ ಬಂದು ಹುಡುಗಿ ಬೇಡವೆಂದು ಹೇಳಿ ಹೊರಗೆ ಬಂದಿದ್ದ. ಆಗ ಅಳತೊಡಗಿದ ಅವ್ವಿ ಮನೆ ತಲುಪುವ ತನಕವೂ ಅಳುತ್ತಲೇ ಇದ್ದಳು. ಕುಬೇರಣ್ಣ ಕೆದಕಿದ್ದಕ್ಕೆ ಅವನು ಏನನ್ನೂ ಹೇಳಿರಲಿಲ್ಲ.

ಊರಿಗೂರೇ ಒಕ್ಕುವಿಗೆ ದುರಹಂಕಾರ ಅಂದಿತು, ಯಾಕೋ ಹೀಗೆ ಮಾಡಿದೆ ಎಂದು ಹೆಚ್ಚುಕಮ್ಮಿ ಕತ್ತಿನಪಟ್ಟಿ ಹಿಡಕೊಂಡು ಕೇಳಿತು, ಇದಕ್ಕೆಲ್ಲ ಅನುಭವಿಸ್ತೀಯ ನೀನು ಎಂದು ಹಾರೈಸಿತು. ಒಕ್ಕು ಯಾವುದಕ್ಕೂ ಪತಿಕ್ರಿಯಿಸಿರಲಿಲ್ಲ. ಯಾರಿಗೂ ಯಾವ ವಿವರಣೆಯನ್ನೂ ಕೊಡ ಹೋಗಲಿಲ್ಲ. ಆದರೆ ಅವನ ಮನಸೇ ವಿವರಣೆ ಬಯಸುತ್ತ ಅವನನ್ನು ಯೋಚನೆಯ ಆಳಸುಳಿಗೆ ತಳ್ಳಿ ಮುಳುಗೇಳಿಸಿ ತತ್ತರಿಸುವಂತೆ ಮಾಡತೊಡಗಿತ್ತು. ಇಲ್ಲವಾದರೆ ಇಷ್ಟುಹೊತ್ತಿಗೆ ಅಂಗಡಿಯಲ್ಲಿ ಕೂತಿರಬೇಕಿದ್ದ ಒಕ್ಕು ಹೀಗೆ ಹುಲ್ಲುಬಾಣೆಯಲ್ಲಿ ಕುಳಿತು ಒಬ್ಬನೇ ಹಲುಬುತ್ತಿದ್ದಿರಬೇಕಿಲ್ಲ. ಅಸಲು ಈ ಹಲುಬುವಿಕೆಯಾದರೂ ಯಾತರ ಕುರಿತು? ಮನೆಯಲ್ಲಿ ಅಳುವ ಅಮ್ಮ, ತನ್ನನ್ನು ನೋಡಿ ಹೇವರಿಸಿಕೊಂಡು ಮುಖ ತಿರುಗಿಸುವವರು, ತಾನೊಬ್ಬ ಖಂಡ, ಮಾಂಸ, ರಕ್ತವುಳ್ಳ ಮನುಷ್ಯನೇ ಅಲ್ಲವೇನೋ ಎಂಬಂತೆ ನಡೆದುಕೊಳ್ಳುವವರು, ತನಗೂ ಎಲ್ಲರಂತೆ ಮನಸ್ಸೆಂಬುವುದೊಂದಿದೆಯೆಂಬುದನ್ನು ಪರಿಗಣಿಸದವರು, ತನಗೂ ಏನನ್ನಾದರೂ ಒಪ್ಪಿಕೊಳ್ಳುವ ಮತ್ತು ನಿರಾಕರಿಸುವ ಹಕ್ಕಿದೆಯೆಂದು ಅರಿಯದವರು... ಇವರೆಲ್ಲರ ಕುರಿತೇ ತನ್ನ ಹಲುಬುವಿಕೆ? ಇವರೆಲ್ಲರೂ ತನ್ನನ್ನು ಅರ್ಥ ಮಾಡಿಕೊಳ್ಳಬೇಕೆಂಬ ಹಪಹಪಿಯೆ? ಅಸಲು ಅವರು ಏನೆಂದು ಅರ್ಥ ಮಾಡಿಕೊಳ್ಳಬಲ್ಲರು? ಒಂದುವೇಳೆ ಅವರ ಯೋಚನೆಯ ಮಿತಿಯೇ ಅಷ್ಟಾಗಿದ್ದರೆ?

ಆ ಕ್ಷಣ ಅವನಿಗೆ ಆ ಹುಡುಗಿಯ ಕಣ್ಣುಗಳ ನೆನಪಾಯಿತು. ಆ ಕಣ್ಣುಗಳಲಿ ಒಂದು ಕನಸಿನಂತಹ ಬೆಳಕಿತ್ತಲ್ಲವೆ? ಇತ್ತೆ? ನಾನು ಅಲ್ಲಿಂದ ಧಪಧಪ ಕಾಲು ಹಾಕಿಕೊಂಡು ಹೊರಗೆ ಬರುವಾಗ ಬೆನ್ನ ಹಿಂದೆ ಏನೋ ಮಿಂಚಿದಂತಿತ್ತಲ್ಲ? ಅವಳ ಕಣ್ಣಂಚಿನಲ್ಲಿ ನೀರಿತ್ತೆ? ಓ ಭಗವಂತ! ಒಕ್ಕು ತಲೆ ಕೊಡವಿ ಆಕಾಶ ನೋಡಿದ. ಮೋಡಗಳು ಒಂದಕ್ಕೊಂದು ಢಿಕ್ಕಿಯಾಗುತ್ತ, ಒಂದರೊಳಗೊಂದು ಕರಗುತ್ತ, ಬೇರೆಯಾಗುತ್ತ, ಮರಳಿ ಒಂದಾಗುತ್ತ, ಎತ್ತಲೋ ಫೇರಿ ಹೊರಟಿದ್ದವು. ಆಗಸದ ನಿರ್ಜನ ಬೀದಿಯಲಿ ಮೆರೆವಣಿಗೆ ಹೊರಟಂತೆ ಹಾಯಾಗಿ ಹೊರಟಿರುವ ಅವುಗಳಲಿ ಯಾವುದಾದರೊಂದು ಮೋಡದ ತುಣುಕನು ಹಿಡಿದು ಎತ್ತಲಾದರೂ ತೇಲಿ ಹೋಗಬೇಕೆಂದು ಒಕ್ಕುವಿಗೆ ಅನಿಸಿತು. ಯಾರೂ ಕುತೂಹಲದಿಂದ ನೋಡದಿರುವ ಕಡೆ... ಈ ಕಲೆಗಳೆಲ್ಲ ಕೇವಲ ಕಲೆಯಷ್ಟೇ ಅನಿಸಿ ರೂಪವೆಂಬುದು ವಿರೂಪಗೊಂಡಿದೆಯೆಂಬ ಅರಿವನ್ನು ಯಾರೂ ಮೂಡಿಸದ ಕಡೆ... ಪ್ರೇಮವೆಂಬ ನೆಪವೊಂದು ಆತ್ಮವನು ಬಂಧಿಸದ ಕಡೆ... ನಮ್ಮ ಮೇಲ್ಯಾರೂ ಬೆಲೆ ಕಟ್ಟದ ಕಡೆ... ಅಂಥದ್ದೊಂದು ನೆಲೆ ಎಲ್ಲಾದರೂ ಇರುವುದುಂಟೆ? ಹೌದೂ, ಹಾಗೆ ಹೊರಟು ನಿಜಕ್ಕೂ ನಾನ್ಯಾರನ್ನು ನಿರಾಕರಿಸುತ್ತಿದ್ದೇನೆ? ಈ ಬದುಕನ್ನೇ? ಊರನ್ನೇ? ಅಮ್ಮಣ್ಣಿಯನ್ನೇ? ಅಥವಾ ಆ ಸೊಬಗಿನ ಹುಡುಗಿಯನ್ನೇ? ಇಲ್ಲ... ನನ್ನನ್ನೇ ನಾನು ನಿರಾಕರಿಸಿಕೊಳ್ಳುತ್ತಿದ್ದೇನೆಯೇ?! ಹಾಗೆ ಮಾಡುವ ಮೂಲಕ ನಾನು ಏನನ್ನು ಬಯಸುತ್ತಿದ್ದೇನೆ? ಬಿಡುಗಡೆಯನ್ನೇ? ಅಷ್ಟಕ್ಕೂ ಇದು ಬಿಡುಗಡೆಯೇ? ನಿರಾಕರಣೆ ಬಿಡುಗಡೆಯ ಮೂಲವಾಗಬಹುದೆ? ಹೇಗೆ? ಹೋಗಲಿ, ಬಿಡುಗಡೆಯೆಂಬುದಾದರೂ ನಿಜಕ್ಕೂ ಬಿಡುಗಡೆಯೇ...? ಇಲ್ಲಾ ಹೊಸತೊಂದು ಬಂಧನಕೆ ಮುನ್ನುಡಿಯೇ? ಒಕ್ಕುವಿನ ಮನಸು ಮೋಡಗಳೊಡನೆ ತೇಲತೊಡಗಿತು.

ನೆಲೆಯೆಂಬ ಭದ್ರತೆಯನು ಮೀರಿದರೆ ಸಾಕು, ಒಂದು ಹಗೂರ ಸುಖೀಭಾವ ಎಲ್ಲಿಯೂ ಸಿಗುತ್ತದೆ. ಬಿಡುಗಡೆಯೆಂದರೆ ಇದೇ, ಇಷ್ಟೇ... ಎಂದೆನಿಸಿದಾಗ ಒಕ್ಕುವಿಗೆ ಹಾಯೆನಿಸಿತು. ಅವನು ಎದ್ದು ನಡೆಯತೊಡಗಿದ, ಜೋರು ಜೋರಾಗಿ. ಹಾಗೆ ನಡೆಯುವಾಗ ಅವನು ಹೆಚ್ಚುಕಮ್ಮಿ ತೇಲುತ್ತಿದ್ದ. ಊರಿನ ಜನ ಅವನು ಹಾಗೆ ತೇಲುತ್ತ ಹೋಗುವುದನ್ನು ನಿಂತು ನೋಡಿದರು. ಹಾಗೆ ಅವನು ನಡೆಯುತ್ತ.... ನಡೆಯುತ್ತ... ನಡೆಯುತ್ತ... ಭೂಮಿಗೆ ಇರುಳು ಕವಿಯಿತು. ಆಗಸದಲ್ಲಿ ಚಂದ್ರ ಇಣುಕಿದ. ತೇಲುತ್ತ ಹೊರಟ ಮೋಡಗಳೆಲ್ಲ ಚಂದ್ರನ ತಂಬೆಳಕಲಿ ಹೊಸಬಟ್ಟೆ ಧರಿಸಿ ಔತಣಕೂಟದ ನರ್ತಕಿಯರಂತೆ ಕಾಣುತ್ತಿದ್ದವು. ದೇವಲೋಕದ ದೀಪಗಳಂತೆ ಅಸಂಖ್ಯ ತಾರೆಗಳು ಒಕ್ಕುವಿನ ತಲೆಯ ಮೇಲೆ ಒಂದೊಂದಾಗಿ ಹೊತ್ತಿಕೊಳ್ಳುತ್ತ, ಅವನೊಂದಿಗೆ ನಕ್ಕವು.

ಹಾಗೆ ಅವನು ಮಾಯಕದ ಹೆಜ್ಜೆಯಿಟ್ಟು ನಡೆಯುತ್ತ ಆ ಮನೆಯ ಅಂಗಳಕೆ ತಲುಪಿದಾಗ ಹಿತ್ತಲ ಸೋರೆಕಾಯಿ ಚಪ್ಪರದಡಿಯಲ್ಲಿ ಅವಳು ಕುಳಿತಿರುವುದನ್ನು ಕಂಡ. ಅವನ ಕಣ್ಣು ಹೊಳೆಯಿತು, ಅವನ ಹೆಜ್ಜೆಗಳೀಗ ಮತ್ತೂ ಜೋರಾದವು.

□□□

ಮುಟ್ಟುವಷ್ಟು ಹತ್ತಿರ ಮುಟ್ಟಲಾರದಷ್ಟು ದೂರ

ನಾನು ಬರುವ ಮೊದಲೇ ಅವಳು ಅಲ್ಲಿ ಕಾದಿದ್ದಳು. ಕುಕ್ಕರಹಳ್ಳಿ ಕೆರೆಯ ಉತ್ತರಕ್ಕೆ ಕೆರೆಯ ಒತ್ತಿಗೇ ಚಾಚಿಕೊಂಡಿದ್ದ ಕಾಲುದಾರಿಯ ಬದಿಗೆ ಸಾಲಾಗಿ ಹಾಕಿದ್ದ ಕಲ್ಲುಬೆಂಚಿನ ಮೇಲೆ ಕೂತಿದ್ದವಳು ನನ್ನನ್ನು ಕಂಡವಳೇ ರಾಗರಂಜಿತ ಮುಖವರಳಿಸಿಕೊಂಡು ಹೆಚ್ಚುಕಮ್ಮಿ ತೇಲಿದಂತೆ ನಡೆದು ನನ್ನತ್ತ ಬಂದಳು. ಬೆಳಗಿನ ಹೊಂಬಿಸಿಲು ಅವಳ ಮುಖದ ಮೇಲೆ ಬಿದ್ದು ಫಳಫಳಿಸುತ್ತಿತ್ತು, ವಿಶಾಲವಾಗಿ ನಗುತ್ತಿದ್ದವಳ ಕೆನ್ನೆಯಲಿ ಅರಳಿಕೊಂಡ ಗುಳಿ ನೀಳವಾಗಿ ಕಾಣುತ್ತ ಅವಳ ಬತ್ತಿದ ಕೆನ್ನೆಗಳನ್ನು ಬಯಲು ಮಾಡುತ್ತಿತ್ತು. ಒಂದುಕಾಲಕೆ ಅವಳ ತುಂಬುಕೆನ್ನೆಗಳಲ್ಲಿ ಇಳಿಯುತ್ತಿದ್ದ ಗುಳಿ ಎಷ್ಟು ಚೆಂದವಿತ್ತು! ಓರಗೆಯ ಹುಡುಗಿಯರೆಲ್ಲ ಅವಳ ಗುಳಿಕೆನ್ನೆ ಕಂಡು ಅಸೂಯೆಯಿಂದಲೇ ಮೆಚ್ಚಿಕೊಳ್ಳುತ್ತಿದ್ದರೆ ನಾನು ಅದರ ಹಕ್ಕುದಾರನೆಂಬ ಬಿಂಕದಲ್ಲಿ ಒಳಗೊಳಗೇ ಖುಷಿಪಡುತ್ತಿದ್ದೆ. ಅದೊಂದು ಕಾಲ! ಇದೀಗ, ಕಾಲವುರುಳಿ ಬದುಕು ಪುಟ ಮಗುಚಿಕೊಂಡ ಮೇಲೆ ಇದೆಲ್ಲೋ ಒಂದು ಆಕಸ್ಮಿಕ ತಿರುವು.

ಅವಳಿಗೂ ಹಾಗೇ ಅನಿಸಿರಬೇಕೇನೋ "ಅಂದರೂ ಇದೊಂದು ದೊಡ್ಡ ಸರ್‌ಪ್ರೈಸ್ ಅಲ್ವಾ? ಈಗ್ಲೂ ನಂಗೆ ನಂಬಕ್ಕೇ ಆಗ್ತಿಲ್ಲ. ಹೌದೂ ನೀನ್ಯಾಕೆ ಈಗ ಇಲ್ಲಿಗೆ ಬಂದಿದ್ದು?" ಅವಳ ದನಿ ವಿಚಿತ್ರವಾಗಿ ಕಂಪಿಸುತ್ತಿದೆಯೆಂದು ನನಗೆ ಅನಿಸಿತು. ದನಿಯಷ್ಟೇ ಅಲ್ಲ, ಅವಳ ಶರೀರವೇ ಸಣ್ಣಗೆ ಕಂಪಿಸುತ್ತಿರುವಂತೆ ನನಗೆ ಕಂಡಿತು. ಅದಾಗಲೇ ನನಗೆ ಮಹಾಂತೇಶ ಎಲ್ಲವನೂ ಹೇಳಿದ್ದ. ಹಾಗಾಗಿಯೋ ಏನೋ ನಾನು ಅವಳ ಪ್ರತಿಯೊಂದು ನಡೆಯನ್ನೂ ಒರೆಗಲ್ಲಿಗೆ ಹಚ್ಚಿ ತೂಗಿ ನೋಡುತ್ತಿದ್ದೆ. ವರ್ಷಗಳ ಹಿಂದೆ ಹಾಗಾಗದೇ ಹೋಗಿದ್ದರೆ ಬಹುಶಃ

ಇವತ್ತು ಇಲ್ಲಿಗೆ ಬರುವಾಗ ಇದೇ ಸುಕೋಮಲ ಸುವಿ ನನ್ನ ಒತ್ತಿಗೆ ಕೂತು ತೋಳು ಬೆಸೆದು ಮೊಂಡಾಟವಾಡುತ್ತ ಬಂದಿರುತ್ತಿದ್ದಳೋ ಏನೋ! ಉಹೂಂ, ಅದಕ್ಕೇನಿದ್ದರೂ ಮಾಧುರಿಯೇ ಸರಿ. ಮದುವೆಯಾಗಿ ಇಷ್ಟು ವರ್ಷವಾಗಿ, ಮಕ್ಕಳ ತಾಯಾಗಿದ್ದರೂ... ಇನ್ನೂ ಹುಡುಗಾಟ ಬಿಟ್ಟಿಲ್ಲ. ಎಷ್ಟೊಂದು ಮುದ್ದುಗರೆಯುತ್ತಾಳೆ. ಹಾಲಿನಲ್ಲಿ ಎಲ್ಲರೊಂದಿಗೆ ಕೂತಿರುವಾಗಲೂ ಯಾರಿಗೂ ಗೊತ್ತೇ ಆಗದಂತೆ ನನ್ನ ಕಾಲಿಗೋ ಕೈಗೋ ಮೈಸೋಕಿಸಿ ನಡೆದು ಹೋಗುವುದೇ ಒಂದು ಚೆಂದ. ಅಷ್ಟು ಸಾಲದೆಂದು ಅಡುಗೆ ಮಾಡುವಾಗ, ಬಡಿಸುವಾಗ, ಹೊಲಕ್ಕೆ ಹೋದಾಗ... ಎಲ್ಲಾದರೂ ಸರಿ, ಅವಕಾಶವಾದರೆ ಸಣ್ಣಗೊಮ್ಮೆ ಪ್ರೇಮಿಸಿಯೇ ತೀರುತ್ತಾಳೆ. ಸುಮ್ಮನೊಂದು ಕುತೂಹಲಕೆ ಕೂಡ ಅವಳನ್ನು ದಿಟ್ಟಿಸಿ ನೋಡಿರಲಿಲ್ಲ ತಾನು! ಅವಳೀಗ ನನ್ನ ಮನೆಯನೇ ಮುಷ್ಟಿಯಲ್ಲಿಟ್ಟುಕೊಂಡು ಆಳುತ್ತಿದ್ದಾಳೆ! ಅದೇ, ನಾನು ಪ್ರತಿನಿತ್ಯ ಕನಸಿದ, ಬಯಸಿದ, ಪ್ರೇಮಿಸಿದ, ರಮಿಸಿದ ಹುಡುಗಿ ಇವತ್ತು ಮುಟ್ಟುವಷ್ಟು ಹತ್ತಿರವಿದ್ದೂ ಮುಟ್ಟಲಾರದಷ್ಟು ದೂರವಿದ್ದಾಳೆ. ಬದುಕೆಂದರೆ ಇದೇ ಇರಬೇಕು! ಮುಟ್ಟುವಷ್ಟು ಹತ್ತಿರ, ಮುಟ್ಟಲಾರದಷ್ಟು ದೂರ.

ನಾನು ಅವಳನ್ನೇ ದಿಟ್ಟಿಸಿ ನೋಡಿದೆ. ಮೊನ್ನೆ ಸಂಜೆ ಸಯ್ಯಾಜಿರಾವ್ ರೋಡಿನ ನಸುಗತ್ತಲು, ಅರೆಬೆಳಕಿನ ಕಲಬೆರಕೆಯೊಳಗೆ ಅವಳ ಮುಖ ಸರಿಯಾಗಿ ಕಂಡಿರಲಿಲ್ಲವಾದರೂ ನನ್ನನ್ನು ಕಂಡವಳು ಬೆಚ್ಚಿದ್ದು ಮಾತ್ರ ಸ್ಪಷ್ಟ ತಿಳಿದಿತ್ತು. ಅವಳ ಮುಖ ಬಿಳಿಚಿಕೊಂಡದ್ದನ್ನು ಆ ನಸುಗತ್ತಲಲ್ಲೂ ನಾನು ಗ್ರಹಿಸಿದ್ದೆ. "ಏ... ಏನು ಇಲ್ಲಿ?" ತೊದಲಿದ್ದಳು. "ಕೆಲಸದ ಮೇಲೆ ಬಂದಿದೀನಿ" ಅಂದವನು ಮೊದಲಿನಂತೆ ಸಹಜವಾಗಿ ಅವಳನ್ನು ಮಾರಾಯ್ತಿ ಅನ್ನಲು ಬಾಯಿ ಬಾರದೆ ತೊದಲಿದ್ದೆ. "ಓ, ಸರಿ ಸರಿ, ನಾ ನಾಳೆ ಸಿಗ್ತೀನಿ, ಎಲ್ಲಿ ಉಳಿದಿದೀಯ? ಅಲ್ಲಿಗೇ ಬರ್ತೀನಿ. ನೈಟ್ ಡ್ಯೂಟಿ ಟೈಮ್ ಆಗಿದೆ. ಹೊರಡಬೇಕು, ನಿನ್ನ ನಂ ಕೊಡು ಫೋನ್‌ನಲ್ಲಿ ಮಾತಾಡ್ತೇನೆ" ಕ್ಷಣಗಳ ಹಿಂದಷ್ಟೇ ಬಿಳಿಚಿಕೊಂಡಿದ್ದವಳು ಮರುಕ್ಷಣವೇ ಎಚ್ಚೆತ್ತುಕೊಂಡವಳಂತೆ ಹುರುಪೇರಿಸಿಕೊಂಡು ಗಡಿಬಿಡಿಯಲಿ ಫೋನ್ ನಂ ಇಸಕೊಂಡು ಹೊರಟೇ ಹೋಗತೊಡಗಿದ್ದಳು. ಅವಸರದ ಓಡು ನಡಿಗೆ. ಅವಳ ಜೊತೆಗಿದ್ದವಳೂ ಬೇರೆ ದಾರಿ ತೋರದವಳಂತೆ ಅದೇ ಗಡಿಬಿಡಿಯಲ್ಲಿ ತಾನೂ ಹಿಂಬಾಲಿಸಿದ್ದಳು. "ಮಿಸ್ ಕಾಲ್ ಕೊಡು, ಸೇವ್ ಮಾಡ್ಕೊತೀನಿ" ನಾನು ಕೂಗಿದ್ದೆ. ಅವಳು ಅದನ್ನು ಗಮನಿಸಿದಂತೆ ಕಾಣಲಿಲ್ಲ. ಹಾಗೆ ಅವಳನ್ನು ಕಂಡು ಬಂದ ರಾತ್ರಿ ಮಹಾಂತೇಶನ ಜೊತೆ ಮಾತಾಡಿದ ಮೇಲಂತೂ ಅವಳು ಯಾವ ಕಾರಣಕ್ಕೂ ಸಿಕ್ಕುವುದೂ ಇಲ್ಲವೆನಿಸಿ ನನ್ನೊಳಗೆ ವಿಪರೀತ ಬೇಸರವಾಗಿತ್ತು. ಮನೆ ಹುಡುಕಿಕೊಡೆಂದರೆ ಬಹುಶಃ ಮಹಾಂತೇಶನಿಗೆ ಹುಡುಕುವುದೇನೂ ಕಷ್ಟವಾಗಲಾರದು, ಆದರೆ ಅವನು ಕೇಳಿದಾಗ ಅವಳು ನನ್ನ ಕ್ಲಾಸ್ಮೇಟೆಂದು ಸುಳ್ಳಾಡಿದ್ದೆ. ಈಗವನು ಇದ್ಯಾಕೋ ಇಷ್ಟೊಂದು ಕಳಕಳಿ? ಹಳೆಯ ಕ್ಲಾಸ್ಮೇಟು ಅಷ್ಟೇ ತಾನೇ? ಅಂತ ನಕ್ಕು ಹೋಗಿಬಿಡುತ್ತಾನೇನೋ ಅಂತ ಯೋಚಿಸುತ್ತಿರುವಾಗಲೇ ಅವಳ ಫೋನು ಬಂದಿತ್ತು. "ಮನು, ಸ್ಸಾರಿ ರಜೆಯ ಸಮಸ್ಯೆ, ಇನ್ನೆಷ್ಟು ದಿನ ಇಲ್ಲಿರ್ತೀಯ, ನಾ ಎರಡು ದಿನ ಬಿಟ್ಟು ಸಿಗಲಾ?" ಅಂದಿದ್ದಳು. "ಸರಿ" ಅಂದಿದ್ದೆ, ಒಂಚೂರೂ ಯೋಚಿಸದೇ. "ಎರಡು ದಿನ! ಅವಳ ಸೊಕ್ಕು ನೋಡಿದ್ಯ? ರಜೆ ಇಲ್ವಂತೆ! ಅಂಥ ಘನಂದಾರಿ ಕೆಲಸ ಮಾಡ್ತಾ

ಇದಾಳಂತ ಅವಳು?" ಮಹಾಂತೇಶ ಕೋಪಿಸಿಕೊಂಡರೂ "ಸರಿ ಬಿಡು ಅವಳ ನೆಪದಲಿ ನೀ ಇನ್ನೆರಡು ದಿವಸ ಜೊತೆಗಿರ್ತೀಯಲ್ಲ, ನಂಗೆ ಅದೇ ಖುಷಿ" ಎಂದು ಹಗುರಾಗಿ ನಕ್ಕು ಹೊರಟುಹೋಗಿದ್ದ. ಹೇಗೂ ಫೋನ್ ನಂ ಇತ್ತು. ಅವಳ ಜೊತೆ ಫೋನಿನಲ್ಲೇ ಮಾತಾಡಬಹುದಿತ್ತು. ಆದರೂ ಮಹಾಂತೇಶ ಹೇಳಿದ ಅಷ್ಟೆಲ್ಲವನ್ನೂ ಕೇಳಿಸಿಕೊಂಡ ಮೇಲೆ ಅವಳನ್ನು ಕಾಣದೇ ಹೋಗುವುದರಲ್ಲಿ ಮನಸಿಗೆ ತಕರಾರಿತ್ತು. ಹೇಗೂ ಬಂದಿದೇನೆ, ಅವಳನ್ನ ಕಂಡೇ ಹೋಗುವುದಂತ ಗಟ್ಟಿಮಾಡಿಕೊಂಡು ಮಲಗಿದರೆ ರಾತ್ರಿಯಿಡೀ ಹಳೆಯ ನೆನಪುಗಳು ಕನಸಾಗಿ ಬಂದಿದ್ದವು. ಹೇಗೆ ನಿರಾಕರಿಸಿದರೂ ಅವಳು ನನ್ನೊಳಗೆ ಉಳಿಸಿಹೋದ ನೆನಪುಗಳಿಗೆ ಕಹಿಯೊಂದು ಅಂಟಿಕೊಂಡಿತ್ತು. ಹೇಗೂ ಸಮಯವಿದೆ, ಮಾರನೇ ಬೆಳಗ್ಗೆ ನಾನೂ ಮಹಾಂತೇಶನೂ ಸುಮ್ಮನೆ ಶ್ರೀರಂಗಪಟ್ಟಣದ ಕಡೆಗೆ ಹೋಗಿಬರುವುದಂತ ಮಾತಾಡಿಕೊಂಡಿದ್ದೆವು. ಆದರೆ ಬೆಳಬೆಳಗ್ಗೆಯೇ ಅವಳ ಫೋನು. "ಇವತ್ತು ಕುಕ್ಕರಹಳ್ಳಿ ಕೆರೆ ಹತ್ರ ಬಂದುಬಿಡ್ತೀಯಾ? ನಾ ನಿನ್ನ ಮಾತಾಡಿಸಿ ಹಾಗೇ ಡ್ಯೂಟಿಗೆ ಹೋಗ್ತೀನಿ." ವಿಷಯ ತಿಳಿದು ಮಹಾಂತೇಶ ಸಿಡಿಮಿಡಿಗೊಂಡಿದ್ದ, ಆದರೂ ನನಗೆ ಇಲ್ಲವೆನ್ನಲಾಗದೆ ತಾನೇ ಕೆರೆಯ ಗೇಟಿನ ಬಳಿ ನನ್ನನ್ನು ಡ್ರಾಪ್ ಮಾಡಿ ತಿರುಗಿಯೂ ನೋಡದೆ ಹೊರಟು ಹೋಗಿದ್ದ.

ನನ್ನನ್ನು ಕಂಡ ಒಡನೆಯೇ ಹನಿಗಣ್ಣಾಗಿ ದುಃಖ ಉಕ್ಕಿ ಕೊರಳು ಬಿಗಿದು ಮಾತಿಗೆ ತಡಕಾಡುತ್ತಾಳೇನೋ ಅಂತಲೇ ಅಂದುಕೊಂಡಿದ್ದೆ. ಆದರೆ ಅವಳು ಚೆಂದಗೆ ಶುಭ್ರವಾಗಿ ನಗುತ್ತಿದ್ದಳು. "ಏಯ್ ಏನ್ ಯೋಚ್ನೆ? ಏನಿಲ್ಲಿ ಅಂತ ಕೇಳ್ದೆ?" ಅವಳು ಈಗ ಇನ್ನಷ್ಟು ನಕ್ಕು ಕೇಳಿದಳು. ಹಾರ್ದಿಕವಾಗಿ ನಗುತ್ತಿದ್ದಾಳೆ! ಇದು ನಿಜವೇ ಅಥವಾ ನೋವನ್ನು ಮುಚ್ಚಿಟ್ಟುಕೊಳ್ಳಲು ಏನಾದರೂ ನಟಿಸುತ್ತಿದ್ದಾಳೋ... ನನಗೆ ಅನುಮಾನವಾಯ್ತು. ಇಲ್ಲದಿದ್ದರೂ ಅವಳು ಮಹಾಚಾಲಾಕಿ ನಟಿಯೇ ಸರಿ, ಇಲ್ಲವಾದರೆ ತೀರ ಮದುವೆಯ ಮಂಟಪ ಏರುವವರೆಗೂ ಒಂದು ಚಿಕ್ಕ ಸುಳಿವು ಕೂಡ ಕೊಡದೆ ಎದ್ದುಹೋಗುವುದೆಂದರೆ ಸುಮ್ಮನೆ ಮಾತಲ್ಲ. ಮದುವೆಯ ದಿನ ಅವಳಿಗೆ ನಾವು ಕೊಟ್ಟಿದ್ದ ನವಿಲು ಬಣ್ಣದ ಧಾರೆಸೀರೆಯ ಒಂದು ಮಡಿಕೆ ಬಿಚ್ಚಿ, ಅದರೊಳಗೆ ಚಿಕ್ಕ ಚೀಟಿಯಲ್ಲಿ "ನನ್ನ ಹುಡುಕಬೇಡಿ..." ಎಂದು ಗೀಚಿದಂತೆ ಬರೆದಿದ್ದಳು. ಹೀಗೇನಾದರೂ ನಡೆಯಬಹುದೆಂಬ ಸಣ್ಣ ಸಂದೇಹವೂ ಇಲ್ಲದ ನಮಗೆ ಇದು ಅವಳ ಹುಡುಗಾಟವೇನೋ ಅನಿಸಿ ಮೊದಲಿಗೆ ಎಲ್ಲೋ ಬಚ್ಚಿಟ್ಟುಕೊಂಡು ಸತಾಯಿಸುತ್ತಿದ್ದಾಳೇನೋ, ಮದುವೆ ವಯಸ್ಸಿಗೂ ತುಂಟತನ ಬಿಡಬಾರದೇ ಅಂತ ಸುಳ್ಳೇ ರೇಗಿಕೊಂಡು ಹುಡುಕುಡುಕಿ ಕಡೆಗೆ ಇದು ಸುಳ್ಳಲ್ಲ, ನಿಜವೇ ಎಂದು ಮನದಟ್ಟಾಗುವ ಹೊತ್ತಿಗೆ ಅತ್ತೆ ಮಾವನ ಮುಖದಲಿ ನೀರಿಳಿದು, ಅತ್ತೆ ತಲೆ ಸುತ್ತಿ ಬಸವಳಿದು ಬಿದ್ದಿದ್ದಳು. ಅಕ್ಕನ ಮದುವೆಗೆಂದು ಅದೇ ಮೊದಲ ಬಾರಿಗೆ ಆಸೆಯಿಂದ ಸೀರೆಯುಟ್ಟುಕೊಂಡು, ನವಿಲಿನಂತೆ ಓಡಾಡುತ್ತಿದ್ದ ಮಾಧುರಿಯನ್ನು ನಮ್ಮ ಮುಂದೆ ನಿಲ್ಲಿಸಿ ಮಾವ ಕೈಮುಗಿದು ಕಣ್ಣೀರಿಟ್ಟಿದ್ದ. ಮುಂದೆ ಅದೇ ನವಿಲುಬಣ್ಣದ ಸೀರೆಯುಟ್ಟು ಮಾಧುರಿ ಹಸೆಯೇರಿದ್ದಳು. ಮುಂದೆ ವರ್ಷದುದ್ದಕ್ಕೂ ಬಹುಶಃ ಈಗಲೂ ಊರಿನವರಿಗೆ ಸಮಯ ಹೋಗಲು ಈ ಘಟನೆ ಹೋಳಿಗೆ ತುಪ್ಪದ ಹಾಗೆ ತಟ್ಟೆಗೆ ಬಂದು ಬಿದ್ದಿತ್ತು. ನನ್ನನ್ನು ಬಿಟ್ಟು ಹೋಗುವಂತಾದ್ದೇನಾಯ್ತು, ಅವಳಿಗೆ ನಾನು ಸೂಕ್ತನಲ್ಲ ಎಂದು ಅವಳು

ಯಾವಾಗ ತೀರ್ಮಾನಿಸಿದಳು, ನನ್ನಲ್ಲಿ ಅಂಥ ಯಾವ ಕೊರತೆ ಕಂಡು ಅವಳು ನನ್ನನ್ನು ಬಿಟ್ಟುಹೋದಳು ಎಂಬ ಪ್ರಶ್ನೆಗಳು ನನ್ನನ್ನು ಇಂಚಿಂಚಾಗಿ ಇರಿದಿದ್ದವು. ಇವತ್ತಿಗೆ ನಿಜಕ್ಕೂ ನನ್ನಲ್ಲಿ ಯಾವ ತಕರಾರಿಲ್ಲ. ಕಳೆದುಕೊಂಡಿದ್ದಕ್ಕಿಂತ ಹೆಚ್ಚೇ ತುಂಬಿಕೊಟ್ಟಿದ್ದಾಳೆ ಮಾಧುರಿ. ಅವಳ ಸಾಂಗತ್ಯದಲ್ಲಿ ಎಲ್ಲವೂ ಹೊಸತೆನಿಸಿ ಬದುಕಿನ ರಂಗೇ ಬದಲಾಗಿದೆ. ಅಷ್ಟಾದರೂ ಆ ಕೊರಗು ನೀಗಲೇ ಇಲ್ಲ ಇಂದಿನವರೆಗೂ! ಬಹುಶಃ ಇಲ್ಲಿ ಕಾಡುತ್ತಿರುವುದು ಕಳೆದುಕೊಂಡ ಪ್ರೀತಿಯೇ ಅಲ್ಲವೇನೋ, ಅವಳ ತಿರಸ್ಕಾರದಿಂದ ಆದ ಅವಮಾನವೇ ಇರಬೇಕು.

ತುಂಬ ಚೆಂದನೆ ದಿನಗಳವು! ಸಣ್ಣ ಹುಡುಗರಾಗಿದ್ದಾಗಿಂದಲೂ ಒಟ್ಟಿಗೆ ಓಡಿ ಆಡಿ ಬೆಳೆದಿದ್ದೆವು. ಮಕ್ಕಳಾಟದ ಗಂಡಹೆಂಡತಿ ಆಟದಲಿ ಕೂಡ ಅವಳೇ ನನ್ನ ಹೆಂಡತಿ. ಮೊದಲಿಂದಲೇ ಅವಳು ನನ್ನವಳೆಂಬ ಭಾವ, ಮನೆಯಲ್ಲೂ ಅದೇ ಸಡಿಲಿಕೆ. ನೆಪಕೆ ತಾಳಿ ಅನ್ನುವುದು ಬಿಟ್ಟರೆ ಅವಳು ನನಗೆ ಸೇರಿದವಳೆಂಬುದು ಎಂದಿಗೋ ನಿಶ್ಚಯವಾದ ವಿಷಯ. ಅವಳಾದರೂ ಹಾಗೆಯೇ ಇದ್ದಳು. ನಾನು ಪೇಟೆಗೆ ಓದಲು ಹೊರಟಾಗ ಹಿತ್ತಿಲಿನ ಕುಂಬಳಬಳ್ಳಿಯ ಬದಿಯಲ್ಲಿ ನಿಂತು "ಅಲ್ಲಿ ಜೋಪಾನ" ಅನ್ನುವಾಗ ಎಷ್ಟೊಂದು ಹೆಂಡತಿಯೆನಿಸಿದ್ದಳು. ಥೇಟ್ ಹಾಗೇ! ಅದೇ. ಹಾಗಿದ್ದವಳು ಬದಲಾಗಿದ್ದು ಯಾವಾಗ ಎಂದು ಯಾರೊಬ್ಬರಿಗೂ ಸುಳಿವು ಹತ್ತಲಿಲ್ಲವೇ? ಹತ್ತಿರಲಿಲ್ಲ... ಹಸೆಯೇರದೆ ಹೊರಬೀಳುವವರೆಗೂ! ಅವಳು ಹಾಗೆ ಅದನ್ನು ನಿಭಾಯಿಸಿದ್ದಳು, ಗಟ್ಟಿಗಿತ್ತಿ! ಅವತ್ತು ಹಾಗೆ ಹೋದವಳ ಮೇಲೆ ಮಾವ ಪೊಲೀಸ್ ಸ್ಟೇಷನ್ನಿನಲ್ಲಿ ಕಂಪ್ಲೇಂಟ್ ಕೂಡ ಕೊಟ್ಟಿದ್ದ, ಉಪಯೋಗವಾಗಿರಲಿಲ್ಲ. ನಮಗೂ ಏನೂ ಹೊಳವಾಗಿರಲಿಲ್ಲ. ಕಡೆಗೆ ಏನೇನೂ ಸುಳಿವು ಸಿಗದಾಗಿ ನಾವು ಅವಳನ್ನು ಹುಡುಕುವ ಯತ್ನವನ್ನೇ ಕೈಬಿಟ್ಟಿದ್ದೆವು. "ಸತ್ತವರನ್ನ ನಾವು ಕಾಯ್ತಾ ಕೂರ್ತೇವಾ ಹೇಗೆ?" ಒಂದು ತಿಂಗಳ ಬಳಿಕ ಮಾವ ಅವಳಿಗೆ ಸಂಬಂಧಿಸಿದ ಎಲ್ಲವನ್ನೂ ಮೂಟೆ ಕಟ್ಟಿ ಸೀತೆಕೆರೆಯ ದಡಕ್ಕೆಸೆದು ಬಂದಿದ್ದ. ಆಮೇಲೆ ಅತ್ತೆ ಸಮಯ ನೋಡಿಕೊಂಡು ಹೋಗಿ ಅವೆಲ್ಲವನ್ನೂ ಮತ್ತೆ ತಂದು ಅಟ್ಟದಲ್ಲಿ ಬಚ್ಚಿಟ್ಟಿದ್ದಳು. ಯಾವತ್ತಾದರೊಂದು ದಿನ ಬಂದೇ ಬಿಡುತ್ತಾಳೆಂದು ಕಾಯುತ್ತಲೇ ಇಷ್ಟೂ ವರ್ಷಗಳನ್ನ ದಾಟಿದ್ದಳು. ಈಗ ನಿಜಕ್ಕೂ ಅವಳೆದುರು ಇವಳನ್ನ ಕರೆದೊಯ್ದು ನಿಲ್ಲಿಸಿದರೆ ಹೇಗಿರಬಹುದು. ಯೋಚಿಸುತ್ತ ಮೈ ಮರೆತೆ! "ಇದ್ಯಾಕೆ ಹೀಗೆ ಬೆರಗಾಗಿದ್ದಿ?" ಅವಳು ಮುನಿದಂತೆ ಮಾಡಿದಳು. ಅದೇ ಹಳೆಯ ಸುವಿಯಂತೆ! "ಸ್ಸಾರಿ. ಹಳೆದೆಲ್ಲ ನೆನಪಾಗಿದೆ, ಈಗ್ಲೂ ನಿನ್ನನ್ನೇ ನೋಡ್ತಿದೀನಿ ಅಂತ ನಂಬಕ್ಕಾಗ್ತಿಲ್ಲ" ನಾನು ನಕ್ಕಂತೆ ಮಾಡಿದೆ. "ನಂಗೂ ಹಾಗೇ ಅನಿಸ್ತಿದೆ, ಓ! ಸರಿ ಸರಿ, ನಿಂತೇ ಇರ್ತೀಯಾ? ಬಾ ಕೂರುವ..." ಹಾಗನ್ನುತ್ತ ಅವಳು ಕಲ್ಲುಬೆಂಚಿನತ್ತ ನಡೆಯುವಾಗ ನಾನೂ ಮಾತಿಲ್ಲದೆ ಹಿಂಬಾಲಿಸಿದೆ. ಎದುರಿಗೆ ಮೈ ಹರವಿಕೊಂಡು ನಿರುಮ್ಮಳವಾಗಿ ಮಲಗಿದಂತೆ ಕಾಣುತ್ತಿರುವ ಕೆರೆ, ಪಕ್ಕದಲ್ಲಿ ಅದೇ ಹಳೆಯ ಪುಟ್ಟಹುಡುಗಿಯಂತೆ ಕೂತಿರುವ ಸುವಿ! ಎಷ್ಟೋ ವರ್ಷಗಳಿಂದ ಒಳಗೆ ಹೊತಿಟ್ಟ ಪ್ರಶ್ನೆಗಳಿಗೆ ಉತ್ತರಿಸಬಲ್ಲ ಏಕೈಕ ಜೀವದ ಜೊತೆ ಮುಖಾಮುಖಿಯಾಗಿರುವ ಈ ಎಂದಿನಂತಿಲ್ಲದ ಬೆಳಗಿನಲ್ಲಿ ಏನೆಲ್ಲ ಮಾತಾಡಬೇಕೆಂದುಕೊಂಡು ಬಂದ ನಾನು ಮಾತು ಕಳೆದುಕೊಂಡು ಕೂತಿರುವುದನ್ನು ಸುವಿ ಹಾಗಿರಲಿ, ನಾನೇ ಸಹಿಸದಾದೆ. ನಾನು ಮಾತಾಡಲೇಬೇಕಿತ್ತು.

"ಹೇಗಿದ್ದಿ?" ನನ್ನ ಗಂಟಲಿನಿಂದ ದೊರಗಾಗಿ ಬಂತು ದನಿ. "ನೋಡಿದರೆ ಏನನಿಸುತ್ತೆ? ಚೆನ್ನಾಗಿದೀನಿ ಅನಿಸ್ತಿಲ್ವಾ? ನಾನು ಆರಾಮಿದೀನಿ. ನೀನು ಹೇಗಿದ್ದಿ? ಏನು ಇಲ್ಲಿ? ಆಗ್ಲಿಂದ ಕೇಳ್ತಾ ಇದೀನಿ, ಏನೂ ಹೇಳ್ದೆ ಕೂತಿದ್ದೀಯ! ಅವಾಗ್ಲಿಂದ ಹಾಗೇ! ಒಂಚೂರೂ ಬದ್ಲಾಗಿಲ್ಲ ನೀ, ಜೊತೆಲಿರೋ ಹಾಗೇ ಎಲ್ಲೋ ಕಳ್ದುಹೋಗ್ತಿ." ಅವಳು ಹುಬ್ಬು ಗಂಟಾಗಿಸಿ ಸುಳ್ಳೇ ಕೋಪಿಸಿಕೊಂಡ ನಾಟಕವಾಡಿದಳು. ಅವಳನ್ನು ಹಾಗೆ ನೋಡುವಾಗ ಅವಳಾದರೂ ಏನೂ ಬದಲಾಗಿಲ್ಲ ಅನಿಸಿತು. ಅದ್ಯಾವ ಘಳಿಗೆಯಲ್ಲಿ, ಅದಿನ್ಯಾವ ಕ್ಷುದ್ರ ಧ್ರುವ ಇವಳನ್ನು ತನ್ನತ್ತ ಸೆಳೆಯಿತೋ, ಅದ್ಯಾವ ಸಮಯದಲಿ ನಾವೆಲ್ಲ ಬೇಡವೆಂದು ನಿರ್ಧರಿಸಿದಳೋ... ಅಷ್ಟೊಂದು ಪ್ರೀತಿಸುತ್ತಿದ್ದ ನಮ್ಮೆಲ್ಲರನ್ನೂ ನಿವಾಳಿಸಿ ಎಸೆದು ಹೊರ ಬರುವಷ್ಟರ ಮಟ್ಟಿಗಿನ ಸೆಳೆತ ಯಾವುದಿದ್ದಿರಬೇಕು? ನನಗೆ ಅವತ್ತಿನಿಂದಲೂ ಅದೇ ಸೋಜಿಗ, ಹಾಗೆ ಅವಳು ಯಾರೊಂದಿಗೆ ಬಂದಳು? ಯಾರಾತ, ನನಗಿಂತಲೂ ಬೇಕೆನಿಸಿದವ? ನಮ್ಮೆಲ್ಲರನ್ನೂ ಮರೆಸಿದವ? ಇವತ್ತು ಅದಕೆ ಉತ್ತರ ಪಡೆಯುವ ಹುಕಿಯಲ್ಲಿ ನನಗೊಂದು ಹುರುಪು ಬಂತು. "ನಾವೆಲ್ಲ ಚೆನ್ನಾಗಿದೀವಿ ಸುವಿ, ನಮ್ಮ ಬಾಲಣ್ಣನ ಮಗಳಿಗೆ ಇಲ್ಲಿ ಮೆಡಿಕಲ್ ಸೀಟ್ ಸಿಕ್ಕಿದೆ, ಅದಕೆ ಅವಳನ್ನ ಬಿಟ್ಟು ಹೋಗುವಾಂತ ಬಂದೆ." "ಮಂಜರಿಗೆ? ಪ್ವಾ! ಅಷ್ಟು ದೊಡ್ಡೊಳಾಗಿ ಬಿಟ್ಟಳ? ಖುಷಿಯಾಗ್ತಿದೆ. ನಮ್ಮಲ್ಲಿ ಇಲ್ಲಿ ತಂಕ ಯಾರೂ ಡಾಕ್ಟ್ರಾಗಿಲ್ಲ ನೋಡು, ಇವಳೇ ಫಸ್ಟು" ಉದ್ಗರಿಸಿದಳು. ಆಗ ಅವಳು ನಿಜಕ್ಕೂ ಖುಷಿಯಾಗಿದ್ದಂತೆ ಕಂಡಳು. ಅವಳ ಕೆನ್ನೆಗುಳಿ ಮತ್ತಷ್ಟು ಆಳಕ್ಕಿಳಿದು ಕಂಗಳು ಅರೆಮುಚ್ಚಿ, ಹುಬ್ಬುಗಳು ನಿಡಿದಾಗಿ ಇಳಿದು, ಕೆನ್ನೆ ಮಿಂಜಿ, ಅವಳು ಮುಖವೆತ್ತಿ ಆಗಸ ನೋಡುತ್ತ ನಗುವಾಗ ಕತ್ತಿನ ನರಗಳು ಉಬ್ಬಿನಿಂತವು. "ನಮ್ಮಲ್ಲಿ ಇಲ್ಲಿ ತಂಕ ಯಾರೂ ಡಾಕ್ಟ್ರಾಗಿಲ್ಲ ನೋಡು" ಅವಳ ಮಾತುಗಳು ನಂಗೆ ಇಷ್ಟವಾಗಿ ಮನಸು ಒಂದುಕ್ಷಣ ಮೃದುವಾಯ್ತು. ನಮ್ಮನ್ನು ಎದುರಿಸಲಾರದೆ ಹೀಗೆ ಉಳಿದಿದ್ದಾಳೆಯೇ ಹೊರತು ನಾವೆಂದರೆ ಅಷ್ಟೇ ಅಕ್ಕರೆ ಈಗಲೂ ಇದೆಯೆನಿಸಿ ಮತ್ತೂ ಅಕ್ಕರೆ ಉಕ್ಕಿತು. "ಎಲ್ಲ ಚೆನ್ನಾಗಿದ್ದಾರೆ ಸುವಿ, ಅತ್ತೆ ಇವತ್ತಿಗೂ ನಿನ್ನ ದಾರಿ ಕಾಯ್ತಿದಾರೆ... ನೀನು ಸುಮ್ಮನೆ ಊರಿಗೆ ಬಂದುಬಿಡು ಸುವಿ" ನಾನು ಹಾಗಂದಾಗ ಅವಳ ಮುಖ ನಸು ಗಂಟುಗೂಡಿತು. ಆದರವಳು ಒಡನೇ ಅದನ್ನು ಸಡಿಲಿಸಿ ನಕ್ಕಂತೆ ಮಾಡಿ, "ಎಲ್ಲಿ ಇವರು ಬಿಟ್ಟರಲ್ಲ ಮನು, ಇಲ್ಲಿಗೆ ಬರಲಿಕ್ಕೇ ನಾನು ಆಫೀಸಿಗೆ ಹೋಗತೀನಂತ ಸುಳ್ಳು ಹೇಳಿ ಬಂದಿದೀನಿ, ಅವರು ಸಿಕ್ಕಾಪಟ್ಟೆ ಪೊಸೆಸ್ಸಿವ್. ಒಟ್ರಾಸಿ ನಾ ಯಾವಾಗ್ಲೂ ಅವರ ಕಣ್ಣೆದುರು ಇರಬೇಕು, ಅವರಾದರೂ ಅವರ ಮನೆಗೆ ಅಷ್ಟೇನೂ ಹೋಗೋದಿಲ್ಲ" ಹಾಗನ್ನುವಾಗ ಅವಳ ಕಂಗಳು ಎಷ್ಟೊಂದು ಪ್ರಶಾಂತವಾಗಿದ್ದವೆಂದರೆ ಮಹಾಂತೇಶ ಹೇಳಿದ್ದಕ್ಕೂ ಇವಳು ಹೇಳುತ್ತಿರುವುದಕ್ಕೂ ಏನೇನೂ ಸಂಬಂಧವಿರಲಿಲ್ಲ. ನನ್ನನ್ನು ಕಂಡೊಡನೇ, ಎದೆಗೆ ಬಿದ್ದು ಬಿಡುತ್ತಾಳೇನೋ ಅಂತಂದುಕೊಂಡೇ ಬಂದಿದ್ದೆ. ಆದರೆ ಅವಳು ಒಂಚೂರು ಬಿಗುವು ಸಡಿಲಿಸದೆ ನಮ್ಮ ನಡುವೆ ಏನೂ ನಡೆದೇ ಇಲ್ಲವೇನೋ ಎಂಬಷ್ಟು ಸಹಜವಾಗಿ ಮಾತಾಡುತ್ತಿದ್ದರೆ ನನಗೆ ಮಾತಿಗೆ ತಡಕಾಡುವಂತಾಯ್ತು. ಅವಳನ್ನು ಕಂಡಾಗ ನಾ ಕೇಳಬೇಕೆಂದಿದ್ದ ಮೊದಲ ಪ್ರಶ್ನೆ ಅವಳು ಹಾಗೆ ಯಾರೊಡನೆ ಬಂದಳೆಂದು ಕೇಳುವುದೇ ಆಗಿತ್ತು. ಆದರೆ ಸುಳ್ಳುಗಳನ್ನೇ ಹೇಳುತ್ತಿರುವ ಇವಳು, ಅದನ್ನಾದರೂ ಹೇಳಿಯಾಳೆ ಎಂದು ನಿರೀಕ್ಷಿಸುವುದಾದರೂ ಎಷ್ಟು ಸರಿ ಎಂದು ಯೋಚಿಸುವಾಗ ಅವಳನ್ನು ಏನೂ ಕೇಳದಿರುವುದೇ ಉತ್ತಮವೆಂಬಂತೆ

ಸುಮ್ಮಗುಳಿದೆ. "ಹೌದೂ ನಿಂದು ಮದ್ವೆ ಆಯ್ತಾ? ಎಲ್ಲಿದು ಹುಡ್ಗಿ? ಫೋಟೋ ಇದ್ರೆ ತೋರಿಸು" ಅಂದಳು. "ಅವತ್ತು ನೀ ಹೋದ ದಿವಸವೇ ಮದ್ವೆ ನಡೀತು ಸುವಿ, ಮಾಧುರಿನ ಮದ್ವೆ ಆಗಬೇಕಾಯಿತು. ಈಗ ಎರಡು ಮಕ್ಕಳಿವೆ, ಚೆನ್ನಾಗಿದೀವಿ. ಅಮ್ಮ ಈಗ್ಲೂ ನಿನ್ನ ನೆನಪಿಸ್ಕೋತ್ತಾ ಇರ್ತಾಳೆ." "ಅಪ್ಪ?" ಅವಳ ದನಿ ಮೆಲ್ಲಗೆ ನಡುಗಿತು. "ಅಪ್ಪ ಕಳೆದ ವರ್ಷ ತೀರಿಕೊಂಡ್ರು ಸುವಿ." ಅದನ್ನು ಕೇಳಿ ಅವಳ ಕಂಗಳು ತುಂಬಿದವು. "ನಂಗೆ ಬೇರೆ ದಾರಿ ಇದ್ದಿಲ್ಲ ಮನು, ನಿಜ ಹೇಳಬೇಕೂಂದ್ರೆ ನಾ ಅವತ್ತು ಹಾಗೆ ಹೋಗಬಹುದೂಂತ ನಂಗೇ ಗೊತ್ತಿರ್ಲಿಲ್ಲ, ನಂಬು ನೀನಾದ್ರೂ" ಅವಳ ದನಿ ಆರ್ತವಾಗಿತ್ತು. "ಸರಿ ಬಿಡು ಮಾರಾಯ್ತಿ ಈಗ್ಲಾದರೂ ಹೇಳು, ಯಾರವ? ನಿನ್ನ ಆ ಕ್ಷಣದಲಿ ಹಾಗೆ ಎಬ್ಬಿಸಿ ಓಡಿಸಿಕೊಂಡು ಬಂದವನು?" ಕಡೆಗೂ ನಾ ಕೇಳಬೇಕಿದ್ದ ಪ್ರಶ್ನೆಯನ್ನು ಕಡೆಗೂ ಕೇಳಿಯೇ ಕೇಳಿದ್ದೆ. "ಅರೆ ಅವಸರ ನೋಡು! ಇರು ನೇರ ಭೇಟಿ ಮಾಡಿಸ್ತೀನಿ" ಅವಳು ಮುಖ ತಿರುಗಿಸುವಾಗ ಅವಳ ಕಂಗಳಲ್ಲೇನೋ ಬೆಳಕು ಹೊಳೆಯಿತು, ಬಚ್ಚಿಟ್ಟ ಒಂದು ಕಣ್ಣಹನಿಯಂತೆ! ನನ್ನೊಳಗೆ ನೋವೊಂದು ಹೊರಳಿತು. "ಸರಿ ಬಿಡು ನೀ ನಿಜಕ್ಕೂ ಹೇಗಿದೀಯ, ಅದನ್ನಾದರೂ ಹೇಳು ಸುವಿ, ನಮ್ಮ ದಾರಿ ಯಾವಾಗಲೋ ಬೇರೆಯಾಗಿ ಹೋಯ್ತು. ಇನ್ನೆಂಥ ಮುಚ್ಚುಮರೆ?" "ಏ ಏನು ಮುಚ್ಚುಮರೆಯೋ? ಚೆನ್ನಾಗಿದೀನೋ ಮಾರಾಯ, ಹಾಗೆ ನೋಡಿದ್ರೆ ಅವ್ರು ನನ್ನ ತೀರ ಅಜೀರ್ಣ ಆಗೋವಷ್ಟು ಪ್ರೀತಿಸ್ತಾರೆ ಸಾಕಾ?" ನಂಗೆ ಈಗಲಂತೂ ಸಹನೆ ಮೀರಿತ್ತು. ಇವಳನ್ನು ಕಂಡಿದ್ದಕ್ಕಿಂತ ಕಾಣದೇ ಇರುತ್ತಿದ್ದರೆ ಚೆನ್ನಾಗಿತ್ತೇನೋ ಅನಿಸಿ ಇರಸುಮುರಸಾಯ್ತು. ಸುಮ್ಮನೇ ಸುಳ್ಳನ್ನೇ ಅವಳು ಹೊಸೆದೊಸೆದು ಕಟ್ಟುತ್ತಿದ್ದರೆ ಅಲ್ಲಿಂದ ಎದ್ದು ಹೊರಡಬೇಕೆಂಬ ತುಡಿತ ಬಲವಾಗತೊಡಗಿತ್ತು. ಇನ್ನೇನು ಹೊರಡಬೇಕು ಅನ್ನುವಷ್ಟರಲ್ಲಿ ಸುವಿ ಮತ್ತೆ ಮಾತಾಡಿದಳು– "ನಾನು ನನ್ನ ದಾರಿ ಹುಡುಕ್ಕೊಂಡು ಬಂದಿದ್ರೂ, ಬಂದಿದ್ದು ಒಳ್ಳೆದಕ್ಕೇ ಅನಿಸೋವಷ್ಟು ಚೆನ್ನಾಗಿದೀನಿ, ಅವರು ನನ್ನ ಚೆನ್ನಾಗಿ ನೋಡ್ಕೊಂಡಿದಾರೆ ಅನ್ನೋದು ನಿಜವೇ ಮನು, ಆದರೆ ಈಗ ಅವರ ಆರೋಗ್ಯ ಸ್ವಲ್ಪ ಹಾಳಾಗಿದೆ. ಕೆಲಸ ಕೈಬಿಟ್ಟಿದೆ, ಹಾಗಾಗಿ ನಾನೂ ಕೆಲಸಕ್ಕೆ ಹೋಗ್ಬೇಕಾಗಿದೆ. ನಿಂಗೊತ್ತಾ ನಾನು ಆಸ್ಪತ್ರೆಲಿ ರಾತ್ರಿ ಹೌಸ್‌ಕೀಪಿಂಗ್ ಕೆಲಸ ಮಾಡ್ತೀನಿ, ಬೆಳಗ್ಗೆ ಗಾರ್ಮೆಂಟ್ಸ್ ಹೋಗ್ತೀನಿ. ಅವ್ರಿಗೆ ವಾರಕ್ಕೆರಡು ಡಯಾಲಿಸಿಸ್ ಬೇಕು, ಕಿಡ್ನಿ ಫೇಲ್ಯೂರ್ ಆಗಿದೆ, ಬದಲಿಸಬೇಕಂತೆ. ಅದೇ ಸ್ವಲ್ಪ ಒದ್ದಾಟ, ಅಷ್ಟು ಬಿಟ್ಟರೆ ಬೇರೇನೂ ತೊಂದರೆ ಇಲ್ಲ ಮನು, ಇಷ್ಟೂ ದಿನ ಚೆನ್ನಾಗಿ ನೋಡಿಕೊಂಡಿದಾರೆ, ಈಗ ಅವರ ಕೈಲಿ ಆಗ್ತಾ ಇಲ್ಲ ಅಷ್ಟೇ, ಸರಿ ಈಗ ನಿಂದು ಹೇಳು" ಅಂದು ನೇರ ನನ್ನನ್ನೇ ನೋಡಿದಳು.

ವರ್ಷಗಳ ಕಾಲ ಒಟ್ಟಿಗೇ ಬೆಳೆದವರು ನಾವು. ಒಟ್ಟಿಗೆ ಶಾಲೆ, ಊಟ, ಓದು, ಬರಹ, ಆಟ, ಪಾಠ ಎಲ್ಲ. ಏನೇ ಹೇಳುವುದಿದ್ದರೂ ಅದನ್ನು ಮೊದಲು ನನ್ನಲ್ಲಿಯೇ ಹೇಳುತ್ತಿದ್ದವಳು, ಅದು ಯಾವ ಹೊತ್ತಿನಲಿ ಬದಲಾದಳೋ ನಂಗಂತೂ ಗೊತ್ತಾಗಿರಲಿಲ್ಲ. ಡಿಗ್ರಿ ಓದಲಿಕ್ಕೆ ನಾ ಸಿಟಿಗೆ ಹೋದರೆ ಇವಳು ಓದು ನಿಲ್ಲಿಸಿ ಮನೆಯಲ್ಲೇ ಉಳಿದಿದ್ದಳು. ಮೂರು ವರ್ಷದ ಆ ಗ್ಯಾಪಿನಲ್ಲಿ ನಂಗೆ ಪತ್ರಿಸುವುದು, ಆಗೀಗ ಫೋನಿಸುವುದು ಮಾಡುವಳು. ಆಗಲೂ ಏನೊಂದು ಸುಳಿವು ಬಿಟ್ಟಿರಲಿಲ್ಲ. ಈಗಲೂ ಹಾಗೆಯೇ ಇದ್ದಾಳೆ. ಯಾವ ಸುಳಿವನ್ನೂ ಕೊಡಬಾರದೆನ್ನುವುದು ಯಾತರ ಹಠ? ನಾನು ಸುಖವಾಗಿದ್ದೀನೆಂದು ಸುಳ್ಳೇ

ತೋರಿಸಿಕೊಂಡಾದರೂ ತಮ್ಮ ಅಹಂ ಅನ್ನು ಸಂತೃಪ್ತಗೊಳಿಸಿಕೊಳ್ಳುವ ಈ ಸಣ್ಣತನವೇಕೆ ಮನುಷ್ಯನಿಗೆ? ಅಸಲು ಯಾರಿಗಾಗಿ ಇದನೆಲ್ಲ ಮುಚ್ಚಿಡ್ತಾ ಇದಾಳೆ! ನಾನು ಕುದಿದೆ. ಅವಳು ಹೇಳುತ್ತಿರುವ ಸುಳ್ಳುಗಳನ್ನೆ ಎಷ್ಟು ಹೊತ್ತೆಂದು ಕೂತು ಕೇಳಿಸಿಕೊಳ್ಳುವುದು! ಅವಳನ್ನ ಕಾಣುವ ಮೊದಲು ಇದ್ದ ಆಸೆ, ತಹತಹ, ಅಕ್ಕರೆ ಎಲ್ಲವೂ ಈಗ ಉರಿಯುತ್ತ ಅವಳ ಮೇಲೆ ಬೆಂಕಿಯಾಗಿ ಕುದಿಯತೊಡಗಿತ್ತು. ಮಹಾಂತೇಶ ಹೇಳಿದ್ದ, ಅವಳು ಕಥೆ ಕಟ್ಟುವುದರಲ್ಲಿ ಜಾಣೆ, ಒಂದೊಂದು ಸ್ಟೇಷನ್ನಿನಲ್ಲಿ ಒಂದೊಂದು ಕಥೆ ಇದೆ ಅಂತ. ಅದು ಖಂಡಿತಾ ನಿಜವಿರಬೇಕು. ಯಾಕೆಂದರೆ ಅವಳಿಗೆ ನಂಜೊತೆ ಸುಳ್ಳು ಹೇಳಬೇಕಾದ ಆವಶ್ಯಕತೆಯಿದೆ. ತಾನು ನಿಮ್ಮನೆಲ್ಲ ಬಿಟ್ಟು ಓಡಿ ಬಂದಿದ್ದರೂ ಚೆಂದಗೇ ಬದುಕು ಕಟ್ಟಿಕೊಂಡಿದ್ದೇನೆಂದು ತೋರಿಸಿಕೊಳ್ಳುವ ತುಚ್ಛ ಆಸೆ. ಸಿಟ್ಟಿನಲಿ ನಾ ಕಂಪಿಸಿದೆ.

"ಸುವಿ, ನಾನು ಎಲ್ಲಿ ಉಳಕೊಂಡಿದೀನಂತ ನೀ ಕೇಳಲೇ ಇಲ್ವಲ್ಲ! ಮನೆಗಾದ್ರೂ ಕರೀತೀಯೇನೋಂದ್ರೆ ಅದಕ್ಕೂ ಸಬೂಬು ಹೇಳ್ತೀಯ, ಗಂಡ ಪೊಸೆಸ್ಸಿವ್ ಅಂತೀಯ, ಇದೆಲ್ಲ ಏನ್ ಚೆಂದವೇ? ಸುಖವಾದ ಬದುಕಾ ಇದು?" ನಾನು ರೇಗಿಯೇ ತೀರಿದೆ.

"ಸ್ಸಾರಿ ಮನು, ಇರು ಅವರ ಜೊತೆ ಮಾತಾಡಿ ನಾನೇ ನಿಧಾನಕೆ ಕರಕೊಂಡು ಹೋಗ್ತೀನಿ. ನೀವೆಲ್ಲ ಹೇಗೋ ಏನೋ ನನ್ ಮೇಲೆ ಎಷ್ಟು ಕೋಪಿಸ್ಕೊಂಡಿರ್ತೀರಂತ ನಾ ಅರ್ಧ ದೂರ ಉಳ್ದೆ. ಈಗಿನ್ನೂ ಮತ್ತೆ ಸಿಕ್ಕಿದೀವಿ, ಖಂಡಿತ ಆದಷ್ಟು ಬೇಗ ಕರಕೊಂಡು ಹೋಗ್ತೀನಿ ಮ್ಮ್?" ನನ್ನನ್ನು ಅನುನಯಿಸುವಂತೆ ಹೇಳಿದವಳು ಹಿಂದೆಯೇ "ಸರೀ, ಈಗ ಎಲ್ಲಿ ಉಳಕೊಂಡಿದ್ದಿ? ಯಾವಾಗ ವಾಪಸ್?" ಎಂದು ಕೇಳಿದಳು. ಅವಳು ಹಾಗೆ ಹೇಳಿದ್ದು ಕೇಳಿದ್ದು ಎರಡೂ ನಂಗೆ ಇಷ್ಟವಾಗಿತ್ತು. ನಾನು ಆಡಲೇಬೇಕೆಂದುಕೊಂಡಿದ್ದ ಮಾತಿಗೊಂದು ದಾರಿ ಸಿಕ್ಕಿದ ಹಾಗಾಗಿತ್ತು. ನಾನು ನನ್ನ ಕಾಲೇಜು ಫ್ರೆಂಡ್ ಮನೇಲಿ ಉಳಕೊಂಡಿದೀನಿ, ಅವನು ಇಲ್ಲೇ ಸಿಟಿ ಸ್ಟೇಷನ್‌ಲಿ ಇನ್ಸ್‌ಪೆಕ್ಟರಾಗಿದಾನೆ, ಮಹಾಂತೇಶ ಅಂತ. ಅವತ್ತು ನಿನ್ನ ಅಲ್ಲಿ ಸಯ್ಯಾಜಿರಾವ್ ರೋಡಲ್ಲಿ ಭೇಟಿ ಆಗಿದ್ನಲ್ಲ, ಆಗ ಅವ್ನೂ ಇದ್ದ ಜೊತೆಲಿ" ಅವಳ ಮುಖವನ್ನೇ ನೇರ ನೋಡುತ್ತ ಹೇಳುವಾಗ ನಾನು ನಿಜಕ್ಕೂ ಅದೆಷ್ಟು ವಿಕೃತವಾಗಿ ಸುಖಿಸಿದೆನೆಂದರೆ ಅಷ್ಟೂ ದಿನಗಳು ನಾನು ಒಳಗೊಳಗೇ ಕುದಿಸಿದ ಕುಲುಮೆಯಲಿ ಹೂವರಳಿದ ತಂಪು! ನನ್ನ ಮಾತು ಕೇಳಿ ಅವಳ ಮುಖ ಕಪ್ಪಿಟ್ಟಿತು. ಸ್ವಲ್ಪ ತಡೆದು ಉಸಿರೆಳೆದುಕೊಂಡಂತೆ ಮಾಡಿದವಳು "ಓ! ಹೌದಾ" ಅಂದು ಸ್ವಲ್ಪ ಹೊತ್ತು ಸುಮ್ಮನಾಗಿಬಿಟ್ಟಳು. ನನ್ನನ್ನು ಧಿಕ್ಕರಿಸಿ ಹೋಗಿ ನನ್ನ ಅಹಂ ಅನ್ನು ಘಾಸಿಗೊಳಿಸಿ, ಇವತ್ತು ಹೀನಾಯವಾಗಿ ಬದುಕುತ್ತಿರುವ ಹೊತ್ತಿನಲ್ಲೂ ತಾನಿನ್ನೂ ಸುಖವಾಗಿದ್ದೇನೆಂಬಂತೆ ತೋರಿಸಿಕೊಳ್ಳುತ್ತ ತನ್ನ ಅಹಂ ಅನ್ನು ಕಾಪಿಟ್ಟುಕೊಳ್ಳುತ್ತಿರುವವಳನ್ನು ನಿಕೃಷ್ಟವಾಗಿ ಸೋಲಿಸಿದ ಮಹದಾನಂದವೊಂದು ನನ್ನನ್ನು ಆವರಿಸಿ ಹಗುರಾಗಿಸಿತು. ಎಷ್ಟೇ ಇಲ್ಲವೆಂದರೂ ಈ ರೀತಿಯ ಸಣ್ಣತನಗಳಿಗೂ ಒಂದು ತೂಕವಿದೆ, ಅವು ತನ್ನದೇ ಆದ ರೀತಿಯಲ್ಲಿ ಒಂದು ವಿಚಿತ್ರ ಸಂತೋಷ ಕೊಡುತ್ತವೆ. ಹಾಗೆ ನೋಡಿದರೆ... ಇವುಗಳೇ ಮನುಷ್ಯನ ದಿನನಿತ್ಯದ ಬದುಕಿನ ವಾಸ್ತವಗಳು. "ಸರಿ ನಾ ಹೊರಡುತ್ತೇನೆ ಸುವಿ, ಚೆನ್ನಾಗಿರು" ಎನ್ನುತ್ತ ಎದ್ದೆ. "ಸರಿ ಮನು, ನಾನೂ ಹೊರಡ್ತೀನಿ, ಮತ್ತೆ ಕೆಲಸಕೆ ಲೇಟ್ ಆಗುತ್ತೆ. ನೀನೂ ಚೆನ್ನಾಗಿರು, ಆಗೋದಾದ್ರೆ ನನ್ನನ್ನ ನೋಡಿದ ಬಗ್ಗೆ

ಮನೇಲಿ ಹೇಳಬೇಡ" ಅವಳ ದನಿ ಮೊದಲಿಗಿಂತ ಭಾರವಾಗಿತ್ತು. "ಸುವಿ, ನೀನು ಏನೇನೂ ಬದಲಾಗಿಲ್ಲ. ಅಷ್ಟೇ ಸುಳ್ಳಿ ಮತ್ತು ಕಪಟಿಯಾಗೇ ಇದ್ದೀಯ, ನಿನ್ನ ಬಗ್ಗೆ ಮಹಾಂತೇಶ ಎಲ್ಲ ಹೇಳಿದಾನೆ. ನಿನ್ನ ಜೊತೆ ಮಾತಾಡುತ್ತ ಸಮಯ ಕಳೆಯಲು ನಂಗೂ ಅಂಥ ಇಂಟರೆಸ್ಟ್ ಇಲ್ಲ. ನಿನ್ನ ನೋಡಬೇಕೆಂದು ಬಹಳ ಕಾದಿದ್ದೆ. ಆದರೆ ನಿನ್ನ ನೋಡಿದ ಮೇಲೆ ನೋಡಿರಲೇಬಾರದಿತ್ತು ಅನಿಸುತ್ತಿದೆ. ಇದನ್ನು ಕೂಡ ನಾ ಯಾವತ್ತಿಗೂ ನೆನಪಿಡಲಾರೆ. ಹಾಗಿರೋವಾಗ ಯಾರಿಗೇನು ಹೇಳುವುದು? ನಿನಗಂತೂ ಇದನ್ನೆಲ್ಲ ಮರೆಯುವುದೊಂದು ವಿಷಯವೇ ಅಲ್ಲ ಬಿಡು" ಎಂದು ಬಿರುಸಾಗಿ ಹೇಳಿ ಎದ್ದು ಬಂದು ಇವತ್ತಿಗೆ ಸರಿಯಾಗಿ ಒಂದು ತಿಂಗಳ ಮೇಲೆ ಒಂದಷ್ಟು ಚಿಲ್ಲರೆ ದಿನಗಳು. ಒಂದು ವೇಳೆ ಇವತ್ತು ಬೆಳಗ್ಗೆ ಮಹಾಂತೇಶನ ಫೋನು ಬಾರದೇ ಹೋಗಿರುತ್ತಿದ್ದರೆ ಬಹುಶಃ ನಾನಿದನ್ನೆಲ್ಲ ಬರೆಯುತ್ತಿರಲಿಲ್ಲ. ಅದಲ್ಲದೆ ಇದನ್ನು ಬರೆಯುವ ಹೊತ್ತಿನಲಿ ಅವಳೂ ಇಲ್ಲ! ಮೊನ್ನೆ ಮಧ್ಯಾಹ್ನ ಟಿವಿಯಲ್ಲಿ ಕಾಣಿಸುತ್ತಿದ್ದ ಫ್ಲ್ಯಾಶ್ ನ್ಯೂಸ್ ಅವಳ ಕುರಿತೇ ಇರಬೇಕು.

"ಮೈಸೂರಿನಲ್ಲಿ ಮಹಿಳೆ ಆತ್ಮಹತ್ಯೆ, ಗಂಡನ ಸಾವಿನಿಂದ ಮನನೊಂದು ಈ ಕೃತ್ಯ ಎಸಗಿರುವ ಶಂಕೆ."

ಇವತ್ತು ಮತ್ತೆ ಹೊಸತಾಗಿ ಇದೇ ಈಗಿನ್ನೂ ನಡೆಯಿತೇನೋ ಎಂಬಂತೆ ಎಲ್ಲವೂ ನೆನಪಾಗುತ್ತಿದೆ. ಅವತ್ತು ನಾವು ಭೇಟಿಯಾದಾಗ ಸುವಿ ಹಸಿರು ಚೂಡಿ ಧರಿಸಿದ್ದಳು. ಅದರ ಬಾರ್ಡರಿನಲ್ಲಿ ಅದರ ಬೆಲೆಯ ಚೀಟಿ ಇನ್ನೂ ಹಾಗೇ ಅಂಟಿಕೊಂಡಿತ್ತು. ಅವಸರದಲಿ ಅದರ ಬೆಲೆಯ ಚೀಟಿ ತೆಗೆಯದೇ ಹಾಗೇ ಬಿಟ್ಟಿದ್ದಾಳೆ ಅಂದುಕೊಂಡು ನಾನು ಅದರತ್ತ ಅವಳ ಗಮನ ಸೆಳೆದಾಗ ಅವಳು ನಕ್ಕಿದ್ದಳು, "ಇದು ಅವರು ಚೆನ್ನಾಗಿರೋ ಕಾಲಕ್ಕೆ ಕೊಡಿಸಿದ್ದು... ಒಳ್ಳೆ ಸಂದರ್ಭ ಬಂದರೆ ಹಾಕುವಾಂತ ಹಾಗೇ ಇಟ್ಟಿದ್ದೆ. ಇವತ್ತು ಹಾಕ್ಕೊಂಡೆ. ಮೊದಲ ಸಲ, ಇವಾಗ ಅವರಿಗೆ ಹುಶಾರು ತಪ್ಪಿದ ಮೇಲೆ ಕಷ್ಟ ಅಂದ್ರೇನು ಅಂತ ಗೊತ್ತಾಗ್ತಿದೆ. ಮೊದಲೆಲ್ಲ ತೋಚಿದಾಗೆಲ್ಲ ಶಾಪಿಂಗ್ ಹೊರಡ್ತಿದ್ದೆ. ಯಾವಾಗ್ಲೂ ಖುಷೀ ಖುಷೀ ಖುಷಿ!" ಅಂದಿದ್ದಳು. ಅದನ್ನು ಅಷ್ಟೇನೂ ಗೋಷ್ಠಿಗೆ ತೆಗೆದುಕೊಳ್ಳದೆ ನಾನು "ಸರೀ ನನ್ನಿಂದೇನಾದರೂ ಸಹಾಯ ಬೇಕಾ?" ಎಂದು ಕೇಳಿದ್ದೆ. ಅದಕ್ಕವಳು, "ಸದ್ಯಕೆ ಬೇಡ ಮನು, ಆದರೆ ಅವರಿಗೆ ಕಿಡ್ನಿ ಬದಲಿಸುವ ಟೈಮಿನಲಿ ಬೇಕಾಗಬಹುದು, ಆಗ ಹೇಳ್ತೀನಿ" ಅಂದಿದ್ದಳು. ಆದರೆ ನನಗೆ ಅದ್ಯಾವುದೂ ನಿಜವೆನಿಸಿರಲೇ ಇಲ್ಲ. ಮಹಾಂತೇಶ ಅವಳ ಕುರಿತಾಗಿ ಹೇಳಿದ್ದೆಲ್ಲವೂ ತಲೆಯಲ್ಲಿ ಹಾಗೇ ಇದ್ದ ಆ ಹೊತ್ತಿನಲ್ಲಿ ಅವಳ ಮಾತ್ಯಾವುದನ್ನೂ ನಾ ಸರಿಯಾಗಿ ಕಿವಿಕೊಟ್ಟು ಕೇಳಿಸಿಕೊಂಡಿರಲೇ ಇಲ್ಲ. ಹಾಗೆ ನೋಡಿದರೆ ಅವಳು ನಮಗೆ, ಅದರಲ್ಲೂ ನನಗೆ, ದ್ರೋಹ ಬಗೆದು ಹೋಗಿದ್ದವಳು, ಹಾಗೆ ಹೋದವಳು ಎಲ್ಲೋ ಒಂದು ಕಡೆ ಸುಖಿಯಾಗಿ ನೆಮ್ಮದಿಯಾಗಿ ಬದುಕುತ್ತಾಳೆಂಬುವುದನ್ನು ನಾನು ಊಹಿಸಿಕೊಂಡಿರಲಿಲ್ಲ. ಬಹುಶಃ ಬಯಸಿರಲಿಲ್ಲ. ಹಾಗಾಗಿಯೇ ಏನೋ ಪ್ರಸ್ತುತವನ್ನು ಒಪ್ಪಿಕೊಳ್ಳುವುದೂ ಆಗುತ್ತಿರಲಿಲ್ಲ. ಅವಳು ನನ್ನಿಂದ ದೂರವಾಗಿದ್ದರೂ ಅವಳು ನನ್ನ ಮನಸಿನಲ್ಲಿ ಇದ್ದೇ ಇದ್ದಳು. ಕಷ್ಟದಲ್ಲಿ, ನೊಂದು ಬೆಂದು ಬಸವಳಿದು ಕಡೆಗೆ ಒಂದು ದಿನ ಮತ್ತೆ ನಮ್ಮಲ್ಲಿಗೇ ಬಂದು ನನ್ನೆದುರು ನಿಂತು ಕಣ್ಣೀರಿಡುತ್ತಾಳೆಂದು ನಾನು ಅನೇಕ ಸಲ ಕಲ್ಪಿಸಿಕೊಂಡಿದ್ದೆ. ಅದನ್ನೇ ಆಪ್ತವಾಗಿ

ನಂಬಿದ್ದೆ, ಅಥವಾ ಬಯಸಿದ್ದೆ. ಅದಕೆ ತಕ್ಕಂತೆ ಮಹಾಂತೇಶ ಅವಳ ಕುರಿತ ಕಥೆಯನ್ನು ಕಣ್ಣಿಗೆ ಕಟ್ಟುವಂತೆ ವಿವರಿಸಿದ್ದಾಗ ನಿಜಕ್ಕೂ ನನಗೆ ಅತ್ಯಂತ ಸಂತೋಷವಾಗಿತ್ತೆಂದು ಈ ಮರಣ ಸಮ್ಮುಖದಲ್ಲಾದರೂ ಒಪ್ಪಿಕೊಳ್ಳದೇ ಹೋದರೆ ನಾನು ನೀಚನಾಗಿಬಿಡುತ್ತೇನೆ. ಮತ್ತದೇ ಸಮಯ ನನಗೆ ಅವಳನ್ನು ಮುಖತಃ ಕಂಡು, ಅವಳ ಪಶ್ಚಾತ್ತಾಪದ, ಹಳಹಳಿಕೆಯ ಕಣ್ಣೀರನ್ನು ಕೂಡ ಅವಶ್ಯ ನೋಡಬೇಕೆನಿಸಿತ್ತು.

ಆಗ ನಾನು ಅವಳನ್ನು ಕ್ಷಮಿಸಿದಂತೆ ಮಾಡಿ, ಶಿಕ್ಷಿಸಿದ ತೃಪ್ತಿ ಬೇಕಿತ್ತು. ಅವತ್ತಿಗಂತೂ ಅವಳನ್ನು ಹಾಗೆ ಘಾಸಿಗೊಳಿಸಬೇಕೆಂಬುದು ಸಹಜವೂ ನ್ಯಾಯಯುತವೂ ಆದ ಹಪಹಪಿಯೆಂದೇ ನನಗೆ ಅನಿಸಿತ್ತು. ಆದರೆ ಅವಳು ನನಗೆ ಅದ್ಯಾವುದಕ್ಕೂ ಅವಕಾಶ ಕೊಡದೆ ಪ್ರೀತಿ, ಬದುಕು, ಬದ್ಧತೆ, ತ್ಯಾಗ ರೋಮಾಂಚನ ಹೀಗೆ ಏನೇನೋ ಮಾತಾಡಿ ತಲೆ ಕೆಡಿಸಿದ್ದಳು.

ಈಗ ನೋಡಿದರೆ ಕಥೆಗೆ ಮತ್ತೊಂದು ತಿರುವು ಸಿಕ್ಕಿದೆ! ಅವತ್ತು ಹಾಗೆ ಅವಳೊಂದಿಗೆ ನಿಷ್ಠುರವಾಗಿ ಮಾತಾಡಿಬಂದ ಇಷ್ಟು ದಿನಗಳ ಬಳಿಕ ಮಹಾಂತೇಶ ಹೊಸ ಕಥೆ ಹೇಳುತ್ತಿದಾನೆ. ಅದರ ಪ್ರಕಾರ ಅವಳಿಗೆ ಗಂಡ ಇದ್ದದ್ದು, ಅವರು ಒಂದು ಕಾಲಕ್ಕೆ ತುಂಬ ಚೆಂದಗೆ ಬದುಕಿದ್ದು, ನಡುವೆ ಅವನಿಗೆ ಕಿಡ್ನಿ ಹೋಗಿದ್ದು, ಬ್ಯುಸಿನೆಸ್ ಕುಸಿದದ್ದು ಎಲ್ಲ ನಿಜವೇ ಅಂತೆ. ಅವನ ಟ್ರೀಟ್ಮೆಂಟ್ ಖರ್ಚಿಗೆ ಹಣ ಹೊಂದಿಸಲಿಕ್ಕೇ ಅವಳು ಹಾಗೆಲ್ಲ ಹೆಣಗ್ತಾ ಇದ್ದಳಂತೆ, ಅವಳ ಗಂಡನ ಹೆಸರು ಕೂಡ ಅದೇನೋ ರಾಜನಾಯಕನಂತೆ! ರಾಜನಾಯಕ?? ಒಂದುವೇಳೆ ನಮ್ಮೂರ ರಾಜನಾಯಕನೇ? ಅವನು ಊರು ಬಿಟ್ಟು ವರ್ಷಗಳಾಗಿದ್ದವು. ಬೆಂಗಳೂರಿನಲಿ ಇದೀನಿ ಅನ್ನುತ್ತಿದ್ದ. ತಾಯಿ ಇರುವ ತನಕ ಅವಳನ್ನ ನೋಡಿಕೊಂಡು ಹೋಗಲು ಬರುತ್ತಲೂ ಇದ್ದ. ಮದುವೆ ಇನ್ನೂ ಆಗಿಲ್ಲ ಅನ್ನುತ್ತಿದ್ದ, ಎಲ್ಲಕ್ಕಿಂತ ಈಗ ಎರಡು ವರ್ಷದ ಮೊದಲೊಮ್ಮೆ ನಮ್ಮನೆಗೆ ಏನೋ ನೆಪದಲ್ಲಿ ಬಂದು ಮಾತಾಡಿಸಿಕೊಂಡು ಹೋಗಿದ್ದ. ಅಲ್ಲಿಗೆ ಸುವಿಗೆ ನಮ್ಮನೆಯ ಎಲ್ಲ ಕಥೆ ಗೊತ್ತಿತ್ತೇ? ಹಾಗಿದ್ದರೆ ತಾನು ಮಾಧುರಿಯನ್ನ ಮದುವೆಯಾದದ್ದು ಸಹ ಗೊತ್ತಿದ್ದಿರಬೇಕು, ಸುಮ್ಮನೆ ಏನೂ ತಿಳಿಯದವಳಂತೆ ನಟಿಸಿದ್ದಳೆ?

ಒಂದುವೇಳೆ ತಾನು ನಮ್ಮದೆ ರಾಜನಾಯಕನನ್ನಲ್ಲದೆ ಬೇರೆಯವರನ್ನು ಮದುವೆ ಆಗಿದ್ದಿದ್ದರೆ ಅವಳು ನನ್ನನ್ನು ತನ್ನ ಗಂಡನಲ್ಲಿ ಭೇಟಿ ಮಾಡಿಸಿರುತ್ತಿದ್ದಳೇ?

ಹಾಗೆ ನೋಡಿದರೆ ಅವಳು ಹೇಳಿದ್ದರಲ್ಲಿ ಏನೇನೂ ತಪ್ಪಿರಲಿಲ್ಲ. "ನಮ್ಮ ನಡುವೆ ಏನೋ ಮಿಸ್ಸಿಂಗ್ ಇತ್ತು ಮನು, ಸಿಂಪಲ್ ಆಗಿ ಹೇಳೋದಾದರೆ ನಮ್ಮ ನಡುವೆ ಒಂದು ಸೆಳೆತ ಇರಲಿಲ್ಲ! ನಿನ್ನ ಹೆಂಡತಿ ಅಂತಲೇ ಬೆಳೆದಿದ್ದಕ್ಕೋ ಏನೋ, ನಂಗೆ ನಿನ್ನಲ್ಲಿ ಒಬ್ಬ ಪ್ರಿಯಕರ ಕಾಣಲೇ ಇಲ್ಲ. ಎಲ್ಲವೂ ತುಂಬ ಸಹಜವೆನಿಸಿ, ಒಂದೇ ಒಂದು ಸಲವಾದರೂ ಮೈಯೆಲ್ಲ ರೋಮಾಂಚನಗೊಳ್ಳಬೇಕೆಂದು ಉತ್ಕಟವಾಗಿ ಅನಿಸಿತ್ತು. ತೀರ ಒಂದು ನೋಟವೇ ಎದೆಯೊಳಗೆ ಸಂಚಲನ ತರಬಹುದೆಂದು ನಂಗೆ ಅವರನ್ನ ನೋಡುವ ತನಕ ಗೊತ್ತೇ ಇರಲಿಲ್ಲ ಮನು. ನಾನು ಮಾಡಿದ್ದು ಲೋಕದ ಕಣ್ಣಿಗೆ ತಪ್ಪೇ ಇರಬಹುದು, ಆದರೆ ನಂಗೇನೋ ನಾನು ಇವರನ್ನ ಮದುವೆಯಾಗಿ ಪಡೆದ ಸಂತೋಷಕೆ ಈಡೇ ಇಲ್ಲ ಅನಿಸುತ್ತೆ.

ಇವತ್ತು ಸ್ವಲ್ಪ ಕಷ್ಟದಲ್ಲಿದೀವಿ, ಆದರೆ ಅವರು ಚೆನ್ನಾಗಿರೋ ಕಾಲದಲ್ಲಿ ನಾವು ಹೇಗಿದ್ವಿ ಗೊತ್ತಾ! ಬಹುಶಃ ನಮ್ಮಷ್ಟು ಖುಷಿಯಾಗಿ ಯಾರೂ ಇರಲಿಲ್ಲ ಅನ್ಸುತ್ತೆ, ಏನ್ಮಾಡ್ಲಿ, ಗ್ರಹಚಾರ ಸರಿ ಇಲ್ಲ. ನೋಡುವ, ಬೇಗ ಎಲ್ಲ ಸರಿಯಾಗುತ್ತೆ ಮೊದಲಿನ ಹಾಗೇ!" ಅಂದಿದ್ದಳು.

ಸುಮೀ ಸ್ಸಾರಿ ಅನ್ನಬೇಕೆನಿಸುತ್ತಿದೆ... ಹೇಗೆ ಹೇಳುವುದು?

□□□

ಕರೆ

ಅದಿನ್ನೂ ಮಾಗಿ, ಸೂರ್ಯ ಕೆಂಪಗೆ ಹೊಳೆಯುತ್ತ ಮೆಲ್ಲ ಮೆಲ್ಲನೆ ಮೇಲೇರಿ ಬರುತ್ತಿದ್ದ. ಸೂರ್ಯನ ಬಿಸುಪು ಮೆಲುವಾಗಿ ತಲುಪುತ್ತಿತ್ತಾಗಿ ಇನ್ನೂ ಚುಮುಚುಮು ಚಳಿಯಿತ್ತು. ಅವಳು ಟೆರೇಸಿನಲ್ಲಿ ಕುಳಿತು ಎಳೆಬಿಸಿಲಿಗೆ ಮೈಯೊಡ್ಡಿಕೊಳ್ಳುತ್ತಾ ಸ್ವೆಟರ್ ಹೆಣೆಯುತ್ತಿದ್ದಳು. ಇತ್ತೀಚೆಗೆ ಅವಳಿಗೆ ಮಂಡಿ ನೋವು ಶುರುವಾಗಿತ್ತು. ಕೆಲಸ ಜಾಸ್ತಿ, ಅದಕ್ಕಿರಬೇಕು ಅಂತಲೇ ಅಂದುಕೊಳ್ಳುತ್ತ ಅದನ್ನು ನಿರ್ಲಕ್ಷಿಸುತ್ತಲೇ ಬಂದಿದ್ದಳು. ಆದರೆ ಬರಬರುತ್ತಾ ನೋವು ವಿಪರೀತವೆನಿಸುವಷ್ಟು ಹೆಚ್ಚಾಗಿ ಅವಳು ಡಾಕ್ಟರ್‌ನನ್ನು ನೋಡಿ ಬಂದಿದ್ದಳು. ಆಗಿನಿಂದ ಸಂಜೆ ವಾಕಿಂಗ್, ಬೆಳಗೆ ಬಿಸಿಲು ಸ್ನಾನ, ಮೊಳಕೆ ಕಟ್ಟಿದ ಕಾಳುಗಳು, ಕಾಲ್ಸಿಯಂ ಟ್ಯಾಬ್ಲೆಟ್‌ಗಳು ಅಂತೆಲ್ಲ ಶುರುವಾಗಿತ್ತು. ಹಾಗೆ ನೋಡಿದರೆ ಈಗ ಹೊಸ ಮನೆಗೆ ಬಂದ ಮೇಲೆ ಅವಳ ಆರೋಗ್ಯ ಚೆನ್ನಾಗಿ ಸುಧಾರಿಸಿತ್ತು. ಇದೆಲ್ಲವನ್ನೂ ಖುದ್ದು ಅವಳೇ ನನ್ನಲ್ಲಿ ಹೇಳಿಕೊಂಡಿದ್ದಳು.

ಅವಳ ಮನೆ ವಿಶಾಲವಾಗಿ ಚೆನ್ನಾಗಿತ್ತು. ಗಂಡ ಹೆಂಡತಿ ಮಗು, ಅಷ್ಟೇ ಅವರ ಸಂಸಾರ. ಗಂಡ ಬೆಳಗೆದ್ದು ಕೆಲಸಕ್ಕೆಂದು ಹೊರಟರೆ ಮನೆಯಲ್ಲಿ ಅವಳು ಮಗು ಮಾತ್ರ. ಆಗೊಮ್ಮೆ ಈಗೊಮ್ಮೆ ಇಲ್ಲಿಗೆ ಬಂದು ತನ್ನ ಜೊತೆ ಕುಳಿತು ಮಾತಾಡಿ ಹೋಗದಿದ್ದರೆ ಅವಳ ಜೀವ ಕೇಳುವುದಿಲ್ಲ. ನಮ್ಮ ಸರಳಾಳಿಗಿಂತ ಒಂಚೂರು ಚಿಕ್ಕವಳೇ ಇರಬೇಕು, ಆದರೆ ಒಳ್ಳೇ ಬುದ್ಧಿವಂತೆ. ದಿನಾ ಬೆಳಗ್ಗೆ ಸರಳಾನೋ ವಿಮ್ಮಿಯೋ ಬಂದು ನನ್ನನ್ನು ಹಾಸಿಗೆಯಿಂದ ಮೆತ್ತಗೆ ವ್ಹೀಲ್‌ಚೇರಿಗೆ ವರ್ಗಾಯಿಸಿ ಅಲ್ಲೇ ಟೆರೇಸಿನಲ್ಲೇ ಮೂಲೆಗಿದ್ದ ನಲ್ಲಿಯಲ್ಲಿ ಮುಖ ತೊಳೆಸಿ ನೀರಿನ ಟ್ಯಾಂಕಿಯ ಹುಸಿನೆರಳಿನಲ್ಲಿ ಕೂರಿಸಿ ಪಕ್ಕದಲ್ಲೇ ವಾಕರ್ ಇರಿಸಿ ಕೆಳಗೆ ಹೋದರೆ ಇನ್ನು ಬರುವುದು ಯಾವಾಗಲೋ. ಆಗೆಲ್ಲ ತನಗೆ ಸಿಗುವ ಏಕೈಕ ಖುಷಿಯೆಂದರೆ ಅವಳ ಮನೆಯತ್ತ ನೋಡುತ್ತಾ ಕೂರುವುದು. ಅವಳ ಮನೆ ನಮ್ಮ

ಮನೆಯ ನೇರ ಎದುರೇ ಇತ್ತು. ಇಲ್ಲಿಂದ ಅವಳ ಮನೆಯ ನೋಟ ನನಗೆ ಚೆನ್ನಾಗಿ ದಕ್ಕುತ್ತಿತ್ತು. ಬೆಳಗೆದ್ದು ಅವಳು ಏನಾದರೊಂದು ಕಾರಣ ತೆಗೆದು ಸ್ವಲ್ಪ ಹೊತ್ತು ಟೆರೇಸಿನಲ್ಲಿ ಕೂರುತ್ತಿದ್ದಳು. ಅಲ್ಲಿಂದಲೇ ಅವಳು ನನಗೊಂದು ಗುಡ್‌ಮಾರ್ನಿಂಗ್ ಹೇಳುತ್ತಿದ್ದಳು. ಇದು ರೂಢಿ. ಅದಲ್ಲದೆ ಅಪರೂಪಕ್ಕೊಮ್ಮೆ ಅವಳ ಗಂಡನೂ ಅಲ್ಲಿ ಬಂದು ಕೂರುತ್ತಿದ್ದ. ಆಗೆಲ್ಲ ಅವರಿಬ್ಬರೂ ಪೇಪರೋದುತ್ತ ಹಾಗೆ ಇದ್ದಕ್ಕಿದ್ದಂತೆ ಅದನ್ನು ಮುಖಕ್ಕೆ ಅಡ್ಡಲಾಗಿಸಿ ಕಿಸಪಿಸ ನಗುತ್ತಿರುತ್ತಿದ್ದರು. ನನಗೇನೋ ಆಗವರು ಮುದ್ದಿಸಿಕೊಳ್ಳುತ್ತಾರೆ ಅನ್ನುವ ಅನುಮಾನ ಹುಟ್ಟಿ ಸಣ್ಣಗೆ ನಗು ಬರುತ್ತಿತ್ತು. ಅವಳ ಮಗು ಬೆಳಗಾಗೆದ್ದು ಅಲ್ಲಿ ಏನಾದರೂ ಆಡಿಕೊಳ್ಳುತ್ತಿತ್ತು, ಮಗುವಿನ ಆಟ ನೋಡುವುದು ನನಗೊಂದು ಖುಷಿ. ಒಮ್ಮೊಮ್ಮೆ ನಮ್ಮ ಮನೆಯ ಮಕ್ಕಳೂ ಅವನೊಂದಿಗೆ ಸೇರಿ ಆಡುವುದಿತ್ತು. ನಾನು ಎಲ್ಲವನ್ನು ನೋಡುತ್ತಾ ಕೂತಿರುತ್ತಿದ್ದೆ. ಇಂದು ಸಹ ಹಾಗೆಯೇ ಕುಳಿತಿದ್ದೆ. ಎಲ್ಲದರಂತೆ ಇದೂ ಒಂದು ಮುಂಜಾವು...

"ಹೇಗಿದ್ದೀರಾ ಸರ್?" ನನ್ನ ಮುಂದೆ ಹೀಗೆ ಛೇರ್ ಎಳೆದುಕೊಂಡು ಕೂತವನನ್ನು ಕಂಡು ನನಗೆ ಗಾಬರಿಯಾಯ್ತು. ನಾನು ಅವನನ್ನು ನಿರೀಕ್ಷಿಸಿರಲಿಲ್ಲ. ಅಸಲು ಅವನನ್ನು ಈ ಹಿಂದೆ ನೋಡಿರುವ ನೆನಪೂ ಆಗಲಿಲ್ಲ. ಅವನ ಮುಖ ಬೆಳ್ಳಗೆ ಸುಂದರವಾಗಿತ್ತು. ಅದು ಸೂರ್ಯನ ಬೆಳಕಿನಿಂದ ಮತ್ತಷ್ಟು ಹೊಳೆಯುತ್ತಿರುವಂತೆ ಕಂಡಿತು. ನನ್ನ ಮನೆಯ ಟೆರೇಸಿನ ಮೇಲೆ ಇವನು ಹೇಗೆ ಬಂದ? ಯಾಕೆ ಬಂದ? ನನಗೆ ಕುತೂಹಲವೆನಿಸಿತು. ಅದಲ್ಲದೆ ತನಗೆ ಇತ್ತೀಚೆಗೆ ಮರೆವು ತುಂಬಾ ಹೆಚ್ಚಾಗಿದೆ ಎಂದು ಸ್ವತಃ ನನಗೇ ಗೊತ್ತಿತ್ತು. ಇಲ್ಲವಾದರೆ ಮೊನ್ನೆ ಶೇಷಗಿರಿ ಬಂದು ಮಾತಾಡಿಸುವಾಗ ನನಗೆ ಈ ಹಿಂದೆ ಅವನನ್ನು ನೋಡಿದ್ದ ಯಾವ ನೆನಪೂ ತೋಚಿರಲಿಲ್ಲ. ಕಡೆಗೆ ಇವಳೇ ತೆಳ್ಳಗೆ ಪಕ್ಕೆ ತಿವಿದು ಸನ್ನೆ ಮಾಡಿ "ಮಾತಾಡಿಸಿ ಕಳಿಸಿ, ನಿಮ್ಮ ಗೆಳೆಯ ಶೇಷಗಿರಿನೇ ಬಂದಿರೋದು" ಅಂದಿದ್ದಳು. ಅವಳ ಮಾತಿಗೆ ಹೂಂಗೊಟ್ಟು ಸುಮ್ಮನೆ ಮೇಲೆ ಮೇಲೆ ಸಾರಿಸಿದಂತೆ ಮಾತಾಡಿ ಕಳಿಸಿದ್ದೆ. ಅಷ್ಟಾದರೂ ಇವತ್ತಿನತನಕ ಸಂದೇಹ ತೀರಿರಲಿಲ್ಲ, ಅದು ಶೇಷಗಿರಿನೇ ಹೌದಾ...

"ಏನು ಯೋಚನೆಯಲ್ಲಿ ಕಳೆದುಹೋಗಿಬಿಟ್ಟಿದ್ದೀರ? ನನ್ನ ಹೆಸರು ನಿಮಗೆ ಗೊತ್ತಿದೆ. ಆದರೆ ಮುಖ ಪರಿಚಯ ಇರ್ಲಿಕ್ಕಿಲ್ಲ" ಬಂದ ವ್ಯಕ್ತಿ ಹಸ್ತಲಾಘವ ನೀಡುತ್ತಿರುವಂತೆ ಕಂಡು ನಾನು ಕೈ ಚಾಚಿದೆ. ಆದರೆ ಅವನು ನಕ್ಕ.

"ನನ್ನ ಕೈ ಹಿಡಿದ ಮೇಲೆ ಬಿಡುವಂತಿಲ್ಲ ನೋಡಿ!" ಅವನ ಮಾತು ಕೇಳಿ ಸೋಜಿಗವೆನಿಸಿತು.

ಯಾರೀ ಹುಡುಗ? ಒಂದುವೇಳೆ ಯಾರಾದ್ರೂ ಗೆಳೆಯರ ಮಗನೋ? ನಾನಿಲ್ಲಿ ಬೆಡ್‌ಪೇಶಂಟ್ ಆಗಿದೀನಿ ಅಂತ ಯಾರಾದರೂ ಸುದ್ದಿ ಹಬ್ಬಿಸಿರಬೇಕು, ಕಾಣಲು ಬರಬೇಕಾದವನು ಮಗನನ್ನು ಕಳಿಸಿರಬೇಕು, ಈ ಹಿಂದೆಮುಂದೆ ಗೊತ್ತಿಲ್ಲದವನ ಜೊತೆ ಏನಂತ ಮಾತಾಡುವುದು? ಛೆ ಹಾಳು ಬದುಕು, ಇಲ್ಲಿಂದ ಎದ್ದು ಹೋಗಬೇಕೆಂದರೆ ಸರಳಾ ಬರಬೇಕು. ಲಕ್ವ ಹೊಡೆದ ಮೇಲೆ ಬದುಕು ವ್ಹೀಲ್‌ಚೇರ್‌ನ ಮೇಲೆ ನಿಂತಂತಾಗಿದೆ. ಒಂದು ರೀತಿಯಲಿ ಯೋಚಿಸಿದರೆ ಬದುಕು ಸಾಕು ಅನಿಸಿಬಿಟ್ಟಿರುವ ಸಮಯ. ಲಕ್ವ ಹೊಡೆದಾಗ ಬದುಕುವುದೇ ಇಲ್ಲ ಅಂದುಕೊಂಡದ್ದೂ ಇತ್ತು. ಆದರೆ ಕೈ ಕಾಲಿನ ಬಲ ಹೀರಿಕೊಂಡ

ಸಾವು ನನ್ನನ್ನ ಬಿಟ್ಟು ಹೋಗಿದೆ. ಅಸಲಿ ಕಷ್ಟ ಶುರುವಾಗಿದ್ದೇ ಆಗ! ವಯಸ್ಸಿದ್ದ ಕಾಲದಲ್ಲಿ ಚೆನ್ನಾಗಿ ದುಡಿದು, ಎಷ್ಟೆಲ್ಲಾ ಕಷ್ಟ ನುಂಗಿ ಆಸೆಯಿಂದ ಅಕ್ಕರೆಯಿಂದ ಮನೆ ಕಟ್ಟಿಸಿದ್ದೆ. ಇನ್ನು ಸ್ವಲ್ಪ ಕಾಲ ಆರಾಮಾಗಿರಬೇಕು ಎಲ್ಲ ಮರೆತು ಶಿವನೇ ಅಂತ ಹಾಯಾಗಿ ಒಂದು ಆಲ್‌ಇಂಡಿಯಾ ಟೂರ್ ಹಾಕಬೇಕು, ಅಂತೆಲ್ಲ ಅಂದುಕೊಂಡಿದ್ದೆ. ಆದರೆ ಸರಿಯಾದ ಸಮಯಕ್ಕೆ ಹೀಗಾಗಿಬಿಟ್ಟಿದೆ. ಮಗ ಜಾಣ, ಆಸ್ಪತ್ರೆಯಿಂದ ನೇರ ಇಲ್ಲಿಗೇ ವರ್ಗಾಯಿಸಿದ್ದಾನೆ. ನಾನೇ ಯೋಚಿಸಿ ಒಂದು ಮಟ್ಟಸವಾದ ರೂಮು, ಹೊಂದಿಕೊಂಡಂತೆ ಟಾಯ್ಲೆಟ್, ಬಾತ್ರೂಂ ಕಟ್ಟಿಸಿದ್ದೆ. ರೂಮಿನ ಎದುರು ವಿಶಾಲ ಖಾಲಿ ಜಾಗ, ಏನಾದರೂ ಫಂಕ್ಷನ್ ಇದ್ದರೆ ಅಲ್ಲೇ ಆಚರಣೆ. ಹೀಗೊಂದು ರೂಮು ಕಟ್ಟಿಸುವಾಗ ತನ್ನ ಯೋಚನೆ ಅದೊಂದು ಗೆಸ್ಟ್ ರೂಮು ಎಂದೇ ಆಗಿತ್ತು. ಇಲ್ಲಾಂದರೆ ಯಾರಾದರೂ ಬ್ಯಾಚುಲರ್‌ಗೆ ಬಾಡಿಗೆ ಕೊಟ್ಟರೂ ನಡೆಯಬಹುದು ಅಂದುಕೊಂಡಿದ್ದೆ, ಆದರೆ ಮಗ ಬುದ್ಧಿವಂತನಿದ್ದ.

"ಅಪ್ಪಾ, ನಮ್ಮ ಮಕ್ಕಳು ದೊಡ್ಡವರಾಗ್ತಾ ಇದ್ದಾರೆ. ಅವರಿಗೆ ಸಪರೇಟ್ ರೂಂ ಇದ್ದರೆ ಚೆನ್ನಾಗಿರೋದು. ನೀವ್ಯಾಕೆ ಮೇಲಿನ ರೂಮಿಗೆ ಶಿಫ್ಟ್ ಆಗಬಾರದು? ಮಕ್ಕಳನ್ನಂತೂ ಇಲ್ಲೆಲ್ಲಾ ಹಾಗೇ ಬಿಡೋ ಹಾಗಿಲ್ಲ. ಅದೂ ಅಲ್ದೆ ಇಲ್ಲಿ ನಿಮಗೂ ಒಂದು ಸ್ವಲ್ಪ ಆರಾಮಾಗಿರುತ್ತೆ, ಒಳ್ಳೆ ಗಾಳಿ, ಬೆಳಕು..." ಅವನು ತುಂಬ ಹೊತ್ತು ಮಾತಾಡುತ್ತಲೇ ಇದ್ದ. ಆದರೆ ನನಗೆ ಕೇಳಿಸಿದ್ದು ಇಷ್ಟೇ! ಹೋಗುವ ಮುನ್ನ ಮೆಲುವಾಗಿ ಕೈ ತಟ್ಟಿ "ಹೆಚ್ಚು ಯೋಚನೆ ಮಾಡ್ಬೇಡಿ ಅಪ್ಪ" ಎಂದು ಸಮಾಧಾನದ ಮಾತು ಹೇಳಿ ಕೆಳಗೆ ಹೋಗಿದ್ದ. ಡಿಸ್ಚಾರ್ಜ್ ಆಗಿ ಬರೋ ದಿನ ಡಾಕ್ಟರ್ ಕೂಡ ಅದನ್ನೇ ಹೇಳಿದ್ದರು, "ಬಿ.ಪಿ. ಜಾಸ್ತಿಯಾಗಿ ಹೀಗಾಗಿದೆ. ಇನ್ನು ಮೇಲೆ ಎಲ್ಲ ಸ್ವಲ್ಪ ಕಂಟ್ರೋಲ್‌ನಲ್ಲಿಡಿ. ಹೆಚ್ಚು ಯೋಚಿಸಬೇಡಿ, ಚಿಂತಿಸಬೇಡಿ, ಟೆನ್ಶನ್ ಆಗಬೇಡಿ, ಕೋಪ ಮಾಡ್ಕೋಬೇಡಿ, ಉಪ್ಪು ಕಮ್ಮಿ ಮಾಡಿ, ಇರೋತನಕ ಎಲ್ಲರ ಜೊತೆ ನಗುನಗುತಾ ಇರಿ, ಎಲ್ಲ ಸರಿ ಹೋಗುತ್ತೆ"

"ಹಾಗಂದ್ರೆ? ಇರೋ ತನಕ ಅಂದ್ರೆ? ಅಂದರೆ ನಾ ..." ನನ್ನ ಧ್ವನಿ ಬಿಗಿದಿತ್ತು.

"ಹಾಗಲ್ಲ ಸರ್, ಇದು ಎಲ್ಲರಿಗೂ ಅಪ್ಲೈ ಆಗೋವಂತದ್ದು. ನೀವಾದ್ರೂ, ನಾನಾದರೂ, ಯಾರೇ ಅದರೂ ಹೀಗೆ ಸಮಾಧಾನದಿಂದ ಇದ್ದರೆ ಬದುಕು ಚೆನ್ನಾಗಿರುತ್ತೆ ಅಂದೆ ಅಷ್ಟೇ" ಡಾಕ್ಟರ್ ಮೊದಲಿನಂತೆ ಮೆಲು ನಕ್ಕಿದ್ದರು. ಇನ್ನು ಹೇಳಲಿಕ್ಕೇನೂ ಇರಲಿಲ್ಲ. ಅವತ್ತಿನಿಂದ ತನ್ನ ಕೆಲಸ ತಾನೇ ಮಾಡಿಕೊಳ್ಳಲು ಆಗದು. ಯಾರಾದರೂ ಸಹಾಯ ಮಾಡಬೇಕು ಪ್ರತಿಯೊಂದಕ್ಕೂ! ಯಾರಿಗೂ ನಾನೊಬ್ಬ ಹೀಗಾಗಿರುವ ಕುರಿತು ಕಾಳಜಿ ಇದ್ದಂತಿಲ್ಲ. ಅವರ ಪಾಲಿಗೊಂದು ಹೆಚ್ಚಿನ ಹೊಣೆ ನಾನು. ಮೊದಲೆಲ್ಲ ಏನಾದರೊಂದು ಮಾಡುವ ಮೊದಲು, ಮಗ ನನ್ನಲ್ಲಿ ಮಾತಾಡುತ್ತಿದ್ದ. ಈಗಂತೂ ಒಂದು ಮಾತು ತಿಳಿಸುವುದೂ ಇಲ್ಲ. ಇವರಿಗೋಸ್ಕರ ಎಷ್ಟೆಲ್ಲಾ ಕಷ್ಟ ಪಟ್ಟು ದುಡಿದೆ, ಹಣ ಮಾಡಿದೆ, ಓದಿಸಿದೆ, ಕೆಲಸ ಕೊಡಿಸಿದೆ, ಮನೆ ಕಟ್ಟಿದೆ. ಆದರೆ ಇವತ್ತು ನಾನು ಏನಕ್ಕೂ ಉಪಯೋಗವಿಲ್ಲದವನಾಗಿಬಿಟ್ಟಿದ್ದೇನೆ. ಬದುಕು ಸಾಕಾಗಿದೆ. ನೋಡಬೇಕಾದ್ದೆಲ್ಲ ನೋಡಾಯ್ತು. ಇನ್ನು ಸಾವು ಬಂದು ಕರೆದರೆ ಹೋಗ್ತಾ ಇರಬಹುದು. ಅದನ್ನೇ ಕಾಯ್ತಾ ಇದ್ದೀನಿ ನಾನು ಲಿಟರಲಿ...

"ಏನಿದು ಬೆಳಬೆಳಗ್ಗೆ ಸಾವಿನ ಮಾತು. ಬಿಡಿ ಸರ್, ಹೀಗೆಲ್ಲ ಮಾತಾಡ್ಬೇಡಿ. ಆದ್ರೂ ಕರೆದಾಕ್ಷಣ ಸಾವು ಬರುವಂತಿದ್ದರೆ ಹೇಗಿರುತ್ತಿತ್ತು ಅಲ್ವಾ?" ಅವನ ಮಾತಿಗೆ ನಾನು ಗಾಬರಿಯಾದೆ. ಅರೆ, ನಾನು ಜೋರಾಗಿ ಮಾತಾಡ್ತಾ ಇದ್ದೀನಾ? ವಿಮ್ಮಿ ಆಗಾಗ ಸುಮ್ಮನೆ ಒಬ್ಬೊಬ್ಬರೇ ಗೊಣಗಬೇಡಿ ಅನ್ನುತ್ತಿರುತ್ತಾಳೆ, ಬಹುಶಃ ಇದಕ್ಕೇ ಇರಬೇಕು. ಅಂದರೆ ನನಗೆ ಏನಾಗಿದೆ? ಥತ್!

"ನನ್ನ ಪಾಲಿಗಂತೂ ಚೆನ್ನಾಗೇ ಇರುತ್ತಿತ್ತು."

"ಹಾಗಾದರೆ ಈ ಮುಂಚೆ ನಿಮಗೆ ಯಾವತ್ತೂ ತೀರ ಸತ್ತು ಹೋಗಬೇಕು ಅಂತೆಲ್ಲ ಅನ್ಸೇ ಇಲ್ಲಾನ್ನಿ? ಇದೇ ಮೊದ್ಲು?" ಅವನು ನಗುತ್ತಿದ್ದ.

"ಹಾಗೇನಿಲ್ಲ, ಈ ಮುಂಚೆನೂ ಅನ್ಸಿದೆ. ಅದರಲ್ಲೂ ಒಂದ್ಸಲ ಬ್ಯುಸಿನೆಸ್‌ನಲ್ಲಿ ಹೆವೀ ಲಾಸ್ ಆದಾಗ ನಿಜಕ್ಕೂ ಸತ್ತು ಹೋಗಬೇಕು ಅಂತಲೇ ಅನಿಸಿತ್ತು. ಆದರೆ ಇವರೆಲ್ಲರ ಮುಖ ನೋಡಿ ಸುಮ್ಮನಾಗಿದ್ದೆ. ಆದರೆ ಈಗ ಇದೇ ಇವರೆಲ್ಲರ ಮುಖ ನೋಡುವಾಗ ಬೇಗೊಮ್ಮೆ ಸತ್ತರೆ ಒಳ್ಳೆಯದು ಅನಿಸುತ್ತಿದೆ."

"ಹಾಗೊಮ್ಮೆ ಆವಾಗಲೇ ಸತ್ತಿರುತ್ತಿದ್ದರೆ?"

"ಓ ಭಾಳ ಒಳ್ಳೆದಿರುತ್ತಿತ್ತು. ಇವರು ಇಷ್ಟು ಬೆಚ್ಚಗಿರ್ತಾ ಇರಲಿಲ್ಲ ನೋಡು. ಎಲ್ಲೋ ಹೇಗೋ ಸಾಯ್ತಾ ಇರೋರು. ಅಲ್ಲೇ ನಂಗೂ ಈ ನರಕ ತಪ್ತಾ ಇತ್ತು."

"ತಪ್ಪು ಸಾರ್, ನಾವಿಲ್ದೆ ಇದ್ರೆ ಅದು ನಡ್ಯಲ್ಲ, ಇದು ನಡ್ಯಲ್ಲ ಅಂದುಕೊಂಡರೆ ದೊಡ್ಡ ಮುಟ್ಠಾಳತನ. ಬದುಕು ಯಾರಿಲ್ದೇ ಇದ್ರೂ ನಡೆದೇ ನಡಿಯುತ್ತೆ."

"ಅದೇನೋ ನಿಜವೇ ಕಣಪ್ಪ ಈಗ ನೋಡು... ನಂದೇ ಗತಿ ಏನಾಗಿದೆ ಅಂತ. ಮುಂಚೆಲ್ಲಾ ಒಂದು ಚಿಕ್ಕ ವಿಷಯಕ್ಕೂ ಮಗ ನನ್ನಲ್ಲಿ ಸಲಹೆ ಕೇಳ್ತಾ ಇದ್ದ. ಹೆಂಡತಿಯಾಗ್ಲೀ, ಸೊಸೆಯಾಗ್ಲೀ ನನ್ನೆದುರು ಜೋರಾಗಿ ಮಾತು ಕೂಡ ಆಡ್ತಾ ಇರಲಿಲ್ಲ. ಅದೇ ಇವತ್ತು ನಾನು ಕೈಲಾಗದೆ ಕೂತಿದ್ದೀನಿ ನೋಡು, ನಮ್ಮನೆ ನಾಯಿ ಕೂಡ ನನ್ನ ಮಾತು ಕೇಳಲ್ಲಾನ್ನುತ್ತೆ. ಆದ್ರೆ ಇದೇ ಹಿಂದೇನೆ ನಾ ಸತ್ತು ಹೋಗಿರ್ತಾ ಇದ್ರೆ, ದಿನಾ ನನ್ನ ನೆನೆಸ್ಕೊಂಡು ಕಣ್ಣೀರಾದ್ರೂ ಹಾಕಿರೋರು. ಯಾಕೆಂದ್ರೆ ಅವಾಗ ನಾನಿಲ್ದೆ ಕಷ್ಟ ಪಡ್ತಾ ಇರ್ತಿದ್ರಲ್ಲ, ಅದಕ್ಕೆ. ಅದೇ ಇವತ್ತು? ಇವತ್ತು ನಾ ಎಲ್ಲ ಮಾಡಿಟ್ಟಿದ್ದೀನಿ. ಈಗ ನನ್ನಿಂದ ಯಾವ ಉಪಯೋಗ ಇಲ್ಲ ಅವ್ರಿಗೆ. ಬದ್ಲಿಗೆ ಸತ್ರೆ ಭಾರ ಕಳೀತು ಅನ್ನೋ ಸಮಾಧಾನ ಆಗ್ಬೋದು. ಒಟ್ನಲ್ಲಿ ಯಾರನ್ನೂ ನಂಬುವ ಹಾಗಿಲ್ಲ. ನಮ್ಮೋರು, ನನ್ನ ಜನ ಅಂತ ಕಷ್ಟಪಟ್ಟಿದಷ್ಟೇ ಬಂತು. ಈಗ ಎಲ್ಲರೂ ಇದ್ರೂ ಯಾರೂ ಇಲ್ಲ ಅನಿಸ್ತಾ ಇದೆ."

"ನಿಮಗೆ ಈಗ ಅನಿಸ್ತಾ ಇದೆ ಅಷ್ಟೇ ಸಾರ್, ನಿಜದಲ್ಲಿ ಅವರು ಈ ಹಿಂದೆಯೂ ನಿಮ್ಮವರಾಗಿರ್ಲಿಲ್ಲ. ಆದರೆ ಅವತ್ತು ನಿಮಗೆ ಗೊತ್ತಾಗಿರಲಿಲ್ಲ ಅಷ್ಟೇ. ಈ ಭೂಮಿ ಇದ್ಯಲ್ಲಾ ಅದೊಂಥರಾ ದೊಡ್ಡ ನಿಲ್ದಾಣ ಇದ್ದಾಗೆ ಸಾರ್. ಅವ್ರವ್ರ ಬಸ್ ಬರೋತನಕ ಇಲ್ಲಿ ಇರಬೋದು,

ನಮ್ ಸರದಿ ಬಂದ ತಕ್ಷಣ ಸುಮ್ನೆ ಹೊರಡ್ತಾ ಇರೋದೇ. ಜೊತೆಗ್ಯಾರಿದ್ದಾರೆ? ಯಾರ್ ಬರ್ತಾರೆ? ಯಾವಾಗ ಬರ್ತಾರೆ? ಇದ್ಯಾವ್ದನ್ನೂ ಯೋಚ್ನೆ ಮಾಡೋಕೆ ಹೋಗ್ಬಾರ್ದು, ನಾವಾಯ್ತು, ನಮ್ ಪಾಡಾಯ್ತು ಅಷ್ಟೇ."

"ಅಂದ್ರೆ? ಯಾರು ಹೆಂಗಾರೂ ಹೋಗ್ಲೀ, ನಾವು ನಮ್ಮ ಸುಖ ದುಃಖ ಅಷ್ಟೇ ನೋಡ್ಕೊಂಡು ಸುಮ್ನಿದ್ಬಿಡ್ಬೇಕು ಹ್ಮ್?" ನನಗೆ ಅವನ ಮಾತು ಅಷ್ಟೊಂದು ಪಥ್ಯವಾಗಲಿಲ್ಲ.

"ಹಾಗಲ್ಲ ಸಾರ್, ನಮ್ಗೆ ಯಾರಿಂದ್ಲೂ ಯಾವ ನಿರೀಕ್ಷೇನೂ ಇರಬಾರದು ಅಷ್ಟೇ."

"ಹಾಗಿದ್ದರೆ ಜೀವನಕ್ಕೆ ಏನು ಸ್ವಾರಸ್ಯ? ಯಾಕಾಗಿ ಬದುಕಬೇಕು? ನಮ್ಮ ಕಾಲದಲ್ಲಿ ನಾವು ಮಕ್ಕಳಿಗೆ ಆಗುವಂತೆ, ನಮ್ಮ ಇಳಿವಯಸ್ಸಿಗೆ ಅವರು ನಮಗೆ ಆಗಬೇಕು, ಇದೊಂದು ಸಹಜ ನಿರೀಕ್ಷೆ. ಹೋಗಿ ಹೋಗಿ ಅದನ್ನೇ ತಪ್ಪು ಅಂದರೆ?"

"ಸಾರ್, ಮನುಷ್ಯ ತನ್ನ ಕರ್ತವ್ಯವನ್ನ ಮಾತ್ರ ಮಾಡಬೇಕು. ಯಾರ ಮೇಲೂ, ಯಾತರ ಮೇಲೂ ಹಕ್ಕು ಚಲಾಯಿಸಬಾರದು. ಆದರೆ ಈಗ ಮನುಷ್ಯ ಆ ಹಂತವನ್ನ ಮೀರಿದ್ದಾನೆ. ಅದಕ್ಕೇ ಇಷ್ಟೊಂದು ಕಷ್ಟನೋವು ಸಂಕಟ! ಬದುಕು ನರಕ ಅನಿಸ್ತಿರೋದು."

"ಅಪ್ಪಾ ಮಾರಾಯ, ಮಾತಿಗೆ ಕೂರಿಸಿಕೊಂಡಿದ್ದೆ ತಪ್ಪಾಯ್ತು. ಮನುಷ್ಯ ಅಂದಮೇಲೆ ಇಷ್ಟನ್ನೂ ನಿರೀಕ್ಷೆ ಮಾಡದೇ ಇದ್ದರೆ ಒಂದೋ ಅವನೊಬ್ಬ ಹುಚ್ಚನಿರಬೇಕು, ಇಲ್ಲಾ ಸಂತನಾಗಿರಬೇಕು. ಇಂಥ ಜೀವನಕ್ಕೇನು ಸ್ವಾರಸ್ಯವಿರುತ್ತೆ?" ನಾನೂ ಹೆಚ್ಚು ಕಮ್ಮಿ ರೇಗಿದೆ.

"ಹಾಗಲ್ಲ ಸರ್, ನಿಜವಾದ ನೆಮ್ಮದಿ ಇರೋದೇ ಅಲ್ಲಿ. ಅದನ್ನ ಸರಿಯಾಗಿ ಅರ್ಥಮಾಡಿಕೊಳ್ಳದೆ, ಆಚರಿಸದೆ, ಹೊರಗಿನಿಂದಷ್ಟೇ ನೋಡಿದರೆ ಅದರ ಸ್ವಾರಸ್ಯ ತಿಳಿಯೋದಿಲ್ಲ."

"ಓ ಚಿಕ್ಕ ವಯಸ್ಸಿಗೇ ಒಳ್ಳೆ ವೇದಾಂತದ ಮಾತಾಡ್ತೀಯಲ್ಲಪ್ಪಾ. ನೀನಿನ್ನೂ ಜೀವನದಲ್ಲಿ ನೋಡೋದು ಬೇಕಾದಷ್ಟಿದೆ. ಸದ್ಯ ಈ ಟಾಪಿಕ್ ಬಿಡು."

"ನಾನು ಈಗಾಗಲೇ ಬಹಳಷ್ಟು ನೋಡಿದ್ದೀನಿ ಸಾರ್" ಅವನು ಗಹಗಹಿಸಿ ನಕ್ಕ. ನನಗೆ ಸಿಟ್ಟು ಬಂತು. ಅಷ್ಟರಲ್ಲಿ ಸರಳ ಟೀ ತಗೊಂಡು ಬಂದಳು. "ಅಮ್ಮ ಇವರಿಗೂ ಒಂದು ಟೀ ಹಾಕು" ಎಂದ ನನ್ನ ಮಾತಿಗೆ ಸರಳ ಮುಖ ಹಿಂಡುತ್ತ ಕೆಳಗೆ ಹೋದಳು.

"ನನ್ನ ಸೊಸೆ. ಏನ್ಮಾಡೋದು... ಹುಡುಗಿ ಒಳ್ಳೆಯವಳೇ. ಇತ್ತೀಚೆಗೆ ನಂಗೂ ಹುಷಾರಿಲ್ಲ ನೋಡು, ಕೆಲಸ ಜಾಸ್ತಿ. ಅದಕ್ಕೆ ಸ್ವಲ್ಪ ಕಿರಿಕಿರಿ ಮಾಡುತ್ತಾಳೆ ಅಷ್ಟೇ. ಆದರೆ ಸ್ವಲ್ಪ ಹೊಗಳಿ ಮಾತಾಡಿದರೆ ಸಾಕು ಕರಗಿಬಿಡುತ್ತಾಳೆ."

"ಹಾಗೇನು? ಅವ್ರೊಬ್ರೇ ಅಲ್ಲ ಸರ್. ನಿಮ್ನೂ ಸೇರಿಸಿ ಬಹಳಷ್ಟು ಜನ ಹೀಗೇ. ಹೊಗಳಿಕೆಗೆ ಕರಗಿ ಮುಟ್ಠಾಳರಾಗೋರೇ ಹೆಚ್ಚು" ಆ ವ್ಯಕ್ತಿ ನಗುತ್ತಿದ್ದ... ನಿಜಕ್ಕೂ ನಗ್ತಾ ಇದ್ದ! ನಂಗೆ ತೀರ ಅವಮಾನವೆನಿಸಿತು.

"ನಿನ್ನ ಮಾತಿಗೇನರ್ಥ? ಹಾಗಾದರೆ ನಾ ಮುಟ್ಠಾಳನೆ? ಒಳ್ಳೇದು, ಕೆಟ್ಟದು ತಿಳಿಯದವನೇ? ಅಷ್ಟೆಲ್ಲ ಇಲ್ಲದೆ ನಾ ಇವತ್ತು ಹೀಗಿದ್ದೀನಾ?"

"ಅಯ್ಯೋ, ಕೋಪ ಬಿಡಿ ಸರ್. ನಿಜಾ ಯೋಚನೆ ಮಾಡಿ... ನೀವು ಇವತ್ತು ಏನೆಲ್ಲಾ ಸಾಧಿಸಿರಬಹುದು. ಆದರೆ ಅದಕ್ಕಾಗಿ, ನೀವು ತಮ್ಮ ಎಷ್ಟೆಲ್ಲಾ ಆಸೆಗಳನ್ನ ಕೊಂದುಕೊಂಡಿದ್ದೀರಿ ಅಂತ ಯೋಚಿಸಿ ನೋಡಿ. ಎಲ್ಲಾ ಬಿಟ್ಟು ಸಮಾಜದ ಕಣ್ಣಲ್ಲಿ ಒಳ್ಳೆ ಅಪ್ಪ, ಒಳ್ಳೆ ಗಂಡ, ಒಳ್ಳೆ ಶ್ರೀಮಂತ ಅನಿಸಿಕೊಳ್ಳೋದರಲ್ಲೇ ಸಮಯ ಕಳೆದ್ರಿ, ನಾಲ್ಕು ಜನ ಬಂದು ಬೆನ್ನು ತಟ್ಟಬೇಕು, ಪರವಾಗಿಲ್ಲಪ್ಪ ಸಾಧಿಸಿದೆ ಅನ್ನಬೇಕು ಅಂತ ಹಪಹಪಿಸಿದ್ರಿ. ಈಗ ನೋಡಿ! ಸಮಯ ಇದೆ, ಹಣ ಇದೆ, ಆದ್ರೆ ಆರೋಗ್ಯ ಇಲ್ಲ. ಈಗ? ಹಣ ಕೂಡಿಟ್ಟಿದ್ದೀರಿ. ಆದರೆ ನಿಮ್ಮ ಉಪಯೋಗಕ್ಕೆ ಏನು ಬಂತು? ನಿಮ್ಮ ಜೀವನವನ್ನ ನೀವು ಸಂತೋಷದಿಂದ ಅನುಭವಿಸಲೇ ಇಲ್ಲವಲ್ಲ? ಇದು ಮುಟ್ಠಾಳತನ ಅಲ್ವಾ?"

"ನಿನಗೆಲ್ಲೋ ಹುಚ್ಚು. ನೋಡಪ್ಪಾ ನಾನು ಜೀವನ ಪೂರ್ತಿ ಕಷ್ಟಪಟ್ಟು ದುಡಿದಿದ್ದೀನಿ, ಮನೆಮಠ, ಹಣಕಾಸು ಅಂತ ಎಲ್ಲ ಮಾಡಿಕೊಂಡಿದ್ದೀನಿ, ಮಗನನ್ನ ಚೆನ್ನಾಗಿ ಓದಿಸಿ ಒಳ್ಳೆ ಕಡೆ ಕೆಲಸ ಕೊಡಿಸಿದ್ದೀನಿ, ಮಗಳಿಗೆ ನಾಲ್ಕು ಜನ ಮೆಚ್ಚುವಂತೆ ಒಳ್ಳೆ ಕಡೆಗೆ ಮದುವೆ ಮಾಡಿದ್ದೀನಿ, ಇದ್ದ ಇಷ್ಟೂ ದಿನಗಳಲಿ ಒಮ್ಮೆ ಸಹ ಯಾರ ಮುಂದೆಯೂ ದೇಹಿ ಅಂತ ನಿಂತಿಲ್ಲ. ಯಾರೋ ಸಹಾಯ ಕೊಡಿ ಅಂತ ಬಂದವರಿಗೆ ನಾಲ್ಕು ಕಾಸು ಕೊಟ್ಟು ಸಹಾಯ ಮಾಡಿದ್ದೀನಿ, ಇಲ್ಲೀ ತನಕ ಒಳ್ಳೆ ಹೆಸರು ತಗೊಂಡು ಆರೋಗ್ಯವಾಗೇ ಬದುಕಿದ್ದೀನಿ. ಇದಕ್ಕಿಂತ ಎಂಥ ಸಂತೋಷ? ಏನೋ ಈಗ ಆರೋಗ್ಯ ಸ್ವಲ್ಪ ಸರಿ ಇಲ್ಲ. ಈಗ ಒಂದಕ್ಕೂ ಎರಡಕ್ಕೂ ಯಾರಾದರೊಬ್ಬರ ಸಹಾಯ ಕೇಳುವಂತೆ ಆಗಿದೆ ಅನ್ನೋದೇ ಒಂದು ಬೇಸರ. ಏನು ಮಾಡೋದು ವಯಸ್ಸಾದ ಮೇಲೆ ಇದ್ದದ್ದೇ ಇದೆಲ್ಲ."

ಅವನು ಮತ್ತೆ ನಕ್ಕ. "ಸಾರ್! ಇದೇ ಸಂತೋಷಾನ? ಇದರಿಂದ ನೀವು ಏನು ಸಾಧಿಸಿದ ಹಾಗಾಯ್ತು? ನೀವು ಹೀಗೆ ಹಣ ಕೂಡಿಡಲು ಎಷ್ಟು ಸುಳ್ಳು ಹೇಳಿದಿರಿ? ಸಣ್ಣತನ ಮಾಡಿದಿರಿ, ಜಿಪುಣತನ ಮಾಡಿದಿರಿ, ಎಷ್ಟೊಂದು ಸ್ವಂತದ ಆಸೆಗಳನ್ನ ತ್ಯಾಗ ಮಾಡಿದಿರಿ... ಹೇಳ್ತಾ ಹೋದ್ರೆ, ಹೇಳ್ತಾನೆ ಹೋಗಬಹುದು. ಆದ್ರೆ ನೀವೊಬ್ರೇ ಅಲ್ಲ, ಬಹಳಷ್ಟು ಜನ ಹೀಗೇನೆ. ನಿಜಕ್ಕೂ ತಮಗೇನು ಬೇಕು ಅನ್ನೋದು ತೀರ ಕಡೆ ತನಕ ತಿಳ್ಕೊಳ್ಳೋದೇ ಇಲ್ಲ."

ನನಗೆ ಒಂದು ದೊಡ್ಡ ಆಸೆಯಿತ್ತು, ವೇಷ ಹಾಕುವ ಆಸೆ. ಊರಿನಲ್ಲಿ ಆಗಾಗ ನಡೆಯುತ್ತಿದ್ದ ಯಕ್ಷಗಾನ ಮೇಳಗಳಲ್ಲಿ ಯಾರೇ ವೇಷ ಹಾಕಿದ್ದರೂ ನನಗೆ ನಾನೇ ಕುಣಿಯುತ್ತಿದ್ದೇನೋ ಎಂಬ ಭಾವಾವೇಶ. ಮನೆಯಲ್ಲಿ ಯಾರೂ ಇಲ್ಲದಿರುವಾಗ ನನಗೆ ಹಬ್ಬ. ಆ ದಿನ ನಾನು ಅಮ್ಮನ ಸೀರೆ ಉಟ್ಟು, ಕಾಡಿಗೆ ಇಟ್ಟು, ಮುರಿದ ಗೆಜ್ಜೆ ಕಟ್ಟಿಕೊಂಡು, ಕೈಗೆ ಅಮ್ಮನ ಬಳೆ ತೊಟ್ಟುಕೊಂಡು, ಹೆಣ್ಣಿನಂತೆ ನಳಿನವಾಗಿ ನರ್ತಿಸುತ್ತಿದ್ದೆ. ಕನ್ನಡಿಯ ಮುಂದೆ ನಿಂತು ಮುಖದ ಹಾವಭಾವ ನಯಗೊಳಿಸುತ್ತಿದ್ದೆ. ಹಾಗಿರುವಾಗೊಮ್ಮೆ ಅಮ್ಮನ ಕೈಲಿ ಸಿಕ್ಕಿಹಾಕಿಕೊಂಡಿದ್ದೆ. ಅವಳು ಬೈದು ಸುಮ್ಮನಾಗುತ್ತಿದ್ದಳೇನೋ, ಆದರೆ ನಾನು "ಅಮ್ಮ ನಾನೂ ಮೇಳಕ್ಕೆ ಸೇರ್ತೀನೆ" ಅಂತ ರಚ್ಚೆ ಮಾಡಿದೆ. ಅಷ್ಟೇ! ಅಮ್ಮ ಕೆಂಡಾಮಂಡಲವಾಗಿಬಿಟ್ಟು

"ತನ್ನ ಜೀವವೇ ಹೋದರೂ ಅದು ಮಾತ್ರ ಆಗಗೊಡುವುದಿಲ್ಲ. ನಿನ್ನ ಅಜ್ಜಯ್ಯ ಮೇಳದಲ್ಲಿ ಮುಳುಗಿ ಮನೆಯನ್ನು ಮೂರಾಬಟ್ಟೆ ಮಾಡಿದ್ದೇ ಸಾಕು" ಅಂದವಳು ರಾತ್ರಿಯೇ ಅಪ್ಪನ ಕಿವಿಯೂದಿ ಒಂದೇ ವಾರದಲ್ಲಿ ನನ್ನನ್ನು ಊರಿನಿಂದ ಹೊರಡಿಸಿ ಪಟ್ಟಣದಲ್ಲಿದ್ದ ಮಾವಯ್ಯನ ಮನೆಗೆ ಕಳಿಸಿಬಿಟ್ಟಳು. ಮಾವಯ್ಯನೋ ವಿಪರೀತವೆನಿಸುವಷ್ಟು ಶಿಸ್ತು. ಇಷ್ಟೊತ್ತಿಗೆ ಉಣ್ಣಬೇಕು, ಇಷ್ಟೊತ್ತಿಗೆ ಮಲಗಬೇಕು, ಹೀಗೇ ಮಾಡಬೇಕು, ಹಾಗೇ ಮಾಡಬೇಕು... ಹ್ಹೋ! ನನ್ನ ಬದುಕು ಆಗಲೂ ಹೀಗೆ ನಿಂತಂತಾಗಿ ಬಿಟ್ಟಿತ್ತು. ಅಲ್ಲಿಂದ ಓದು ಮುಗಿಸಿ ಹೊರಬಿದ್ದವನು, ತೀರ ದಾಕ್ಷಿಣ್ಯಕ್ಕೂ ಅತ್ತ ತಲೆ ಹಾಕಿರಲಿಲ್ಲ. ಮಾವಯ್ಯನ ಕಡೆಯ ದಿನಗಳಲ್ಲಿ ಅವರು ನನ್ನನ್ನು ತುಂಬಾ ನೆನಪಿಸಿಕೊಂಡರೆಂದು ಅಮ್ಮ ಹಲುಬುತ್ತಾ ಅತ್ತಿದ್ದಳು. ಆಗಲೂ ನನಗೇನೂ ಅನಿಸಿರಲಿಲ್ಲ, ಆದರೆ ಈಗ ಅನಿಸುತ್ತಿದೆ. ಮಾವಯ್ಯನನ್ನ ನೋಡಬೇಕು ಅನಿಸುತಿದೆ. ಅದು ಬಿಟ್ಟರೆ ಇನ್ನೇನು... ಹ್ಮ್... ಇಡೀ ದೇಶವನ್ನ ಸುತ್ತಿ ನೋಡೋದೊಂದು ಆಸೆಯಿತ್ತು. ಅದರಲ್ಲೂ ಹಿಮಾಲಯದ ಹೂ ಕಣಿವೆಗಳನ್ನ ನೋಡುವ ಆಸೆ. ಅದು ಈಗಲೂ ಹಾಗೇ ಇದೆ. ಈ ಎಲ್ಲ ನೆನಪುಗಳಿಂದ ಸದ್ಯದ ಪರಿಸ್ಥಿತಿಯಿಂದ ಕಣ್ಣು ನಸುವೇ ತೇವಗೊಂಡಿತು.

"ಏನು ಸಾರ್, ಹಾಗೇ ನಿಮ್ಮ ಬಾಲ್ಯಕ್ಕೆ ಹಾರಿಬಿಟ್ಟಿರಾ?" ಅವನು ಮೋಜಿನಿಂದ ಕೇಳಿದ.

ನಾನು ಹೌದೆಂಬಂತೆ ತಲೆಯಾಡಿಸಿದೆ. ನನ್ನ ನೆನಪು ಇಷ್ಟೊಂದು ತಾಜಾ ಆಗಿರುವುದರ ಕುರಿತು ನನಗೆ ಸೋಜಿಗವೆನಿಸಿತು. ಯಾವುದು ನೆನಪಿದೆ, ಯಾವುದಿಲ್ಲ ಅಂತಲೇ ತಿಳಿಯುತ್ತಿಲ್ಲ. ಅದರಲ್ಲೂ ಬೆಳ್ಳಂಬೆಳಗ್ಗೆ ಬಂದು ಇಲ್ಲಿ ಕುಳಿತು ನನ್ನ ಮಿದುಳಿಗೆ ಕೈ ಹಾಕುತ್ತಿರುವ ಇವನ್ಯಾರು ಅಂತ ಒಂಚೂರೂ ನೆನಪಾಗ್ತಾ ಇಲ್ಲ. ಮನಸು ತೀವ್ರವಾಗಿ ಯೋಚಿಸತೊಡಗಿತು. ಇವನ್ಯಾರು? ಯಾಕೆ ಬಂದಿದ್ದಾನೆ? ನಾನು ಮಾತಾಡದೆ ಎದುರಿನ ಟೆರೇಸಿನತ್ತ ನೋಡತೊಡಗಿದೆ.

"ನಿಮಗಷ್ಟೇ ಅಲ್ಲ ಸರ್, ನಿಮ್ಮ ಮನೆಯವರಿಗೂ ಏನಾದ್ರೂ ಆಸೆಗಳಿದ್ರೂ ಇದ್ದಿರಬಹುದು. ಆದ್ರೆ ಅದೆಲ್ಲ ಯಾವತ್ತಾದ್ರೂ ನೀವು ಏನೂಂತ ಕೇಳಿದ್ದೀರಾ? ಅವರು ಕೂಡ ಕೇವಲ ನಿಮ್ಮ ಪತ್ನಿಯಾಗಿ, ನಿಮ್ಮ ಮಕ್ಕಳ ಅಮ್ಮನಾಗಷ್ಟೇ ಉಳಿದರು. ಇದರಲ್ಲೇನು ಸಂತೋಷ?"

"ಮಾರಾಯ, ಅದೆಲ್ಲ ಸಂಸಾರಕ್ಕಾಗಿ ಅವಳು ಮಾಡಿದ ತ್ಯಾಗ ಕಣೋ. ಅದೇ ಅವರ ಸಂತೋಷ."

"ಸ್ವಾಮೀ ಆ ಮಾತನ್ನ ಅವು ಹೇಳ್ಬೇಕು. ನಾವು ನೀವಲ್ಲ" ಅವನು ಮತ್ತೆ ನಕ್ಕ.

ನನಗೆ ಕಿರಿಕಿರಿಯಾಯ್ತು. ಆದರೆ ಅವನು ಹೇಳಿದ್ದರಲ್ಲೂ ಒಂದು ಅರ್ಥವಿದೆ. ವಿಮ್ಮಿಗೆ ಏನು ಆಸೆಗಳಿದ್ದವೋ ತಾನಂತೂ ಇಲ್ಲೀ ತನಕ ಕೇಳಲೇ ಇಲ್ಲ. ಹಾಗೆ ಕೇಳಬೇಕಂತಲೂ ನನಗೆ ಅನಿಸಿರಲಿಲ್ಲ.

ನನಗೆ ತಿಳಿದಂತೆ ಒಮ್ಮೆ ವಿಮ್ಮಿ ಒಂದು ಆಸೆಯನ್ನ ತಾನೇ ಹೇಳಿಕೊಂಡಿದ್ದಳು. ನಮ್ಮೂರಲ್ಲಿ ಊರ ಹಬ್ಬವಾದಾಗ ನನ್ನನ್ನ ಕರೆಸಿದ್ದರು. ನಮ್ಮೂರ ಹುಡುಗ ಪಟ್ಟಣದಲ್ಲಿ

ದೊಡ್ಡ ಬ್ಯುಸಿನೆಸ್ ಇಟ್ಟು ನಡೆಸ್ತಾ ಇದ್ದಾನೆ ಅನ್ನುವ ಅಭಿಮಾನ ಅವರಿಗೆ. ಅದಿನ್ನೂ ಮದುವೆಯಾದ ಹೊಸತು. ನಾನು ವಿಮ್ಮಿಯೊಂದಿಗೆ ಹೋಗಿದ್ದೆ. ಎಣಿಸಿದ್ದಕ್ಕಿಂತ ಹೆಚ್ಚಾಗೇ ನಮಗೆ ವಿಶೇಷ ಮರ್ಯಾದೆ, ಸನ್ಮಾನ ಎಲ್ಲ ಆಯ್ತು. ಕೊನೆಯದಾಗಿ ನಡೆದ ಸಾಂಸ್ಕೃತಿಕ ಕಾರ್ಯಕ್ರಮದಲ್ಲಿ ಹಾಡು, ನೃತ್ಯ, ನಾಟಕ ಅಂತ ಏನೇನೋ ಇತ್ತು. ಆ ಸಮಯದಲ್ಲಿ ವಿಮ್ಮಿ ಮೆತ್ತಗೆ "ರೀ, ನಾನೂ ಹಾಡ್ಲೇನ್ರೀ?" ಅಂತ ಕೇಳಿದ್ದಳು. ನನಗೆ ವಿಪರೀತ ಕೋಪ ಬಂದಿತ್ತು. "ನಿನಗೆ ಒಂಚೂರು ಸೆನ್ಸ್ ಇಲ್ಲವಾ? ಫಂಕ್ಷನ್‌ನ ಮುಖ್ಯ ಅತಿಥಿ ನಾನು, ಅಂಥಾದ್ರಲ್ಲಿ ನೀನು ಸ್ಟೇಜ್ ಮೇಲೆ ಹೋಗಿ ನಲೀತಾ ಹಾಡಬೇಕಾ? ನನ್ನ ಮಾನ ಮರ್ಯಾದೆ ಏನಾಗಬೇಕು!" ಅಂತ ಕಟುವಾಗಿ ಕೇಳಿಬಿಟ್ಟಿದ್ದೆ. ಅವಳು ದಿನಾ ಬೆಳಗ್ಗೆ ಮನೆಯಲ್ಲಿ ದೇವರಭಜನೆ ಹಾಡುತ್ತಿದ್ದವಳೇ, ಅವಳ ದನಿ ತುಂಬಾ ಸುಂದರವಾಗಿತ್ತು ಅನ್ನೋದೂ ನಿಜವೇ. ಅವತ್ತು ಆ ಕ್ಷಣದಲ್ಲಿ ಎಲ್ಲರೆದುರು ಹಾಡಿ ಚಪ್ಪಾಳೆ ಗಿಟ್ಟಿಸಬೇಕು ಅನಿಸಿಬಿಟ್ಟಿತೋ ಏನೋ, ಅಷ್ಟರಲ್ಲಿ ನಾನು ಕಟುವಾಗಿ ಮಾತಾಡಿಬಿಟ್ಟಿದ್ದೆ. ಅದೇ ಕೊನೆ, ಅವಳು ಮತ್ತೆಂದೂ ಹಾಡಲಿಲ್ಲ. ತೀರ ದೇವರ ಹಾಡನ್ನು ಕೂಡ ಹಾಡಲಿಲ್ಲ. ಅವಳು ಹಾಗೆ ಸುಮ್ಮನಾಗಿಬಿಟ್ಟಾಗ ನನ್ನ ಮೇಲಿನ ಸಿಟ್ಟಿಗೆ ಹೀಗೆ ಮಾಡುತ್ತಿದ್ದಾಳೆ ಅನಿಸಿ ನನಗೆ ಮತ್ತೂ ಸಿಟ್ಟು ಬಂದಿತ್ತು. ಸ್ವಲ್ಪ ದಿನವಾದ ಮೇಲೆ ನಾನು ಸಮಾಧಾನಿಸಲು ಹೋದಾಗಲೂ ಅವಳು ಹಾಗೇ ಬಿಗು ಮಾಡಿದಾಗ ನನ್ನ ಅಹಂ ಎದ್ದು ನಿಂತಿತ್ತು. ಆಮೇಲಿಂದ ನಾನೂ ಕೇಳಲಿಲ್ಲ, ಅವಳೂ ಹಾಡಲಿಲ್ಲ.

"ಸರಿ ಬಿಡಿ, ಮುಗಿದ ಕಥೆ ಅದು. ಈಗ ಯೋಚಿಸಿ ಫಲವಿಲ್ಲ. ಅದಕ್ಕೇ ಹೇಳೋದು ಬದುಕಿನ ಒಂದೊಂದು ಕ್ಷಣವನ್ನೂ ಪೂರ್ತಿಯಾಗಿ ಬದುಕಬೇಕು ಅಂತ. ಯಾಕೆಂದರೆ ನಾಳೆ ಅನ್ನೋದೊಂದು ಭ್ರಮೆ. ನಿನ್ನೆ ಅನ್ನೋದೊಂದು ನೆರಳು."

ಮನಸು ನಿಧಾನಕ್ಕೆ ವಿಷಾದದ ಕಣಿವೆಯೊಳಗೆ ಜಾರತೊಡಗಿತ್ತು. ನನಗೆ ನಿಜಕ್ಕೂ ಅವನ ಜೊತೆ ಮಾತು ಬೇಕೆನಿಸಲಿಲ್ಲ. ಎಲ್ಲರ ಬದುಕಿನೊಳಗೆ ಇಣುಕುವ, ಎಲ್ಲ ತಿಳಿದವನಂತೆ ಮಾತಾಡುವ, ನನ್ನನ್ನು ವಿಷಾದದ ಕೂಪಕ್ಕೆ ತಳ್ಳುತ್ತಿದ್ದ ಅವನು ನಂಗೆ ಒಂಚೂರೂ ಇಷ್ಟವಾಗಲಿಲ್ಲ. ಇಂಥದ್ದೊಂದು ವ್ಯಕ್ತಿಯನ್ನ ನಾ ನಿಜಕ್ಕೂ ಭೇಟಿಯಾಗಿರಲಿಕ್ಕಿಲ್ಲ. ಇವನು ನನ್ನ ಯಾರೊಬ್ಬ ಗೆಳೆಯನ ಮಗನೂ ಆಗಿರಲಿಕ್ಕಿಲ್ಲ. ನಾನು ಅಸಡ್ಡೆಯಿಂದ ಅವನಿಂದ ಮುಖ ತಿರುಗಿಸಿ ಮೌನವಾಗಿ ಮತ್ತೆ ಎದುರು ಮನೆಯ ಟೆರೇಸಿನತ್ತ ನೋಡತೊಡಗಿದೆ. ಅವಳಿನ್ನೂ ಸ್ವೆಟರ್ ಹೆಣೆಯುತ್ತಿದ್ದಳು. ಹಾಗೆ ಅವಳು ಮುಂದಕ್ಕೆ ಬಾಗಿಕೊಂಡು ಹೆಣೆಯುತ್ತ ಕುಳಿತಿದ್ದರೆ ಅವಳ ಸುಂದರವಾದ ಕಪೋಲದ ಒಂದು ಪಾರ್ಶ್ವ ಬಿಸಿಲಿಗೆ ಥಳಥಳಿಸುತ್ತಿತ್ತು. ಮುಖವನ್ನು ಮುತ್ತಿಡುತ್ತಿದ್ದ ಮುಂಗುರುಳು ಅವಳೊಂದಿಗೆ ಏನೋ ಮಾತುಕತೆಯಲ್ಲಿ ತೊಡಗಿರುವಂತೆ ಕಾಣುತ್ತಿತ್ತು. ತುಟಿಗಳಲ್ಲಿ ಕಂಡೂ ಕಾಣದ ಮೆಲುನಗೆ ಅವಳು ಸುಖವಾದ ನೆನಪೊಂದನ್ನು ಮೆಲುಕು ಹಾಕುತ್ತಿರಬಹುದಾದ ಸಾಧ್ಯತೆಯನ್ನು ತೋರಿಸುತ್ತಿತ್ತು. ಅಷ್ಟರಲ್ಲಿ ವಿಮ್ಮಿ ಬಂದು "ಅರ್ಧ ಘಂಟೆ ಬಿಟ್ಟು ಸ್ನಾನ ಮಾಡಿಸ್ತೀನಿ, ಸದ್ಯ ಎಣ್ಣೆ ಹಚ್ಚಿಸ್ಕೊಳ್ಳಿ" ಅಂದಿದ್ದಳು. ದಿನಾ ಬೆಳಗ್ಗೆ ಈ ಹೊತ್ತಿಗೆಲ್ಲ, ನನಗೆ ಅದರಲ್ಲೂ ನನ್ನ ಶಕ್ತಿ ಬತ್ತಿದ ಎಡ ಕೈ ಕಾಲುಗಳಿಗೆ ಎಣ್ಣೆ ಹಚ್ಚಿ ಮಸಾಜ್ ಮಾಡಿ, ಅರ್ಧ ಘಂಟೆ ಬಿಟ್ಟು ಸ್ನಾನ ಮಾಡಿಸೋದು ರೂಢಿಯಾಗಿತ್ತು. ಹಾಗೆ ನೋಡಿದರೆ ಮೊದಲಿಗಿಂತ ಈಗ ಒಂಚೂರು ಸುಧಾರಣೆಯೂ ಕಂಡಿತ್ತು. ಬಂದವಳೇ

ವಿಮ್ಮಿ ಒಂದಿಷ್ಟೂ ದಾಕ್ಷಿಣ್ಯ ತೋರದೆ ಸರಸರನೆ ನನ್ನ ಲುಂಗಿ ಕಿತ್ತಿಟ್ಟು ನನ್ನನ್ನು ಅರೆಬೆತ್ತಲು ಮಾಡಿದಳು. ನನಗೆ ಅಸಾಧ್ಯ ಕೋಪ ಬಂತು. "ಅಲ್ಲ, ನೀನೆಂತವಳು? ಬಂದವರು ಹೋದ ಮೇಲೆ ಮಾಡೋಕಾಗ್ದೆ?" ನಾನು ಅವಳಿಗಷ್ಟೇ ಕೇಳುವಂತೆ ಸಣ್ಣಗೆ ಗದರಿದೆ.

"ಹೌದೌದು, ಇಲ್ಲಿ ಎಲ್ಲರಿಗೂ ನಿಮ್ಮನ್ನ ನೋಡೋದೊಂದೇ ಕೆಲಸ ನೋಡಿ." ಅವಳು ಯಾಕೆ ಅಷ್ಟು ಜೋರಾಗಿ ಮಾತಾಡುತ್ತಿದ್ದಾಳೆ? ಬೇಕಂತಲೇ ಹೀಗೆಲ್ಲಾ ಮಾಡುತ್ತಿರಬಹುದೆನಿಸಿ ನನ್ನ ಮುಖ ಕಳೆಗುಂದಿತು.

"ನೀವೇನೂ ಬೇಸರ ಮಾಡಿಕೋಬೇಡಿ ಸರ್, ವಯಸ್ಸಾದ ಕಾಲಕ್ಕೆ ಮನುಷ್ಯ ಮತ್ತೆ ಮಗುವಾಗುತ್ತಾನೆ, ಖಾಯಿಲೆ ಬಿದ್ದಾಗಲೂ ಅಷ್ಟೇ. ಅದೂ ಅಲ್ಲದೆ, ಇಲ್ಲ್ಯಾರೂ ನಿಮ್ಮನ್ನ ನೋಡ್ತಾನೂ ಇಲ್ಲ, ಚಿಂತೆ ಬಿಡಿ" ಎನ್ನುತ್ತಾ ಅವನು ಮೆಲುವಾಗಿ ನನ್ನ ಕೈ ತಟ್ಟಿ ಸಮಾಧಾನಿಸಿದ. ಆ ಕ್ಷಣ ಅವನಿಗೆ ನಿಜಕ್ಕೂ ನನ್ನ ಮೇಲೆ ಕಾಳಜಿಯಿದೆ ಎಂದೆನಿಸಿ ಅವನ ಮೇಲೆ ಅಕ್ಕರೆಯುಕ್ಕಿತು.

"ಏನು ಮಾಡುವುದು? ವಿಮ್ಮಿಗೂ ಹೆಚ್ಚು ಕಮ್ಮಿ ನನ್ನಂತೆ ವಯಸ್ಸಾಗುತ್ತಲೇ ಇದೆ. ಅವಳಿಗೆ ಕೈ ತುಂಬಾ ಕೆಲಸ ಬೇರೆ. ಅದರ ರೇಜಿಗೆಯಲ್ಲಿ ಒಮ್ಮೊಮ್ಮೆ ಹೀಗೆಲ್ಲ ಸಿಡಿದುಬಿಡುತ್ತಾಳೆ ಅಷ್ಟೇ. ಅವಳು ಒಳ್ಳೆಯವಳು." ಆದರೆ ನಾನು ಈ ಮಾತುಗಳನ್ನ ಗಟ್ಟಿಯಾಗಿ ಹೇಳದೆ ಒಳಗೇ ನುಂಗಿದೆ ಎಂದಿನಂತೆ. ವಿಮ್ಮಿ ಕೈ ಕಾಲು ಮಸಾಜ್ ಮಾಡುತ್ತಿದ್ದರೆ ಆತ ಸುಮ್ಮನೆ ಕುಳಿತಿದ್ದ. ಅವನು ಏನಾದರೂ ಮಾತಾಡಲಿ ಅಂತ ಈಗ ನನಗೆ ಅನಿಸುತ್ತಿತ್ತು, ಆದರೆ ಅವನು ನನ್ನತ್ತ ತಿರುಗಿಯೂ ನೋಡದೆ ಪಕ್ಕದ ಟೆರೇಸಿನಲ್ಲಿ ಕುಳಿತಿದ್ದ ಯುವಜೋಡಿಯನ್ನೇ ನೋಡುತ್ತಿದ್ದ.

ಅವಳು ಸ್ವೆಟರ್ ಹೆಣೆಯುವುದನ್ನ ನಿಲ್ಲಿಸಿದ್ದಳು. ಈಗ ಅವಳ ಗಂಡನೂ ಬಂದು ಅಲ್ಲಿ ಕುಳಿತಿದ್ದ. ಅವನ ಕೈಯಲ್ಲಿ ಕಾಫಿ ಕಪ್ ಇತ್ತು. ಅವನು ತುಂಬಾ ಒಳ್ಳೆಯವನಿದ್ದ. ಆ ಮನೆಯಲ್ಲಿ ಸದಾ ನಗು, ನಲಿವು. ಒಂದು ಪುಟ್ಟ ಜಗಳ ಕೂಡ ಅವರ ನಡುವೆ ನಡೆದಂತೆ ಕಾಣುವುದಿಲ್ಲ! ಇಬ್ಬರ ನಡುವಿನ ಮಾತು ಕೂಡ ಅಷ್ಟೇ ಮೃದು.

"ತುಂಬಾ ಒಳ್ಳೆ ಜೋಡಿ... ಇದ್ದರೆ ಅವರ ಥರ ಇರಬೇಕು ಅನಿಸುತ್ತೆ. ನಮ್ಮ ಸರಳ, ಶರತ್ ಕೂಡ ಹೀಗೆ ಇದ್ದರೆ ಎಷ್ಟೊಂದು ಚೆನ್ನಾಗಿರೋದು" ಎಂಬುದು ನನಗೆ ಆಗಾಗ ಅನಿಸುವ ವಿಷಯ. ಹಾಗೇ ಅದನ್ನ ಹೇಳಿದೆ ಕೂಡ. ಆದರೆ ಅವನು ಮಾತಾಡಲಿಲ್ಲ. "ಹೌದು, ಜೀವನ ಪೂರ್ತಿ ಹೀಗೆ ಏನಾದರೊಂದು ಹೇಳ್ತಾನೇ ಇರಿ, ಯಾವ್ದನ್ನ ತಾನೇ ನಿಮ್ಮ ಕೈಲಿ ಇರೋ ಹಾಗೇನೇ ಒಪ್ಕೊಳ್ಳೋಕೆ ಆಗುತ್ತೆ... ಯಾವಾಗ್ಲೂ ಏನಾದರೂ ಕೊಂಕು ತೆಗೆಯೋದು. ಇಷ್ಟೆಲ್ಲಾ ಆಗಿದ್ದರೂ ವಕ್ರಬುದ್ಧಿ ಇನ್ನೂ ಬಿಟ್ಟಿಲ್ಲ" ವಿಮ್ಮಿ ನನ್ನ ಕಾಲನ್ನು ನೋವಾಗುವಂತೆ ಹಿಂಡಿ ದಡದಡನೆ ಎದ್ದು ಹೋದಳು.

"ನೋಡಪ್ಪ, ಈಗ ನಾನೇನು ಹೇಳಿದೇಂತ ಇಷ್ಟು ಸಿಟ್ಟು ಮಾಡ್ಕೊಬೇಕು? ಮನೆಯವಳೇ ಹೀಗಾಗಿಬಿಟ್ಟ ಮೇಲೆ ಬದುಕಿ ಏನು ಪ್ರಯೋಜನ ಹೇಳು... ಹಾಳು ಸಾವು ಅದ್ಯಾವಾಗ ಬರುತ್ತೋ" ನನಗೆ ನಿಜಕ್ಕೂ ಬೇಸರವಾಗಿತ್ತು.

"ನಿಜದಲ್ಲಿ ಸಾವು ಬರ್ತಾ ಇರೋ ವಿಚಾರ ಮೊದಲೇ ತಿಳಿದಿರಬೇಕು... ಸಾರ್" ಅವನು ಗುಟ್ಟು ಹೇಳುವವನ ಹಾಗೆ ಮುಂದಕ್ಕೆ ಬಾಗಿ ಹೇಳಿದ.

"ಹೇಳೋಕೂ ಕೇಳೋಕೂ ಚೆನ್ನಾಗೇ ಇದೆ ಕಣಪ್ಪಾ. ಆದ್ರೂ ಈ ಸಾವನ್ನೋದು ಹೀಗೇ ಬರುತ್ತೆ, ಇಂಥಾ ಸಮಯಕ್ಕೆ ಬರುತ್ತೆ ಅನ್ನುವುದು ತಿಳಿದುಬಿಟ್ಟರೆ ಬದುಕು ಅಸಹನೀಯವಾಗಿ ಬಿಡುತ್ತೆ" ನಾನು ಸಿಡುಕಿದೆ.

"ಈಗ ಅದು ಸಾಧ್ಯವೂ ಇಲ್ಲ ಬಿಡಿ ಸರ್, ಒಂದು ಕಾಲದಲ್ಲಿ ಮನುಷ್ಯನಿಗೆ ಭವಿಷ್ಯದ ಅರಿವು, ಸಾವಿನ ಬರವು ಎಲ್ಲವೂ ಖಚಿತವಾಗಿ ತಿಳಿದಿರತಾ ಇತ್ತು. ಆದರೆ ಈಗ ಮನುಷ್ಯ ಒಳಗಣ್ಣನ್ನು ಮುಚ್ಚಿಕೊಂಡಿದ್ದಾನೆ, ಮತ್ತದು ಕುರುಡಾಗಿದೆಯೆಂದು ನಂಬಿಕೊಂಡಿದ್ದಾನೆ. ಮನುಷ್ಯ ನಿಸ್ವಾರ್ಥಿಯಾಗಿದ್ದ ಕಾಲದಲ್ಲಿ ಅದು ಸಾಧ್ಯವಿತ್ತು. ಆಗವನು ತನಗೆಷ್ಟು ಬೇಕೋ ಅಷ್ಟನ್ನೇ ಬಳಸುತ್ತಿದ್ದ. ಹರಿವ ನೀರಲ್ಲಷ್ಟು ಮೊಗೆದುಕೊಳ್ಳುತ್ತಿದ್ದನೇ ವಿನಾ ಅಡ್ಡಲಾಗಿ ಒಡ್ಡು ಕಟ್ಟಿ ತನಗಷ್ಟೇ ಎಂಬಂತೆ ಉಳಿಸಿಕೊಳ್ಳುತ್ತಿರಲಿಲ್ಲ. ಅದೇ ಸಮಯ ಮುಂದಾಗುವ ಸಕಲವನ್ನೂ ಸೂಕ್ಷ್ಮವಾಗಿ ಮನಗಾಣುತ್ತ ನಿಶ್ಚಿಂತನಾಗಿ ಬಾಳುತ್ತಿದ್ದ. ಕೊನೆಗೊಮ್ಮೆ ತನ್ನ ಸಾವಿನ ಸರದಿ ಬರುತ್ತಲೇ ತಯಾರಾಗಿ ಕುಳಿತಿರುತ್ತಿದ್ದ. ಯಾವುದೇ ಬೇಸರವಿಲ್ಲದೆ ಆನಂದದಿಂದ ಸಾವಿನ ದಾರಿ ಕಾಯುತ್ತ, ನಗುನಗುತ್ತ ಎದುರುಗೊಳ್ಳುತ್ತಿದ್ದ. ಯಾವಾಗ ಮನುಷ್ಯ ಸ್ವಾರ್ಥಿಯಾದನೋ ಅಂದೇ ಮನುಷ್ಯ ತನ್ನ ಬದುಕನ್ನು ಅರಿಯುವ ಅಂತಃಶಕ್ತಿಯನ್ನೇ ಕಳೆದುಕೊಂಡುಬಿಟ್ಟಿದ್ದಾನೆ. ಅವನೀಗ ತನ್ನ ಒಳದನಿಯನ್ನ ಕೇಳಿಸಿಕೊಳ್ಳಲಾರ. ಅವನ ಪಾಲಿಗೆ ಪ್ರತಿಯೊಂದು ಕ್ಷಣವೂ ಅನಿರೀಕ್ಷಿತವೇ. ಇಂದು ಸಕಲವನ್ನೂ ತೊರೆದು ಸನ್ಯಾಸಿಯಾಗುತ್ತೇನೆಂದು ಹೊರಟವನ ಕೈಯಲ್ಲಿ ಬೇಕಷ್ಟು ಸೊತ್ತು, ಶ್ರೀಮಂತಿಕೆ" ಅವನು ಗಟ್ಟಿಯಾಗಿ ನಕ್ಕ.

ನನಗೆ ಅವನ ಮೇಲೆ ಈಗ ಸರಿಯಾಗಿ ಸಿಟ್ಟು ಬಂದಿತ್ತು. ಬಂದಾಗಿನಿಂದ ತಾನೂ ನೋಡುತ್ತಲೇ ಇದ್ದೇನೆ. ಸುಮ್ಮನೆ ಹೀಗಳಿಕೆಯ ಮಾತುಗಳನ್ನೇ ಆಡುತ್ತಿದ್ದಾನೆ. ಅವನ ಮಾತಿನಲ್ಲೊಂದು ಅರ್ಥವಿದೆ ನಿಜವೇ. ಆದರೂ ಇವನ ಮಾತನ್ನ ಒಪ್ಪಿಕೊಳ್ಳುತ್ತಾ ಹೋಗುತ್ತಿದ್ದರೆ ಇವನಿಗೆ ಇನ್ನೂ ಮಾತಾಡುವ ಉಮೇದು ಬರುತ್ತದೆ. ಸಾಕು ಮಾಡಬೇಕು. ಎಲ್ಲ ತಿಳಿದವನಂತೆ ಮಾತಾಡುತ್ತಾನೆ ಹಾಳಾದವನು. ಇವನ ಜೊತೆಗಿನ್ನು ಮಾತಾಡಬಾರದು. ನಾನು ಅವನಿಂದ ಮುಖ ತಿರುಗಿಸಿ ಕುಳಿತೆ.

ಅಷ್ಟರಲ್ಲಿ ಕೆಳಗೆ ಆಡುತ್ತಿದ್ದ ಯುವಜೋಡಿಯ ಮಗು ಓಡಿ ಬಂತು. "ಅಮ್ಮ ಬಾಲ್ ದೋ ಆ ಪೊದೆಯೊಳಗೆ ಹೋಯ್ತು, ಬಾ ತೆಕ್ಕೊಡು" ಮಗು ಅವಳ ಕೈ ಜಗ್ಗಿತು. ಅವಳು ಮುಗುಳುನಗುತ್ತ ಆರ್ತತೆಯಿಂದ ಗಂಡನ ಕಡೆ ನೋಡಿದಳು. ಅವನು ಹುಸಿಮುನಿಸು ನಟಿಸುತ್ತ ಅವಳನ್ನು ಆಕ್ಷೇಪಿಸುವಂತೆ ನೋಡಿದ. ಮಗು ಇದ್ಯಾವುದರ ಗಣನೆ ಮಾಡದೆ ಅಮ್ಮನ ಕೈ ಹಿಡಿದು ಜಗ್ಗುತ್ತಿತ್ತು. ನಾನು ಮೌನವಾಗಿ ಅವರತ್ತ ದೃಷ್ಟಿ ನೆಟ್ಟೆ, ಅವನೂ ಅತ್ತಲೇ ನೋಡುತ್ತಿದ್ದ...

"ಸರಿ ಸರಿ ಬಾ, ನಾ ನಿನ್ನ ಬಾಲ್ ತೆಗೆದುಕೊಡುತ್ತೇನೆ" ಅವಳ ಗಂಡ ಮಗುವನ್ನು ತೋಳಿಗೇರಿಸಿಕೊಂಡು ಕೆಳಗಿಳಿದ.

"ರೀ, ದೋಸೆಗೆ ಕೆಂಪುಚಟ್ನಿ ಆಗಬಹುದಲ್ಲ?" ಅವಳು ಸ್ವೆಟರ್ ಕೆಲಸ ನಿಲ್ಲಿಸಿ ಕೂಗಿ ಕೇಳಿದಳು.

"ಇರು, ಇರು. ಇವತ್ತು ನಿಂಗೆ ರೆಸ್ಟ್, ನೀ ಅದೇನ್ ಮಾಡ್ತಿದ್ದೀಯೋ ಅದನ್ನೇ ಕಂಟಿನ್ಯೂ ಮಾಡು. ನಾ ಕೆಂಪು ಚಟ್ನಿ ಮಾಡಿ, ಬಟಾಟೆಯ ಪಲ್ಯ ಮಾಡುತ್ತೇನೆ. ಮಧ್ಯಾಹ್ನಕ್ಕೆ ಹೇಗೂ ನಾವು ಜಾಜಿ ಅತ್ತೆಯ ಮನೆಗೆ ಹೋಗಲಿಕ್ಕುಂಟು. ಅಲ್ಲಿಂದ ಬರ್ತಾ ರಾತ್ರಿಗೆ ಕಾಮತ್‌ನಲ್ಲಿ ಸಮೀರನಿಗೆ ಗೋಲ್ಗಪ್ಪ ತಿನ್ನಿಸಿಕೊಂಡು, ನನಗೊಂದಿಷ್ಟು ಬುಕ್ಸ್ ತಗೊಂಡು, ಹಾಗೆ ನಿನ್ನದೊಂದು ಲಿಸ್ಟ್ ಇದ್ಯಲ್ಲ, ಅದೆಲ್ಲ ಪರ್ಚೇಸ್ ಮಾಡ್ಕೊಂಡು ಬಂದ್ಬಿಡೋಣ" ಅವಳ ಗಂಡ ಕೆಳಗಿಳಿಯುತ್ತಾ ಹೇಳಿದ.

ಅವಳು ಅವರತ್ತಲೇ ನೋಡುತ್ತ ನಿಂತಿದ್ದಳು. ಅವಳ ಗಂಡ ಮಗುವನ್ನು ಅಲ್ಲಿದ್ದ ಕಟ್ಟೆಯೊಂದರ ಮೇಲೆ ಕೂರಿಸಿ ಪೊದೆಯನ್ನು ಹೊಕ್ಕು ಬಾಲ್ ಹೆಕ್ಕಿ ತಂದಿದ್ದ. ಮಗು ಖುಷಿಯಿಂದ ಚಪ್ಪಾಳೆ ತಟ್ಟಿತ್ತು. ಅವನು ತಾನೂ ಚಪ್ಪಾಳೆ ತಟ್ಟಿ ನಗುತ್ತ ಅಲ್ಲೇ ಹಬ್ಬಿಕೊಂಡಿದ್ದ ಕರ್ಣಪುಷ್ಪ ಬಳ್ಳಿಯಿಂದ ಹೂವೊಂದನ್ನು ಕಿತ್ತು ಜೇಬಿಗಿಟ್ಟುಕೊಂಡು ಮಗುವನ್ನು ತೋಳಿಗೇರಿಸಿಕೊಂಡು ಮನೆಯತ್ತ ನಡೆಯತೊಡಗಿದ್ದ. ಮಗುವಿಗೆ ಖುಷಿ, ಅದು ಕಾಲು ತುಯ್ಯಿಸುತ್ತ "ಹೇ ಕುದುರೆ, ನಡಿಬೇಗ ನಡಿಬೇಗ" ಅನ್ನುತ್ತ ಕೇಕೆ ಹಾಕಿ ನಗುತ್ತಿತ್ತು. ಮಕ್ಕಳ ನಗುವಿಗೆ ಅದೇನು ಮಾರ್ದವತೆ! ನನ್ನ ಕರುಳು ಬೆವರಿತು. ನನ್ನ ಮಕ್ಕಳ ಬಾಲ್ಯ ನೆನಪಾಯ್ತು. ಅವರೊಂದಿಗೆ ಉಪ್ಪುಮೂಟೆ ಆಡಿದ್ದು, ನಾನು ವಿಮ್ಮಿ ಸೇರಿ ಅಂಗಳದ ಸೀಬೆ ಮರಕ್ಕೆ ಉಯ್ಯಾಲೆ ಕಟ್ಟಿ ಅದರಲ್ಲಿ ಮಕ್ಕಳನ್ನು ಆಡಿಸಿದ್ದು. ಓ ಒಳ್ಳೆ ಗೊಂದಲ! ಕೆಲವು ನೆನಪಾಗುತ್ತೆ. ಕೆಲವು ಪೂರ್ತಿ ಮರೆತೇ ಹೋಗಿದೆ.

ನಾನು ಅವರನ್ನು ನೋಡುತ್ತಿರುವಂತೆಯೇ ಅವನೂ ಅತ್ತಲೇ ನೋಡುತ್ತಿದ್ದ. ಅವಳೂ ಅಪ್ಪ ಮಗನ ಸಂಭ್ರಮ ನೋಡುತ್ತಿದ್ದಳು. ಅವಳ ತುಟಿಯಂಚು ಹಿಗ್ಗಿನಲಿ ಹಿಗ್ಗಿತ್ತು. ಹಾಗೆ ಮೇಲೆ ಬಂದವನು ಮಗುವನ್ನು ಇಳಿಸಿ ಜೇಬಿನಿಂದ ಹೂವೆತ್ತಿ ಅವಳಿಗೆ ಕೊಟ್ಟ. ಅದೇ ಹುಕಿಯಲ್ಲಿ ಅವಳನ್ನು ಚುಂಬಿಸಲೆಂಬಂತೆ ಅವಳತ್ತ ಬಾಗಿದ. ಅವಳು ನಮ್ರಳಾಗಿ ಕತ್ತು ಬಗ್ಗಿಸಿದಂತೆ ಮಾಡಿ ಕಡೇ ಘಳಿಗೆಯಲ್ಲಿ ತಪ್ಪಿಸಿಕೊಂಡಳು. ಇವನು ಹಿಂದೆ ಓಡಿದ... ಅವಳು ಮತ್ತೆ ತಪ್ಪಿಸಿಕೊಂಡಳು. ಮಗು ತಾನೂ ಅತ್ತಿಂದಿತ್ತ ಓಡತೊಡಗಿತು. ಅಷ್ಟರಲ್ಲಿ ವಿಮ್ಮಿ ಮತ್ತೆ ಬಂದಿದ್ದಳು. "ಎದ್ದೇಳಿ, ಸ್ನಾನಕ್ಕೆ ಹೊತ್ತಾಯ್ತು. ಅವರೇನೋ ಹುಡುಗುಬುದ್ಧಿಯವು, ಸುತ್ತಮುತ್ತ ಯಾರಿದ್ದಾರೆ, ಎಂತಿದ್ದಾರೆ ಅನ್ನೋ ಪರಿಜ್ಞಾನ ಒಂದೂ ಇಲ್ದೇ ಆಡ್ತಾವೆ ಅಂದ್ರೆ ನೀವೂ ಅದನ್ನ ನೋಡ್ತಾ ಕೂತಿದ್ದೀರಲ್ಲ" ಎಂದು ಅವಳು ಸಿಡುಕಿದ್ದನ್ನು ಕೇಳಿ ನನ್ನ ಮೋರೆ ಸಣ್ಣದಾಯ್ತು. ಅದೇನೇ ಇದ್ದರೂ ಬಂದವರ ಎದುರಿಗೇ ಯಾಕೆ ಹೀಗೆ ರೇಗಬೇಕು? ನಾನು ಒಳಗೊಳಗೇ ಒದ್ದಾಡಿದೆ. "ಹೋಗ್ಲಿ ಬಿಡಿ ಸರ್, ನಂಗೂ ಟೈಮ್ ಆಯ್ತು. ಇನ್ನೇನು ನಾನೂ ಹೊರಡ್ತೀನಿ, ನೀವು ಹೋಗಿ ಸ್ನಾನ ಮಾಡಿ" ಎಂದು ಅವನು ಸಮಾಧಾನಿಸುವಂತೆ ನನ್ನ ಕೈ ತಟ್ಟಿದ. ವಿಮ್ಮಿ ನನಗೆ ತೋಳು ಕೊಟ್ಟು ಎಬ್ಬಿಸಿ ಕೈಗೆ ವಾಕರ್ ಹಿಡಿಸಿದಳು.

ಅಲೆ ಅಲೆಯಾದ ನಗು, ಕಿಬ್ಬೊಟ್ಟೆಯಲ್ಲಿ ಚಳಕು ಹಿಡಿವಷ್ಟು ನಗು. "ಮಗು ಇದೆ" ಅವಳು ನಾಲಿಗೆ ಕಚ್ಚಿಕೊಂಡು ಮೆತ್ತಗೆ ಹೇಳಿದರೆ ಇವನಿಗೆ ಹಠ. ಕೈಗೆ ಸಿಕ್ಕಿದಂತೆ ಮಾಡಿ ಸಿಗದೇ ಜಾರುತ್ತಿರುವವಳನ್ನು ಹಾಗೇ ಹಿಡಿದಪ್ಪಿ, ಉಸಿರು ತತ್ತರಿಸುವಂತೆ ಮುದ್ದಿಸುವ ತವಕ. ಅವನ ಪಡಿಪಾಟಲು ಕಂಡು ಅವಳಿಗೆ ಅರ್ಧ ನಗು, ಬೇಕಷ್ಟು ಅಭಿಮಾನ. ಹಾಗೆ ನಗುತ್ತ, ಓಡುತ್ತ ಅವನು ಅವಳನ್ನು ಹಿಡಿದೇ ಬಿಟ್ಟ. ಇನ್ನೇನು ಅವಳು ಮೆಟ್ಟಿಲಿಳಿದು ಓಡಬೇಕು, ತಾನು ಬರಸೆಳೆದು ಅಪ್ಪಿದ್ದ. ತುಟಿಯಮೇಲೆ ಮುತ್ತು ಒತ್ತಿದನೋ ಇಲ್ಲವೋ, ಅಷ್ಟರಲ್ಲಿ ಆ ದುರ್ಘಟನೆ ನಡೆದಿತ್ತು.

"ಓ ಹಿಡಿಯಿರಿ" ನಾನು ಹೆಚ್ಚು ಕಮ್ಮಿ ಕಿರುಚಿದೆ. ಎದುರಿಗೆ ನೋಡಿದರೆ ಅವನಿರಲಿಲ್ಲ. ನಾನು ಅದೆಲ್ಲಿಂದಲೋ ಬಲ ಬಂದಂತೆ ಕ್ರಚ್ಚಿನ ಹಿಡಿತ ಬಿಗಿ ಮಾಡಿ ಮುಂಬರಿಯಲು ಯತ್ನಿಸಿದೆ. ವಿಮ್ಮಿಗೂ ಅಂದಾಜಾಗಿತ್ತು. ಟೆರೇಸಿನಿಂದ ಕೆಳಗೆ ಹಣಿಕಿ ನೋಡಿ "ಅಯ್ಯೋ... ರೀ, ಆ ಹುಡುಗ, ಅದೇ ಅವಳ ಗಂಡ! ಅಲ್ಲಲ್ಲ ಅವಳು... ಅವಳು ಆ ಹುಡುಗಿ..." ಭೀತಿಯಿಂದ ಅವಳ ದನಿ ನಡುಗುತ್ತಿತ್ತು. ನಾನೂ ಹಣಿಕಿದೆ. ನೋಡಿದರೆ ಬೆಳಗ್ಗೆ ನನ್ನೊಂದಿಗೆ ಮಾತಾಡುತ್ತ ಕುಳಿತಿದ್ದ ಆ ಹುಡುಗ ಅದಾಗಲೇ ಅಲ್ಲಿ ತಲುಪಿದ್ದ. "ಓ ಪರವಾಗಿಲ್ಲ, ಎಷ್ಟು ಬೇಗ ಅವರ ಸಹಾಯಕ್ಕೆ ಹೋಗಿದ್ದಾನೆ" ನಾನು ಅವನನ್ನ ಮನಸಾರೆ ಹೊಗಳಿದೆ. ಅವನು ಮಾತ್ರವಲ್ಲ ನಮ್ಮ ಸರಳ, ಶರತ್, ಮೊಮ್ಮಕ್ಕಳು, ಪಕ್ಕದ ಮನೆಯವರು ಅಂತ ಬಹಳಷ್ಟು ಜನ ಅಲ್ಲಿ ಸೇರಿದ್ದರು. ಎಲ್ಲರೂ ಗಡಿಬಿಡಿಗೊಂಡು ತಲೆಗೊಂದು ಐಡಿಯಾ ಕೊಡುತ್ತಿದ್ದರು. ಒಬ್ಬರು ಆಂಬುಲೆನ್ಸ್‌ಗೆ ಫೋನು ಮಾಡುತ್ತಿದ್ದರೆ, ಮತ್ತೊಬ್ಬರು ಪೊಲೀಸರಿಗೆ ಫೋನಾಯಿಸುತ್ತಿದ್ದರು. ಎಲ್ಲರೂ ಒಂದು ರೀತಿಯ ಆಘಾತಕ್ಕೊಳಗಾಗಿದ್ದಾರೆಂಬುವುದು ಸ್ಪಷ್ಟವಾಗಿ ತಿಳಿಯುತ್ತಿತ್ತು. ಕೆಳಗೆ ಏನಾಗುತ್ತಿದೆಯೆಂದು ಪೂರ್ತಿ ಸ್ಪಷ್ಟವಾಗದೇ ಇದ್ದರೂ ಇಷ್ಟನ್ನಂತೂ ಅಂದಾಜಿಸಬಹುದಿತ್ತು. ನಾನು ಕಣ್ಣು ಕಿರಿದುಗೊಳಿಸಿ, ಕಿವಿ ಚುರುಕುಗೊಳಿಸಿ ಅತ್ತಲೇ ಗಮನ ಕೊಟ್ಟೆ.

ಅಷ್ಟರಲ್ಲಿ ನನ್ನ ಕಣ್ಣುಗಳನ್ನೇ ನಂಬಲಾಗದ ಒಂದು ಘಟನೆ ನಡೆಯಿತು. ನನ್ನ ಜೊತೆ ಅಷ್ಟುಹೊತ್ತು ಮಾತಾಡುತ್ತಿದ್ದ ಹುಡುಗ ಕೆಳಬಿದ್ದಿದ್ದ ಯುವತಿಯನ್ನೆತ್ತಿಕೊಂಡು ಇತ್ತ ಬರಹತ್ತಿದ್ದ. ತೀರ ಹತ್ತಿರಕೇ ಬರುತ್ತಿದ್ದ. ಅವಳು ತೀರ ಸುಖದ ಸುಪ್ಪತ್ತಿಗೆಯಲ್ಲಿ ಮಲಗಿದ್ದಾಳೋ ಎಂಬಂತೆ ನಸುವೇ ನಗುತ್ತ ಯಾವುದೋ ಮತ್ತಿನಲ್ಲಿರುವವಳಂತೆ ತೋರುತ್ತಿದ್ದಳು. ನನಗೆ ಅಚ್ಚರಿಯಿಂದ ಮಾತೇ ಹೊರಡಲಿಲ್ಲ. ಈಗಂತೂ ಅವನು ತೀರ ಹತ್ತಿರಕ್ಕೆ ಬಂದಿದ್ದ. ಆದರೆ ಈಗವನ ಕೈಯಲ್ಲಿ ಯಾರೂ ಇಲ್ಲವೇನೋ ಅನಿಸಿ ನನಗೆ ಮತ್ತೂ ವಿಸ್ಮಯವಾಯ್ತು. ಅವನು ನನ್ನನ್ನು ನೋಡಿ ಕಿರಿದಾಗಿ ನಕ್ಕು, ಹಾಗೆ ಬೆನ್ನು ತಿರುಗಿಸಿ ಎಲ್ಲೋ ಗಾಳಿಯಲ್ಲೆಂಬಂತೆ ನಿಧಾನಕ್ಕೆ ನಡೆಯತೊಡಗಿದಾಗ, ಹಾಗೆ ನಡೆಯುತ್ತಿರುವವನ ಸುತ್ತ ಇನ್ನೂ ಯಾರ್‍ಯಾರೋ, ಯಾರ್‍ಯಾರೋ ನೆರೆದಿರುವಂತೆ ಅನಿಸಿ, ನನಗೆ ಏನೋ ಹೊಳೆದಂತಾಯ್ತು. ಒಡನೆಯೇ ನಾನು ದನಿಯೆತ್ತಿ ಕಿರುಚಿದೆ "ನಿಲ್ಲು, ನಿಲ್ಲು ನಾನೂ ಬರುತ್ತೇನೆ. ನನ್ನನ್ನೂ ಕರಕೊಂಡು ಹೋಗು." ಅವನನ್ನು ಹಿಡಿವ ಭರದಲ್ಲಿ ನಾನು ಜೋಲಿ ತಪ್ಪಿ ಕೆಳಗೆ ಬೀಳುವಂತಾದೆ.

"ಇರಿ ಸರ್, ಬಂದೇ ಬರುತ್ತೇನೆ. ಈಗ ಸದ್ಯಕೆ ಸಾಧ್ಯವಿಲ್ಲ" ಅವನು ನನ್ನ ಕೈಗಳನ್ನು ತಳ್ಳಿದ. ನಾನು ಮತ್ತೆ ಕಿರುಚಿದೆ "ನಿಲ್ಲು, ದಯವಿಟ್ಟು ನಿಲ್ಲು."

ವಿಮ್ಮಿ ನನ್ನ ಕಿರುಚಾಟ ಕೇಳಿ ಅತೀವ ಕೋಪದಿಂದ "ಅಯ್ಯೋ ಸುಮ್ನಿರಿ, ಎಲ್ಲಿಗೆ ಹೋಗ್ತೀರಿ ಈ ಕಾಲು ಹೊತ್ತುಕೊಂಡು. ಸುಮ್ಮನೆ ಇಲ್ಲಿ ಕೂರಿ. ಆ ಹುಡುಗಿ ಕೆಳಗೆ ಬಿದ್ದವಳು ಸತ್ತೇ ಹೋಗಿದ್ದಾಳೆ. ನಾನು ಹೋಗಿ ನೋಡಿ ಬರ್ತೀನಿ. ನೀವು ಕೆಳಗೆ ಬಂದು ಒಂದಕ್ಕೆರಡು ಆಗೋದು ಬೇಡ" ಅನ್ನುತ್ತ ಹೆಚ್ಚು ಕಮ್ಮಿ ನನ್ನನ್ನ ತಳ್ಳಿ ಬದಿಗೆ ಮಲಗಿಸಿ ಕೆಳಗೆ ಓಡಿದಳು.

ನಾನಿಲ್ಲಿ ಕಿರುಚುತ್ತಲೇ ಇದ್ದೆ... "ನಿಲ್ಲು ನಿಲ್ಲು, ದಯವಿಟ್ಟು ನನ್ನನ್ನೂ ಕರಕೊಂಡು ಹೋಗು. ದಯವಿಟ್ಟು ನಿಲ್ಲು."

□□□

ಕಾರಣ

ಸರಿಯಾಗಿ ಒಂದುವಾರದ ಬಳಿಕ ಭೇಟಿಯಾಗಿತ್ತು. ಊರಿಗೆ ಹೋಗಿದ್ದ ಉದಯ ಮರಳಿ ಬಂದಿದ್ದ. ಬೆಳಬೆಳಗ್ಗೇ ಅವನನ್ನು ಕಂಡ ಒಡನೆಯೇ ತುಂಬ ಹಾಯೆನಿಸಿ ಒಂದೇ ಏಟಿಗೆ ಅವನ ಬಳಿಗೆ ಹಾರಿ ಅವನ ತೋಳು ಹಿಡಿದು, ಹಾಗೇ ನಡೆಯುತ್ತ ಕ್ಯಾಂಟೀನ್ ತಲುಪಿ ಕಾಫಿಗೆ ಆರ್ಡರ್ ಮಾಡುವಾಗ ಗಮನಿಸಿದೆ, ಉದಯ್‌ನ ಮುಖದಲ್ಲಿ ಏನೋ ಗೊಂದಲವಿತ್ತು. ದಾರಿಯಲಿ ನಡೆದು ಬರುವಾಗಲೇ ಅವನ ತೋಳುಗಳು ಸೋಲುತ್ತಿರುವಂತೆ ನನಗೆ ಅನಿಸಿತ್ತಾದರೂ ಅದು ನನ್ನದೇ ಅನಿಸಿಕೆಯಿರಬೇಕೆಂದು ನಾ ನಿರ್ಲಕ್ಷಿಸಿದ್ದೆ. ಆದರೆ ಈಗ ಹಾಗೆ ಮಾಡುವುದಾಗಲಿಲ್ಲ. "ಏನಾಯ್ತು ಉದಯ್?" ನನಗೆ ಉದಯನ ಬಗ್ಗೆ ಕಾಳಜಿಯಾಯ್ತು.

"ಮನಸ್ವಿನೀ, ಅದೂ ಮತ್ತೇ, ಊರಿಗೆ ಹೋಗಿದ್ನಲ್ಲ. ಮನೇಲಿ ಹುಡುಗಿಯನ್ನ ನೋಡಿಟ್ಟಿದಾರೆ ಕಣೇ."

"ಅಂದ್ರೆ? ನೋಡಿಟ್ಟಿದ್ದಾರೆ ಅಂದ್ರೆ? ನೀನು ನೋಡಲಿಲ್ವಾ?" ನನಗೇ ತಿಳಿಯದಂತೆ ನನ್ನ ದನಿ ತುಸು ಹರಿತವಾಗಿತ್ತು.

"ನೋಡಿದೆ ಕಣೇ."

"ಅಷ್ಟೇ ತಾನೇ ಬಿಡು, ಒಪ್ಕೊಳ್ಳೋದೋ ಬಿಡೋದೋ ಅಂತ ನೀನೇ ತಾನೇ ಡಿಸೈಡ್ ಮಾಡೋನು?" ಒಳಗಿನ ತಳಮಳವನ್ನು ಅಡಗಿಸಲು ನಾನು ಜೋರಾಗಿ ನಗುವ ಪ್ರಯತ್ನವನ್ನು ಮಾಡಿದೆ.

"ಮನೆಯಲ್ಲಿ ಎಲ್ಲ ಒಪ್ಪಿಬಿಟ್ಟಿದಾರೆ ಮನಸ್ವಿನೀ, ನನ್ನ ಅಭಿಪ್ರಾಯ ಕೂಡ ಕೇಳ್ತಾ ಇಲ್ಲ ಯಾರೂ" ಅವನು ರಾಗವಾಗಿ... ಎಳೆದಂತೆ ಹೇಳಿದ. ಮನಸು ಸರಿಯಾಗಿಯೇ

ಶಂಕಿಸಿತ್ತು. ಅವನು ಅಸಹಾಯಕತೆಯನ್ನ ಸುಳ್ಳೇ ಹೇರಿಕೊಳ್ತಾ ಇದಾನೆ. ಬಹುಶಃ ಅವನಿಗೆ ಹೊಸ ಸಂಬಂಧದಲಿ ಆಸ್ಥೆ ಆಸಕ್ತಿ ಎರಡೂ ಇದೆ. ಆ ಶಂಕೆ ಮಾತ್ರದಿಂದಲೇ ಸಣ್ಣಗೆ ಕಣ್ತುಂಬಿ ಗಂಟಲು ಬಿಗಿಯಿತು. ಅವನಿಗೆ ಏನು ಕೇಳಬೇಕು ಅಥವಾ ಏನು ಹೇಳಬೇಕೆಂದು ಯೋಚಿಸುವ ಮೊದಲೇ ಬಿಡುಗಡೆಗೊಂದು ದಾರಿಯಂತೆ ನನ್ನ ಫೋನು ರಿಂಗಣಿಸಿತು. ಊರಿಂದ ಕುಮಾರಿ ಫೋನಿಸಿದ್ದಳು.

ನಾನು ಊರು ಬಿಟ್ಟು ಇಷ್ಟು ವರ್ಷಗಳಾಗಿದ್ದರೂ ಊರಿನ ಸಮಾಚಾರಗಳನ್ನು ನನ್ನವರೆಗೆ ತಲುಪಿಸುತ್ತ, ಇನ್ನೂ ನನ್ನನ್ನು ಊರಿನ ಸಂಬಂಧ ಸರಪಳಿಗೆ ಬಿಗಿದಿಟ್ಟಿದ್ದ ಒಂದೇ ಒಂದು ಜೀವವಾಗಿದ್ದಳು ಕುಮಾರಿ, ನನ್ನ ಬಾಲ್ಯದ ಗೆಳತಿ. ನಮ್ಮ ಎಲ್ಲ ಕಷ್ಟ ಸುಖಗಳನ್ನೂ ಜೊತೆಗಿದ್ದೇ ಕಂಡವಳು. ಈಗಲಾದರೂ ಅಷ್ಟೇ, ಹೆಚ್ಚು ಓದದೆ ಚಿಕ್ಕ ವಯಸ್ಸಿನಲ್ಲೇ ಯಾವುದೇ ತಕರಾರಿಲ್ಲದೆ ಮದುವೆಯಾಗಿ, ಮಕ್ಕಳುಮರಿ, ಸಂಸಾರ ಅಂತ ತೊಡಗಿಕೊಂಡಿರುವ ಅವಳೂ, ನಗರ ಬದುಕಿನ ನಾವೀನ್ಯಗಳಿಗೆ ಒಡ್ಡಿಕೊಂಡು ಬೇರೊಂದು ಮಜಲು ತಲುಪಿಕೊಂಡಿರುವ ನಾನೂ, ಇಬ್ಬರ ಬದುಕಿನ ದಾರಿಗಳು ಸಂಪೂರ್ಣವಾಗಿ ಬೇರೆಬೇರೆಯೇ ಆಗಿದ್ದರೂ ಒಂದೇ ಬೇರಿನಲಿ ಕುಡಿಯೊಡೆದ ಕವಲುಗಳಂತೆ ಅಂತರಂಗದ ಆಂತರ್ಯದಲಿ ಒಂದೇ ಕೋಶದೊಳಗೆ ಸಂಧಿಸುತ್ತಿದ್ದೆವು. ನನ್ನ ನವನಾಗರಿಕತೆಯೆಲ್ಲ ಅವಳ ಅನ್‌ಪಾಲಿಷ್ಡ್ ನಡಾವಳಿಯಲ್ಲಿ ಕರಗಿ ಕೊಚ್ಚಿ ಹೋಗುತ್ತಿದ್ದವು.

ಅದಿರಲಿ, ಫೋನಿನಲಿ ಅವಳು ಹೇಳಿದ ವಿಷಯ ಇದು.

"ಮನಾ, ಗಣ್ಣುಮಾವ ತೀರ್ಕೊಂಡಿದಾನೆ ಕಣೇ, ಅಯ್ಯೋ ಎಂಥ ಸಾವು ಅಂತೀಯ! ನಮ್ಮ ಗೌರ್ಮೆಂಟ್ ಬಸ್ಟ್ಯಾಂಡ್‌ನಲ್ಲಿ ಸತ್ತು ಬಿದ್ದಿದ್ದನಂತೆ. ಇವತ್ತು ಪೇಪರಿನಲಿ ಫೋಟೋ ಬಂದಿದೆ. ಅನಾಥ ಹೆಣ ಮಣ್ಣು ಮಾಡ್ತಾ ಇರೋದರ ಕುರಿತು. ಕೈಯಲ್ಲಿ ಹಚ್ಚೆ ಇದೆ, ಗಣಪತಿ ಅಂತ. ನೋಡಿದ್ಯಾ ಮನಾ? ಒಂದು ಕಾಲಕ್ಕೆ ಹೇಗೆಲ್ಲ ಬೀಗಿದ? ಹೇಗೆಲ್ಲ ಮೆರೆದ! ಇವತ್ತು ಯಾರಾದರೂ ಇದಾರಾ ಹೋಗಿ ಜೊತೆಯಲ್ಲಿ ನಿಲ್ಲುವುದಕೆ? ಎರಡೂ ಕಾಲಿಲ್ಲ ಬೇರೆ! ಕತ್ತರಿಸಿದಾರಂತೆ. ಸಾಯೋಮುಂಚೆ ತುಂಬ ನರಳಿರಲಿಕ್ಕೆ ಸಾಕು, ವಾರಸುದಾರರಿದ್ದರೆ ಬಂದು ಕಾಣುವಂತೆ ಹೇಳಿದ್ದಾರೆ. ಎಲ್ಲಿ! ಯಾರು ಹೋಗ್ತಾರೆ ಅವನನ್ನ ಹುಡುಕಿಕೊಂಡು? ಅವನು ಮಾಡಿದ್ದಕ್ಕೆಲ್ಲ ತಕ್ಕಂಗೇ ಆಯ್ತಲ್ವ? ಅಲ್ವಾ?" ಅವಳು ಮಾತಾಡುತ್ತಿದ್ದರೆ ನನ್ನ ಮನಸು ಆಲ್ಮೋಸ್ಟ್ ಫ್ರೀಜ್ ಮಾಡಿದಂತೆ ನಿಂತುಬಿಟ್ಟಿತು. ಗಣ್ಣುಮಾವನ ಸುದ್ದಿ ಕೇಳದೇ ಅದೆಷ್ಟೋ ವರ್ಷಗಳು ಕಳೆದು ಹೋಗಿದ್ದವು. ಗಣ್ಣುಮಾವ ನಮ್ಮ ಬದುಕಿನಲಿ ಬಂದಮೇಲೆ ಹೇಗಿದ್ದ ಮನೆ ಹೇಗಾಗಿ ಹೋಯ್ತು ಎಂಬುವುದನ್ನು ಅಮ್ಮ ಬಾರಿ ಬಾರಿಗೂ ಹೇಳಿ ಹಳಹಳಿಸಿದ್ದರೂ, ನಾನೇ ಸ್ವತಃ ಎಷ್ಟೊಂದನ್ನು ಅನುಭವಿಸಿದ್ದರೂ ಅದೇಕೋ ಏನೋ ಹಾಗೆ, ಕುಮಾರಿಯ ಹಾಗೆ "ಅವನು ಮಾಡಿದ್ದಕ್ಕೆಲ್ಲ ತಕ್ಕಂಗೇ ಆಯ್ತು ಅಂದುಕೊಳ್ಳುವುದಂತೂ ನನ್ನಿಂದ ಆಗಲಿಲ್ಲ. ಅವಳ ಹಾಗೆ ಇದು ಸರಿ, ಇದು ತಪ್ಪೆಂದು ಗೆರೆ ಎಳೆದು ಸಾಧಿಸುವ ದಿಟ್ಟತನ ಬಹುಶಃ ನನಗೆ ಯಾವತ್ತೂ ಇರಲಿಲ್ಲ. ಇಲ್ಲವಾದರೆ ಅಪ್ಪನಂಥ ಮುದ್ದು ಅಪ್ಪ ಹಾಗೆ ಅನಿರೀಕ್ಷಿತವಾಗಿ ಸತ್ತುಹೋಗುತ್ತಾನೆಂಬುವುದನ್ನು ಸುಮ್ಮನೊಮ್ಮೆ ಕಲ್ಪಿಸಿಕೊಂಡೂ ಇರದೇ ಇದ್ದ ಬದುಕಿನ

ಸುಖಮಯ ಕಾಲದಲಿ, ನಿಜಕ್ಕೂ ಸತ್ತೇ ಹೋದಾಗ ಬಡಿದ ಅಗಾಧ ದಿಗ್ಭ್ರಮೆಯ ನಡುವೆಯೂ ನನಗೆ ಗಣ್ಣುಮಾವನೇ ಅಪ್ಪನನ್ನು ಸಾಯಿಸಿದನೆಂಬುವುದನು ಅದ್ಯಾಕೋ ಒಪ್ಪುವುದಕ್ಕೇ ಆಗಿರಲಿಲ್ಲ. ಅದು ಒಂದು ರೀತಿಯಲಿ ನಿಜವೂ ಹೌದು.

ನಂಗೆ ಇನ್ನೂ ಅದೆಲ್ಲ ಹಾಗೇ ನೆನಪಿದೆ. ಆ ನಸುಗತ್ತಲ ನಡುಮನೆ, ಎತ್ತರದ ಮಾಡು, ಆ ಕೋಣೆಯನು ಕವಿದಿದ್ದ ಕತ್ತಲ ವಾಸನೆ, ಮೂಲೆಯಲಿ ಪೇರಿಸಿಟ್ಟಿದ್ದ ಒಣವಾಸನೆ ಹೊತ್ತ ಬತ್ತದ ಮೂಟೆಗಳು, ದೀಪದ ಗೂಡಿನಲಿ ಸಣ್ಣಗೆ ಉರಿಯುತ್ತ ಅಷ್ಟೂ ದೊಡ್ಡ ನಡುಮನೆಗೆ ಸಾಲುವಷ್ಟು ಬೆಳಕು ಕೊಡಲಾರದೆ ತಪಿಸುತ್ತಿದ್ದ ಸಣ್ಣ ಬುಡ್ಡಿದೀಪ, ಅದರ ಹೊಗೆ ವಾಸನೆ, ಮಲಗುವ ಮನೆಯ ಬಾಗಿಲಿಗೆ ಆತು ಕಣ್ಣೀರಿಡುತ್ತಿದ್ದ ಸೀತತ್ತೆ, ಮೂಗು ಸೊರೆಯುತ್ತಿರುವ ಸದ್ದಿನಿಂದಲೇ ಅಳುತ್ತಿದ್ದಾಳೆಂದು ಗುರ್ತಾಗುತ್ತಿದ್ದ ಅಮ್ಮ, ಏರುದನಿಯಲಿ ಮಾತಾಡುತ್ತಿದ್ದ ಅಪ್ಪ, ಅಷ್ಟೇ ಉಡಾಫೆಯಿಂದ ಮಾತಾಡುತ್ತಿದ್ದ ಗಣ್ಣುಮಾವ ಮತ್ತು ಬತ್ತದ ಮೂಟೆಗೆ ಒತ್ತಿಕೊಂಡು ಭಯದಲ್ಲಿ ಕಣ್ಣಗಲಿಸಿ, ಎದೆಗೆ ಕೈ ಒತ್ತಿ ನಿಂತಿದ್ದ ನಾನು!

ಅದಷ್ಟೂ ಚಿತ್ರಣ ಒಂದು ಸ್ತಬ್ಧಚಿತ್ರದ ಹಾಗೆ ನನ್ನೊಳಗೆ ವರ್ಷಗಳಿಂದ ನಿಂತುಬಿಟ್ಟಿದೆ, ಅಷ್ಟೂ ವಾಸನೆಗಳ ಸಮೇತ! ಆ ಸ್ತಬ್ಧಚಿತ್ರಕ್ಕೆ ಚಾಲನೆ ದೊರಕುವುದು ಅಪ್ಪ ಮಾತಾಡುತ್ತ ಮಾತಾಡುತ್ತ ನಡುವೆ ವಿಪರೀತ ಕೋಪಗೊಂಡು, ಒಂದೇ ಹಾರಿಕೆಗೆ ಗೋಡೆಗೆ ನೇತು ಹಾಕಿದ್ದ ಒಂಟಿನಳಿಕೆಯ ಕೋವಿಯನ್ನೆತ್ತಿಕೊಂಡಾಗ!

"ಏಯ್, ಮುಚ್ಚಿಕೊಂಡು ಮರ್ಯಾದಿಯಾಗಿ ಹೆಂಡತಿಯನ್ನ ಕರಕೊಂಡು ಹೋಗಿ ಸಂಸಾರ ಮಾಡು. ಇನ್ನೂ ಚಿಕ್ಕ ಹುಡುಗಿ, ಎಲ್ಲ ಸುಧಾರಿಸಿಕೊಳ್ತಾಳೆ. ಇಲ್ಲಾ ಈಗ ನಿನ್ನ ಸುಟ್ಟು ಬಿಡ್ತೀನಿ, ಸುಟ್ಟೇ ಬಿಡ್ತೀನಿ" ಅಂತ ಅಪ್ಪ ಅಬ್ಬರಿಸಿದ್ದರೆ ಗಣ್ಣುಮಾವ "ಆಗುದೇ ಇಲ್ಲ ಭಾವ, ಸತ್ತರೂ ಚಿಂತೆ ಇಲ್ಲ" ಎಂದು ಗಟ್ಟಿಯಾಗಿ ಕಿರುಚಿದಂತೆ ಹೇಳಿದ್ದ. ಮುಂದೆ ಅಪ್ಪ ಕೋಪದಲ್ಲಿ ನಳಿಕೆ ಎಳೆದರೋ, ಇಲ್ಲ ಆಕಸ್ಮಿಕವಾಗಿ ಬಿತ್ತೋ ಗೊತ್ತಿಲ್ಲ. ಅಂತೂ ಗುಂಡು ಹಾರಿಯೇ ಬಿಟ್ಟಿತ್ತು. ಹಾಗೆ ಹಾರಿದ ಗುಂಡು ಅಪ್ಪನ ಗದ್ದವನ್ನು ಭೇದಿಸಿಕೊಂಡು ತಲೆಯಿಂದಾಚೆಗೆ ತೂರಿಹೋಗಿತ್ತು. ನಮಗೆ ತಿಳಿದಂತೆ ಬೇಟೆಗೆ ಹೋಗದ ಹೊರತು ಅಪ್ಪ ಕೋವಿಯೊಳಗೆ ತೋಟಾ ಇಡುತ್ತಲೇ ಇರಲಿಲ್ಲ. "ಅಪ್ಪ ಕೋವಿ ಎತ್ತಿಕೊಂಡಿದ್ದು ಆ ಸನ್ನಿವೇಶಕ್ಕೊಂದಷ್ಟು ಗಂಭೀರತೆ, ಕೋಪಕ್ಕೊಂದಿಷ್ಟು ವ್ಯಘ್ರತೆ ತುಂಬಲಿಕ್ಕೇ ಅಷ್ಟೇ" ಅಂತ ಅಮ್ಮ ಕಡೇತನಕ ಹೇಳುತ್ತಿದ್ದಳು. ಒಂದು ವೇಳೆ ತೋಟಾ ತುಂಬಿದ್ದರೆ ಗಣ್ಣುಮಾವನೇ ತುಂಬಿರಬೇಕು, ಅವನೇ ನಮ್ಮನ್ನು ಸುಡುವ ಯೋಚನೆಯಲ್ಲಿದ್ದಿರಲೂಬಹುದು. ಅಷ್ಟರಲ್ಲಿ ಅಪ್ಪ ಅವಸರ ಪಟ್ಟಿದ್ದಾರೆ ಅನ್ನುವುದು ಬಹುತೇಕ ಎಲ್ಲರ ಅಭಿಪ್ರಾಯವೂ ಆಗಿತ್ತು. ಗಣ್ಣುಮಾವನಾದರೂ ಅಷ್ಟೇ! ಅಪ್ಪ ಕೋವಿ ಎತ್ತಿಕೊಂಡಿದ್ದೇ ಮುಖ ತುಸು ಬೆದರಿ, ಹೆಜ್ಜೆ ಹಿಂದೆ ಇಟ್ಟು, ಹೊರಬಾಗಿಲಿನತ್ತ ಬೆಂಬದಿಯಾಗಿ ನಡೆದಿದ್ದ. ಗುಂಡು ಸಿಡಿದು, ಅಪ್ಪ ಕುಸಿಯುತ್ತಿದ್ದಂತೇ ಹೊರಬಾಗಿಲು ತೆರೆದು ಕತ್ತಲಿಗೆ ಹಾರಿ ಕರಗಿಹೋಗಿದ್ದ. ನಮ್ಮ ಬದುಕು ಆ ಕ್ಷಣವೇ ಎಕ್ಕುತಪ್ಪಾಗಿ ಬದಲಾಗಿ ಹೋಗಿತ್ತು.

ಚಿಕ್ಕ ವಯಸ್ಸಿನ ಅಮ್ಮ, ಅವಳಿಗಿಂತಲೂ ಚಿಕ್ಕವಯಸ್ಸಿನ ಸೀತತ್ತೆ ಮತ್ತು ನಾನು! ಅಪ್ಪ ಇರುವ ತನಕ ಕಷ್ಟವೆಂದರೇನೆಂದೇ ತಿಳಿಯದೆ ಕುಂಡದಲ್ಲಿಟ್ಟು ಬೆಳೆಸಿದ ಬಣ್ಣದ ಗಿಡಗಳಂತೆ

ಅಚ್ಚುಕಟ್ಟಾಗಿ ರೂಪಿತಗೊಂಡಿದ್ದ ಜೀವನ ಅನಾಮತ್ತಾಗಿ ಯಾರೋ ಕೆಳತಳ್ಳಿದ ಹಾಗೆ ನೆಲಸಮವಾಗಿತ್ತು. ಮತ್ತೆ ಮಣ್ಣು ಹುಡುಕಿ, ನೀರು ಕುಡಿದು, ಬೇರುಕಚ್ಚಿಕೊಂಡು, ಬದುಕು ಎತ್ತಿಕೊಂಡು ಬಾಳುವುದೆಂದರೆ ಸುಮ್ಮನೆ ಮಾತಾಯಿತೆ? ಆದರೆ ಅದೆಲ್ಲವನ್ನೂ ಒಳಗೊಳ್ಳುತ್ತ ಬದುಕಿದ್ದಾಗಿತ್ತು. ಮುಂದೆ ಕೆಲದಿನಗಳ ಬಳಿಕ, ಗಣ್ಣುಮಾವ ಮತ್ತೆ ಊರಿಗೆ ಬಂದು ಸುಜಳನ್ನ ಕರಕೊಂಡು ಹೋದದ್ದು, ಆಮೇಲೆ ಪಟ್ಟಣಕ್ಕೆ ಹೋಗಿ ಅಲ್ಲೇನೋ ಕೆಲಸ ಹಿಡಿದಿದ್ದು, ನಡುನಡುವೆ ಊರಿಗೆ ಬಂದು ಜಮೀನು ಮಾಡಿದ್ದು, ಸುಜಳನ್ನೂ ಅವಳ ಮಗಳನ್ನೂ ಮತ್ತೆ ಹೊಸತಾಗಿ ಇವರಿಗೇಂತ ಹುಟ್ಟಿದ ಮಗುವನ್ನು ಯಾವ ಅಳುಕೂ ಇಲ್ಲದೆ ಊರಿಗೆ ಕರಕೊಂಡು ಬರುತ್ತಿದ್ದದ್ದು! ಎಲ್ಲವೂ ನಮ್ಮ ಕಣ್ಣ ನಿಲುಕಿನಲ್ಲಿ ನಡೆದುಹೋದವು. ಆದರೆ ಅವನೆಂದೂ ಅಮ್ಮನಿಗೆ ನೇರಾನೇರ ಎದುರಾಗದೆ ತಲೆತಪ್ಪಿಸಿಕೊಳ್ಳುತ್ತಿದ್ದನಾದರೂ, ಅವನು ಊರಿಗೆ ಬಂದರೆ ಅಮ್ಮ ಸೀತತ್ತೆಯ ಕಣ್ಣಿಗೋ ಕಿವಿಗೋ ಈ ವಿಷಯವೊಂದು ಯಾವ ಕಾರಣಕ್ಕೂ ತಲುಪಬಾರದೆಂದು ಬಹಳೇ ಜಾಗ್ರತೆ ವಹಿಸಲು ಹೋಗಿ ಅಸ್ವಸ್ಥಳಾಗುತ್ತಿದ್ದಳು. ಅವನು ಊರಿಗೆ ಬಂದಾಗ ಸೀತತ್ತೆಯ ಮನಸಿನಲಿ ಏನು ಓಡುತ್ತಿತ್ತೆಂಬುವುದು ನಮಗಂತೂ ಸುತರಾಂ ತಿಳಿಯುತ್ತಿರಲಿಲ್ಲ. ಅಮ್ಮ ಮಾತ್ರ ಸಿಕ್ಕಾಪಟ್ಟೆ ವ್ಯಘ್ರಳಾಗುತ್ತಿದ್ದಳು. ಒಮ್ಮೆಯಂತೂ ಅವನು ದಂಪತೀ ಸಮೇತನಾಗಿ ಮಾರಿಗುಡಿಯ ಪೂಜೆಗೆ ಬಂದಾಗ ನೇರ ಹೋಗಿ ಎದುರಾಗಿ, ಒಂದಿಷ್ಟೂ ಅಳುಕದೆ ಅವನ ಕೆನ್ನೆಗೆ ಬಾರಿಸಿ "ಇವತ್ತು ನಾವಿಲ್ಲಿ ಹೊಟ್ಟೆಯಲ್ಲಿ ಬೆಂಕಿ ತುಂಬಿಕೊಂಡು ಸಾಯಲಾರದೆ, ಬದುಕಲಾರದೆ ಒದ್ದಾಡ್ತಾ ಇದ್ದರೆ ನೀನು ಏನೂ ಆಗಿಲ್ಲದವನಂತೆ ಆರಾಮಾಗಿ ಬದುಕ್ತಾ ಇದೀಯ? ಒಂದಿನ ಬರುತ್ತೆ, ಅವತ್ತು ನೀ ಇದೆಲ್ಲಾನೂ ನೆನೆಸ್ಕೋತೀಯ" ಎಂದು ಅವನ ಕಡೆ ಮಣ್ಣುತೂರಿ ಬಂದಿದ್ದಳು. ಸುಜಳ ಕಡೆಗೂ ಮಣ್ಣು ತೂರಿದ್ದ ನೆನಪು. ಅವತ್ತು ಅಮ್ಮನ ಜೊತೆ ನಾನೂ ಇದ್ದೆ, ಕುಮಾರಿಯೂ ಇದ್ದಳು. ಅವನು ಕೊನೆಗೇನಾದ ಅನ್ನುವುದನ್ನೆಲ್ಲ ನೋಡುವ ಮೊದಲೇ ಅಮ್ಮ ಹೋಗಿಬಿಟ್ಟಳೇನೋ ನಿಜ, ಆದರೆ ಇವತ್ತು ಇದಕ್ಕೆಲ್ಲ ಆಲ್ಮೋಸ್ಟ್ ನನ್ನಷ್ಟೇ ಸಾಕ್ಷೀಭೂತಳಾದ ಕುಮಾರಿ ಹೇಳುತ್ತಿದ್ದಾಳೆ, ಯಾವ ಜರಡಿಯನ್ನೂ ತೊಟ್ಟುಕೊಳ್ಳದ, ತೆರೆದ ಮನಸಿನ ಕುಮಾರಿ. "ಹೇಗೆಲ್ಲಾ ಮೆರೆದ, ಕಡೆಗೆ ಹೇಗೆ ಹೋದ!" ಅವಳ ಮಾತು ಕಿವಿಯಲ್ಲಿ ಮತ್ತೆ ಅನುರಣಿಸಿತು. ತನ್ನ ಕೊನೆಯ ದಿನಗಳಲ್ಲಿ ಅವನು ನಮ್ಮನ್ನೆಲ್ಲಾ ನೆನಪಿಸಿಕೊಂಡನೋ ಇಲ್ಲವೋ ಯಾರಿಗೆ ಗೊತ್ತು...

ಅಂದು ಅಮ್ಮನ ಕೈಲಿ ಹಾಗೆ ಹೊಡೆಸಿಕೊಂಡ ಕೆಲವು ದಿನಗಳ ಬಳಿಕ ಗಣ್ಣುಮಾವ ಆಸ್ತಿ ಮಾರಿ ಪಟ್ಟಣಕ್ಕೆ ವಲಸೆ ಹೋಗಿದ್ದ. ಒಂದು ವೇಳೆ ಅವನೇ ಹೋಗುವ ನಿರ್ಧಾರ ತೆಗೆದುಕೊಂಡನೋ ಇಲ್ಲಾ ಸುಜ ಒತ್ತಾಯಿಸಿದಳೋ ಅದು ಅವರಿಗೇ ಗೊತ್ತು. ಅಂತೂ ಕಡೆಯದಾಗಿ ಅವರು ಒಮ್ಮೆ ಕಾರಿನಲಿ ಬಂದು ಹೋದ ನೆನಪು. ಆಗ ಅವನು ನಮ್ಮ ಮನೆಯ ಮುಂದೆ ನಮ್ಮನ್ನು ಉರಿಸಲಿಕ್ಕೆಂಬಂತೆ ಜೋರಾಗಿ ಹಾರ್ನ್ ಬಾರಿಸಿದ್ದ, ಒಂದು ಮೂರ್ನಾಕು ಸಲ. "ಅದು ನಮ್ಮನ್ನು ಉಪದ್ರವಿಸಲಿಕ್ಕೆ ಅಂತಲ್ಲವೇ ಮಾಡುತ್ತಿರುವುದು?" ಅಮ್ಮ ಅತೀವ ಸಿಟ್ಟಿನಿಂದ ಉರಿಯುತ್ತಿದ್ದ ಒಲೆಯನ್ನೇ ಊದುಗೊಳವೆಯಲಿ ಊದಿ... ಊದಿ... ಊದಿ ಬೆಂಕಿ ಜೋರಾಗಿಸಿ, ನೆತ್ತಿ ಹತ್ತಿಸಿಕೊಂಡು ಕೆಮ್ಮಿ ಕಣ್ಣೀರು ತರಿಸಿಕೊಂಡಿದ್ದಳು. ಅಪ್ಪ ಹೋದಾಗಿನಿಂದ ತಾನೇ ನೋಡಿದ್ದಾಳೆ. ಅಮ್ಮ, ಅಪ್ಪನ ಒಂದೇ ಒಂದು ಫೋಟೋ

ಕೂಡ ಮನೆಯಲ್ಲಿ ಇಟ್ಟುಕೊಂಡಿರಲಿಲ್ಲ. ನಡುಮನೆ ಗೋಡೆಗೆ ನೇತು ಹಾಕಿದ್ದ ಅಜ್ಜ, ಅಜ್ಜಿ, ಮುತ್ತಜ್ಜ, ಮಾಮಿ ಹೀಗೆ ಗತಿಸಿ ಹೋದವರ ಫೋಟೋಗಳ ಸಾಲಿನಲಿ ಅಪ್ಪ ಇರಲಿಲ್ಲ. ಅವಳು ಯಾವತ್ತೂ ಅಪ್ಪನನು ನೆನೆದು ಕಣ್ಣೀರು ಹರಿಸುತ್ತಿರಲಿಲ್ಲ. ನಯ, ವಿನಯ, ನಾಜೂಕು ಉಹುಂ... ಅವಳು ಅದನ್ನೆಲ್ಲ ಒಟ್ಟಿ ಒಲೆಗಟ್ಟಿ ಸದಾ ಬಿಗಿದುಕೊಂಡೇ ಇರುತ್ತಿದ್ದಳು. ಅವಳ ನೋವನ್ನೆಲ್ಲ ಸಂಕಲಿಸಿ ರೋಷವಾಗಿಸಿಕೊಂಡಿದ್ದಳು.

"ಹೊಟ್ಟೆಯ ಸಂಕಟವೆಂದರೆ ಸುಮ್ಮನಲ್ಲ ಮನಾ, ಅದು ಸುಡದೆ ಬಿಡುವುದಿಲ್ಲ" ಅಂತ ಆಗಾಗ ಅನ್ನುತ್ತಿದ್ದಳು. ಹಾಗೆ ಅವಳ ಹೊಟ್ಟೆ ಸಂಕಟ ತಾಕಿಯೇ ಒಂದುವೇಳೆ ಸುಜ ಗಣ್ಣುಮಾವನಿಂದ ದೂರಾದಳೇ? ಯಾರಿಗೆ ಗೊತ್ತು? ಯಾಕೆ, ಏನು, ಯಾವಾಗ ಎಂದು. ಇದಾದರೂ ಕುಮಾರಿ ಹೇಳಿಯೇ ತಿಳಿದ ವಿಷಯವಾಗಿತ್ತು.

ಅಮ್ಮ ಹೋದಮೇಲೆ, ಓದಿಕೊಂಡದ್ದೇ ಒಂದು ನೆಪವಾಗಿ ನಾನು ಬೆಂಗಳೂರಿಗೆ ಕೆಲಸ ಹೊಂಚಿಕೊಳ್ಳಲು ಬಂದವಳು, ಹಾಗೆ ಬಂದ ಮೇಲೆ ಮರಳಿ ಊರಿಗೆ ಹೋದಾಗಲೊಮ್ಮೆ ಸೀತತ್ತೆಯೊಬ್ಬಳೇ ಅಲ್ಲಿರುವುದು ಬೇಡವೆನಿಸಿ, ನಮಗಿದ್ದ ಆಸ್ತಿಯನ್ನು ಮಾರಿಹಾಕಿ ಸೀತತ್ತೆಯನ್ನು ಜೊತೆಗೇ ಕರಕೊಂಡು ಬಂದು ಇಟ್ಟುಕೊಂಡಿದ್ದರೊಂದಿಗೆ ಊರಿಗೆ ಅಂಟಿಕೊಂಡಿದ್ದ ನಂಟೆಲ್ಲವೂ ಕಳಚಿಕೊಂಡಿತ್ತು, ಒಬ್ಬ ಕುಮಾರಿಯ ಹೊರತು.

ಕುಮಾರಿಗೆ ಇನ್ನೂ ಮಾತಾಡುವ ಹುಕಿಯಿತ್ತಾದರೂ ನನಗೆ ಹೆಚ್ಚು ಕೇಳುವುದಾಗಲಿಲ್ಲ. ನಾನು ಫೋನ್ ಕತ್ತರಿಸಿ, ಮರಳಿ ಕ್ಯಾಂಟೀನಿನ ಒಳಹೋದರೆ ಉದಯ ಅಲ್ಲಿರಲಿಲ್ಲ. ಅವನು ಬಿಟ್ಟು ಹೋದ ಅರ್ಧಕಾಫಿಯಿನ್ನೂ ಹಾಗೆಯೇ ಇತ್ತು. ನಾನು ಮತ್ತೆ ಅಲ್ಲಿ ಕೂತು ಕಾಫಿಗೆ ಹೇಳಿ ಉದಯನಿಗೆ ಕಾಲ್ ಮಾಡುವುದಾ ಇಲ್ಲಾ ಇಲ್ಲೇ ಕುಳಿತು ಕಾಯುವುದಾ, ಏನು ಮಾಡುವುದೆಂದು ಯೋಚಿಸುತ್ತಿದ್ದಂತೇ ಅವನದೇ ಮೆಸೇಜು ಬಂದಿತ್ತು. ಬಹುಶಃ ಮೊದಲೇ ಟೈಪಿಸಿಟ್ಟುಕೊಂಡಿದ್ದನೋ ಏನೋ, ಅಂತೂ ದೊಡ್ಡ ಮೆಸೇಜು. ಈಗ ಕುಮಾರಿಯೊಡನೆ ಮಾತಾಡಿದ ಚಿಲ್ಲರೆ ನಿಮಿಷಗಳಲ್ಲಿ ಅವನು ಇಷ್ಟೆಲ್ಲವನ್ನೂ ಇಷ್ಟು ಕರಾರುವಾಕ್ಕಾಗಿ ಟೈಪಿಸಿರಲಾರ ಎಂಬುವುದಂತೂ ನಿಶ್ಚಯವಾಗಿತ್ತು.

"ಪ್ರಿಯ ಮನಸ್ವಿನಿ,

ನಿನ್ನ ದಿಟ್ಟ ಕಣ್ಣುಗಳ ನೋಟವನು ನೇರಾನೇರ ಎದುರಿಸಲಾಗದೆ, ಇದನ್ನು ಹೀಗೆ ಹೇಳುವ ಪ್ರಯತ್ನ ಮಾಡುತ್ತಿದ್ದೇನೆ. ನೀನೆಂದರೆ ನನಗೆ ಅಪಾರ ಪ್ರೀತಿ. ನಿನ್ನ ದಿಟ್ಟತನ, ಎಲ್ಲರನೂ, ಎಲ್ಲವನೂ ಅವರ ಕಡೆಯ ನ್ಯಾಯದಿಂದ ನೋಡುವ ಬಗೆ, ಎಂಥ ನಿಮಿಷದಲ್ಲೂ ನಿರಾತಂಕವಾಗಿ ಯೋಚಿಸುವ ನಿನ್ನ ಸ್ವಸ್ಥ ಮನಸ್ಸಾಮರ್ಥ್ಯ, ನಿರೀಕ್ಷೆಗಳೇ ಇಲ್ಲವೇನೋ ಎಂಬಂತೆ ನಿರಾಳವಾಗಿ ಪ್ರೇಮಿಸುವ ನಿನ್ನ ಅಪರಿಮಿತ ಪ್ರೀತಿ, ನೀನು ಕೊಡಮಾಡುವ ಸ್ವಾತಂತ್ರ್ಯ, ಇವೆಲ್ಲವನ್ನೂ ಬಹು ಅಕ್ಕರೆಯಿಂದ ಆರಾಧಿಸಿದವನು ನಾನು. ಇವತ್ತಿಗೂ ನೀನೆಂದರೆ ನನಗೆ ಅಷ್ಟೇ ಅಭಿಮಾನ, ಅಷ್ಟೇ ಪ್ರೀತಿ. ನಿನ್ನಂಥ ಗೆಳತಿ ಯಾವತ್ತೂ ನನಗೆ ಬೇಕು. ಆದರೆ ಮನಸ್ವಿನೀ ಅದೇಕೋ ಗೊತ್ತಿಲ್ಲ, ನಿನ್ನ ಪ್ರಖರವಾದ ವ್ಯಕ್ತಿತ್ವದೆದುರು ನನಗೇಕೆ ನಾನು ಕುಬ್ಜನಂತೆ ಭಾಸವಾಗುತ್ತದೆಯೆಂದು ನನಗೇ ತಿಳಿಯುವುದಿಲ್ಲ.

ಆದರೆ ಇದು ನಿಜ. ನೀನಾಗಿಯೇ ತಿಳಿದೂ ತಿಳಿದು ನನ್ನನ್ನು ಯಾವತ್ತೂ ಕನಿಷ್ಠವಾಗಿ ನಡೆಸಿಕೊಂಡಿಲ್ಲವೆಂಬುದು ನಿಜವೇ ಆಗಿದ್ದರೂ ವಜ್ರದ ಮುಂದೆ ಒಂದು ಸಾಧಾರಣ ಹರಳು ಹೇಗೆ ಬೆಳಗಬೇಕು ಮನಸ್ವಿನಿ? ಇದನ್ನು ಹೀಗೆ ಹೇಳಿದರೆ ಸರಿಯಾಗಬಹುದಾ ಗೊತ್ತಾಗುತ್ತಿಲ್ಲ. ಆದರೆ ಇದನ್ನು ಬಹುಶಃ ನಾನು ಹೇಳುವುದಕ್ಕಿಂತ ನೀನೇ ಸರಿಯಾಗಿ ಅರ್ಥಮಾಡಿಕೊಂಡು ನನ್ನನ್ನು ನಿನ್ನ ಎಂದಿನ ವಿಶಾಲ ಮನಸಿನಿಂದ ಕ್ಷಮಿಸಿಬಿಡುತ್ತೀಯೆಂಬ ನಂಬಿಕೆ ನನಗೆ. ನಾವಿಬ್ಬರೂ ಪಳಗಿದ ಇಷ್ಟೂ ವರ್ಷಗಳಲಿ ನನ್ನೆಡೆಗೆ ಅಮ್ಮನಂಥ ಉದಾರತೆ ತೋರಿದವಳು ನೀನು. ಅದನ್ನೆಲ್ಲ ನಾನು ಎಂದಿಗೂ ಮರೆಯುವುದಿಲ್ಲ. ಆದರೆ ಮನಸ್ವಿನೀ, ನಿನ್ನನ್ನು ಏನೆಲ್ಲವೂ ಅಂದುಕೊಳ್ಳಬಹುದಾದರೂ ಪ್ರೇಯಸಿಯಾಗಿ ಉಹುಂ, ಅಲ್ಲ. ಹೆಂಡತಿಯನ್ನಾಗಿಸಿಕೊಳ್ಳುವುದರಿಂದ ಬಹುಶಃ ನಾನು ಬದುಕಿನುದ್ದಕ್ಕೂ ನಿನಗೆ ಆತುಕೊಂಡೇ ಉಳಿದುಬಿಡುತ್ತೇನೋ ಎಂಬ ಸಂದೇಹ ನನಗೆ ಬರುತ್ತಿದೆ. ಹೀಗೆ ನಿನ್ನೆದುರು ಒಪ್ಪಿಕೊಳ್ಳುವುದರ ಮೂಲಕ ನಾನು ನಿನ್ನೆದುರು ಸಂಪೂರ್ಣವಾಗಿ ಬಯಲಾಗುತ್ತಿದ್ದೇನೆ ಮನಸ್ವಿನಿ. ನಿನ್ನಷ್ಟು ವ್ಯವಸ್ಥಿತವಾಗಿ, ಅಚ್ಚುಕಟ್ಟಾಗಿ ನಾನು ಏನೊಂದನ್ನೂ ಮಾಡಲಾರೆ. ಬಾತ್ರೂಮಿಗೆ ಹೋಗಿ ಬರುವಾಗ ಕಾಲಿಗೆ ನೀರು ಹುಯ್ಕೊಳ್ಳೋದು, ಬೆಡ್‌ಶೀಟಿನಲಿ ಒಂದು ಸುಕ್ಕು ಕೂಡ ಇಲ್ಲದಂತೆ ನೀಟಾಗಿಡುವುದು, ಇದೆಲ್ಲ ನನ್ನಿಂದ ಇಷ್ಟಪಟ್ಟು ಮಾಡುವುದು ನಿಜಕ್ಕೂ ಕಷ್ಟ. ನಿನ್ನನ್ನು ನೋಡಿ ಇದನ್ನೆಲ್ಲ ರೂಢಿಸಿಕೊಂಡಿದ್ದೇನಾದರೂ ಅದರಲ್ಲಿ ನನ್ನ ಆತ್ಮಾರ್ಥ ಸಮರ್ಪಣೆ ಇಲ್ಲವೆಂದೇ ಹೇಳಬೇಕು. ನನ್ನಿಂದಾಗಲ್ಲ ಕಣೇ ಅಂದಿದ್ದರೆ ಬಹುಶಃ ನೀನು ಒತ್ತಾಯಿಸುತ್ತಿರಲಿಲ್ಲವೋ ಏನೋ. ಆದರೆ ಹಾಗೆ ನಿನಗೆ ಗಟ್ಟಿಯಾಗಿ ನೋ ಹೇಳಲಿಕ್ಕೆ ಸಹ ನನಗೆ ಬರುವುದಿಲ್ಲ. ಈಗ ಇದನ್ನೆಲ್ಲ ಹೇಳಬಾರದು ನಿಜ, ಇದು ತುಂಬ ಸಿಲ್ಲಿಯೆನಿಸುತ್ತದೆ. ಇದನ್ನೆಲ್ಲ ಹೇಳುವುದರಿಂದ ನಿನಗೆ ನೋವಾಗಲೂಬಹುದು. ನಿನ್ನನ್ನು ನೋಯಿಸುವ ಉದ್ದೇಶ ಇಲ್ಲ ನನಗೆ, ನನಗೆ ಹಗುರಾಗಬೇಕಿದೆ, ನಿನ್ನೆದುರು ನನ್ನ ಪೊಳ್ಳುತನವನ್ನು ಜಾಲಿಸಿಬಿಟ್ಟಿದ್ದೇನೆ. ಮೊನ್ನೆ ಊರಿಗೆ ಹೋಗಿ ಮದುವೆಗೆ ಒಪ್ಪಿಕೊಂಡು ಬಂದಿದ್ದೇನೆ. ತುಂಬ ಬುದ್ಧಿವಂತಳಲ್ಲದ, ನಿನ್ನಷ್ಟು ಸುಂದರಳಲ್ಲದ ಹುಡುಗಿ. ನನ್ನನ್ನು ಕ್ಷಮಿಸು... ಉಳಿದಂತೆ ನಿನ್ನ ಮೇಲಿನ ಪ್ರೇಮ, ಅಕ್ಕರೆ, ಕಾಳಜಿ, ಅಭಿಮಾನ, ಆರಾಧನೆ ಅವೆಲ್ಲವೂ ಹಾಗೇ ಅಷ್ಟೇ ಅಚಲವಾಗಿ ಉಳಿದಿದೆ. ಅವಳಲ್ಲಿ ನಿನ್ನ ಬಗ್ಗೆ ಏನನ್ನೂ ಹೇಳಿಲ್ಲ, ಹೇಳಿದರೆ ಇದನ್ನೆಲ್ಲ ಅವಳು ಅರ್ಥಮಾಡಿಕೊಳ್ಳಲಾರಳೇನೋ..." ಅವನ ಮೆಸೇಜು ಇನ್ನೂ ಉದ್ದಕ್ಕೆ ಜಾರುತ್ತ ಹೊರಟಿತ್ತು. ಮುಂದೆ ಓದಬೇಕೆನಿಸದೆ ಅದನ್ನು ಮುಚ್ಚಿ ಅಲ್ಲಿಂದೆದ್ದೆ. ಇವತ್ತು ಕೆಲಸ ಮಾಡುವುದು ಅಷ್ಟು ಒಳ್ಳೆಯ ನಿರ್ಧಾರವಾಗಲಾರದೆಂದು ಅನಿಸಿದ್ದೇ ಮನೆಯತ್ತ ಗಾಡಿ ತೆಗೆದಿದ್ದೆ. ಅವನ ಮಾತುಗಳು ಹಾಗೆಯೇ ಮನದೊಳಗೆ ಹರಡಿಕೊಳ್ಳತೊಡಗಿದ್ದವು.

ಉದಯ! ಉದಯ ಇಷ್ಟವಾಗಲು ಒಂದು ಬಹುಮುಖ್ಯ ಕಾರಣ ಅವನು ಎಲ್ಲೋ ಯಾವುದೋ ಒಂದು ಕೋನದಿಂದ ಅಪ್ಪನನ್ನು ಹೋಲುತ್ತಿದ್ದ. ಬಹುಶಃ ಅಪ್ಪನಂತೆಯೇ ಅವನ ಮೂಗೂ ತುಸು ಚೂಪು. ಅಪ್ಪನ ಹಾಗೆ ಸಾದುಗಪ್ಪು ಬಣ್ಣ. ಅದರ ಜೊತೆಗೆ ಅವನು ಕೂಡ ಅಪ್ಪನಂತೆ ನನ್ನನ್ನು ಬಾಯ್ತುಂಬ ಮನಸ್ವಿನೀ ಎಂದು ಕೂಗುತ್ತಿದ್ದ. ಹೆಚ್ಚು ಏರಿಳಿತಗಳೇನೂ ಇಲ್ಲದ ತಣ್ಣನೆಯ ಪ್ರೇಮ ನಮ್ಮದು. ನಾನೆಂದರೆ ಅವನಿಗೆ ಆರಾಧನೆಯಿತ್ತು,

ಶುದ್ಧ ಆರಾಧನೆ. ಅಪಾರ ಅಕ್ಕರೆಯಿತ್ತು. ಒಮ್ಮೊಮ್ಮೆ ತೀರ ಹುಚ್ಚೆನಿಸಿದರೂ ಅವನ ಈ ಆರಾಧನೆ ಇಷ್ಟವಾಗುತ್ತಿತ್ತೆಂಬುದನ್ನು ಒಂದು ವೇಳೆ ನಾ ಹೊರಗೆ ನಿರಾಕರಿಸಿದರೂ ನನ್ನೊಳಗಿನ ಬೆತ್ತಲೆ ಮನಸು ಒಪ್ಪಿಕೊಳ್ಳುತ್ತದೆ. ಆದರೀಗ, ಅವನು ಅದನ್ನೇ ಕಾರಣವಾಗಿಸುತ್ತಿದ್ದಾನೆ.

ಅವನು ಏನು ಬರೆದಿದ್ದಾನೆ ಎಂಬುವುದನ್ನು ಖಂಡಿತ ಮತ್ತೊಮ್ಮೆ ಓದಿರಲಾರ. ಹಾಗೆ ಓದುತ್ತ ಎಲ್ಲಿ ಅನಿಸಿಕೆಗಳು ಬದಲಾಗಿಬಿಡುತ್ತವೋ ಎಂಬ ಗಡಿಬಿಡಿಯಲ್ಲಿ ಹಾಗೇ ಕಳಿಸಿದ್ದಾನೇನೋ ಅಂತ ಕೂಡ ಅನಿಸಿತು. ಈಗ ಅವನಿಗೆ ಏನು ಉತ್ತರಿಸಬೇಕೆಂದು ಯೋಚಿಸಿ ಮನಸು ಹಣ್ಣಾಯಿತು. ಅವನು ಹೇಳಿದ ಹಾಗೆ ತಾನು ನಿಜಕ್ಕೂ ಅಷ್ಟು ದಿಟ್ಟಳೇ? ಹಾಗಾದರೆ ಈಗ ಅಳುತ್ತಿರುವ ನನ್ನ ಒಳಮನಸು ಅದೇನದು? ಈ ಸೋಕಾಲ್ಡ್ ದಿಟ್ಟತನ ಅಮ್ಮನಿಂದ ಬಂದ ಬಳುವಳಿಯೇ? ಅಥವಾ ಬದುಕು ಕೊಡಮಾಡಿದ ಪಾಠವೇ? ಅಪ್ಪ ಸತ್ತ ಮೇಲೆ ಹೂವಿನಂತಿದ್ದ ಅಮ್ಮ ಹೇಗೆ ಅನಾಮತ್ತಾಗಿ ಬದಲಾಗಿದ್ದಳು! ಅಪ್ಪ ಇರುವಷ್ಟೂ ದಿನ ಅಷ್ಟೊಂದು ಸೂಕ್ಷ್ಮ ಪ್ರಕೃತಿಯುಳ್ಳವಳಾಗಿದ್ದ ಅಮ್ಮ ಅದು ಹೇಗೆ ಅಷ್ಟೊಂದು ಕಠೋರ ಮನಸಿನವಳಾಗಿ ಬದಲಾದಳು? ಅಥವಾ ಹಾಗೆ ಬಿಂಬಿಸಿಕೊಳ್ಳುತ್ತಿದ್ದಳು? ಗಣ್ಣುಮಾವನ ವಿಷಯದಲ್ಲಾಗಲೀ ಅಥವಾ ಊರಿನಲಿ ನಮಗೆ ಎದುರಾಗುತ್ತಿದ್ದ ಬೇರೇನೇ ಸಮಸ್ಯೆಗಳಿರಲಿ, ಅವಳ ಪ್ರತಿಕ್ರಿಯೆಗಳು ಅದೇಕೆ ಅಷ್ಟೊಂದು ತೀವ್ರವಾಗಿರುತ್ತಿದ್ದವು? ನಾವು ಮೂವರು ಹೆಣ್ಣುಜೀವಗಳು ಊರಿನಲ್ಲಿ ಸಹಜವಾಗಿ ಬದುಕಬೇಕೆಂಬುವುದಕ್ಕಾಗಿ ಅಮ್ಮ ಅವಳಿಗೆ ಅಸಹಜವಾಗಿದ್ದ ನಡವಳಿಕೆಯೊಂದನ್ನು ರೂಢಿಸಿಕೊಂಡಿದ್ದಳೇ? ತನ್ನ ಸರಳತೆ ಸೂಕ್ಷ್ಮತೆಯನ್ನೆಲ್ಲ ಬದಿಗೊತ್ತಿ ಗಯ್ಯಾಳಿಯೆನಿಸಿಕೊಳ್ಳುವಷ್ಟರಮಟ್ಟಿಗೆ ಬದಲಾಗುವುದು ಅವಳ ಬದುಕಿನ ಅನಿವಾರ್ಯತೆಯಾಗಿತ್ತೇ? ಅದರ ಪ್ರಭಾವ ಹೆಚ್ಚುಕಮ್ಮಿ ನನಗೂ ತಟ್ಟದೇ ಇದೆಯೆ? ಆದರೆ ಅತ್ತೆ? ಅವಳೇಕೆ ಮೊದಲಿನಂತೇ ಮೆತ್ತಗುಳಿದಳು? ಒಂದು ವೇಳೆ ಅಮ್ಮನೇ ಎಲ್ಲದಕ್ಕೂ ಮುಂದೆ ನಿಲ್ಲುತ್ತಿದ್ದುದರಿಂದ ಹಾಗಿರುತ್ತಿದ್ದಳೇ?

ಸೀತತ್ತೆ ಹೇಳಿದ ಮಾತೊಂದು ನನಗೆ ಈಗಲೂ ಹಾಗೆಯೇ ನೆನಪಿದೆ "ಅವನು ಸಿಡಿಯಲು ತುಡಿಯುತ್ತಿದ್ದ ಬೀಜದಂತಿದ್ದ ಮಗಾ. ಅವನಿಗೆ ಮುಖ್ಯ ತಾಳ್ಮೆ ಇರಲಿಲ್ಲ ಅಷ್ಟೇ, ನಾನೂ ಚಿಕ್ಕವಳಾಗಿದ್ದೆ ಅಲ್ವಾ? ತುಂಬ ಭಯ ಇತ್ತು ಮಗಾ, ಅವನಾದ್ರೂ ಏನು ಮಾಡ್ತಾನೆ, ಮೊದ್ಲೇ ಅವ್ನಿಗೆ ಆ ಅವಳ ಸಂಗ ಇತ್ತು. ಅದೇ ಸರಿ ಅನಿಸಿರ್ಬೇಕು. ಅವನ ಬಗ್ಗೆ ನಂಗೆ ಬೇಜಾರೇನೂ ಇಲ್ಲ ಮಗಾ, ಆದರೆ ನಮ್ಮಣ್ಣ ಹೊರಟೋದ್ನಲ್ಲ ಅನ್ಯಾಯವಾಗಿ, ಅದೊಂದೇ ಬೇಸರ." ಅವಳು ಹಾಗಂದಾಗ ನಾನು ಕುತೂಹಲಗೊಂಡು ಕೇಳಿದ್ದೆ "ನಿಜಕ್ಕೂ ನಿಂಗೆ ಬೇಜಾರಿಲ್ವಾ ಅತ್ತೆ?"

"ಎಂಥದೂ ಇಲ್ಲ ಮಗಾ, ಬೇಜಾರೂ ಇಲ್ಲ, ಕೋಪಾನೂ ಇಲ್ಲ. ಅವನನ್ನ ಒಂದ್ಸಲ ಸುಜಾ ಜೊತೆ ನೋಡಿದ್ನಾ... ಅವ್ಳು ಅವ್ನ ಕೈ ಹಿಡ್ಕಂಡು ಅಳ್ತಾ ಇದ್ದಳು. ಅದ್ಯಾಕೋ ಅನ್ನಿಸ್ತು, ಅವ್ಳೂ ಹೆಣ್ಣು, ನಾನೂ ಹೆಣ್ಣು. ನನಗಾದರೂ ಹೇಳಲು ಕೇಳಲು ಅಣ್ಣ ಅತ್ತಿಗೆ ಇದ್ದರು. ಅವಳಿಗೆ ಯಾರಿದ್ದರು? ಪಾಪ." ಹೀಗೆಂದಾಗ ಅವತ್ತು ನಾನು ಸೀತತ್ತೆಯನ್ನೇ ಬಿಟ್ಟುಗಣ್ಣು ಮಾಡಿಕೊಂಡು ನಿಟ್ಟಿಸಿದ್ದೆ.

ಅವಳಿಗೊಂದು ಅಭ್ಯಾಸವಿತ್ತು, ಕತ್ತಿನಲ್ಲಿದ್ದ ಕರಿಮಣಿ ಸರವನ್ನು ಆಗಾಗ ಬಾಯಿಗಿಟ್ಟುಕೊಳ್ಳುವುದು, ಹಲ್ಲಿನ ನಡುವೆ ಕಚ್ಚಿಕೊಂಡಂತೆ ಮಾತಾಡುವುದು. ಅವಳಿಗೆ ಇನ್ನೂ ಒಂದು ಅಭ್ಯಾಸವಿತ್ತು, ಬೆಕ್ಕಿನ ಚಿಗಟ ಹೆಕ್ಕುವುದು. ನಮ್ಮ ಮನೆಯಲ್ಲೊಂದು ದುಂಡುದುಂಡಾದ ಚೆಂದಗೆ ತಿಂದುಂಡು ಕೊಬ್ಬಿದ ಕೆಂದ ಬೆಕ್ಕೊಂದಿತ್ತು. ಅದು ಸೀತತ್ತೆಯನ್ನು ಬಹಳವೇ ಹಚ್ಚಿಕೊಂಡು ಯಾವಾಗಲೂ ಅವಳ ಬೆನ್ನು ಹಿಡಿದು ಸುತ್ತುತ್ತಿರುತ್ತಿತ್ತು. ರಾತ್ರಿ ಮಲಗುವಾಗ ಸೀತತ್ತೆಯ ಮಗ್ಗುಲಿಗೆ ಮಲಗಿಕೊಂಡು ಪರ್ರ್ ಪರ್ರ್ ಅನ್ನುತ್ತಿತ್ತು. ಅದು ಗಂಡುಬೆಕ್ಕು. ಆದರೆ ಅದಕ್ಕೆ ಸೀತತ್ತೆ ರಾಜಮುಂಡೆಯೆಂದು ಹೆಸರಿಟ್ಟಿದ್ದಳು. ದಿನದಲ್ಲಿ ಸಮಯ ಸಿಕ್ಕಾಗಲೆಲ್ಲ ಅದನ್ನು ಹಿಡಿದು ಅದರ ಮೈಯಲ್ಲಿ ಚಿಗಟ, ಉಣ್ಣೆ ಸೋಸದೇ ಇದ್ದರೆ ಅವಳಿಗೆ ನೆಮ್ಮದಿಯಿರುತ್ತಿರಲಿಲ್ಲ. ಅದನ್ನವಳು ಬಹಳ ತಾದಾತ್ಮ್ಯದಿಂದ ಮಾಡುತ್ತಿದ್ದಳು. ಅದರಲ್ಲೂ ಅವಳು ತನ್ನದೇ ಒಂದು ಆಯ್ಕೆಯ ವಿಧಾನವನ್ನಿಟ್ಟುಕೊಂಡಿದ್ದಳು. ಅವಳೇನಿದ್ದರೂ ವಯಸ್ಸಾದ, ಬೆಳೆದ, ಕೊಬ್ಬಿದ ಚಿಗಟಗಳನ್ನಷ್ಟೇ ಕೊಲ್ಲುತ್ತಿದ್ದಳು. ಎಳೆಯ ಮರಿಚಿಗಟಗಳೇನಾದರೂ ಅವಳ ಉಗುರಿನೊಳಗೆ ಸರಿಯಾಗಿ ಹೊಡೆಯುವಂತೆ ಸಿಲುಕಿದರೂ ಅವಳದನ್ನು ಮನ್ನಿಸಿ ಕಳಿಸುತ್ತಿದ್ದಳು. ಇನ್ನು ಕೆಲವೊಮ್ಮೆ ಕೆಲವು ಚಿಗಟಗಳು, ಅವಳ ಕೈಯಿಂದ ತಪ್ಪಿಸಿಕೊಂಡು ನಾಗಾಲೋಟಕ್ಕಿಟ್ಟುಕೊಳ್ಳುತ್ತಿದ್ದವು. ಅವಳೂ ಬಿಡದೆ ಅವುಗಳನ್ನು ಬೆರಸುತ್ತಾ ಹೋಗುವಳು, "ಸಿಕ್ಕು ನಿನ್ನ ಮಾಡ್ತೀನಿ" ಅನ್ನುತ್ತಲೇ ಹೋದವಳು, ಕಡೆಗೆ ಅದು ಸಿಕ್ಕಿಬಿದ್ದಾಗ "ಪಾಪ ಜೀವ ಉಳಿಸಿಕೊಳ್ಳೋಕೆ ಎಷ್ಟೊಂದು ಓಡ್ತು, ಬದ್ಕೊಳ್ಲಿ ಬಿಡು" ಅಂದವಳು, ಹಿಂದೆಯೇ "ದೇವ್ರ ಕಣ್ಣಿಗೆ ನಾವು ಸಾ ಹೀಗೇ ಹೇನು, ಹುಳ, ಹುಪ್ಪಟೆ ಥರಾ ಕಾಣ್ತೀವೇನೋ ಅಲ್ವಾ? ಅವನೂ ಹೀಗೇ ನಮಗೊಂದು ವಾಸಸ್ಥಳ ಕೊಟ್ಟು, ಊಟ ಕೊಟ್ಟು, ಆಮೇಲೆ ಅಟ್ಟಾಡಿಸಿ ಹೊಡೆದು, ಓಡಿಸಿ, ಕಾಡಿಸಿ ಎಲ್ಲೋ ಒಮ್ಮೆ ಬಲಿ ಬಿದ್ದಾಗ ಬದುಕಿಕೋ ಹೋಗು ಎಂದು ಬಿಟ್ಟು ಕಳಿಸಿ, ಮುಂದೆಂದೋ ಒಮ್ಮೆ ನಿಜಕ್ಕೂ ಬಲಿ ಬೀಳಿಸಿ... ಹೀಗೆ ಏನೆಲ್ಲ ಮಾಡಬಹುದಲ್ವೇನೇ?" ಅನ್ನುತ್ತ ಆ ಚಿಗಟವನ್ನು ಬಿಟ್ಟು ಹೊಸ ಬೇಟೆ ಶುರು ಮಾಡುತ್ತಿದ್ದಳು. ಇಂದು ಇಷ್ಟು ವರ್ಷಗಳಾದರೂ ಸೀತತ್ತೆಯ ಆ ಎರಡೂ ಅಭ್ಯಾಸಗಳು ಬದಲಾಗಿರಲಿಲ್ಲ. ಅತ್ತೆ ಇಲ್ಲೂ ಒಂದು ಬೆಕ್ಕು ಸಾಕಿಕೊಂಡಿದ್ದಾಳೆ. ಬೆಕ್ಕಿನ ಜೊತೆಗೆ ಏನಾದರೂ ಮಾತಾಡಿಕೊಳ್ಳುತ್ತಾಳೆ. ಬಿಳೀ ಬಿಳೀ ಮೈಯ ನೀಲಕಣ್ಣುಗಳ ಬೆಕ್ಕಿನ ಕತ್ತಿಗೆ ಪುಟ್ಟ ಗಂಟೆ ಕಟ್ಟಿದ್ದಾಳೆ. ಅದೂ ಸಾಲದೆಂದು ಮನೆಯಲ್ಲಿ ಬೆಳೆಸಿರುವ ಸೀತೆಹೂವಿನ ದಂಡೆಯಿಂದ ಒಂದಷ್ಟು ಹೂಗಳನ್ನ ಬಿಡಿಸಿಕೊಂಡು ಮಾಲೆ ಮಾಡಿ ಬೆಕ್ಕಿನ ಕತ್ತಿಗೆ ತೊಡಿಸಿ ಖುಷಿ ಪಡುತ್ತಾಳೆ. ಒಮ್ಮೊಮ್ಮೆ ಹುಕಿ ಬಂದರೆ ಬೆಕ್ಕಿಗೆ ಹೆಣೆದ ಮಾಲೆಯನ್ನು ನನ್ನ ಮುಂಗೈಗೆ ತೊಡಿಸಿ ಚಂದ ನೋಡುತ್ತಾಳೆ.

ಚಿಕ್ಕಂದಿನಲ್ಲಿ ಒಮ್ಮೆ ಅವಳಿಗೆ ಜೊಂಪೆ ಸೀತೆ ಹೂ ಸಿಕ್ಕಿತ್ತಂತೆ. ಅವಳಿಗೆ ಸೀತೆ ಹೂವಿನ ಚೆಲುವು, ಅದರ ದಿವಿನಾದ ಪರಿಮಳವೆಂದರೆ ಬಹು ಇಷ್ಟವಂತೆ. ಚಿಕ್ಕವಳಿದ್ದಾಗ ತೋಟಕ್ಕೆ ಹೋದಾಗಲೆಲ್ಲ ಸೀತೆ ಹೂ ತಳೆದ ಮರದ ಬೊಡ್ಡೆಗೆ ಆತು ಹೂವನ್ನೇ ನೋಡುತ್ತಾ ನಿಂತು ಬಿಡುವಳಂತೆ. ಅಂಥದ್ದರಲ್ಲಿ ಅವಳ ಕೈಗೆ ಒಂದು ದೊಡ್ಡ ಜೊಂಪೆ ಸೀತೆ ಹೂ ಸಿಕ್ಕಿದ್ದೇ ಅವಳು ತುಸುವೂ ಯೋಚಿಸದೆ ಅದನ್ನು ಮುಡಿದುಕೊಂಡು ಮನೆಗೆ ಬಂದರೆ

ಅಜ್ಜಿ ಸಮಾ ಏಟು ಕೊಟ್ಟು ಸೀತೆ ಹೂ ಕಿತ್ತು ಬಿಸಾಕಿ, ಬೈದು, ಕಡೆಗೆ ಆವೇಶದಲಿ ಕಣ್ಣೀರೇ ಹಾಕಿಬಿಟ್ಟಿದ್ದರಂತೆ. ಸೀತೆ ಹೂ ಮುಡಿಯಬಾರದು, ಮುಡಿದರೆ ಸೀತೆಯಂತೆ ಕಷ್ಟ ಪಡಬೇಕಾಗುತ್ತದೆ ಎಂಬುವುದೊಂದು ನಂಬಿಕೆ ಅಜ್ಜಿಗೆ. ಅಂಥದ್ದರಲ್ಲಿ ತನ್ನ ಮಗಳು ಸೀತೆ ಹೂ ಮುಡಿದು ಬಂದಾಗ ಆಕೆ ಕಂಗಾಲಾಗಿಬಿಟ್ಟಿದ್ದಳಂತೆ. "ಅಯ್ಯೋ ಬಿಡಮ್ಮ, ತಿಳಿಯದೆ ಮಾಡಿದ್ದಕ್ಕೆಲ್ಲ ಎಂಥ ಲೆಕ್ಕ" ಅಂತ ನಮ್ಮಪ್ಪನೇ ಕಡೆಗೆ ಅಜ್ಜಿಯನು ಸಮಾಧಾನಿಸಿದ್ದರಂತೆ. "ನಿಜವೋ ಸುಳ್ಳೋ ನೋಡು, ನನ್ನ ಬದುಕಂತೂ ಹೀಗಾಯ್ತು. ಇದೆಲ್ಲ ನೆನೆದು ನಂಗೆ ಬೇಸರಾಗುತ್ತೆ ನಿಜ, ಆದರೆ ಇವತ್ತಿಗೂ ಇದಕ್ಕೆಲ್ಲ ಆ ಸುಂದರ ಸೀತೆ ಹೂ ಕಾರಣಾಂತ ಒಪ್ಕೊಳ್ಳೋಕೆ ಆಗಿಲ್ಲ ನೋಡು. ಅದರ ಮೇಲಿನ ಮೋಹ ಒಂಚೂರೂ ಹೋಗಿಲ್ಲ, ಪಾಪದ ಹೂ! ಎಷ್ಟು ಚೆಂದ, ಏನು ಘಮ! ಇದನ್ನ ಮುಡೀಬಾರದಂತೆ! ಏನೆಲ್ಲ ಕಥೆಗಳೋ ಹುಚ್ಚರದ್ದು" ಅನ್ನುತ್ತಿದ್ದಳು ಅತ್ತೆ. ಇದನ್ನೆಲ್ಲ ಒಮ್ಮೆ ಉದಯನಿಗೆ ಹೇಳಿಕೊಳ್ಳಬೇಕು ಅಂತ ಯೋಚಿಸಿದ್ದೆ.

ಅವನಿಗೆ ತಿಳಿದಂತೆ ನನಗೆ ಅಪ್ಪ, ಅಮ್ಮ ಇಲ್ಲ. ಅತ್ತೆ ಮಾತ್ರ ಇದಾಳೆ. ಮುಂದೊಮ್ಮೆ ನಾವು ಮದುವೆಯಾಗುವ ಹೊತ್ತಲ್ಲಿ ನನಗೆ ಅಪ್ಪ, ಅಮ್ಮ ಇಲ್ಲದೇ ಇರುವುದು ಮತ್ತು ನಮ್ಮ ಮದುವೆಯ ನಂತರವೂ ಅತ್ತೆಯನ್ನ ನನ್ನ ಜೊತೆಗೇ ಇಟ್ಟುಕೊಳ್ಳಬೇಕಾಗುವುದು ಉದಯನಿಗೆ ಸಮಸ್ಯೆಯಾಗಬಹುದೇನೋ ಎಂದು ಯೋಚಿಸಿದ್ದೆ. ಆದರೆ ಈಗ ನೋಡಿದರೆ, ತೀರ ನಾನೇ ಸಮಸ್ಯೆ ಅನ್ನುತ್ತಿದ್ದಾನೆ ಉದಯ. ಅವನು ಮೆಸೇಜಿನಲಿ ಹೇಳಿದ ಅದ್ಯಾವ ವಿಚಾರವೇ ಇರಲಿ, ಅದೆಲ್ಲ ದಾಟಿ ತಾನು ಎಷ್ಟೊಂದು ಹೆಣ್ಣು ಕರಗುವ, ಮಣಿಯುವ, ಪಲ್ಲವಿಸಿ, ಪರಿಮಳಿಸುವ ಎಲ್ಲ ಆಸೆಗಳೂ ಇರುವ ಹೆಣ್ಣಷ್ಟೇ ಕಡೆಗೆ? ಅತ್ತೆಯಾದರೂ? ಇವತ್ತಿನವರೆಗೂ ಅವಳು ಗಣ್ಣುಮಾವ ಕಟ್ಟಿದ ತಾಳಿ ಕಳೆದಿಲ್ಲ. ಹೆಚ್ಚೇನು ಹೇಳಿಕೊಳ್ಳದೇ ಇದ್ದರೂ ಕೆಲವೊಮ್ಮೆ ಅವಳ ಕಂಗಳು ಗಂಡಹೆಂಡಿರ ಜೋಡಿಯನ್ನೋ, ಮಕ್ಕಳ ಆಟವನ್ನೋ ನೋಡುತ್ತಾ ಅಲ್ಲೇ ನೆಲೆಯಾಗಿ ನಿಲ್ಲುವುದನ್ನು ತಾನು ಬಹಳಷ್ಟು ಸಲ ಕಂಡಿದ್ದಾಳೆ. ಅವತ್ತು ಗಣ್ಣುಮಾವ ಬಿಟ್ಟುಹೋದಾಗ ಅತ್ತೆ ಈಗ ನಾನಿರುವುದಕ್ಕಿಂತಲೂ ಚಿಕ್ಕವಳಿದ್ದಳು! ಬಹುಶಃ ಅದರಿಂದಲೇ ಎಲ್ಲವನ್ನೂ ತಾಳಿಕೊಂಡಳೋ? ಹೆಚ್ಚಿಗೆ ಯೋಚಿಸಲಾರದೇ ಹೋಗುವುದು ಕೂಡ ವರವಷ್ಟೇ! ಈಗ ಅದೆಲ್ಲ ದಾಟಿ ಇಷ್ಟೂ ವರ್ಷಗಳು ಸವೆದ ಮೇಲೆ ಇವತ್ತು ಗಣ್ಣುಮಾವ ಸತ್ತ ಸುದ್ದಿ ಕೇಳಿದರೆ ಅವಳಿಗೆ ಏನನಿಸಬಹುದು? ಅವಳು ತಾಳಿ ಕಳೆಯಬಹುದೇ?

ಮೊನ್ನೆಯಿನ್ನೂ ಅವಳಲ್ಲಿ ಉದಯನ ಬಗ್ಗೆ ಬಹಳಷ್ಟು ಹೇಳಿಕೊಂಡಿದ್ದೆ. ನಾನು ಅವನನ್ನು ಎಷ್ಟು ಪ್ರೀತಿಸುತ್ತೇನೆ, ಅವನು ಹೇಗೆ ಅಕ್ಕರೆ ತೋರಿಸುತ್ತಾನೆ, ಎಷ್ಟು ಬುದ್ಧಿವಂತ, ಎಷ್ಟೊಂದು ಮೆಚ್ಯೂರ್ಡ್– ಹೀಗೆ ಏನೆಲ್ಲ ಹೇಳಿಕೊಂಡಿದ್ದೆ. ಈಗ ಇದನ್ನೆಲ್ಲ ಉದಯನಿಗೆ ಹೇಳಿ ಹೇಗೆ ಅರ್ಥಮಾಡಿಸುವುದು? ಹೇಳಿದರಾದರೂ ತಿಳಿಯಬಹುದೇ? ನನ್ನನ್ನು ತೊರೆಯುವ ಕುರಿತು ಅವನಿಗೆ ನೋವಿಲ್ಲವೇ? ನನ್ನ ಮೇಲೆ ಧಾರಾಕಾರ ಪ್ರೇಮ ಸುರಿಸುತ್ತಿದ್ದ ಅವನದೇ ಮನಸು ಅದು ಹೇಗೆ ತಾನೇ ಹೀಗೆಲ್ಲ ಯೋಚಿಸಿತು? ಅದು ಹೇಗೆ ತಾನೇ ಅವ ನನ್ನನ್ನು ಮರೆತು ಬದುಕುವುದರ ಕುರಿತು ಆಲೋಚಿಸಿದ? ಅವನಿಗೆ ಈ ಕುರಿತು ನೋವಿಲ್ಲವೇ? ಬೇಸರವಿಲ್ಲವೇ? ಹೋಗಲಿ ನನ್ನ ಬಗ್ಗೆ ಕಿಂಚಿತ್ ಕಾಳಜಿ? ನನಗೆ

ನಿಜಕ್ಕೂ ಏನನ್ನಿಸಬಹುದೆಂಬ ಸಣ್ಣ ಕಾಳಜಿ ಕೂಡ ಇಲ್ಲವಾಯ್ತೆ? ಎಲ್ಲವನ್ನೂ ಅವನೇ ಹೇಳಿಕೊಂಡಿದ್ದಾನೆ! ವಿಶಾಲ ಮನಸ್ಸಂತೆ, ಕ್ಷಮಿಸ್ತೀನಂತೆ, ಅರ್ಥ ಮಾಡ್ಕೊಳ್ತೀನಂತೆ...! ಅವನಿಗೆ ನನ್ನ ಮುಖ ನೋಡಿ ಮಾತಾಡಲೇ ಸಾಧ್ಯವಾಗಿಲ್ಲ. ಅಂಥದ್ದರಲ್ಲಿ ಇದು ಬೇರೆ ಹೇಳುತ್ತಾನೆ ಹುಚ್ಚ, ಅವನೊಳಗೆ ನನ್ನ ಮೇಲಿನ ಪ್ರೇಮ ಹಾಗೇ ಇದೆಯಂತೆ! ಅದೆಂಥ ಪ್ರೇಮವೋ...?

ಈಗ ಅವನ ನೆನಪು, ಕಹಿಯಾದ ನಗುವೊಂದನ್ನು ಮುಖದ ಮೇಲೆ ತಂದಿತು. ಅತೀವ ಬೇಸರದಲಿ, ಮುಂದೆ ಏನು ಮಾಡಲೂ ಹೊಳೆಯದೆ ನಾನು ಹತಾತ್ತನೆ ಮತ್ತೂ ಮತ್ತೂ ಗಾಡಿಯ ಸ್ಪೀಡು ಹೆಚ್ಚಿಸುತ್ತ ಮನೆಗೆ ತಲುಪಿದರೆ, ಸೀತತ್ತೆ ಬಾಯಲ್ಲಿ ಕರಿಮಣಿ ಸಿಲುಕಿಸಿಕೊಂಡು, ಒಡೆದ ಹಿಮ್ಮಡಿಯಿಂದ ಚರ್ಮ ಕೀಳುತ್ತ ಬಾಗಿಲಲ್ಲೇ ಕುಳಿತಿದ್ದಳು. "ಅಯ್ಯೋ ಏನತ್ತೆ ನೋವಾಗುದಿಲ್ವಾ ನಿಂಗೆ? ಯಾಕೆ ಚರ್ಮ ಕೀಳ್ತಿದೀಯ ಹಾಗೆ?" ನಾನು ಸಿಟ್ಟಿನಿಂದ ಗದರಿದಂತೆ ಕೇಳುತ್ತ ಗಾಡಿ ನಿಲ್ಲಿಸಿ ಒಳಗೆ ನಡೆದೆ. "ಅದಾ...? ಅದು, ಆ ಚರ್ಮ ಸತ್ತೋಗಿದ್ಯಲ್ಲ ಮಗಾ, ಹಾಗಾಗಿ ನೋವಾಗಲ್ಲ ಕಣೋ. ನಿಜ ಹೇಳ್ಬೇಕಂದ್ರೆ ಅದಿದ್ರೇನೇ ಒಂಥರ ಹಿಂಸೆ." ಅವಳ ಮಾತುಗಳು ನನ್ನನ್ನು ಹಿಂಬಾಲಿಸಿದವು.

ಆ ಮಾತುಗಳನ್ನು ಕೇಳುವಾಗ ಉದಯ ನೆನಪಾದ.

□□□

ಇದು ನನ್ನ ಕಥೆ ಅಥವಾ...

ಇದು ನನ್ನ ಕತೆ, ಅಥವಾ ಮಹ್ಮದ್ ಕುಟ್ಟಿ ಅಲಿಯಾಸ್ ನನ್ನ ಪ್ರೀತಿಯ ಬಾಲ್ಯದ ಗೆಳೆಯ ಬಾಪುಟ್ಟಿಯ ಕತೆ. ನಿಮಗೆ ಹೇಗೆ ತೋಚುವುದೋ ಹಾಗೇ ಅಂದುಕೊಳ್ಳಿ. ಇದು ನಮ್ಮೂರಿನ ಒಂದು ಕಾಲದ ಚೆಲುವೆ ಪ್ರಭಾಳ ಕತೆ ಅಥವಾ ಅವಳ ಅಪ್ಪ ಮಾಧವನಾಯರ್‌ನ ಕಥೆ ಅಥವಾ ಉಣ್ಣಿಯ ಕಥೆ ಅಥವಾ ನಮ್ಮೂರಿನ ಕಥೆ. ಸಾಮಾನ್ಯ ಎಲ್ಲ ಕಥೆಗಳಲ್ಲಿ ಬರುವ ಹಾಗೆ ಇಲ್ಲೂ ಒಂದೂರು ಬರುತ್ತದೆ. ಆದರೆ ಇಲ್ಲಿ ಬರುತ್ತಿರುವುದು ನನ್ನದೇ ಊರು. ನಾನು ಹುಟ್ಟಿ ಬೆಳೆದು ದೊಡ್ಡವನಾಗಿ, ಪೋಲಿಯಾಗಿ ಸುತ್ತಿ ಸುಖಪಟ್ಟ ಊರು. ಬೆಳೆದ ಒಂದು ಹಂತದಲ್ಲಿ ತನ್ನ ಅಪಾಪೋಲಿತನವನ್ನೆಲ್ಲ ಬಿಗಿದು ಊರ ಹೊಳೆಗೆ ಎಸೆದು ಬಿಗಿದ ಕಂಠದೊಂದಿಗೆ ಊರು ಬಿಟ್ಟು ಹೋದೆನೆಂಬುವುದನ್ನು ಬಿಟ್ಟರೆ ಸದಾ ನನ್ನ ನೆನಪಲ್ಲಿ ನಿಂತ, ನನ್ನ ಆತ್ಮದಲಿ ಬೆರೆತ ಊರು. ನಮ್ಮೂರ ನಡುವೆ ಒಂದು ನದಿಯಿತ್ತು. ಅದು ನಮ್ಮೂರನ್ನೂ ಪಕ್ಕದ ಊರನ್ನೂ ಇಬ್ಭಾಗ ಮಾಡುತ್ತಿದ್ದ ನದಿ. ಒಳ್ಳೆ ಮಳೆಯ ಕಾಲದಲ್ಲಿ ನದಿ ನೆರೆಯುಕ್ಕಿ ನಮ್ಮನ್ನು ಬೆಸೆಯುತ್ತಿದ್ದ ಸೇತುವೆಯನ್ನು ನುಂಗಿಹಾಕಿ ನಮ್ಮನ್ನು ಊರಿಂದ ಹೊರಗೆ ಕಾಲಿರಿಸದಂತೆ ಮಾಡುತ್ತಿತ್ತು. ನಮ್ಮೂರಿನ ಕೊನೆಯೆಂದರೆ ಅದು ಮಾಡುಬೆಟ್ಟ. ಮಾಡುಬೆಟ್ಟದಿಂದ ಆಚೆಗೆ ಏನಿದೆ ಎಂದು ನಮಗಂತೂ ಗೊತ್ತಿರಲಿಲ್ಲ. ಮಾಡುಬೆಟ್ಟದ ಕಾಡನ್ನು ಹಾಗೆ ಎಲ್ಲರಿಂದಲೂ ಹೊಕ್ಕು ಬರುವುದಾಗಲೀ ಇಲ್ಲಾ ಅತ್ತ ಕಡೆಗೆ ಹೋಗಿ ಇಳಿಯುವುದಾಗಲೀ ಏನೂ ಮಾಡಲಾಗುತ್ತಿರಲಿಲ್ಲ. ಆದರೆ ಬೆಟ್ಟ ಹತ್ತಿ ಅತ್ತ ಇಳಿದರೆ ಅರಬ್ಬೀ ಸಮುದ್ರ ಸಿಗುತ್ತದೆ ಎಂದು ಚಿಕ್ಕಂದಿನಲ್ಲಿ ನಮಗೆ ದೊಡ್ಡವರು ಹೇಳುವುದನ್ನ ಕೇಳಿ ತಿಳಿದಿತ್ತು. ಹೆಚ್ಚೆಂದರೆ ಬೆಟ್ಟದ ಅಂಚಿನಲ್ಲಿ ಕಾಡುಜೇನು ಕುಯ್ಯಲು ಹೋಗುವವರನ್ನು ನಾವು ಕಾಣುತ್ತಿದ್ದೆವು. ಆದರೆ ರಾತ್ರಿಗಳಲ್ಲಿ ಅಲ್ಲಿಂದ ನಾಟಾ ಹೊಡೆಯುವುದು, ಬೇಟೆಯಾಡುವುದು, ಗಾಂಜಾ ಬಿತ್ತುವುದು ಇಂಥ ಅನೇಕ ಅಕ್ರಮ ಚಟುವಟಿಕೆಗಳು ನಡೆಯುತ್ತವೆಯೆಂಬ

ಮಾತೊಂದು ಚಾಲ್ತಿಯಲ್ಲಿದ್ದ ಕಾರಣ ನಮ್ಮಂಥ ಅತೀ ಸಾಮಾನ್ಯ ಜನರು ಸಾಧಾರಣವಾಗಿ ಅತ್ತ ಕಡೆ ಹೋಗುತ್ತಿರಲಿಲ್ಲ. ನಮ್ಮೂರು ನಿಜದಲ್ಲಿ ಹಣವಂತರ ಊರಾಗಿತ್ತು. ಅವರ ಹೊಲ ಗದ್ದೆಗಳಲ್ಲಿ ಮತ್ತು ಟೀ ಎಸ್ಟೇಟುಗಳಲ್ಲಿ ಕೆಲಸ ಮಾಡುವುದಕ್ಕೆಂದೇ ಇದ್ದ ನಮ್ಮಂಥ ಆಳುಮಕ್ಕಳು ಹಣವಂತರ ಲೆಕ್ಕದಲ್ಲಿ ಆಳುಗಳಷ್ಟೇ ಆಗಿದ್ದೆವೇ ಹೊರತು ಹೆಚ್ಚೇನೂ ಆಗಿರಲಿಲ್ಲ. ಹಾಗೆ ಧಣಿಗಳ ಜೊತೆ ಕೆಲಸಕ್ಕೆ ಹೋಗುವ ಆಳುಗಳು ಹೇಳುವ ಕೆಲವೊಂದು ರಂಜನೀಯ ಕಥೆಗಳನ್ನು ಕೇಳುವುದು ಬಿಟ್ಟರೆ ನಮಗೂ ಬೆಟ್ಟಕ್ಕೂ ಹತ್ತಿರದ ಸಂಬಂಧವೇನೂ ಇರಲಿಲ್ಲ, ನಮಗೆ ಅದರ ಆವಶ್ಯಕತೆಯೂ ಇರಲಿಲ್ಲವೆನ್ನಬೇಕು. ಯಾಕೆಂದರೆ ನಮ್ಮ ಪಾಲಿಗೆ ಇದ್ದೇ ಇತ್ತಲ್ಲ ಮಾಡುಹೊಳೆ! ಈ ಮಾಡುಹೊಳೆ ಅದೇ ಮಾಡುಬೆಟ್ಟದ ತಪ್ಪಲಿನಲ್ಲೆಲ್ಲೋ ಹುಟ್ಟಿ, ಸಣ್ಣ ತೋಡಿನಂತೆ ಹರಿದುಬಂದು, ಬೆಟ್ಟದಂಚಿಂದ ಧುಮುಕುವಾಗ ಅದು ಹೇಗೋ ದೊಡ್ಡ ಜಲಪಾತವಾಗಿ, ಕಪ್ಪಗಿನ ಹಸೀ ಪಾರೆಕಲ್ಲುಗಳನ್ನು ಹಾದು, ನಮ್ಮೂರ ಮಧ್ಯೆ ಹರಿಯುವಾಗ ತುಂಬ ತಣ್ಣಗೆ ಮಟ್ಟಸವಾಗಿ ಹರಿಯುತ್ತಿದ್ದಳು. ಬೇಸಿಗೆಯಲ್ಲಿ ನಮಗೆ ನೀರೂಡುತ್ತಿದ್ದವಳೂ, ನೀರಾಟವಾಡಲು ನಮಗೆ ಮಡಿಲು ಕೊಡುತ್ತಿದ್ದವಳೂ, ಮಳೆ ಸುರಿ ಸುರಿದು ಆಕಾಶವೇ ಕಾಣದಂತಾದ ಸಮಯದಲಿ ಸೊಕ್ಕಿ ನೆರೆಯುಕ್ಕಿಸುವವಳೂ ಇವಳೇ ಆಗಿದ್ದಳು. ನಮ್ಮ ಮಾಡುಹೊಳೆ! ಅವಳು ನಮ್ಮ ಬದುಕಿನ ಭಾಗವಾಗಿದ್ದವಳು. ಅದೆಷ್ಟೇ ನೆರೆ ಬಂದರೂ ನಾವು ಅದರಲ್ಲೂ ಅವಳ ಚೆಲುವು ಕಂಡು ಸಂತೋಷಪಡುತ್ತಿದ್ದೆವೇ ಹೊರತು ಒಮ್ಮೆಯೂ ಅವಳನ್ನು ದೂರಿದ ನೆನಪೇ ಆಗುವುದಿಲ್ಲ. ನಾನು ಈಜು ಕಲಿತದ್ದು, ನನ್ನಂತೆ ಅನೇಕ ಮಕ್ಕಳು ಈಜು ಕಲಿತದ್ದು ಇದೇ ಮಾಡುಹೊಳೆಯಲ್ಲಿ. ಮಾಡುಹೊಳೆಯ ಕರೆಯಲ್ಲಿ ಒಂದು ದೊಡ್ಡ ನೇರಳೆ ಮರವಿತ್ತು. ಅದರ ಒಂದು ದೊಡ್ಡ ರೆಂಬೆ ನೇರ ಹೊಳೆಯ ನಡುಮಧ್ಯಕೆ ಚಾಚಿಕೊಂಡಿತ್ತು. ಹುಡುಗರೆಲ್ಲ ಆ ಮರದ ಮೇಲೆ ಹತ್ತಿ ಆ ರೆಂಬೆಯ ಮೇಲೆ ಕೋತಿಗಳಂತೆ ಸರಕುತ್ತ ಹೋಗಿ, ಅಲ್ಲಿಂದ ಢಬಾಲನೆ ನೀರಿನೊಳಗೆ ಧುಮುಕಿ ಒಂದು ಕ್ಷಣ ಕಾಣದಾಗಿ ಮತ್ತೆ ಮೀನಿನಂತೆ ತಲೆ ಎತ್ತುತ್ತಿದ್ದರು. ಅವರು ನಮ್ಮಗಳ ಪೈಕಿ ಅತಿ ನುರಿತ ಈಜುಗಾರರೂ, ಧೈರ್ಯವಂತರೂ ಆಗಿದ್ದವರು. ನಾನು ಇಂಥ ಸಾಹಸಕ್ಕೆಲ್ಲ ಅಷ್ಟಾಗಿ ಮುಂದೆ ಬಾರದ ಒಬ್ಬ ಸಾಧಾರಣ ಹುಡುಗನಾಗಿದ್ದೆ. ಅಷ್ಟಾದರೂ ನನಗೆ ಈಜು ಕಲಿಸಿ, ಮಾಡುಹೊಳೆಯಲ್ಲಿ ಆಡಬಿಟ್ಟವನು ನನ್ನ ಒಬ್ಬನೇ ಗೆಳೆಯ ಮಹ್ಮದ್ ಕುಟ್ಟಿ ಅಲಿಯಾಸ್ ಬಾಪುಟ್ಟಿ.

ಅವನನ್ನು ಬಾಪುಟ್ಟಿಯೆಂದು ಕರೆಯುತ್ತಿದ್ದವನು ನಾನೊಬ್ಬನೇ! ಅದೇಕೆ ಅವನನ್ನು ಹಾಗೆ ಕರೆದೆನೆಂಬುವುದಕ್ಕೆ ನನ್ನಲ್ಲಿ ನಿಜಕ್ಕೂ ಉತ್ತರವಿಲ್ಲ. ಅಂತೂ ಅವನು ನನ್ನ ಪಾಲಿನ ಬಾಪುಟ್ಟಿಯಾಗಿದ್ದ. ಬಾಪುಟ್ಟಿಯ ಉಮ್ಮ ನನಗೂ ಉಮ್ಮನಾಗಿದ್ದಳು, ಮತ್ತು ಇದನ್ನು ಹೇಳಬಾರದೇ ನನಗೆ ಗೊತ್ತಿಲ್ಲ... ಆದರೆ ಅವಳು ನನ್ನ ಅಪ್ಪನಿಗೆ ತುಂಬ ಬೇಕಾದವಳಾಗಿದ್ದಳು. "ನಿನ್ನ ಉಮ್ಮನನ್ನು ಅವನ ಅಪ್ಪ ಇಟ್ಟುಕೊಂಡಿದ್ದಾನೆ ಕಣೋ. ಆದ್ರೂ ಯಾಕೆ ಅವನ ಜೊತೆ ಸಾಯ್ತೀಯ" ಎಂದು ಕೆಲವು ಕಿಡಿಗೇಡಿ ಮಕ್ಕಳು ನನ್ನ ಕಿವಿ ಕಣ್ಣೆದುರೇ ಬಾಪುಟ್ಟಿಯನ್ನು ಗೇಲಿಮಾಡುತ್ತಿದ್ದರೆ, ನನಗೆ ಏನು ಉತ್ತರ ಕೊಡಬೇಕೆಂದೇ ತಿಳಿಯುತ್ತಿರಲಿಲ್ಲ. ಆದರೆ ಬಾಪುಟ್ಟಿ ಮಾತ್ರ "ಇಟ್ಟುಕೊಂಡರೆ ಇಟ್ಟುಕೊಳ್ಳಲಿ, ನಿಮಗೇನು?" ಎಂದು ತಿರುಗಿ ನಿಲ್ಲುತ್ತಿದ್ದ. ನಮ್ಮಿಬ್ಬರಿಗೂ ಈ ಮಾತುಗಳು ಸಂಕಟವನ್ನುಂಟು ಮಾಡುತ್ತಿದ್ದವು. ಆದರೆ

ನಾವಿಬ್ಬರೂ ಒಮ್ಮೆಯೂ ಅದನ್ನು ಮಾತಿನಲ್ಲಿ ಆಡಿ ತೋರಿಸಿಕೊಳ್ಳುತ್ತಿರಲಿಲ್ಲ. ಇನ್ನು ನನ್ನ ಸಂಕಟವೋ! ಅದು ಮನೆ ತನಕವೂ ಮುಂದುವರಿಯುತ್ತಿತ್ತು. ಮನೆಗೆ ಹೋದರೆ ಸಾಕು, ಅಮ್ಮ ಮೂಗು ಸೊರೆಯುತ್ತ ನಾನು ಬಾಪುಟ್ಟಿಯೊಡನೆ ಸೇರಬಾರದೆಂದು ಯಾವಾಗಲೂ ಹೇಳುತ್ತಿರುತ್ತಿದ್ದಳು. ಅಪ್ಪ ಮಗ ಇಬ್ಬರೂ ಸೇರಿ ನನ್ನ ಜೀವ ತಿನ್ನದೇ ಬಿಡಲಾರಿರಿ ಅನ್ನುವಳು. ಕೋಳಿ, ನಾಯಿ, ಬೆಕ್ಕು ಎಲ್ಲದರ ಮೇಲೂ ರೇಗುವಳು. ಯಾವಾಗಲೂ ಮುನಿಸಿಕೊಂಡು, ಅಪ್ಪನೊಡನೆ ಮಾತೇ ಆಡದೆ ಉಳಿವಳು. ಅಡುಗೆಯಲ್ಲಿ ಯಾವುದೇ ರುಚಿಯಿರುತ್ತಿರಲಿಲ್ಲ, ಕಾರಣವೇ ಇಲ್ಲದೆ ತಂಗಿಯ ಬೆನ್ನಿಗೆ ಗುದ್ದುಗಳು ಬೀಳುತ್ತಿದ್ದವು. ಆದರೆ ಅದು ಏನೇ ಆದರೂ, ಯಾವುದೂ ಬದಲಾಗದೆ, ಕಡೆಗೆ ಅಮ್ಮ ಸುಮ್ಮನಾದಳು.

ಅಪ್ಪ ಟೀ ಎಸ್ಟೇಟಿನ ಮೇಸ್ತ್ರಿಯಾಗಿದ್ದ. ಆದರೂ ಅಮ್ಮ ಎಲ್ಲ ಕೂಲಿಯಾಳುಗಳಂತೆ ತಾನೂ ಕೆಲಸಕ್ಕೆ ಹೋಗುತ್ತಿದ್ದಳು. ಕೆಲಸಕ್ಕೆ ಬರುವ ಆಳಿನ ಮೇಲೆ ಅಕ್ಕಿ ಅಳೆದು ಕೊಡುತ್ತಿದ್ದುದು ಒಂದು ಕಾರಣವಾದರೆ, ಅಮ್ಮನಿಗೆ ನಮ್ಮನ್ನು ಚೆನ್ನಾಗಿ ಓದಿಸಬೇಕು, ಅದಕ್ಕಾಗಿ ಕಾಸು ಹೊಂದಿಸಿಕೊಳ್ಳಬೇಕೆಂಬ ದೂರಾಲೋಚನೆಯೂ ಇತ್ತು. ಮುಖ್ಯ ಅವಳಿಗೆ ನನ್ನನ್ನೂ, ತಂಗಿಯನ್ನೂ ಟೀ ಎಸ್ಟೇಟಿನ ಪರಂಪರಾಗತ ಕೆಲಸದಾಳಿನ ನಂಟಿನಿಂದ ಶತಾಯಗತಾಯ ಹೊರತರಬೇಕಿತ್ತು. ಅವಳ ಯೋಚನೆ ಹಾಗಿರಲು, ನಮ್ಮಲ್ಲಿ ಮೊದಲಿಗನಾಗಿ ಟೀ ಎಸ್ಟೇಟಿನಿಂದ ಹೊರಬಿದ್ದವನು ಬಾಪುಟ್ಟಿಯಾಗಿದ್ದ. ಬಾಪುಟ್ಟಿ ನನಗಿಂತ ಐದು ವರ್ಷಕೆ ದೊಡ್ಡವನಿದ್ದ. ಆದರೆ ಅವನು ನನಗಿಂತಲೂ ತೆಳ್ಳಗೆ, ಪೀಚುಪೀಚಗೆ, ಕುಳ್ಳಗೆ ಇದ್ದ. ಅದು ಸಹ ಒಂದು ರೀತಿಯಲ್ಲಿ ಅಲ್ಲಿಂದ ಹೊರಬೀಳಲು ಅವನಿಗೆ ಸಹಾಯ ಮಾಡಿತ್ತು. ಹಾಗೆ ಹೊರಬಂದವನು, ಪೇಟೆಗೆ ಹೋಗಿ ಮೀನು ತಂದು, ಮಾರಾಟಕ್ಕೆ ಇಳಿದಾಗ ಊರಿನವರೆಲ್ಲರೂ ಆಶ್ಚರ್ಯಪಟ್ಟಿದ್ದರು, ಇಬ್ಬರ ಹೊರತು. ಒಂದು ನಾನು, ಇನ್ನೊಂದು ಅಮ್ಮ. ಇಬ್ಬರಿಗೂ ಗೊತ್ತಿತ್ತು, ಈ ವ್ಯವಸ್ಥೆ ಮಾಡಿದವನು ಅಪ್ಪ! ಅವನು ಬಾಪುಟ್ಟಿಗೆ ಮೀನು ಮಾರಲೆಂದೇ ಟಿವಿಎಸ್ ಗಾಡಿಯೊಂದನ್ನು ಕೊಡಿಸಿ, ಅದಕೆ ಪೇಂ ಪೇಂ ಎಂದು ಜೋರಾಗಿ ಸದ್ದು ಮಾಡುವ ಹಾರ್ನ್ ಅಳವಡಿಸಿ ಕೊಟ್ಟಿದ್ದ. "ಇಟ್ಟುಕೊಂಡವಳ ಮಗನಿಗೆ ಇಷ್ಟೆಲ್ಲ ಮಾಡುತ್ತಿರುವವನು, ನಾಳೆ ನಿನಗೂ ಏನಾದರೂ ಮಾಡಬಹುದು ಅಂದುಕೊಂಡು ಈ ದುಃಖ ನುಂಗುತ್ತಿದ್ದೀನಿ. ಅವನು ಹಾಗೆ ಹಾರ್ನ್ ಹೊಡೆದುಕೊಂಡು ಬರುವಾಗ, ನಂಗೆ ಎದೆಯೊಳಗೆ ಇರಿಯುವ ಹಾಗಾಗುತ್ತೆ" ಎಂದು ಹಲ್ಲುಮುಡಿ ಕಡಿದಿದ್ದಳು ಅಮ್ಮ. ಅವಳ ಕಹಿಮಾತುಗಳನ್ನು ಮೌನವಾಗಿ ಕೇಳಿಸಿಕೊಂಡು ಹೊರಬಂದ ಮುಂದಿನ ಕ್ಷಣದಲ್ಲಿ ನಾನು ಬಾಪುಟ್ಟಿಯ ಮನೆಯಲ್ಲಿದ್ದೆ. ಬಾಪುಟ್ಟಿ ಟೀ ಎಸ್ಟೇಟಿನ ಜೀತಕ್ಕೆ ನಿಲ್ಲದೆ ತನ್ನದೂ ಅಂತ ಸ್ವಂತಕ್ಕೆ ಒಂದು ಕೆಲಸ ಹಿಡಿದಿದ್ದು ನನಗೆ ತುಂಬ ಸಂತೋಷವಾಗಿತ್ತು. ಅವನ ಹಸಿರು ಬಣ್ಣದ ಟಿವಿಎಸ್ ಗಾಡಿಗೆ ಕೇಸರಿ ಬಣ್ಣದ ಟಬ್ ಕಟ್ಟಲ್ಪಟ್ಟಿತ್ತು. ಅದರೊಳಗೆ ಬಿಳೀ ಹೊಟ್ಟೆ ಮೇಲೆ ಮಾಡಿಕೊಂಡು ಹೊಳೆಯುತ್ತ ಮಲಗಿದ್ದ ಮತ್ತಿ, ಐಲೆ ಮೀನುಗಳನ್ನು ನೋಡಿ "ಕೇಸರಿ, ಬಿಳಿ, ಹಸಿರು, ನೀಲಿ– ನೋಡಿ ನಮ್ಮ ಬಾವುಟಾ" ಎಂದು ರಾಗವಾಗಿ ಹಾಡಿದ್ದು ಇವತ್ತೇನೋ ಅನ್ನುವಂತೆ ನೆನಪಿದೆ. ಆದರೆ ಆ ಹೊತ್ತಿನಲ್ಲಿ ತನ್ನ ಮೊಪೆಡ್ಡಿನ ಹ್ಯಾಂಡಲ್ಲನ್ನು ಸುಮ್ಮನೆ ತಿರುಗಿಸುತ್ತ, ಕಣ್ಣಿನಲ್ಲಿ ಒಂದು ಕೃತಜ್ಞತೆಯನ್ನೂ, ಸಂತೋಷವನ್ನೂ, ನೆಮ್ಮದಿಯನ್ನೂ

ಮೇಳೈಸಿಕೊಂಡಂಥ ಒಂದು ಸುಖೀಭಾವವನ್ನು ಹೊತ್ತು ನಿಂತಿದ್ದ ಬಾಪುಟ್ಟಿ ಮುಂದೊಂದು ದಿನ ತನ್ನ ಅವೇ ಕೈಗಳನ್ನು ಕಳೆದುಕೊಳ್ಳುತ್ತಾನೆಂದು ಯಾರು ತಾನೇ ಬಗೆದಿದ್ದರು? "ಹಾಳಾದವನು, ಹಾಗೆ ಹಾರನ್ ಹೊಡೆವ ಅವನ ಕೈಗಳು ತುಂಡಾಗಬೇಕು" ಎಂದು ಸಣ್ಣ ದನಿಯಲ್ಲಿ ಶಾಪ ಹಾಕುತ್ತ, ಹಲ್ಲು ಕಡಿಯುತ್ತಿದ್ದ ಅಮ್ಮ ಕೂಡ ಯಾವತ್ತಿಗೂ... ನಿಜದಲ್ಲಿ, ಅವಳ ಅಂತರಾಳದಲ್ಲಿ, ಅವಳ ಕರುಳಿನಲ್ಲಿ ಬಾಪುಟ್ಟಿಗೆ ಹೀಗಾಗಲೆಂದು ಬಯಸಿದ್ದಿರಲಿಕ್ಕಿಲ್ಲ. ಆದರೆ ಹಾಗೆ ನಿಜಕ್ಕೂ ನಡೆದುಹೋಯಿತೆಂಬುದೇ ಬಾಪುಟ್ಟಿಯ ಬದುಕಿನ ದುರಂತ! ಆ ನೋವನ್ನು ಇಂದು, ಈ ಹೊತ್ತಿನವರೆಗೂ, ಎದೆಯಲ್ಲಿ ಹೊತ್ತುಕೊಂಡು, ಇಳಿಸಲಾರದೆ ನಡೆಯುತ್ತಿರುವುದು ನನ್ನ ಬದುಕಿನ ದುರಂತ!

ಇದಕ್ಕೆಲ್ಲ ಕಾರಣ... ಉಹೂಂ, ನಾನು ಇದರಲ್ಲಿ ಯಾರನ್ನೂ ಕಾರಣವಾಗಿಸಿ ಮಾತಾಡಲು ಹೋಗಲಾರೆ. ನಮ್ಮ ಊರಿನಲ್ಲೊಂದು ಹೋಟೆಲಿತ್ತು, ಅದು ಕೇವಲ ನಾಲ್ಕು ಮರದ ತಡಿಗಳನ್ನು ಇಟ್ಟು ತೆಂಗಿನ ಸೋಗೆ ಹೊದೆಸಿದ ಒಂದು ಪುಟ್ಟ ಹೋಟೆಲು. ಅದನ್ನು ಹೋಟೆಲ್ ಅನ್ನಬಾರದೋ ಏನೋ, ಆದರೆ ಅದನ್ನು ಹಾಗನ್ನದೆ ವಿಧಿಯಿಲ್ಲ. ಯಾಕೆಂದರೆ, ಅದು ನಮ್ಮೂರಿಗೆ ಇದ್ದ ಒಂದೇ ಒಂದು ಹೋಟೆಲಾಗಿತ್ತು. ಮನೆಯ ಹೊರಗೆ ಯಾರಾದರೂ ಟೀ, ಕಡಿ, ಕುತ್ತಿಪುಟ್ಟು, ಪರೊಟಾ, ಕಡಲಕರಿ, ಮುಟ್ಟಕರಿ ತಿನ್ನಬೇಕಿದ್ದರೆ ಅದು ಕಡ್ಡಾಯ ನಾಯರ್ ಹೋಟೆಲಿನಲ್ಲೇ ಆಗಬೇಕಿತ್ತು. ಅದು ಹೇಗೋ, ಅವನು ಇದ್ದ ಇಷ್ಟಗಲ ಜಾಗೆಯಲ್ಲಿ ಅಷ್ಟೆಲ್ಲವನ್ನೂ ಮಾಡಿ ಬಿಕರಿಗಿಡುತ್ತಿದ್ದ. ಸಾಲದ್ದಕ್ಕೆ ಅವನ ಅಡುಗೆಗೊಂದು ವಿಶೇಷ ರುಚಿಯೂ ಇರುತ್ತಿತ್ತು. ನಾನೂ ಬಾಪುಟ್ಟಿಯೂ ಸ್ವಲ್ಪ ದೊಡ್ಡವರಾದ ಮೇಲೆ ಹೇಗಾದರೂ ಒಂದಷ್ಟು ಕಾಸು ಹೊಂದಿಸಿಕೊಂಡು, ಆಗೀಗ ಅವನ ಹೋಟೆಲಿಗೆ ಹೋಗಿ ಪರೊಟಾ ಮುಟ್ಟಕರಿ ತಿಂದು ಬರುತ್ತಿದ್ದೆವು. ಊಟಕ್ಕಿಂತಲೂ, ಅಲ್ಲಿ ನಮಗಿದ್ದ ಮತ್ತೊಂದು ಆಕರ್ಷಣೆಯೆಂದರೆ ಅದು ನಾಯರ ಮಗಳು ಪ್ರಭಾ! ಅವಳಿಗೂ ಹೆಚ್ಚುಕಮ್ಮಿ ನಮ್ಮದೇ ವಯಸ್ಸು. ಅವಳು ತನ್ನ ಮನೆಯ ಹಿತ್ತಿಲಿನಲ್ಲಿ ಬೆಳೆದ ಬಿಳೀ ದಾಸವಾಳದ ಹೂಗಳನ್ನೂ, ಎಲೆಗಳನ್ನೂ ಗಸಗಸ ತಿಕ್ಕಿ ಕಡೆದು, ತಲೆಗೆ ಹಚ್ಚಿಕೊಂಡು ಸ್ನಾನ ಮಾಡಿ, ಉದ್ದೋಉದ್ದ ಕೂದಲನ್ನು ಎರಡೆಳೆ ಮೇಲೆತ್ತಿ ಕಟ್ಟಿ, ಬೆನ್ನಿಗೆ ಹರವಿ, ಗಾಳಿಗೆ ಹಾರಿಬಿಟ್ಟಳೆಂದರೆ ಊರ ದೈಯ್ಯ ದೇವರು ಕೂಡ ನಿಂತು ನೋಡಬೇಕು! ಅಷ್ಟು ಚಂದ ಕಾಣುತ್ತಿತ್ತು. ದಿನಾ ಸಂಜೆ, ಅವಳು ಕೊಡ ಮುಂದೆ ಮಾಡಿಕೊಂಡು, ಕೂದಲು ಇಳಿ ಬಿಟ್ಟುಕೊಂಡು, ಹೊಳೆಯಿಂದ ನೀರು ತರುವುದನ್ನು ಕಾಣಲು ನಾನೂ ಬಾಪುಟ್ಟಿಯೂ ಅವಳಿಗಿಂತ ಮೊದಲೇ ಹೊಳೆದಂಡೆಯಲ್ಲಿ ಹಾಜರಾಗಿ ಕಾಯುತ್ತಾ ಕೂರುತ್ತಿದ್ದೆವು. ಹಾಗೆ ಅವಳನ್ನು ನಾವಿಬ್ಬರೂ ಒಟ್ಟಿಗೇ ಕೂಡಿ ನೋಡುವುದರಲ್ಲಿ ನಮಗೆ ಯಾವ ಅಸೂಯೆಯೂ ಇರಲಿಲ್ಲ. ಹೇಗೆ ಒಟ್ಟಿಗೆ ಕೂಡಿಯಾಡಿ ನಾವಿಬ್ಬರೂ ಮಾಡುಹೊಳೆಯಲ್ಲಿ ಈಜುತ್ತಿದ್ದೆವೋ ಇಲ್ಲಾ ರಾತ್ರಿ ಬಾನಿನಲಿ ಮೂಡುವ ಚಂದಿರನನ್ನು ನೋಡಿ... ಅವನು ನಮ್ಮ ತೆಕ್ಕೆಗೆ ಸಿಕ್ಕಿದರೆ ಎಷ್ಟು ಚೆಂದವೆಂದು ಕನಸುತ್ತಿದ್ದೆವೋ, ಬೆಳಗ್ಗೆ ಬಯಲಿನಲಿ ಹಾರಾಡುವ ತುಂಬಿಗಳನ್ನು ಹಿಡಿವಾಟದಲ್ಲಿ ತೊಡಗುತ್ತಿದ್ದೆವೋ ಅಷ್ಟೇ ಸಹಜವಾಗಿ, ಅಷ್ಟೇ ಆಪ್ತವಾಗಿ ನಾವು ಪ್ರಭಾಳನ್ನೂ ಅವಳ ಚೆಲುವಿನ ನಡೆಯನ್ನೂ ನೋಡಿ ಆಸ್ವಾದಿಸುತ್ತಿದ್ದೆವು. ಆದರೆ

ಬಾಲ್ಯ ಮೆಲ್ಲಗೆ ಪೊರೆಕಳಚುತ್ತ ಹೊಸಾ ಯೌವನ ಸಣ್ಣಗೆ ಮೈಗೂಡುತ್ತಿದ್ದಂತೆ ಪ್ರಭಾಳ ಚೆಲುವು ಬೇರೆಯದ್ದೇ ಬಗೆಯಲ್ಲಿ ಕಾಣತೊಡಗಿ, ಅವಳು ನಮ್ಮಿಬ್ಬರಲ್ಲಿ ಯಾರನ್ನು ತಿರುಗಿ ನೋಡಬಹುದೆಂಬ ಕುತೂಹಲವನ್ನು ಒಳಗೊಳಗೇ ಅದುಮಿಟ್ಟುಕೊಂಡು ಹೊರಗೆ ಎಂದಿನ ಪ್ರಶಾಂತತೆಯನ್ನು ಕಾಯ್ದುಕೊಳ್ಳುತ್ತಿದ್ದೆವು. ಆದರೆ ಅವಳು ನಮ್ಮಿಬ್ಬರನ್ನೂ ಹಾಗೆಲ್ಲ ಯಾವ ವಿಶೇಷ ಭಾವದಿಂದಲೂ ನೋಡಲು ಹೋಗುತ್ತಿರಲಿಲ್ಲ. ಹಾಗಿರುವಾಗಲೇ ಬಾಪುಟ್ಟಿ ಗಾಡಿ ತೆಗೆದುಕೊಂಡು ಮೀನು ವ್ಯಾಪಾರಕೆ ಇಳಿದುದು ಮತ್ತು ಪ್ರಭಾಳ ಪ್ರೇಮದಲ್ಲಿ ಸಿಲುಕಿದ್ದು!

ಆ ಸಮಯದಲ್ಲಿ, ಅವನಿಗಿಂತ ಚಿಕ್ಕವನಾದ ನಾನು ಇನ್ನೂ ಗೌರ್ಮೆಂಟು ಹೈಸ್ಕೂಲಿಗೆ ಹೋಗುತ್ತಿದ್ದೆ. ಬಾಪುಟ್ಟಿ ಹೆಚ್ಚಿಗೆ ಓದಬೇಕೆಂದು ಯಾವತ್ತಿಗೂ ಬಯಸಿದವನಲ್ಲ. ಹತ್ತನೇ ತರಗತಿಯವರೆಗೆ ಓದಿದ್ದೇ ಅವನ ಪಾಲಿಗೆ ಬಹಳಷ್ಟಾಗಿತ್ತು. ಇನ್ನು ನನ್ನ ಅಮ್ಮನಂತೆ, ಅವನ ಉಮ್ಮನಿಗೇನೂ ಅದೊಂದು ಆವಶ್ಯಕ ವಿಷಯವೆಂದೂ ಅನಿಸಿರಲಿಲ್ಲ. ನನ್ನಮ್ಮನಿಗೆ ನಾನು ಓದುವುದು ಮತ್ತು ಒಂದು ಗೌರ್ಮೆಂಟು ನೌಕರಿ ಹಿಡಿಯುವುದು ಬೇಷರತ್ ಜರೂರಾಗಿತ್ತು. ಹಾಗಾಗಿ ನಾನು ಸ್ಕೂಲಿಗೆ ಹೋಗುತ್ತಿದ್ದರೆ ಬಾಪುಟ್ಟಿ ಮೀನು ಮಾರತೊಡಗಿದ. ಇಡೀ ಊರಿಗೆ ಅವನ ಮೀನು ಗಾಡಿ, ಅದರ ವಿಶಿಷ್ಟ ಸದ್ದಿನ ಪೇಂ ಪೇಂ ಹಾರ್ನು, ಅವನ ಮೀನಿನ ತಾಜಾತನ, ಸುಲಭ ಬೆಲೆ, ಅವನ ಹುಷಾರಿ ಮಾತುಗಳು, ಚುರುಕುತನ ಎಲ್ಲವೂ ಪರಿಚಯವಾಗತೊಡಗಿ ಅವನು ಎಲ್ಲರಿಗೂ ಇಷ್ಟವಾಗತೊಡಗಿದ್ದ. ಕೆಲವರಿಗೆ ತುಂಬ ಆತ್ಮೀಯನೆನಿಸುವಷ್ಟು ಹತ್ತಿರವಾಗಿದ್ದ. ಊರಿನ ಎಲ್ಲ ಮನೆಗಳಿಗೂ ಹೋಗಿಬರುವಷ್ಟು ಪಳಗಿದ. ಹಾಗೆಯೇ ನಾಯರ್ ಅಂಗಡಿಗೂ ನಿತ್ಯ ಮೀನು ಹಾಕತೊಡಗಿದ್ದ. ನಾಯರ್ ಅಂಗಡಿಯಲ್ಲೀಗ ಮೀನುಸಾರೂ ಘಮಘಮಿಸತೊಡಗಿತ್ತು. ಹಾಗೆ ಅವನು ಮೀನು ಒಯ್ಯುವಾಗ, ನಿತ್ಯವೂ ದಾರಿ ಕಾದು ಪಾತ್ರೆಗೆ ಮೀನು ಹಾಕಿಸಿಕೊಳ್ಳುವ ಕೆಲಸವನ್ನು ಪ್ರಭಾ ಮಾಡುತ್ತಿದ್ದಳು. ಮೊದಲೆಲ್ಲ ಸಣ್ಣ ನಗುವಿನೊಂದಿಗೆ ತೊಡಗಿ, ನಿಧಾನಕೆ ಮಾತಿಗೆ ಇಳಿದು, ಕೆಲವೊಮ್ಮೆ ಅವಳಿಗೆ ಮೀನು ಶುದ್ಧ ಮಾಡಲು ನೆರವಾಗಿ, ಅಂತೂ ನಾಯರಂಗಡಿಗೆ ಯಾವಾಗ ಹೋದರೂ ಫ್ರೀಯಾಗಿ ಊಟ ಮಾಡುವಷ್ಟು, ಟೀ ಕುಡಿವಷ್ಟು ಹತ್ತಿರವಾಗಿದ್ದ ಬಾಪುಟ್ಟಿ. ಸಾಲದ್ದಕ್ಕೆ, ಅವನು ಹೋದಾಗಲೆಲ್ಲ ಪ್ರಭಾ ಸುಮ್ಮನೆ ಏನಾದರೊಂದು ಸಣ್ಣ ನೆಪ ಹೂಡಿಕೊಂಡು, ಅವನ ಮುಂದೆ ಸುಳಿದಾಡಿ, ಕಣ್ಣ ಕೊನೆಯಲ್ಲಿ ನಾಚಿಕೆಯ ನಗುವೊಂದನ್ನು ರವಾನಿಸಿ ಹೋಗುತ್ತಿದ್ದಳು. ಇದೆಲ್ಲವೂ ಕಂಡೂ ಕಾಣದಂತಿದ್ದುಕೊಂಡು ನಾಯರ್, ಹಕ್ಕಿ ಗೂಡು ಬಿಟ್ಟು ಹಾರದಂತೆ ಅತ್ತ ಕೈಗೆ ಸಿಕ್ಕೂ ಸಿಗದಂತೆ ಕಾಯ್ದುಕೊಳ್ಳುತ್ತ, ತನ್ನ ವ್ಯಾಪಾರ ಬೆಳೆಸುವ ಕಡೆಗೆ ಗಮನ ಕೊಟ್ಟಿದ್ದ. ಕಾಲಕಳೆದಂತೆ, ಪೇಟೆಯಿಂದ ನಾಯರಂಗಡಿಗೆ ಏನೇ ಬೇಕಿದ್ದರೂ, ಬಾಪುಟ್ಟಿಯೇ ತಂದುಕೊಡಹತ್ತಿದ. ಅದರ ಜೊತೆಗೆ ಪ್ರಭಾಳಿಗಾಗಿ ಸಣ್ಣಪುಟ್ಟ ಉಡುಗೊರೆಗಳಲ್ಲದಂತಹ ಉಡುಗೊರೆಗಳು, ಬಳೆ ಕ್ಲಿಪ್ಪು ಹೇರ್ಪಿನ್ನು, ಬಿಂದಿ ಇಂಥವೂ ಸೇರಿದ್ದವು. ಅಂತೂ ಬೆಟ್ಟದಲ್ಲಿ ಸಣ್ಣಗೆ ತೊರೆಯ ಹಾಗೆ ಹರಿವ ಮಾಡುಹೊಳೆ ಇಳಿಯುತ್ತ ಇಳಿಯುತ್ತ ದೊಡ್ಡ ಜಲಪಾತವಾಗುವ ಹಾಗೆ, ಪ್ರಭಾ ಮತ್ತು ಬಾಪುಟ್ಟಿ ತಮ್ಮದೇ ಲಯದಲ್ಲಿ ಸಾಗುತ್ತಿದ್ದರು. ಇದು ಹೀಗೆ ಸಾಗುತ್ತಿದ್ದರೂ, ಅಲ್ಲಿಯವರೆಗೆ ನನ್ನೊಡನೆ ಏನನ್ನೂ ಮುಚ್ಚಿಡದೇ ಇರುತ್ತಿದ್ದ ಬಾಪುಟ್ಟಿ ತೀರ ನಾನೇ ಖುದ್ದಾಗಿ ಕೇಳುವ ತನಕ, ನನ್ನೊಂದಿಗೆ

ಈ ವಿಷಯವಾಗಿ ಏನನ್ನೂ ಬಾಯಿ ಬಿಟ್ಟರಲಿಲ್ಲ. ತಡೆಯಲಾರದೆ ನಾನೇ ಕೇಳಿದಾಗ "ಏ... ಹಾಗೆ ಎಲ್ಲ ಎಂಥದೂ ಇಲ್ಲ ಮಾರಾಯ. ಅವಳೂ ಏನೂ ಹೇಳಿಲ್ಲ, ನಾನೂ ಏನೂ ಹೇಳಿಲ್ಲ. ಆದರೆ ಅವಳ ಕಣ್ಣು ನೋಡುವಾಗ ನನ್ನ ಮೇಲೆ ಇಷ್ಟ ಕಾಣ್ತದೆ. ಇನ್ನು ನಂಗೆ ಅವಳು ಮೊದಲಿಂದ ಇಷ್ಟ ಅಂತ ನಿಂಗೆ ಗೊತ್ತಿಲ್ಲವಾ? ನಾನು ಹೊಳೆ ದಾರಿಲಿ ಅವಳಿಗಾಗಿ ಕಾಯ್ತಾ ಇರ್ತಾ ಇದ್ದದ್ದು ನಿಂಗೆ ನೆನಪಿಲ್ವಾ?" ಅಂದಿದ್ದ. ಅರೆ ಇವನ! ಇವನ ಜೊತೆಗೆ ನಾನೂ ಕಾಯ್ತಿದ್ದೆನಲ್ಲವೆ? ಈಗ ನೋಡು ಹೇಗೆ ಮಾತಾಡ್ತಾ ಇದಾನೆ ಕಳ್ಳ! ಅನಿಸಿ ನನಗೆ ನಗು ಬಂದಿತ್ತು. ಅಷ್ಟರ ಹೊರತು, ನನಗೆ ಪ್ರಭಾ ಬಾಪುಟ್ಟಿ ಪರಸ್ಪರ ಪ್ರೀತಿಸಿದರೆ, ಮದುವೆಯಾದರೆ ಸಂತೋಷವಲ್ಲದೆ ಬೇರೇನೂ ಇರಲಿಲ್ಲ. ಆದರೆ ಬದುಕಿನಲ್ಲಿ, ಎಲ್ಲವೂ ನಮ್ಮ ಸಂತೋಷದಂತೆ ನಡೆಯಲುಂಟೆ?

ಬಾಪುಟ್ಟಿಯ ಮೀನು ವ್ಯಾಪಾರ ಸುಧಾರಿಸುತ್ತಿದ್ದಂತೆ ಅವನು ಮಾಡುಬೆಟ್ಟದ ಬದಿಯಲ್ಲಿದ್ದ ಪೈಸಾರಿ ನೆಲದಲ್ಲಿ ಜಾಗೆ ಹಿಡಿದು ಮನೆ ಕಟ್ಟತೊಡಗಿದ್ದ. ಅವನು ನನಗೆಷ್ಟು ಅಣ್ಣನಂಥವನೆಂದರೆ, ನನಗಾಗಿಯೂ ಜಾಗ ಗುರ್ತಿಸಿಕೊಂಡು ಬೇಲಿ ಹಾಕಿದ್ದ. ಅದನ್ನು ಪಟ್ಟಾ ಮಾಡಿಸುವುದು ಹೇಗೆ? ಅದಕ್ಕಾಗಿ ಯಾರನ್ನು ಕಾಣುವುದು, ಏನು ಕಥೆ ಎಂಬಿತ್ಯಾದಿ ಓಡಾಟದಲ್ಲೂ ತೊಡಗಿಕೊಂಡಿದ್ದ. ನಡುನಡುವೆ ನನ್ನ ಓದಿಗೆಂದು ಸುಮ್ಮನೆ ತೋಚಿದಷ್ಟು ಹಣ ಕೊಡುತ್ತ "ನಾನಂತೂ ಹೆಚ್ಚು ಓದಲಿಲ್ಲ. ಆದರೆ ಈ ಬಾಪುಟ್ಟಿಯ ಗೆಳೆಯ ನೀನು, ನನ್ನ ಓದನ್ನೂ ಸೇರಿ ನೀನೇ ಓದಿ ದೊಡ್ಡ ಆಫೀಸರಾಗಬೇಕು ಆಯ್ತಾ" ಎಂದು ಫರ್ಮಾನು ಹೊರಡಿಸುತ್ತಿದ್ದ. ಎಷ್ಟೇ ಕೆಲಸವಿರಲಿ, ದಿನಾಗಲೂ ಸಂಜೆ ನಾವಿಬ್ಬರೂ ಮಾಡುಹೊಳೆಯ ದಂಡೆಯಲ್ಲಿದ್ದ ಕರುಂಗಲ್ಲಿನ ಮೇಲೆ ತುಸು ಹೊತ್ತು ಕುಳಿತು ಅಂದಿನ ವಿದ್ಯಮಾನ ಮಾತಾಡದೆ ಇರುತ್ತಿರಲಿಲ್ಲ. ಮೊದಮೊದಲು ಸಿಗರೇಟು ಸೇದಿದ್ದು ಇದೇ ಮಾಡುಹೊಳೆಯ ಜೊಂಡು ಪೊದೆಯಲ್ಲಾಗಿತ್ತು. ದಿನ ಬೆಳಗಾದರೆ ಪಳನಿವೇಲು ಇಳಿಸುತ್ತಿದ್ದ ಪನಕಳ್ಳು ಕುಡಿದದ್ದು ಇದೇ ಇಲ್ಲೇ! ಆಮೇಲೆ ನಿಧಾನಕೆ ಸಾರಾಯದತ್ತ ಹೊರಳಿ ಬೆಲ್ಲ ಸಾರಾಯಿ ಕುಡಿದದ್ದು ಇಲ್ಲೇ... ಇದೇ ಜೊಂಡು ಪೊದೆಯೊಳಗೆ. "ಇದೆಲ್ಲ ನಮಗೆ ಹರಾಮ್ ಅಂತೆ, ಹಾಗಂತ ಉಮ್ಮ ಹೇಳುತ್ತಾಳೆ. ಆದರೆ ನನ್ನ ಪ್ರಕಾರ ಮತ್ತೊಬ್ಬನ ಬದುಕುವ ಹಕ್ಕನ್ನು ಕಸಿಯೋದರ ಹೊರತಾಗಿ ಬೇರೊಂದೇ ಒಂದು ಹರಾಮ್ ಕೆಲಸವೂ ಜಗತ್ತಿನಲ್ಲಿ ಇಲ್ಲ ಏನಂತೀಯ?" ಇದು ಬಾಪುಟ್ಟಿ ಕುಡಿದಾಗ ಬೆಳೆಸುವ ತರ್ಕವಾಗಿತ್ತು. ಹೀಗೆ ಮಾತಾಡುತ್ತ ನಡುವೆ ಪ್ರಭಾಳ ಮಾತೂ ಬಂದುಬಿಡುತ್ತಿತ್ತು. "ನನಗೆ ಒಮ್ಮೊಮ್ಮೆ ಏನನ್ನಿಸ್ತದೆ ಗೊತ್ತಾ? ಯಾಕೆ ನಾವಿಬ್ಬರೂ ಪ್ರಭಾಳನ್ನು ಮದುವೆ ಆಗಬಾರದು ಅಂತ? ನೀನೇನು ಹೇಳ್ತೀಯ? ನೋಡು, ನಮ್ಮಿಬ್ಬರಿಗೆ ಒಂದೇ ಅಪ್ಪ, ಮುಂದೆ ನಮ್ಮಿಬ್ಬರಿಗೆ ಒಂದೇ ಹೆಂಡತಿ ಅಷ್ಟೇ! ಗಂಡಸು ಎರಡು ಮೂರು ಹೆಂಡತಿಯರನ್ನ ಇಟ್ಟುಕೋಬಹುದಾದರೆ ಹೆಂಡತಿ ಯಾಕೆ ಎರಡು ಗಂಡಂದಿರನ್ನ ಕಟ್ಟಿಕೋಬಾರ್ದು?" ಹಾಗಂತ ಬಾಪುಟ್ಟಿ ತರ್ಕಿಸುತ್ತಿದ್ದ. ಆದರೆ ಇದೂ ಕೂಡ ಕುಡಿದಾಗಷ್ಟೇ ತೋಚುವ ತರ್ಕವಾದ ಕಾರಣ ನಾನು ಹೆಚ್ಚು ಮಾತು ಬೆಳೆಸದೆ ಸುಮ್ಮನಾಗುತ್ತಿದ್ದೆ.

ಬಾಪುಟ್ಟಿಗೆ ಇದ್ದದ್ದು ಒಂದೇ ಆಸೆ. ಅದು ಸ್ವಂತಕ್ಕೊಂದು ಮನೆ ಕಟ್ಟುವುದು ಮತ್ತು ಅಲ್ಲಿ ಪ್ರಭಾಳೊಂದಿಗೆ ಸಂಸಾರ ಮಾಡುವುದು. ಅದರಾಚೆಗೆ ಅವನು ಹೆಚ್ಚಿನದೇನನ್ನೂ

ಯೋಚಿಸಿರಲಿಲ್ಲ. ಪ್ರಭಾಳನ್ನು ಕಣ್ಣಗೊಂಬೆಯಂತೆ ಜೋಪಾನವಾಗಿ ನೋಡಿಕೊಳ್ಳುವುದರ ಹೊರತು ಬೇರಿನ್ನೊಂದು ಜವಾಬ್ದಾರಿಯ ಕುರಿತು ಅವನಿಗೆ ಯೋಚನೆಯಿರಲಿಲ್ಲ, ನನ್ನ ಹಾಗೆ! ನನಗೆ ಏನೆಲ್ಲ ಇತ್ತು– ಓದಬೇಕು, ಹೆಚ್ಚು ಓದಬೇಕು, ಸರ್ಕಾರಿ ನೌಕರಿ ಪಡೆಯಬೇಕು, ತಂಗಿಯನ್ನು ಮದುವೆ ಮಾಡಿಕೊಡಬೇಕು, ಅದೂ ಎಸ್ಟೇಟಿನಿಂದ ಹೊರಗೆ ಯಾರಾದರೂ ಗೌರ್ಮೆಂಟ್ ಕೆಲಸದವನಿಗೆ ಮಾಡಿಕೊಡಬೇಕು, ಆಮೇಲೆ ಅಪ್ಪನಾದಿಯಾಗಿ ಎಲ್ಲರೂ ಎಸ್ಟೇಟ್ ಬಿಟ್ಟು ಹೊರಗೆ ಬರಬೇಕು. ಇದು ಅಮ್ಮನ ಆಸೆ, ಅಮ್ಮನ ಕನಸು. ಅಮ್ಮ ನನ್ನಲ್ಲಿ ಕೇಳಿದ ಒಂದೇ ಒಂದು ಕೋರಿಕೆ. ಅಮ್ಮನೆಂದರೆ ನನಗೆ ಎಷ್ಟು ಪ್ರೀತಿಯಿತ್ತೆಂಬುವುದಕ್ಕೆ ಅಮ್ಮನ ಕನಸೇ ನನ್ನ ಜವಾಬ್ದಾರಿಯೆಂದುಕೊಂಡು ನಾನು ದಿನೇ ದಿನೇ ದೃಢಪಡಿಸಿಕೊಂಡಿದ್ದೇ ಸಾಕ್ಷಿ. ಹಾಗಾಗಿ ನಾನು ಬಾಪುಟ್ಟಿಯೊಂದಿಗೆ ಎಷ್ಟೇ ಸುತ್ತಿದರೂ, ಕಡೆಗೆ ದಮ್ಮುಕಟ್ಟಿಕೊಂಡು ಅಂದಂದಿನ ಅಭ್ಯಾಸ ಮಾಡಿಯೇ ತೀರುತ್ತಿದ್ದೆ. ಅದರಂತೆಯೇ ಹತ್ತನೆಯ ತರಗತಿಯಲ್ಲಿ ಒಳ್ಳೆಯ ಮಾರ್ಕ್ಸ್ ಬಂದಾಗ, ಮುಂದಿನ ಓದಿಗೆ ಪೇಟೆಗೆ ಹೋಗಿ ಹಾಸ್ಟೆಲ್ ಸೇರುವ ಚಿಂತೆಯೊಂದನ್ನೇ ಎದೆಯಲ್ಲಿಟ್ಟುಕೊಂಡು ಒಂದೊಂದು ದಿನವನ್ನೂ ಭಾರದಿಂದ ಕಳೆದು, ಕಡೆಗೂ ಹಾಸ್ಟೆಲ್ ಸೇರಲು ನಿರ್ಧರಿಸಿದ್ದೆ. ಇದಕ್ಕೆಲ್ಲ ಬಾಪುಟ್ಟಿಯೇ ಕಾರಣಕರ್ತನಾಗಿದ್ದ. ನನಗೆ ಹಾಸ್ಟೆಲ್ ನೋಡಿದ್ದು ಮತ್ತು ಅಪ್ಪನ ಜೊತೆ ಕಾಲೇಜಿಗೆ ಸೇರಿಸಲು ಬಂದದ್ದು, ಕೊನೆಗೆ ನಾನು ಹಾಸ್ಟೆಲ್ ಸೇರಲಿದ್ದೇನೆಂದು ನನಗಾಗಿ ಮತ್ತಷ್ಟು ಹೊಸ ಬಟ್ಟೆ, ಹೊಸ ಟ್ರಂಕು ತಂದು, ಉಮ್ಮನದೇ ಸೀರೆ ಕೆಳಗೆ ಹಾಸಿ ಅದರಲ್ಲಿ ಎಲ್ಲ ಜೋಡಿಸಿಕೊಟ್ಟದ್ದು, ಪುಸ್ತಕ ಕೊಳ್ಳಲು ಹಣ ಕೊಟ್ಟದ್ದು ಎಲ್ಲ ಬಾಪುಟ್ಟಿಯೇ ಆಗಿದ್ದ. ಅವನ ಈ ಚಟುವಟಿಕೆ ನೋಡಿ, ಅಮ್ಮನಿಗೂ ಒಳಗೊಳಗೇ ತುಂಬ ಮೆಚ್ಚಿಕೆಯಾಗಿ, ಆದರೂ ಅವನನ್ನು ನೇರ ಮಾತಾಡಿಸಲು ಅಭಿಮಾನ ಅಡ್ಡ ಬಂದು, ನನ್ನ ಕೈಯಲ್ಲಿ ಅಷ್ಟು ಹಣವಿಟ್ಟು, "ಎಲ್ಲ ತಲೆಗೆ ಹಾಕಿಕೊಂಡು ಕಷ್ಟ ಪಡ್ತಿದಾನೆ, ಇಕೋ ಕಾಸು, ನೀನೂ ಕೂಡಿ ಮಾಡಿ ಮಾಡುವಂತೆ ಎಲ್ಲದಕೂ ಅವನ ಕೈ ನೋಡಬೇಡ" ಅಂದಿದ್ದಳು. ಬಾಪುಟ್ಟಿಯ ಕಾರುಬಾರು ನೋಡಿ ಸ್ವತಃ ಅಪ್ಪನೇ ದಂಗಾಗಿ, ಆಮೇಲಿಂದ ಮುಂದೆ ತಾನು ಏನೇ ಕೆಲಸ ಮಾಡುವ ಮುನ್ನ ಬಾಪುಟ್ಟಿಯ ಕಡೆಗೊಮ್ಮೆ ಒಪ್ಪಿಗೆಯೇ ಎಂಬಂತೆ ನೋಡುತ್ತಿದ್ದ. ಅಂಥಾ ಬಾಪುಟ್ಟಿ, ಕಡೆಗೊಮ್ಮೆ ನಮ್ಮನ್ಯಾರನ್ನೂ ಕೇಳದೆ ಸ್ವತಃ ತಾನೇ ಒಂದು ಮುಟ್ಠಾಳ ಕೆಲಸ ಮಾಡಿಬಿಟ್ಟನೆಂದರೆ ಇದಕ್ಕೆ ಯಾರನ್ನು ಹೊಣೆ ಮಾಡಬೇಕು?

ನಾನು ಹಾಸ್ಟೆಲ್ಲಿಗೆ ಹೊರಡುವ ಹಿಂದಿನ ರಾತ್ರಿ ಉಮ್ಮ ಮಾಡಿದ ರುಚಿಯಾದ ಮೀನುಸಾರಿನಲ್ಲಿ ಅಮ್ಮ ಮಾಡಿದ ರೊಟ್ಟಿ ಉಂಡು ಮಲಗುವ ಮುನ್ನ, ಬಲು ಭಾರದ ಹೃದಯದೊಂದಿಗೆ ಅಮ್ಮನಲ್ಲಿ "ಅಮ್ಮಾ ನಿಂಗೆ ಏನಾದರೂ ಬೇಕಿದ್ದರೆ ಅಪ್ಪನ್ನ ಕೇಳ್ತೀಯೋ ಇಲ್ಲವೋ, ಬಾಪುಟ್ಟಿನ ಕೇಳದೆ ಇರಬೇಡಮ್ಮ" ಅಂದಿದ್ದೆ. ಆದರೆ ಇತ್ತ ನಾವೆಲ್ಲ ಹೀಗೆ ಮಾತುಮಾತಿಗೆ ಬಾಪುಟ್ಟಿ ಬಾಪುಟ್ಟಿ ಅನ್ನುತ್ತಿದ್ದರೆ ಅತ್ತ ಬಾಪುಟ್ಟಿ ನಮ್ಮ ಯಾರೊಂದಿಗೂ ಹಂಚಿಕೊಳ್ಳದೆ ತನ್ನೊಳಗೇ ಕೊರಗುತ್ತ ತನ್ನದೇ ಆದ ಒಂದು ಸಮಸ್ಯೆಯಲ್ಲಿದ್ದ. ಅದು ಉಣ್ಣಿ! ಉಣ್ಣಿ ತಂಗಚ್ಚನ್ ಫ್ರಂ ಕೇರಳ.

ಮೊದಲು ಅವನನ್ನು ನಾಯರ್ ಹೋಟೆಲಿನಲ್ಲಿ ನಾನೂ ಬಾಪುಟ್ಟಿಯೂ ಒಟ್ಟಿಗೇ ನೋಡಿದ್ದೆವು. ನಾವು ಅಲ್ಲಿಗೆ ಹೋದಾಗ, ಅದಾಗಲೇ ಅವನು ಒಂದು ಕಟ್ಟಂಚಾಯ

ಇಟ್ಟುಕೊಂಡು ಅದರಲ್ಲಿ ಬನ್ನು ಅದ್ದಿ ತಿನ್ನುತ್ತ ಕುಳಿತಿದ್ದ. ಅವನನ್ನು ಕಂಡ ಒಡನೇ ಇಬ್ಬರಿಗೂ ಕಸಿವಿಸಿಯಾಗಿತ್ತು. ಅದಕ್ಕೆ ಮೊದಲನೇ ಕಾರಣ, ಅವನು ನೋಡಿದೊಡನೇ ಕಣ್ಣಿಗೆ ಹಿಡಿಸುವಷ್ಟು ಚೆನ್ನಾಗಿದ್ದ. ಒಳ್ಳೆಯ, ಒಂದಿಷ್ಟೂ ಸುಕ್ಕಾಗದ ಅರಿವೆ ತೊಟ್ಟಿದ್ದ. ಇನ್ನು ಎರಡನೆಯ ಕಾರಣ, ಅವನು ಹಾಗೆ ಅಲ್ಲಿ ಟೀ ಕುಡಿಯುತ್ತಿದ್ದರೆ ಪ್ರಭಾ ತನ್ನ ಉದ್ದ ಜಡೆಯನ್ನು ಎದೆ ಮೇಲೆ ಇಳಿ ಬಿಟ್ಟುಕೊಂಡು ಅಲ್ಲೇ ಗೋಡೆಗೆ ಒರಗಿ ನಿಂತಿದ್ದಳು. ನಮ್ಮನ್ನು ನೋಡಿದ ಒಡನೇ ಅವಳು ಬಾಪುಟ್ಟಿಯೆಡೆಗೆ ಕಣ್ಣು ಹರಿಸಿ ನಾಲಿಗೆ ಕಡಿಯುತ್ತ ಒಳಗೆ ಓಡಿದ್ದಳೆಂಬುವುದು ಮಾತ್ರವೇ ಆ ಹೊತ್ತಿಗೆ ನಮಗೆ ಸಿಕ್ಕಿದ ಸಣ್ಣ ಸಮಾಧಾನವಾಗಿತ್ತು. ನಮ್ಮನ್ನು ನೋಡಿದ ನಾಯರ್, ಕುರ್ಚಿ ಬಿಟ್ಟೇಳದೆ ಕಿರು ನಕ್ಕು "ವರುಂ ವರುಂ... ಬನ್ನಿ ಬನ್ನಿ" ಅಂದಿದ್ದ. ನಾವು ಹೃದಯದಿಂದ ನಗಲಾರದೇ ಹೋದರೂ ಮುಖದಲ್ಲಿ ನಗು ತಂದುಕೊಂಡು ಒಳಹೋಗಿ ಕುಳಿತು ಉಣ್ಣಿಯತ್ತ ನೋಡಿದ್ದೆವು. ಅವನು ನನಗಿಂತಲೂ, ಬಾಪುಟ್ಟಿಗಿಂತಲೂ ವಯಸ್ಸಿನಲ್ಲಿ ದೊಡ್ಡವನಿದ್ದ. ಎದ್ದು ನಿಂತರೆ ನಮಗಿಂತ ಎತ್ತರ, ನಮಗಿಂತ ಚೆಂದ. ಇವನ ಪಕ್ಕ ಪ್ರಭಾ ನಿಂತರೆ ಸರಿಯಾಗಿ ಅವನ ಭುಜಕ್ಕೆ ಬರುತ್ತಾಳೆ ಎಂಬುವುದನ್ನು ನನ್ನ ಮನಸು ಒಡನೇ ಲೆಕ್ಕ ಹಾಕಿತ್ತು. ಆದರೆ ಅವನು, ಇಂಥಾ ಯಾವುದನ್ನೂ ಲೆಕ್ಕ ಹಾಕಿಲ್ಲವೆಂಬ ನಿಷ್ಕಲ್ಮಶ ನಗುವಿನೊಂದಿಗೆ ಕೈಚಾಚಿ ಮುಂದೆ ಬರುತ್ತ "ನ್ಯಾನ್ ಉಣ್ಣಿ, ಉಣ್ಣಿ ತಂಗಚ್ಚನ್ ಫ್ರಂ ಕೇರಳ" ಅಂದಿದ್ದ. ಅದು ನಮ್ಮ ಬದುಕಿನ ಮುಖ್ಯ ತಿರುವಿನ ಆರಂಭ ಕಲ್ಲಾಗಿತ್ತು.

ನನ್ನನ್ನು ಹಾಸ್ಟೆಲ್ಲಿಗೆ ಕಳಿಸಲು ಅಷ್ಟೊಂದು ಮುತುವರ್ಜಿ ವಹಿಸಿ ಓಡಾಡುತ್ತಿರುವಾಗಲೂ ಬಾಪುಟ್ಟಿ ಅಂತರಾಳದಲ್ಲಿ ಖಿನ್ನನಾಗೇ ಇರುತ್ತಿರುವುದು ನನಗೆ ಗೊತ್ತಾಗುತ್ತಿತ್ತು. ನಾನು ಕೇಳಿದರೆ ನೀನು ಸ್ವಲ್ಪ ಕಾಲ ಹಾಸ್ಟೆಲ್ಲಿಗೆ ಹೋಗ್ತೀಯಲ್ಲ, ನಿನ್ನ ಬಿಟ್ಟು ಇರಬೇಕಲ್ಲ ಅಂತ ಬೇಸರ ಅಷ್ಟೇ ಅಂದು ಮಾತು ಹಾರಿಸಿದ್ದ. ಆದರೆ ಅದಷ್ಟೇ ಅವನ ಬೇಸರಕೆ ಕಾರಣವಲ್ಲ ಅನ್ನುವುದು ಅವನು ಹೇಳದೆಯೇ ನನಗೆ ಗೊತ್ತಾಗುತ್ತಿತ್ತು. ಮಾತ್ರವಲ್ಲ ಅವನಂತೇ ನಾನೂ ನನ್ನದೇ ಕಾರಣಗಳಿಂದಾಗಿ ಬೇಸರದಲ್ಲಿದ್ದೆ. ಈಗ ಹೋಗುವ ಈ ಪ್ರಯಾಣದೊಂದಿಗೆ ಇನ್ನು ಮುಂದಿನ ಪ್ರಯಾಣವೆಲ್ಲ ಊರನ್ನು ಬಿಟ್ಟು ಬೇರೆಲ್ಲೋ ಹೋಗುವುದೇ ಆಗಿರುತ್ತದೆಯೆಂದು ನನಗೆ ಯಾವತ್ತೋ ಗೊತ್ತಾಗಿತ್ತು. ಅದರಾಚೆಗೆ ನನ್ನೊಳಗೆ ಅದನ್ನೂ ದಾಟಿ ಉಗುರಿನೊಳಗೆ ನೆಟ್ಟ ಮುಳ್ಳಿನಂಥ ನೋವೊಂದು ಹೊರಳುತ್ತಲೇ ಇತ್ತು. ಅದು ಬೇಶಕ್ ಬಾಪುಟ್ಟಿ, ಉಣ್ಣಿ ಮತ್ತು ಪ್ರಭಾಳ ಕುರಿತಾಗಿತ್ತು. ಉಣ್ಣಿ ಬಂದ ಮೇಲೆ ಬಾಪುಟ್ಟಿಯ ಮನಸಿನಲ್ಲೂ ಅಂಥದ್ದೇ ಮುಳ್ಳಾಡಿಸಿದ ನೋವೊಂದು ಕಾಡುತ್ತಿರುವುದು ನನಗೆ ಸ್ಪಷ್ಟವಾಗಿತ್ತು. ಆದರೆ ಅದನ್ನು ಅವನು ನಿರಾಕರಿಸುತ್ತಲೇ ಬಂದಿದ್ದ, ನಾನು ಹಾಸ್ಟೆಲ್ ಸೇರುವವರೆಗೂ.

ನಾನು ಹಾಸ್ಟೆಲ್ ಸೇರಿದ ಮೊದಲ ದಿನಗಳಲ್ಲಿ ನಮ್ಮ ಊರಿನ ನೆನಪು, ಮನೆಯ ನೆನಪು, ಅಮ್ಮನ ನೆನಪು, ಮಾಡುಹೊಳೆಯ ನೆನಪು, ಮುಖ್ಯವಾಗಿ ಬಾಪುಟ್ಟಿಯ ನೆನಪು ತುಂಬ ಕಾಡಿತ್ತು. ಆದರೆ ದಿನಗಳೆದಂತೆ ಬದುಕಿನ ಪುಟಗಳಿಗೆ ಹೊಸಬಣ್ಣ ಸುರಿಯತೊಡಗಿ, ನಿಧಾನಕ್ಕೆ ನಮ್ಮೂರಿನ ನೆರಳು ಸರಿಯುತ್ತ, ಹೊಸ ಹೊಸ ಚಿಂತನೆಗಳು ತಲೆದೋರತೊಡಗಿದ್ದವು. ಹಾಗೆಂದು ನಾನು ನಮ್ಮೂರನ್ನೋ, ಬಾಪುಟ್ಟಿಯನ್ನೋ ಸಂಪೂರ್ಣ ಮರೆತುಬಿಟ್ಟೆನೆಂದೇನಲ್ಲ, ಹಾಗಾಗುವುದು ಸಾಧ್ಯವೂ ಇರಲಿಲ್ಲ. ಯಾಕೆಂದರೆ ಹೇಗಿದ್ದರೂ ತಿಂಗಳಿಗೊಂದು

ಬಾರಿಯಾದರೂ ಬಾಪುಟ್ಟಿ ನನ್ನನ್ನು ನೋಡಲು ಬಂದೇ ಬರುತ್ತಿದ್ದ. ಹಾಗೆ ಬಂದಾಗಲೊಮ್ಮೆ ಪ್ರಭಾ ಇತ್ತೀಚೆಗೆ ಬಹಳವೇ ಬದಲಾಗಿಹೋಗಿದ್ದಾಳೆಂಬುವುದರ ಕುರಿತು ಹೇಳಿದ್ದ. ಉಣ್ಣಿ ಗುತ್ತಿಗೆಗೆ ನೆಲ ಪಡೆದು ಬೇಸಾಯ ಮಾಡುವವನಾಗಿದ್ದು, ಮಳೆಗಾಲ ಶುರುವಾದಾಗಲಷ್ಟೇ ಕೇರಳಕ್ಕೆ ಹೊರಡುತ್ತಿದ್ದ. ಉಳಿದಂತೆ ಮಳೆ ಮುಗಿಯುತ್ತಿದ್ದಂತೇ ಊರೂರು ಸುತ್ತಿ ಶುಂಠಿ, ಅರಿಷಿಣ, ಬಾಳೆ ಬೆಳೆಯಲು ನೆಲ ಗುತ್ತಿಗೆಗೆ ಪಡೆಯುತ್ತಿದ್ದ. ಬೇಸಿಗೆಯಲ್ಲಿ ಖಾಲಿ ಬಿದ್ದಿರುವ ನೆಲದಿಂದ ಬರುವಷ್ಟು ಬರಲಿ ಅಂದುಕೊಂಡವರು, ಆದಷ್ಟು ಬೆಳೆದುಕೊಂಡು ಉಳಿದ ನೆಲ ಖಾಲಿ ಬಿಟ್ಟವರು, ಒಂದಿಷ್ಟೂ ಮೈ ನೋಯದೆ ದುಡ್ಡು ಕಾಣಬಯಸುವವರು ಅವನಿಗೆ ನೆಲ ಗುತ್ತಿಗೆಗೆ ಕೊಟ್ಟು ಕೃತಾರ್ಥರಾಗುತ್ತಿದ್ದರು. ಉಣ್ಣಿಗೆ ಊರಿನಲ್ಲಿ ಮಹಲಿನಂಥ ಮನೆ, ಅಪ್ಪ, ಅಮ್ಮ, ಅಣ್ಣ, ತಂಗಿ ಹೀಗೆ ದೊಡ್ಡ ಸಂಸಾರ, ಸುಖ, ಸಂತೋಷ ಎಲ್ಲ ಇದ್ದರೂ ಹೀಗೆ ಇಲ್ಲಿ ಬಂದು ತೀರ ಕೆಲಸದಾಳಿನಂತೆ ಕೆಲಸ ಮಾಡಿ ಹಣ ಸಂಪಾದಿಸಲು ಇಳಿದಿದ್ದ. ಅದನ್ನು ನೋಡುವಾಗ ನಾಯರೇನು, ಊರೇ ಮೆಚ್ಚಬೇಕು. ಹಾಗಿರುವಾಗ ಪ್ರಭಾ ಹೇಗೆ ಹೊರತಾಗಬೇಕು? ಬಾಪುಟ್ಟಿಯಾದರೂ ಹೇಗೆ ಹೊರತಾಗಬೇಕು? ಇಲ್ಲ ನಾನಾದರೂ? ಉಣ್ಣಿಯ ಮಲಯಾಳಂ ಸ್ವಚ್ಛವಿತ್ತು. ಅವನಿಗೆ ಕನ್ನಡವೂ ಬರುತ್ತಿತ್ತು. ಅದನ್ನು ಅವನು ಮೂಗಿನಲ್ಲಿ ಮಾತಾಡಿದರೂ ಚೆಂದ ಕಾಣುತ್ತಿತ್ತು. ಅವನಿಗೆ ಒಳ್ಳೆಯ ಇಂಗ್ಲಿಷ್ ಕೂಡ ಬರುತ್ತಿರಬೇಕು, ಹಾಗಂತ ನಾನು ಬಾಪುಟ್ಟಿ ಮಾತಾಡಿಕೊಂಡಿದ್ದೆವಾದರೂ ಅವನನ್ನು ನೇರ ಕೇಳಬಾರದೆಂದು ನಿರ್ಧರಿಸಿಕೊಂಡಿದ್ದೆವು. ಇದೆಲ್ಲ ಕೇಳಿ ನಾನು ನನ್ನೊಳಗೆ ನಾನೂ ಕೂಡ ಒಳ್ಳೆಯ ಇಂಗ್ಲಿಷ್ ಕಲಿಯಬೇಕು ಎಂದು ದೃಢಪಡಿಸಿಕೊಂಡಿದ್ದೆ. ಬಾಪುಟ್ಟಿ ಕೂಡ ಸದಾ ನನ್ನನ್ನು ಹುರಿದುಂಬಿಸುವ ಮಾತನ್ನೇ ಆಡುತ್ತಿರುತ್ತಿದ್ದ. ಹಾಗೆ ನಾನು ಓದಿನಲ್ಲಿ ಮುಳುಗುತ್ತ, ನನ್ನ ಆಲೋಚನೆಗಳ ದಿಕ್ಕು ಬದಲಾಗುತ್ತ, ಅತ್ತ ಬಾಪುಟ್ಟಿ ಪ್ರಭಾಳ ಮೇಲಿನ ಪ್ರೇಮದಲ್ಲಿ ಪರಿತಪಿಸುತ್ತ, ಹೀಗೆ ಎಲ್ಲರೂ ಒಂದೊಂದು ಲೋಕದಲ್ಲಿರುವಾಗ ನಾನೊಂದು ಕೆಲಸ ಮಾಡಿದೆ. ಅದು ನಮ್ಮೆಲ್ಲರ ಬದುಕನ್ನು ಬದಲಿಸುವಂಥದ್ದಾಗಿತ್ತು. ಆದರೆ ಅದನ್ನು ಮಾಡುವಾಗ ನಿಜಕ್ಕೂ ನನಗೆ ಅದರಿಂದಾಗಬಹುದಾದ ಪರಿಣಾಮದ ಅರಿವೇ ಇರಲಿಲ್ಲ.

ನಾನು ಓದುತ್ತಿದ್ದ ಕಾಲೇಜು ಚೆನ್ನಾಗಿತ್ತು. ಪಟ್ಟಣದ ಚೆಂದ ಚೆಂದನೆ ಹುಡುಗಿಯರು, ಅವರ ಲವಲವಿಕೆಯ ಓಡಾಟ, ಹೆಣ್ಣು ಗಂಡೆನ್ನದೆ ಸಹಜವಾಗಿ ಬೆರೆವ ರೀತಿ, ಕಾಲೇಜಿನಲ್ಲಿದ್ದ ಸುಂದರ ಲೈಬ್ರರಿ, ವಾರವಾರಕ್ಕೂ ನಡೆಯುತ್ತಿದ್ದ ಏನಾದರೊಂದು ಸಾಂಸ್ಕೃತಿಕ ಕಾರ್ಯಕ್ರಮಗಳು, ಹೊಸ ಯೋಚನೆ, ಹೊಸಚಿಂತನೆ... ನಾನು ನಿಧಾನಕ್ಕೆ ಪಟ್ಟಣದ ಬದುಕಿಗೆ ತೆರೆದುಕೊಳ್ಳತೊಡಗಿದ್ದೆ. ದಿನ ನಿತ್ಯ ಪೇಪರೋದುತ್ತಿದ್ದೆ. ಅದರಲ್ಲಿ ಬರುವ ಪ್ರತಿಯೊಂದು ಸಮಾಚಾರವನ್ನೂ ಓದಿ ಮತ್ತೆ ಮನಸಲ್ಲೇ ಆ ಕುರಿತು ಯೋಚಿಸುತ್ತಿದ್ದೆ. ನಮ್ಮ ಸಮಾಜ, ಪರಿಸರ, ಆರೋಗ್ಯ ಇದೆಲ್ಲದರ ಬಗೆ ತೀವ್ರತರ ಕಾಳಜಿಗೆ ಬಿದ್ದೆ. ಇಷ್ಟೆಲ್ಲ ನಿಜಕ್ಕೂ ಬೇಕಿರಲಿಲ್ಲ. ಅಲ್ಪನಿಗೆ ಐಶ್ವರ್ಯ ಬಂದ ಕಥೆಯ ಹಾಗೆ, ಇದ್ದಕ್ಕಿದ್ದಂತೆಯೇ ನನ್ನೊಳಗೆ ವೀರಾವೇಶ ಹಾಕುತ್ತ ಸಮಾಜ ಚಿಂತಕನೊಬ್ಬ ಹುಟ್ಟಿಕೊಂಡುಬಿಟ್ಟಿದ್ದ. ಅವನಿಗೆ ತುರ್ತು ಸಮಾಜಸೇವೆ ಮಾಡಬೇಕಿತ್ತು. ಸಮಾಜದಲ್ಲಿ ಬದಲಾವಣೆ ತರುವ ಅಲ್ಪಕಾರ್ಯವಾದರೂ ಸರಿ, ಅದು ಮಹಾಕಾರ್ಯವಾಗುತ್ತದೆ ಅಂದ ನನ್ನೊಳಗಿನ ಸಮಾಜ ಚಿಂತಕನ ಮಾತಿಗೆ

ನನ್ನೊಳಗಿನ ಸಮಾಜ ಸೇವಕ ಹೌದು ಹೌದೆಂದ. ಅದರ ಪರಿಣಾಮವಾಗಿ ನಾನೊಂದು ಕೆಲಸ ಮಾಡಿಬಿಟ್ಟೆ, ಥೇಟ್ ಆಕಾಶಕ್ಕೆ ಉಗಿದ ಹಾಗೆ!

ನಮ್ಮ ಊರಿನ ಮಾಡುಬೆಟ್ಟ, ಬೆಟ್ಟದ ಸಕಲಸಂಪದ್ಭರಿತ ಕಾಡು, ಅಲ್ಲಿರುವ ರಕ್ತಚಂದನ, ತೇಗ, ಹೊನ್ನೆ, ನಂದಿ, ಬೀಟೆ, ಶ್ರೀಗಂಧ... ಶ್ರೀಗಂಧ ಇರಬಹುದೆಂಬುದು ನನ್ನ ಕಲ್ಪನೆಯಾಗಿತ್ತು, ಈ ಮರಗಳನ್ನೆಲ್ಲ ಹೇಗೆ ಅಲ್ಲಿನ ದೊಡ್ಡ ಕುಳಗಳು ಕಡಿದು ಮಾರಾಟ ಮಾಡುತ್ತಿದ್ದಾರೆ, ಕಾಡಿನ ಹೃದಯ ಭಾಗದಲಿ, ಸಂದುಗೊಂದಿಯಲ್ಲಿ ಎಷ್ಟೆಷ್ಟು ಗಾಂಜಾ ಬೆಳೆದು ತಳ್ಳಲಾಗುತ್ತಿದೆ ಎಂದೆಲ್ಲ ಆದಷ್ಟು ವಿಶದವಾಗಿ ಬರೆದು, ನಾನು ಪ್ರತ್ಯಕ್ಷವಾಗಿ ಏನನ್ನೂ ನೋಡಿಲ್ಲವಾದರೂ, ಗಾಂಜಾದ ಕುರಿತು, ಕಳ್ಳನಾಟಾದ ಕುರಿತು ಊರವರು ಅಲ್ಲಿಲ್ಲಿ ಆಡಿಕೊಂಡ ಮಾತುಗಳನ್ನು ಕೇಳಿಸಿಕೊಂಡಿದ್ದನ್ನಷ್ಟೇ ಆಧಾರವಾಗಿಟ್ಟುಕೊಂಡು ಬರೆದಿದ್ದೆ. ಅಲ್ಲಿಂದ ಹೇಗೆ ಸಂಪನ್ಮೂಲಗಳು ಕೇರಳದ ಕಡೆಗೂ ರವಾನೆಯಾಗುತ್ತಿರಬಹುದು ಎಂಬುದರ ಕುರಿತು ಸಂದೇಹವೆತ್ತಿ ಕಾಡುಪ್ರಾಣಿಗಳ ನಿರಂತರ ಬೇಟೆಯಿಂದಾಗಿ ಪರಿಸರ ಸಮತೋಲನ ಹೇಗೆ ಹದಗೆಡಬಹುದೆಂದು ವಿಷಾದ ವ್ಯಕ್ತಪಡಿಸುತ್ತ, ಈ ಪ್ರದೇಶವನ್ನೇಕೆ ಸರಕಾರ ಸರಕಾರೀ ಜಮೀನೆಂದು ಘೋಷಿಸಬಾರದು? ಒಂದುವೇಳೆ ಇದು ಈಗಾಗಲೇ ಘೋಷಿತ ಸರಕಾರಿ ಅರಣ್ಯವೇ ಆಗಿದ್ದರೆ ಯಾಕೆ ಇದರ ರಕ್ಷಣೆ ಆಗುತ್ತಿಲ್ಲ? ಇದರಲ್ಲಿ ಸರಕಾರ, ಅರಣ್ಯ ಇಲಾಖೆ, ಪೊಲೀಸ್ ಇಲಾಖೆ ಎಲ್ಲರೂ ಶಾಮೀಲೆ? ಧನಿಕರು ಮಾಡುವ ಅರಾಜಕತೆಗೆ ಉತ್ತರ ಇಲ್ಲವೆ? ಹಾಗೆ ಹೀಗೆ, ಭಗವಂತ! ಆವೇಶದಿಂದ ಏನೆಲ್ಲ ಬರೆದು, ಅಷ್ಟೇ ಆವೇಶದಿಂದ ಎರಡ್ಮೂರು ಪೇಪರಿನವರಿಗೆ, ಎಸ್ಪಿಗೆ, ಡಿಸಿಗೆ ಅಂತೆಲ್ಲ ಅಡ್ರೆಸ್ ಬರೆದು ಪೋಸ್ಟಿಗೆ ಹಾಕಿಬಿಟ್ಟಿದ್ದೆ. ಎಲ್ಲ ಬರೆದು ಕೆಳಗೆ "ನೊಂದ ಗ್ರಾಮಸ್ಥ" ಅಂತ ಬರೆದು, ಕೆಳಗೆ ನಮ್ಮ ಊರಿನ ಹೆಸರನ್ನೂ ಹಾಕಿಬಿಟ್ಟಿದ್ದೆ. ಅಲ್ಲಿಗೆ ಅಸಲಿ ಕಥೆ ಶುರುವಾಗಿತ್ತು.

ಇದರಲ್ಲಿ, ನಿಜವಾಗಿ ಯಾರು ಯಾವ ಪ್ರಮಾಣದಲ್ಲಿ ಈ ಅನಾಮಧೇಯ ಪತ್ರಕ್ಕೆ ಸ್ಪಂದಿಸಿದರೋ, ಅಂತೂ ಮುಖ್ಯ ಪೇಪರುಗಳಲ್ಲಿ ಸುದ್ದಿಯಾಗಿದ್ದು ಮಾತ್ರ ತುಂಬ ದೊಡ್ಡಕ್ಕೇ! ನನ್ನ ಪತ್ರವನ್ನು ಸುದ್ದಿಯ ನಡುವೆ ದೊಡ್ಡಕ್ಷರಗಳಲ್ಲಿ ಎದ್ದುಕಾಣುವಂತೆ ಮುದ್ರಿಸಲಾಗಿತ್ತು. ಊರಿನಲ್ಲಿ ರಾತ್ರೋರಾತ್ರಿ ರೇಡ್ ಆಗಿತ್ತು. ಮುಖ್ಯಮುಖ್ಯ ಕುಳಗಳ ಬಂಧನವಾಗಿತ್ತು. ಕಳ್ಳನಾಟಾ, ಗಾಂಜಾ, ಕಾಡುಬೇಟೆ, ಕಳ್ಳಭಟ್ಟಿ ಒಂದೇ? ಎರಡೇ? ಈ ಒಂದು ಅನಾಮಧೇಯ ಪತ್ರವನ್ನಿಟ್ಟುಕೊಂಡು ಈ ಪರಿ ರೇಡ್ ಮಾಡ್ತಾರಾ? ನನ್ನ ಮನಸು ಖುಷಿಯಿಂದ ಕುಣಿಯಿತು. "ಅಂತೂ ಎಷ್ಟು ದೊಡ್ಡ ಗಂಡಾಂತರದಿಂದ ನಮ್ಮ ಮಾಡುಬೆಟ್ಟವನ್ನು ಪಾರು ಮಾಡಿದ್ದೇನೆ. ಛೇ, ಇದೆಲ್ಲ ಯಾವತ್ತೋ ಮಾಡಿರಬೇಕಿತ್ತು. ಆವಾಗ ಇಷ್ಟು ಬುದ್ಧಿ ಇದ್ದರಲ್ಲ!" ನಾನು ಒಳಗೊಳಗೇ ನನ್ನನ್ನು ಬೈದುಕೊಂಡಿದ್ದೆ. ಆದರೆ ಕ್ಲಾಸಿನ ಉಳಿದ ಗೆಳೆಯರಿಗೆ ಇದನ್ನು ತೋರಿಸಿ ಸಂತೋಷ ಹಂಚಿಕೊಳ್ಳಬೇಕೆಂದು ಹೊರಟಾಗಲೇ ಮೊದಲಬಾರಿಗೆ ಹೊಳೆದಿದ್ದು, ಇದು ನನಗೆ ಬೇಡಾಗಿತ್ತು ಎಂದು. ನಾನಾಗಿ ಹೋಗಿ ಹೇಳುವ ಮೊದಲೇ, ಕಾಲೇಜಿನಲ್ಲಿ ಅದೇ ಮುಖ್ಯ ಸುದ್ದಿಯಾಗಿ ಓಡಾಡತೊಡಗಿತ್ತು. ಅದಾಗಲೇ ಕಾಲೇಜಿನ ಹುಡುಗರು ತಮ್ಮತಮ್ಮಲ್ಲೇ ಮಾತಾಡಿಕೊಳ್ತಾ ಇದ್ದರು, "ಯಾವನಪ್ಪ ಈ ಕೆಲಸ ಮಾಡಿದೋನು! ಗೊತ್ತಾದರೆ ಸುಮ್ನೆ ಬಿಡ್ತಾರ? ಸರೀಗೆ ಬೀಳುತ್ತೆ ಮಾತ್ರ" ಅವರ

ಮಾತು ಕೇಳಿ ನನ್ನ ಗಂಟಲೊಣಗಿತ್ತು. ಸದ್ದು ಮಾಡದೆ ಅಲ್ಲಿಂದ ಸರಿದು ಹೋಗಿದ್ದೆ. "ನೋ ಕಮೆಂಟ್ಸ್" ನಾನು ಯಾರಿಗೂ ಏನನ್ನೂ ಹೇಳಲು ಹೋಗಿರಲಿಲ್ಲ. ಆದರೆ ಒಳಗೆ ಮಾತ್ರ ನಿಜಕ್ಕೂ ಭಯ ಹುಟ್ಟಿ ಸತಾಯಿಸತೊಡಗಿತ್ತು. ಎಲ್ಲಕ್ಕಿಂತ ಮೊದಲು ನನ್ನೊಳಗೆ ನವೆಯುತ್ತಿದ್ದ ಭಯಕ್ಕೆ ಒಂದು ಬಿಡುಗಡೆ ಬೇಕಿತ್ತು. ಬಾಪುಟ್ಟಿ ಬಂದರೆ ಸಾಕೆಂದು ಅವನಿಗಾಗಿ ಹುಚ್ಚನಂತೆ ಕಾಯತೊಡಗಿದ್ದೆ. ವಾರ ಒಂದು, ಎರಡು, ಮೂರು... ಉಹೂಂ ಬಾಪುಟ್ಟಿ ಬಂದಿರಲಿಲ್ಲ. ನಾನೇ ಬರೆದದ್ದೆಂದು ಗೊತ್ತಾಯಿತಾ? ಒಂದುವೇಳೆ ಅಪ್ಪ, ಅಮ್ಮ ಬಾಪುಟ್ಟಿಯನ್ನೆಲ್ಲ ವಿಚಾರಿಸ್ತಾ ಇದ್ದಾರ? ನನ್ನೊಳಗಿನ ಭಯ ಬೆಂಕಿಯಾಗಿ ನನಗೆ ಸಣ್ಣಗೆ ಜ್ವರ ಬರತೊಡಗಿತ್ತು. ಆಗ ಬಂದಿದ್ದ ಅಪ್ಪ!

ಅಪ್ಪನ ಮುಖ ಇಳಿದಿತ್ತು. ಕಣ್ಣುಗಳು ಕೆಂಪಗೆ ಉರಿಯುತ್ತಿದ್ದವು. ನನ್ನ ಮನಸು ಕೇಡು ಶಂಕಿಸಿತ್ತು. "ಹೌದು! ಇದು ಅದೇ... ಅಪ್ಪನಿಗೆ ಇದು ನಾನೇ ಅಂತ ಗೊತ್ತಾಗಿದೆ" ಭಯದಿಂದ ನನ್ನ ಮೈ ಕಂಡೂಕಾಣದಂತೆ ಕಂಪಿಸತೊಡಗಿತ್ತು. ಆದರೆ ಅಪ್ಪ ಹೇಳಿದ ಮಾತು! ಅಪ್ಪ ಹೇಳಿದ್ದು ಕೇಳಿ, ನನ್ನ ಕಂಪಿತ ದೇಹ ಮರಗಟ್ಟಿ ಎಲುಬಿನಾಳದಲ್ಲಿ ಕ್ರೂರ ಚಳಿ ಟಿಸಿಲೊಡೆದು ಹಾದು ಜೀವ ಹಿಂಡಿದಂತ ನೋವಾಗಿತ್ತು. ಊರು... ನಮ್ಮ ಘನ ಊರು ಅಪರಾಧಿಯನ್ನು ಹಿಡಿದುಹಾಕಿತ್ತು. ನನ್ನ ಪ್ರಿಯ ಗೆಳೆಯ ಬಾಪುಟ್ಟಿಯ ಕೈಗಳಿಗೆ ನಾನು ಬರೆದ ಬರಹ ಎರವಾಗಿತ್ತು. "ಅಪ್ಪ ಬಾಪುಟ್ಟಿ?? ಬಾಪುಟ್ಟಿ ಹೇಗೆ??" ಆ ಕ್ಷಣದಲ್ಲೂ ನಾನು ನಿಜವನ್ನು ಹೊರಬಿಡಲಾರದೆ ಭಯದಿಂದ ತೊದಲಿದ್ದೆ. "ಎಲ್ಲ ಆ ಬಡ್ಡಿಮಗ ಉಣ್ಣಿಯ ಕೆಲಸ. ಅವನೇ ಬರೆಸಿ ಹಾಕಿದ್ದು ಅಂತ ಮೊದಲು ಊರಲ್ಲಿ ಗುಲ್ಲಾಯಿತು. ಅವನನ್ನು ವಿಚಾರಿಸಲೆಂದು ಊರಲ್ಲಿ ಹುಡುಕತೊಡಗಿದ್ದಾರೆ, ಅವನೆಲ್ಲಿ ಅವಿತನೋ ಬಡ್ಡಿಮಗ ಸಿಗ್ಲೇ ಇಲ್ಲ. ಈ ನಡುವೆ ಈ ಬಾಪುಟ್ಟಿಗೇನಾಯ್ತೋ ಏನೋ! ಹಾಳಾದವನು, ತಾನೇ ಹೋಗಿ ಧಣಿಗಳ ಬಳಿ ಹೋಗಿ 'ಮೊದಲಾಳಿ, ಅದು ನನ್ನ ಕೆಲಸ, ನಾನೇ ಬರೆದಿದ್ದು. ತಿಳಿಯದೆ ಮಾಡಿದೆ, ಕ್ಷಮಿಸಿ. ಮೊದಲು ಉಣ್ಣಿಯನ್ನ ಬಿಟ್ಟುಬಿಡಿ, ಅವನದೇನೂ ತಪ್ಪಿಲ್ಲ' ಅಂತ ಹೇಳಿದ್ದಾನೆ. ಎಷ್ಟು ಧೈರ್ಯ ಇರಬೇಕು! ಸುಳ್ಳು ಬೊಗಳೋದಿಕ್ಕೆ ಈ ನಾಯಿಗೆ? ಅವರು ಕೇಳಬೇಕಾ? ಮೊದಲೇ ಕುದ್ದು ಮರಳುತ್ತಿದ್ದರು, ಇನ್ನೊಂದು ಮಾತೂ ಆಡದೆ 'ಮಗನೆ ಜನ್ಮಕ್ಕೆ ನೆನೆಸಿಕೊಂಡು ಸಾಯಬೇಕು' ಅಂತ ಸರಿಗೆ ಹೊಡೆದು ಕೈ ಮೇಲೆ ಜೀಪು ಹತ್ತಿಸಿ ಹೋಗಿದ್ದಾರೆ. ದುಷ್ಟರು..." ನಾನು ಪ್ರಜ್ಞೆ ತಪ್ಪಿ ಬಿದ್ದೆನೋ ಇಲ್ಲ ಅಪ್ರಜ್ಞೆಯಲ್ಲಿ ನಡೆದೆನೋ, ಅಂತೂ ಅಪ್ಪನೊಂದಿಗೆ ಮನೆ ಸೇರಿದ್ದೆ. ನನ್ನ ಹುಚ್ಚುತನಕ್ಕೆ ಬಲಿಯಾದ ನನ್ನ ಬಾಪುಟ್ಟಿಯನ್ನು ಹೇಗೆ ತಾನೇ ನೋಡಬಲ್ಲೆನೆಂಬ ಭಯಕ್ಕೆ ನನಗೆ ಜ್ವರ ಹೆಚ್ಚಾಗಿತ್ತು, ಆದರೆ ಕಾಣದೆ ಬೇರೆ ದಾರಿಯಿರಲಿಲ್ಲ. ನನ್ನನ್ನು ಕಂಡದ್ದೇ ಉಮ್ಮ ನನ್ನನ್ನು ತಬ್ಬಿಕೊಂಡು ಬಿಕ್ಕಿ ಬಿಕ್ಕಿ ಅಳುತ್ತ,

"ಹೋಗು ನೋಡು, ನಿನ್ನ ಬಾಪುಟ್ಟಿಯನ್ನ. ಹೇಗಿದ್ದಾನೆ ನೋಡು" ಎಂದು ಕಣ್ಣೊರೆಸಿಕೊಳ್ಳುತ್ತ ಹೊರಗೆ ಹೋಗಿದ್ದಳು. ನಾನು ನಡುಗುವ ಕಾಲುಗಳಿಂದ ಒಳಗೆ ಹೋದರೆ, ಬಾಪುಟ್ಟಿ ಚಾಪೆಯ ಮೇಲೆ ಮಲಗಿದ್ದವನು, ನನ್ನನ್ನು ನೋಡಿ ಎದ್ದು ಕೂರಲು ಹವಣಿಸಿದ್ದ. ಅವನ ಎರಡೂ ಕೈಗಳಿಗೆ ಬ್ಯಾಂಡೇಜು ಸುತ್ತಲಾಗಿತ್ತು. ಅದಲ್ಲ ವಿಷಯ! ಅವೆರಡೂ ತುಂಡಾಗಿದ್ದವು! ಮೊಣಕೈವರೆಗೆ ಮಾತ್ರವೇ ಇತ್ತು. ಅದಕ್ಕೆ ಬ್ಯಾಂಡೇಜು ಸುತ್ತಿ,

ದೇವರೇ... ನಾನು ನನ್ನೊಳಗೇ ಅಳುತ್ತಾ, ಲೇಖಿನ ಬರೆದ ನನ್ನ ಪಾಪಗ್ರಸ್ಥ ಕೈಗಳಿಂದ ಅವನನ್ನು ಆಸರೆ ಹಿಡಿದು ಸರಿಯಾಗಿ ಕೂರಿಸಿದ್ದೆ. "ಆದರೂ ಬಾಪುಟ್ಟಿ, ನೀನು ಬರೆದಿಲ್ಲ ತಾನೇ ಅದು? ಮತ್ಯಾಕೆ ಹೀಗೆ ಮಾಡಿದೆ?" ನನ್ನ ಕಂಗಳು ನೀರಾಡಿದ್ದವು. "ಅದೊಂದು ಕಥೆ ಕಣೋ. ನಮ್ಮ ಪ್ರಭಾ ಇಲ್ಲವಾ, ಅವಳು ಅವತ್ತು ತೋಟಕ್ಕೆ ಬಂದು ಒಂದೇ ಅಳು. ಊರಿನಲ್ಲಿ ಗುಲ್ಲಾಗಿದೆ, ಪೇಪರಿಗೆ ಪೋಲೀಸಿಗೆ ಸುದ್ದಿ ಕೊಟ್ಟಿದ್ದು ಉಣ್ಣಿಯೇ ಅಂತ. ಎಷ್ಟೋ ವರ್ಷಗಳಿಂದ ನಡೀತಿರೋ ದಂಧೆ ಇದು. ಹಾಗಿರುವಾಗ, ಇಷ್ಟು ದಿನ ಇಲ್ಲದ ವಿಷಯ ಇವಾಗ್ಯಾಕೆ ಸುದ್ದಿ ಆಯ್ತೂ ಅಂತ ಅವರ ಪ್ರಶ್ನೆ. ಇನ್ನು ಊರಿಗೆ ಹೊಸಬ ಅಂದರೆ ಉಣ್ಣಿ, ಅದೂ ಅಲ್ಲದೆ ಅವನಿಗೆ ಮಾಡುಬೆಟ್ಟ ಗೊತ್ತು. ಅವನೇ ಎಷ್ಟೋ ಸಲ ಆ ಕೆಲಸ, ಈ ಕೆಲಸ, ಅಂತ ಯಾರ್‍ಯಾರ ಜೊತೆಗೋ ಅಲ್ಲಿಗೆ ಹೋಗಿಯೂ ಇದ್ದನಂತೆ. ಅದೂ ಸಾಲದಕ್ಕೆ ಈಗ್ಗೆ ಸ್ವಲ್ಪ ದಿನಕೆ ಮುಂಚೆ ಉಣ್ಣಿಗೆ ಯಾರೋ ಒಬ್ಬ ಮೊದಲಾಳಿ ಜೊತೆ ಸಣ್ಣಗೆ ಮಾತಾಗಿತ್ತಂತೆ. ಇಲ್ಲಿ ಬಂದು ನೆಲ ಗುತ್ತಿಗೆಗೆ ಹಿಡೀತೀನಂದ್ರೆ ನಿಮ್ಮ ಜೀತಕ್ಕಿದೀನಿ ಅಂದುಕೊಳ್ಳೋದು ಬೇಡ, ನಾನು ಹಣಕೊಟ್ಟು ಗುತ್ತಿಗೆ ತೆಗೀತಾ ಇರೋದು, ನಮ್ಮೂರಲ್ಲಿ ನಾನು ನಿಮಗಿಂತ ದೊಡ್ಡ ಸಾಹುಕಾರ ಅಂದನಂತೆ ಉಣ್ಣಿ. ಇದೆಲ್ಲ ಪ್ರಭಾ ಹೇಳಿದ್ದು. ಇದರಲ್ಲಿ ಎಷ್ಟು ನಿಜವೋ ಎಂತೋ, ಅಂತೂ ಅವರು ಉಣ್ಣಿಗೆ ಹುಡುಕುತ್ತಿದ್ದದ್ದು ನಿಜ. ಅದಕ್ಕಿಂತ ದೊಡ್ಡ ನಿಜವೆಂದರೆ ಉಣ್ಣಿಯನ್ನು ಪ್ರಭಾ ಜೀವದಂತೆ ಪ್ರೀತಿಸ್ತಾ ಇದ್ದಳು ಅನ್ನೋದು. ನಾನು ಪ್ರೀತಿಸಿದ ಹುಡುಗಿ ಅಲ್ವಾ? ನಮ್ಮ ಪ್ರಭಾ ಅಲ್ವಾ? ನನ್ನತ್ರ ಏನಿದೆ ಹೇಳು? ಇದೊಂದು ಲಡಾಸಿ ಮೊಪೆಡ್ಡು, ಎರಡು ಮೀನಿನ ತೊಟ್ಟಿ, ಇಷ್ಟು ಬಿಟ್ಟರೆ ಎಂತ ಇದೆ? ಅವಳು ಉಣ್ಣಿಯನ್ನು ಮದುವೆಯಾದರೆ ಸುಖವಾಗಿರ್ತಾಳೆ. ಇನ್ನು ಉಣ್ಣಿ ಮಾಡಿದ ಕೆಲಸಕ್ಕೆ ಅವನನ್ನ ಸುಮ್ಮನೆ ಬಿಡುವುದುಂಟಾ? ಸಿಕ್ಕಿದರೆ ಕೊಂದೇ ಕೊಲ್ತಾರೆ. ಅದಕೆ ನಾನೇ ಹೋದೆ, ಆಗುವುದಾಗಲೀ, ನಾನು ಹೋದರೆ ಯಾರಿಗೇನೂ ಅಂಥ ದೊಡ್ಡ ನಷ್ಟವಿಲ್ಲ ಅನಿಸಿ ಹೋದೆ. ಅವರು ಕೈ ಮೇಲೆ ಜೀಪು ಹರಿಸಿದರು. ಈಗ ಕೈ ಹೋಯ್ತು ಎರಡು, ಅಷ್ಟೇ." ಬಾಪುಟ್ಟಿ ತುಂಬ ಸಣ್ಣ ದನಿಯಲ್ಲಿ, ಹೆಚ್ಚು ಏರಿಳಿತವಿಲ್ಲದೆ, ಯಾರದ್ದೋ ಕಥೆಯನ್ನು ಹೇಳುತ್ತಿರುವಂತೆ ನಿರ್ವಿಕಾರವಾಗಿ ಹೇಳಿದ. "ಎಂಥ ಅಷ್ಟೇ? ಆ ಉಣ್ಣಿಗಾಗಿ, ಆ ಹಾಳಾದ ಪ್ರಭಾಳಿಗಾಗಿ ಇಷ್ಟೆಲ್ಲ ಮಾಡುವುದುಂಟಾ? ಎಲ್ಲಾದರೂ ಉಂಟಾ? ಹಾಗಾದರೆ ಹೆತ್ತ ಅಮ್ಮ ನಾನೇಕೆ ಬೇಕು ಇವನಿಗೆ? ಆದರೆ ದೇವರಿದ್ದಾನೆ ಮಾತ್ರ. ಇವತ್ತು ನೋಡು, ನನ್ನ ಮಗ ಹೀಗೆ ಮಲಗಿದ್ದರೆ ಒಂದು ಮಾತು ಕೇಳಲು ಬಂದಳಾ ಭೋಸುಡೀ? ಅಪ್ಪ, ಮಗಳು, ಆ ನಾಯಿಂಡ ಮೋನ್ ಉಣ್ಣಿ ಎಲ್ಲ ಊರು ಬಿಟ್ಟು ರಾತ್ರೋರಾತ್ರಿ ಪರಾರಿಯಾಗಿದ್ದಾರೆ. ಆದರೆ ದೇವರಿದ್ದಾನೆ. ಅವರು ಊರು ದಾಟಿರುವುದು ನಿಜಾ ಡೌಟೇ! ಎಂಥಾ ಮಳೆಯಿತ್ತು ಆಗ. ನಮ್ಮ ಮಾಡುಹೊಳೆ ನೆರೆ ಬಂದಿತ್ತು. ಸೇತುವೆ ಮುಳುಗಿತ್ತು. ಅದರ ಮೇಲೆ ನಡಕೊಂಡು ಹೋಗಿದ್ದಾರೆ, ಖಂಡಿತ ಕೊಚ್ಚಿ ಹೋಗಿರಬೇಕು. ಒಂದು ಸದ್ದು ಸುದ್ದಿ ಇಲ್ಲ, ಆಮೇಲಿಂದು" ಉಮ್ಮ ಜೋರು ದನಿಯಲ್ಲಿ ಬಾಯಿ ಮಾಡುತ್ತ ಮಾತಿಗೆ ತೊಡಗಿದ್ದರೂ ಕಡೆಯ ಸಾಲಿಗೆ ಬರುವಾಗ ದನಿ ತಗ್ಗಿಸಿದ್ದರು. ಅವರು ಅದು ಹೇಗೇ ತಗ್ಗಿಸಲಿ, ಬರೆದವನು ನಾನಿನ್ನೂ ನನ್ನ ಕೈಗಳೊಂದಿಗೆ, ಪ್ರಾಣದೊಂದಿಗೆ ಇಲ್ಲಿ ಇಷ್ಟು ಪುಷ್ಟಿಯಿಂದ ಕುಳಿತಿರುವಾಗ, ಮಾಡದ ತಪ್ಪಿಗೆ ಅವರ್‍ಯಾರೋ ನೀರಲ್ಲಿ ಕೊಚ್ಚಿಹೋಗುತ್ತಾರೆ. ಇನ್ಯಾರೋ ತನ್ನ ಕೈಗಳನ್ನೇ ಕಳೆದುಕೊಳ್ಳುತ್ತಾರೆಂದರೆ! ಭಗವಂತ, ನಿನ್ನ ನ್ಯಾಯದ ಲೆಕ್ಕ ನಿಜವಾಗಿ ಹೇಗೆ?

ನನಗೆ ಜೋರಾಗಿ ಅಳು ಬಂತು. ನಾನು ಏನೂ ಮಾತಾಡಲಿಲ್ಲ. ಬಾಪುಟ್ಟಿಯಲ್ಲಿ ನಿಜ ಹೇಳಿ ಅವನ ಕಾಲು ಹಿಡಿದು ಅಳಬೇಕೆನಿಸಿತು. ಆದರೆ ಉಮ್ಮನ ಎದುರಿಗೆ ಈ ಮಾತು ಅಂದರೆ ಅವಳು ನನ್ನನ್ನು ಕೊಂದರೂ ಕೊಂದಾಳೆಂಬ ಭಯದಲ್ಲಿ ನಾನು ಮಾತಾಡದೆ ಉಳಿದೆ. ಬಾಪುಟ್ಟಿ ಏನೂ ಮಾತಾಡದೆ, ಅಳುತ್ತಿದ್ದ ನನ್ನ ತಲೆಯನ್ನು ತನ್ನ ಮೋಟು ಕೈಗಳಿಂದ ನೇವರಿಸುತ್ತಾ "ಉಮ್ಮ, ಅವನಿಗೊಂದು ಚಾ ಮಾಡಬಾರದಾ? ಆಗಿದ್ದು ಆಯ್ತು. ಬಿಡು ಎಲ್ಲ ಮುಗಿಯಿತಲ್ಲ?" ಎಂದು ಉಮ್ಮನನ್ನು ಅಲ್ಲಿಂದ ಎಬ್ಬಿಸಿದ್ದ. ಉಮ್ಮ ಹೋದಮೇಲೆ ಹೇಳಿಬಿಡಲೇ ಅನಿಸಿ ತೀರ ಬಾಯ್ತನಕ ಬಂದ ಮಾತನ್ನು ಹೇಳದೆಯೇ ನುಂಗಿಬಿಟ್ಟಿದ್ದೆ. ಹೇಳಿದ್ದರೆ ಬಹುಶಃ ಬಾಪುಟ್ಟಿಗೆ ಸಂತೋಷವಾಗುತ್ತಿತ್ತು. ಹಾಗಂತ ಈಗ ಅನಿಸುತ್ತದೆ. ಹೇಳಿದ್ದಿದ್ದರೆ "ಉಣ್ಣಿಗಾಗಿಯೇ ಹೋದೆನಂತೆ, ನಿನಗಾಗಿದ್ದರೆ ಜೀವವನ್ನೇ ಕೊಡುತ್ತಿದ್ದೆ ಬಿಡು" ಅನ್ನುತ್ತ ನನ್ನನ್ನು ಹತ್ತಿರ ಸೆಳೆದುಕೊಳ್ಳುತ್ತಿದ್ದನೇನೋ ನನ್ನ ಬಾಪುಟ್ಟಿ ಎಂದೆನಿಸುತ್ತದೆ. ಆದರೆ ಈಗ ಹೇಳಲಾರೆ. ಯಾಕೆಂದರೆ ಈಗ ಹೇಳಿದರೆ ಬಾಪುಟ್ಟಿಗೆ ಬೇಸರಾಗಬಹುದು. ಅದಕ್ಕೆ ಬೇರೆಯದೇ ಅರ್ಥ ಬರಬಹುದು. ಯಾಕೆಂದರೆ ಅವನೀಗ ನನ್ನ ಜೊತೆ ಇದ್ದಾನೆ. ಬಾಪುಟ್ಟಿ, ಉಮ್ಮ ಅಮ್ಮ ಅಪ್ಪ... ನಾವೆಲ್ಲ ಒಂದೇ ಕಡೆ, ಒಂದೇ ಮನೆ.

ಅಷ್ಟೆಲ್ಲಾ ರಗಳೆ ಊರಿನಲ್ಲಿ ಆದಮೇಲೆ, ನಾನು ಓದು ಮುಗಿಸಿ, ಒಳ್ಳೆಯ ಕೆಲಸ ಹಿಡಿದು, ಬಾಪುಟ್ಟಿಗೆ ಒಂದು ಒಳ್ಳೆ ಮಳಿಗೆ ಅಂಗಡಿ ಹಾಕಿಕೊಟ್ಟು, ನಾವೆಲ್ಲ ಒಂದೇ ಮನೆಯಲ್ಲಿ ತಂಗಿದ್ದೇವೆ.

ಇವತ್ತು ಅಪ್ಪ, ಅಮ್ಮ ಉಮ್ಮ ಎಲ್ಲರಿಗೂ ವಯಸ್ಸಾಗಿದೆ. ನನ್ನ ತಂಗಿಗೆ ಮದುವೆಯಾಗಿದೆ. ಬಾಪುಟ್ಟಿಗೆ ಮದುವೆ ಬೇಡವಂತೆ, ಅದು ಆಮೇಲೆ ನೋಡುವ. ಸದ್ಯಕ್ಕೆ ನನಗೆ ಹೆಣ್ಣು ಹುಡುಕುತ್ತಿದ್ದಾರೆ. ಇಲ್ಲಿಯ ತನಕ ಆ ಲೇಖನ ಬರೆದವನು ನಾನೆಂದು ನಾನು ಬಾಪುಟ್ಟಿಗೆ ಹೇಳಿಲ್ಲ. ಈಗ ಹೇಳಿದರೆ ಬಹುಶಃ ನಾನು ಪ್ರಾಯಶ್ಚಿತ್ತ ಮಾಡಿಕೊಳ್ಳುತ್ತಿದ್ದೇನೆಂದು ಅವನಿಗೆ ತೋಚಿಬಿಡಬಹುದು. ಇದು ಖಂಡಿತ ಪ್ರಾಯಶ್ಚಿತ್ತವಲ್ಲ. ಯಾಕೆಂದರೆ ನನ್ನ ಬಾಪುಟ್ಟಿಗಾಗಿ ನಾನು ಏನನ್ನೂ ಮಾಡಬಲ್ಲೆ. ಅಂದಹಾಗೆ ಉಣ್ಣಿ, ನಾಯರ್ ಮತ್ತು ಪ್ರಭಾಳ ಬಗ್ಗೆ ಈ ತನಕ ಸುದ್ದಿಯಿಲ್ಲ. ಅವರು ಎಲ್ಲಾದರೂ ಚೆನ್ನಾಗಿರಬಹುದೆಂದು ನಾನು ಬಾಪುಟ್ಟಿ ಆಗಾಗ ಮಾತಾಡುತ್ತೇವೆ. ಪ್ರಭಾಳ ಮಗಳಿಗೆ ಅವಳಂತೇ ಉದ್ದ ಕೂದಲೂ, ಉಣ್ಣಿಯ ಜೇನು ಕಂಗಳೂ ಇರಬಹುದೆಂದು ಕಲ್ಪಿಸುತ್ತೇವೆ. ಇಷ್ಟೆಲ್ಲ ಆದರೂ ಮನಸಿನಲಿ ಯಾವುದೇ ಕಹಿಯಿಟ್ಟುಕೊಳ್ಳದ ಬಾಪುಟ್ಟಿಯ ಬಗ್ಗೆ ನನಗೆ ಹೆಮ್ಮೆಯೆನ್ನಿಸುತ್ತದೆ. ಆದರೆ ನಾನು ಅದನ್ನು ಮಾತಿನಲ್ಲಿ ಹೇಳುವುದಿಲ್ಲ. ಎಲ್ಲ ಭಾವಗಳನ್ನೂ ಸಮರ್ಥವಾಗಿ ಮಾತಾಗಿಸಲಾರದೇ ಹೋದಾಗ ಮಾತು ಅರ್ಥಹೀನವಾಗುತ್ತದೆ ಎಂದು ನನಗೆ ಅನ್ನಿಸುತ್ತದೆ.

□□□

ಓದಿ ಓದಿ ಮರುಳಾಗಿ!

ಛಂದ ಪುಸ್ತಕ ಬಹುಮಾನ

ಹೊಸ ಕತೆಗಾರರನ್ನು ಗುರುತಿಸುವ ಸಲುವಾಗಿ ನಮ್ಮ ಪ್ರಕಾಶನ ಸಂಸ್ಥೆಯು ಕಳೆದ ಇಪ್ಪತ್ತು ವರ್ಷಗಳಿಂದ ಕತೆಗಳ ಹಸ್ತಪ್ರತಿ ಸ್ಪರ್ಧೆಯನ್ನು ನಡೆಸುತ್ತಾ ಬಂದಿದೆ. ಈವರೆಗೆ ಒಂದೂ ಕಥಾಸಂಕಲನವನ್ನು ಪ್ರಕಟಿಸದವರು ಈ ಸ್ಪರ್ಧೆಯಲ್ಲಿ ಭಾಗವಹಿಸಬಹುದು. ಇತರ ಪ್ರಕಾರಗಳಲ್ಲಿ ಒಂದೆರಡು ಪುಸ್ತಕಗಳನ್ನು ಪ್ರಕಟ ಮಾಡಿದವರೂ ಇದರಲ್ಲಿ ಭಾಗವಹಿಸುವ ಅವಕಾಶವಿರುತ್ತದೆ. ಮೊದಲ ಸುತ್ತಿನ ಆಯ್ಕೆಯನ್ನು ಪ್ರಕಾಶನದ ಸದಸ್ಯರು ಮಾಡಿ, ಕೊನೆಯ ಆಯ್ಕೆಗಾಗಿ ಸುಮಾರು ಹತ್ತು ಹಸ್ತಪ್ರತಿಗಳನ್ನು ನಾಡಿನ ಹಿರಿಯ ಸಾಹಿತಿಗಳಿಗೆ ಒಪ್ಪಿಸುತ್ತಾರೆ. ಆಯ್ಕೆಯಾದ ಹಸ್ತಪ್ರತಿಯನ್ನು ಪುಸ್ತಕ ರೂಪದಲ್ಲಿ ಪ್ರಕಟಿಸಿ, ಪ್ರಶಸ್ತಿ ಪತ್ರ, ಫಲಕ ಹಾಗೂ ನಲವತ್ತು ಸಾವಿರ ರೂಪಾಯಿ ಬಹುಮಾನವನ್ನು ನೀಡಲಾಗುತ್ತದೆ. ಈವರೆಗೂ ಈ ಸ್ಪರ್ಧೆಯಲ್ಲಿ ಬಹುಮಾನ ಪಡೆದವರ ವಿವರಗಳ ಪಟ್ಟಿಯನ್ನು ಮುಂದಿನ ಪುಟದಲ್ಲಿ ನೀಡಿದ್ದೇವೆ.

ಇವರಲ್ಲಿ ಮೌನೇಶ ಬಡಿಗೇರ, ಶಾಂತಿ ಕೆ ಅಪ್ಪಣ್ಣ, ಪದ್ಮನಾಭ ಭಟ್ ಶೇವ್ಕಾರ ಮತ್ತು ಸ್ವಾಮಿ ಪೊನ್ನಾಚಿ ಅವರಿಗೆ ಕೇಂದ್ರ ಸಾಹಿತ್ಯ ಅಕಾಡೆಮಿಯ ಯುವ ಪುರಸ್ಕಾರ ದೊರೆತಿದೆ. ವಿನಯಾ, ಶಾಂತಿ ಕೆ ಅಪ್ಪಣ್ಣ ಮತ್ತು ಪದ್ಮನಾಭ ಭಟ್ ಶೇವ್ಕಾರರ ಪುಸ್ತಕಗಳಿಗೆ ಕರ್ನಾಟಕ ಸಾಹಿತ್ಯ ಅಕಾಡೆಮಿಯ ಪುಸ್ತಕ ಬಹುಮಾನ ಅಥವಾ ದತ್ತಿ ಬಹುಮಾನಗಳು ಸಂದಿವೆ. ಇನ್ನೂ ಹಲವಾರು ನಾಡಿನ ಪ್ರಮುಖ ಪ್ರಶಸ್ತಿ ಮತ್ತು ಬಹುಮಾನಗಳೂ ಈ ಕೃತಿಗಳಿಗೆ ಲಭ್ಯವಾಗಿವೆ.

ನೀವು ಈ ಸ್ಪರ್ಧೆಯಲ್ಲಿ ಭಾಗವಹಿಸಬೇಕೆ? ಹಾಗಿದ್ದರೆ ನಮ್ಮ ಮುಂದಿನ ವರ್ಷದ ಸ್ಪರ್ಧೆಯ ಆಹ್ವಾನವನ್ನು ಖ್ಯಾತ ಕನ್ನಡ ನಿಯತಕಾಲಿಕಗಳಲ್ಲಿ ಅಥವಾ ಸಾಮಾಜಿಕ ಜಾಲತಾಣಗಳಲ್ಲಿ ನಿರೀಕ್ಷಿಸಿರಿ. ಹೆಚ್ಚಿನ ವಿವರಗಳಿಗೆ 98444 22782 ಗೆ ಸಂದೇಶ ಕಳುಹಿಸಿರಿ.

ಓದಿ ಓದಿ ಮರುಳಾಗಿ!

ಛಂದ ಪುಸ್ತಕ ಬಹುಮಾನ ಪಡೆದ ಕೃತಿಗಳು

ಕತೆಗಾರರು	ಕಥಾಸಂಕಲನ	ತೀರ್ಪುಗಾರರು
ಸುನಂದಾ ಕಡಮೆ	ಪುಟ್ಟ ಪಾದದ ಗುರುತು	ಅಶೋಕ ಹೆಗಡೆ/ ಸುಮಂಗಲಾ
ಅಲಕ ತೀರ್ಥಹಳ್ಳಿ	ಈ ಕತೆಗಳ ಸಹವಾಸವೇ ಸಾಕು	ಕೇಶವ ಮಳಗಿ/ ಸುಮಂಗಲಾ
ಲೋಕೇಶ ಅಗಸನಕಟ್ಟೆ	ಹಟ್ಟಿಯೆಂಬ ಭೂಮಿಯ ತುಣುಕು	ಬೊಳುವಾರು
ವಿನಯಾ	ಊರ ಒಳಗಣ ಬಯಲು	ನೇಮಿಚಂದ್ರ
ಸಂದೀಪ ನಾಯಕ	ಗೋಡೆಗೆ ಬರೆದ ನವಿಲು	ಅಮರೇಶ ನುಗಡೋಣಿ
ಕಣಾದ ರಾಘವ	ಮೊದಲ ಮಳೆಯ ಮಣ್ಣು	ಕೆ. ಸತ್ಯನಾರಾಯಣ
ಬಸವಣ್ಣೆಪ್ಪಾ ಕಂಬಾರ	ಆಟಿಕೆ	ಕುಂ. ವೀರಭದ್ರಪ್ಪ
ಮೌನೇಶ ಬಡಿಗೇರ	ಮಾಯಾಕೋಲಾಹಲ	ಓ.ಎಲ್.ಎನ್. ಸ್ವಾಮಿ
ಪದ್ಮನಾಭ ಭಟ್	ಕೇಪಿನ ಡಬ್ಬಿ	ಎಂ. ಎಸ್. ಆಶಾದೇವಿ
ಶಾಂತಿ ಕೆ ಅಪ್ಪಣ್ಣ	ಮನಸು ಅಭಿಸಾರಿಕೆ	ಎಚ್.ಎಸ್.ಆರ್
ದಯಾನಂದ	ದೇವರು ಕಚ್ಚಿದ ಸೇಬು	ನಾ. ಡಿಸೋಜಾ
ಸ್ವಾಮಿ ಪೊನ್ನಾಚಿ	ಧೂಪದ ಮಕ್ಕಳು	ಎಂ. ಎಸ್. ಶ್ರೀರಾಮ್
ಶಶಿ ತರೀಕೆರೆ	ಡುಮಿಂಗ	ಲಲಿತಾ ಸಿದ್ಧಬಸವಯ್ಯ
ಛಾಯಾ ಭಟ್	ಬಯಲರಸಿ ಹೊರಟವಳು	ತಾರಿಣಿ ಶುಭದಾಯಿನಿ
ಕಾವ್ಯಾ ಕಡಮೆ	ಮಾಕೋನ ಏಕಾಂತ	ಟಿ.ಪಿ. ಅಶೋಕ

ಛಂದ ಪುಸ್ತಕ ಬಹುಮಾನ

ಪುಟ್ಟ ಪಾದದ ಗುರುತು - ಸುನಂದಾ ಪ್ರಕಾಶ ಕಡಮೆ - ₹ 130
ಈ ಕತೆಗಳ ಸಹವಾಸವೇ ಸಾಕು - ಅಲಕ ತೀರ್ಥಹಳ್ಳಿ - ₹ 60
ಹಟ್ಟಿಯೆಂಬ ಭೂಮಿಯ ತುಣುಕು - ಲೋಕೇಶ ಅಗಸನಕಟ್ಟೆ - ₹ 180
ಗೋಡೆಗೆ ಬರೆದ ನವಿಲು - ಸಂದೀಪ ನಾಯಕ - ₹ 60
ಮೊದಲ ಮಳೆಯ ಮಣ್ಣು - ಕಣಾದ ರಾಘವ - ₹ 140
ಆಟಿಕೆ - ಬಸವಣ್ಣೆಪ್ಪಾ ಕಂಬಾರ - ₹ 100
ಮಾಯಾಕೋಲಾಹಲ - ಮೌನೇಶ ಬಡಿಗೇರ - ₹ 165
ಕೇಪಿನ ಡಬ್ಬಿ - ಪದ್ಮನಾಭ ಭಟ್, ಶೇವ್ಕಾರ - ₹ 150
ಮನಸು ಅಭಿಸಾರಿಕೆ - ಶಾಂತಿ ಕೆ ಅಪ್ಪಣ್ಣ - ₹ 230
ದೇವರು ಕಚ್ಚಿದ ಸೇಬು - ದಯಾನಂದ - ₹ 140
ಧೂಪದ ಮಕ್ಕಳು - ಸ್ವಾಮಿ ಪೊನ್ನಾಚಿ - ₹ 130
ಡುಮಿಂಗ - ಶಶಿ ತರೀಕೆರೆ - ₹ 130
ಬಯಲರಸಿ ಹೊರಟವಳು - ಛಾಯಾ ಭಟ್ - ₹ 150
ಮಾಕೋನ ಏಕಾಂತ - ಕಾವ್ಯಾ ಕಡಮೆ - ₹ 130

ಕಥಾಸಂಕಲನ

ಶಕುಂತಲಾ - ಗುರುಪ್ರಸಾದ್ ಕಾಗಿನೆಲೆ - ₹ 80
ಜುಮುರು ಮಳೆ - ಸುಮಂಗಲಾ - ₹ 220
ಶಾಲಭಂಜಿಕೆ - ಡಾ. ಕೆ. ಎನ್. ಗಣೇಶಯ್ಯ - ₹ 180 (7ನೇ ಮುದ್ರಣ)
ಕಾರಂತಜ್ಜನಿಗೊಂದು ಪತ್ರ - ಸಚ್ಚಿದಾನಂದ ಹೆಗಡೆ - ₹ 150
ಹಕೂನ ಮಟಾಟ - ನಾಗರಾಜ ವಸ್ತಾರೆ - ₹ 80
ಕಾಲಿಟ್ಟಲ್ಲಿ ಕಾಲುದಾರಿ - ಸುಮಂಗಲಾ - ₹ 80
ಹುಲಿರಾಯ - ಕೀರ್ತಿರಾಜ್ - ₹ 80
ನಿರವಯವ - ನಾಗರಾಜ ವಸ್ತಾರೆ - ₹ 125
ಹನ್ನೊಂದನೇ ಅಡ್ಡರಸ್ತೆ - ಸುಮಂಗಲಾ - ₹ 170
ಗಾಳಿಗೆ ಮೆತ್ತಿದ ಬಣ್ಣ - ಕರ್ಕಿ ಕೃಷ್ಣಮೂರ್ತಿ - ₹ 180
ಕನ್ನಡಿ ಹರಳು - ಪದ್ಮನಾಭ ಭಟ್, ಶೇವ್ಕಾರ - ₹ 130
ಒಂದು ಚಿಟಿಕೆ ಮಣ್ಣು - ಲಕ್ಷ್ಮಣ ಬಾದಾಮಿ - ₹ 130
ಬಂಡಲ್ ಕತೆಗಳು - ಎಸ್ ಸುರೇಂದ್ರನಾಥ್ - ₹ 160
ದೇವರ ರಜಾ - ಗುರುಪ್ರಸಾದ್ ಕಾಗಿನೆಲೆ - ₹ 225 (2ನೇ ಮುದ್ರಣ)
ಕಟ್ಟು ಕತೆಗಳು - ಎಸ್ ಸುರೇಂದ್ರನಾಥ್ - ₹ 210
ಮಡಿಲು (ನೀಳ್ಗತೆ) - ನಾಗರಾಜ ವಸ್ತಾರೆ - ₹ 15

ತಿರಾಮಿಸು - ಶಶಿ ತರೀಕೆರೆ - ₹ 210
ತೊಟ್ಟು ಕ್ರಾಂತಿ - ಕಾವ್ಯಾ ಕಡಮೆ - ₹ 180
ಒಂದು ಬಾಗಿಲು ಮತ್ತು ಮೂರೂ ಚಿಲ್ಲರೆ ವರ್ಷಗಳು - ಶಾಂತಿ ಕೆ ಅಪ್ಪಣ್ಣ - ₹ 190

ಪ್ರಬಂಧ

ಪೂರ್ವ ಪಶ್ಚಿಮ - ಎಂ. ಆರ್. ದತ್ತಾತ್ರಿ - ₹ 80
ರಾಗಿಮುದ್ದೆ - ರಘುನಾಥ ಚ. ಹ. - ₹ 120
ಕುಟ್ಟವಲಕ್ಕಿ / ಗೊಜ್ಜವಲಕ್ಕಿ - ಪ್ರಶಾಂತ ಆಡೂರ - ₹ 170 / ₹ 170
ಕಿಲಿಮಂಜಾರೋ - ಪ್ರಶಾಂತ್ ಬೀಚಿ - ₹ 80
ಮಿಸಳ್ ಭಾಜಿ - ಭಾರತಿ ಬಿ ವಿ - ₹ 190
ನೀ ಮಾಯೆಯೊಳಗೋ... - ವಿಕ್ರಮ ಹತ್ವಾರ - ₹ 150
ಸಾವೆಂಬ ಲಹರಿ - ಗುರುಪ್ರಸಾದ ಕಾಗಿನೆಲೆ - ₹ 140
ವೈದ್ಯ, ಮತ್ತೊಬ್ಬ - ಗುರುಪ್ರಸಾದ ಕಾಗಿನೆಲೆ - ₹ 120
ಅಪ್ಪನ ರ್‍ಯಾಲೀಸ್ ಸೈಕಲ್ - ದರ್ಶನ್ ಜಯಣ್ಣ - ₹ 110
ಇಮೋಜಿ ಭಾಷೆ - ಕರ್ಕಿ ಕೃಷ್ಣಮೂರ್ತಿ - ₹ 150

ಅನುವಾದ

ದಿ ಚಾಯ್ಸ್ - ಈಡಿತ್ ಎವಾ ಎಗರ್ (ಜಯಶ್ರೀ ಭಟ್) - ₹ 280
ದೇಹವೇ ದೇಶ - ಗರಿಮಾ ಶ್ರೀವಾಸ್ತವ (ವಿಕ್ರಮ ವಿಸಾಜಿ) - ₹ 250
ಪರ್ಸೆಪೊಲಿಸ್- ಮಾರ್ಜಾನ್ ಸತ್ರಪಿ (ಪ್ರೀತಿ ನಾಗರಾಜ) - ₹ 395
ಗಾಳಿ ಪಳಗಿಸಿದ ಬಾಲಕ - ವಿಲಿಯಂ ಕಾಂಕ್ವಾಂಬಾ (ಕರುಣಾ ಬಿ ಎಸ್) - ₹ 320
ಅಮೋಸ್ ಫಾರ್ಚೂನ್ - ಎಲಿಝಬೆತ್ ಯೇಟ್ಸ್ (ಜಯಶ್ರೀ ಭಟ್) - ₹ 110
ನವ ಜೀವಗಳು - ವಿಲಿಯಂ ಡಾಲ್ರಿಂಪಲ್ (ನವೀನ ಗಂಗೋತ್ರಿ) - ₹ 250
ಮೈಕೆಲ್ ಕೆ - ಜೆ.ಎಂ. ಕುಟ್‌ಸೀ (ಸುನಿಲ್ ರಾವ್) - ₹ 170
ಲೇರಿಯೊಂಕ - ಹೆನ್ರಿ ಆರ್. ಓಲೆ ಕುಲೆಟ್ (ಪ್ರಶಾಂತ ಬೀಚಿ) - ₹ 140
ಅರೆಶತಮಾನದ ಮೌನ - ಯಾನ್ ರಫ್-ಓ'ಹರ್ನ್ (ಅರುಣ್) - ₹ 310
ಪರ್ವತದಲ್ಲಿ ಪವಾಡ - ನ್ಯಾಂಡೊ ಪರಾಡೊ (ಸಂಯುಕ್ತಾ ಪುಲಿಗಲ್) - ₹ 340
ಚಂದಿರ ಬೇಕೆಂದವನು - ಮಿಮಿ ಬೇರ್ಡ್ (ಪ್ರಜ್ಞಾ ಶಾಸ್ತ್ರಿ) - ₹ 180
ಬಂಡೂಲ - ವಿಕಿ ಕಾನ್‌ಸ್ಟಂಟೀನ್ ಕ್ರುಕ್ (ರಾಜ್ಯಶ್ರೀ ಕುಳಮರ್ವ) - ₹ 425
ರೆಬೆಲ್ ಸುಲ್ತಾನರು - ಮನು ಎಸ್ ಪಿಳ್ಳೈ (ಸಂಯುಕ್ತಾ ಪುಲಿಗಲ್) - ₹ 420
ಫಾಲೋಯಿಂಗ್ ಫಿಶ್ - ಸಮಂತ್ ಸುಬ್ರಮಣಿಯನ್ (ಸಹನಾ ಹೆಗಡೆ) - ₹ 280
ಜಗವ ಚುಂಬಿಸು - ಸುಬ್ರೊತೋ ಬಾಗ್ಚಿ (ವಂದನಾ ಪಿ ಸಿ) - ₹ 240
ಪರ್ದಾ ಅಂಡ್ ಪಾಲಿಗಮಿ - ಇಕ್ಬಾಲುನ್ನೀಸಾ ಹುಸೇನ್ (ದಾದಾಪೀರ್) - ₹ 380

ವಾಡಿವಾಸಲ್ - ಚಿ. ಸು. ಚೆಲ್ಲಪ್ಪ (ಸತ್ಯಕಿ) - ₹ 100
ನಾಲ್ಕನೇ ಎಕರೆ - ಶ್ರೀರಮಣ (ಅಜಯ್ ವರ್ಮಾ ಅಲ್ಲೂರಿ) - ₹ 100
ಮಾವೋನ ಕೊನೆಯ ನರ್ತಕ - ಲೀ ಶ್ವಿನ್‌ಶಿಂಗ್ (ಜಯಶ್ರೀ ಭಟ್) - ₹ 340
ಕೋಬಾಲ್ಟ್ ಬ್ಲೂ - ಸಚಿನ್ ಕುಂಡಲ್‌ಕರ್ (ಸಪ್ನಾ ಕಟ್ಟಿ) - ₹ 150
ವಿದ್ಯಾವಂತ ವೇಶ್ಯೆಯ ಆತ್ಮಕಥೆ - ಮಾನದಾ ದೇವಿ (ನಾಗ ಹುಬ್ಳಿ) - ₹ 240
ದಿ ಲೈಟ್‌ಹೌಸ್ ಫ್ಯಾಮಿಲಿ - ಫಿರಾತ್ ಸುನೇಲ್ (ಮಾಧುರಿ ಕುಲಕರ್ಣಿ) - ₹ 230
ನನ್ನ ತಂಗಿ ಈಡಾ - ಕಾರೊಲೀನ ವಾಲ್ (ಹರ್ಷ ರಘುರಾಮ್) - ₹ 260
ಸತ್ತವರ ಸೊಲ್ಲು - ಆಶುತೋಷ್ ಭಾರದ್ವಾಜ್ (ಕಾರ್ತಿಕ್ ಆರ್.) - ₹ 380
ಮುರಿದ ಕಡಲು - ಮನೋಜ್ ರೂಪ್ಡಾ (ಚಂದ್ರಶೇಖರ ಮದಭಾವಿ) - ₹ 230

ವಸುಧೇಂದ್ರ

ಮನೀಷೆ - ಕತೆಗಳು - ₹ 120 (8ನೇ ಮುದ್ರಣ)
ಯುಗಾದಿ - ಕತೆಗಳು - ₹ 190 (9ನೇ ಮುದ್ರಣ)
ಚೇಳು - ಕತೆಗಳು - ₹ 120 (8ನೇ ಮುದ್ರಣ)
ಹಂಪಿ ಎಕ್ಸ್‌ಪ್ರೆಸ್ - ಕತೆಗಳು - ₹ 195 (10ನೇ ಮುದ್ರಣ)
ಮೋಹನಸ್ವಾಮಿ - ಕತೆಗಳು - ₹ 270 (8ನೇ ಮುದ್ರಣ)
ವಿಷಮ ಭಿನ್ನರಾಶಿ - ಕತೆಗಳು - ₹ 280 (5ನೇ ಮುದ್ರಣ)
ಕೋತಿಗಳು - ಪ್ರಬಂಧ - ₹ 120 (8ನೇ ಮುದ್ರಣ)
ನಮ್ಮಮ್ಮ ಅಂದ್ರೆ ನಂಗಿಷ್ಟ - ಪ್ರಬಂಧ - ₹ 100 (28ನೇ ಮುದ್ರಣ)
ರಕ್ಷಕ ಅನಾಥ - ಪ್ರಬಂಧ - ₹ 110 (5ನೇ ಮುದ್ರಣ)
ವರ್ಣಮಯ - ಪ್ರಬಂಧ - ₹ 225 (7ನೇ ಮುದ್ರಣ)
ಐದು ಪೈಸೆ ವರದಕ್ಷಿಣೆ - ಪ್ರಬಂಧ - ₹ 280 (6ನೇ ಮುದ್ರಣ)
ಹರಿಚಿತ್ತ ಸತ್ಯ - ಕಾದಂಬರಿ - ₹ 200 (6ನೇ ಮುದ್ರಣ)
ತೇಜೋ-ತುಂಗಭದ್ರಾ - ಕಾದಂಬರಿ - ಉತ್ತಮ/ಸಾದಾ (₹ 500/₹ 450) (17ನೇ ಮುದ್ರಣ)
ಮಿಥುನ - ಶ್ರೀರಮಣರ ಕತೆಗಳು - ₹ 135 (8ನೇ ಮುದ್ರಣ)
ಎವರೆಸ್ಟ್ - ಜಾನ್ ಕ್ರಾಕೌರ್ - ₹ 420 (4ನೇ ಮುದ್ರಣ)
ರೇಷ್ಮೆ ಬಟ್ಟೆ - ಕಾದಂಬರಿ - ₹ 450

ಕಾದಂಬರಿ

ಎನ್ನ ಭವದ ಕೇಡು - ಎಸ್ ಸುರೇಂದ್ರನಾಥ್ - ₹ 75
ನ್ಯಾಸ - ಹರೀಶ ಹಾಗಲವಾಡಿ - ₹ 470
ಗುಣ - ಗುರುಪ್ರಸಾದ್ ಕಾಗಿನೆಲೆ - ₹ 150
ದ್ವೀಪವ ಬಯಸಿ - ಎಂ. ಆರ್. ದತ್ತಾತ್ರಿ - ₹ 320

ತಾರಾಬಾಯಿಯ ಪತ್ರ - ದತ್ತಾತ್ರಿ ಎಂ ಆರ್ - ₹ 160
ಅಗೆದಷ್ಟೂ ನಕ್ಷತ್ರ - ಸುಮಂಗಲಾ - ₹ 230
ಪ್ರಿಯೇ ಚಾರುಶೀಲೆ - ನಾಗರಾಜ ವಸ್ತಾರೆ - ₹ 380
ಋಷ್ಯಶೃಂಗ - ಹರೀಶ ಹಾಗಲವಾಡಿ - ₹ 160
ಅಂತು - ಪ್ರಕಾಶ ನಾಯಕ್ - ₹ 200
ಚುಕ್ಕಿ ಬೆಳಕಿನ ಜಾಡು - ಕರ್ಕಿ ಕೃಷ್ಣಮೂರ್ತಿ - ₹ 200
ದೀಪವಿರದ ದಾರಿಯಲ್ಲಿ - ಸುಶಾಂತ್ ಕೋಟ್ಯಾನ್ - ₹ 160
ದಾರಿ - ಕುಸುಮಾ ಆಯರಹಳ್ಳಿ - ₹ 395
ಬರೀ ಎರಡು ರೆಕ್ಕೆ - ಸುನಂದಾ ಪ್ರಕಾಶ ಕಡಮೆ - ₹ 260

ಕವಿತೆ

ಮದ್ಯಸಾರ - ಅಪಾರ - ₹ 90
ಪೂರ್ಣನ ಗರಿಗಳು - ಪೂರ್ಣಪ್ರಜ್ಞ - ₹ 70
ಹಲೋ ಹಲೋ ಚಂದಮಾಮ - ರಾಧೇಶ ತೋಳ್ಪಾಡಿ - ₹ 50

ಪದಚರಿತೆ

ಸರಿಗನ್ನಡಂ ಗೆಲ್ಗೆ - ಅಪಾರ - ₹ 390

www.ingramcontent.com/pod-product-compliance
Lightning Source LLC
LaVergne TN
LVHW090403051026
849518LV00006B/2218
9788197599149